ગાલા

નવી આવૃત્તિ

અનેરી વાનગીઓ

અનેરી વાનગીઓમાં શું છે ?

1. મિષ્ટાન્ન
2. ફરસાણ અને નાસ્તા
3. મકાઈની વાનગીઓ
4. ફરાળી વાનગીઓ
5. તડકાની વસ્તુઓ
6. અથાણાં
7. સાઉથ ઇન્ડિયન વાનગીઓ
8. નાન, પરોઠા, રોટી
9. દેશી શાક
10. દાળ, ભાત, ખીચડી
11. પંજાબી વાનગીઓ
12. ચાઇનીઝ વાનગીઓ
13. મેક્સિકન વાનગીઓ
14. બર્મિઝ ફૂડ્સ
15. થાઈ ફૂડ્સ
16. બેક ડિશ અને ઇટાલિયન ફૂડ્સ
17. બિસ્કિટ્સ
18. કેક, આઇસીંગ
19. પુડિંગ
20. મસાલા
21. ચટણી, રાયતાં
22. કચુંબર, સલાડ
23. સૂપ
24. સ્કોચ, જેલી, જામ, કેચપ, જ્યુસ
25. આઇસક્રીમ
26. મુખવાસ
27. કેટલી વ્યક્તિએ કેટલું માપ જોઈએ ?
28. વેસ્ટમાંથી બેસ્ટ
29. તહેવારોની ઉજવણી
30. માતૃત્વ સમયની અતિ મહત્ત્વની ટિપ્સ
31. લકી નામ પાડવાની પદ્ધતિ

\+

નવી આવૃત્તિમાં છે...

માતૃત્વ સમયની અતિ ઉપયોગી ટિપ્સ અને કેટલીક તદ્દન નવી વધારાની વાનગીઓ

નયના શાહ

NAVNEET®
Knowledge is wealth

નવનીત પબ્લિકેશન્સ (ઇન્ડિયા) લિમિટેડ

નવનીત હાઉસ

ગુરુકુળ રોડ, મેમનગર, અમદાવાદ – 380 052.

ફોન : 6630 5000

G 3051

Visit us at : www.navneet.com | **e-mail :** npil@navneet.com

કિંમત : ફક્ત રૂ. 140.00

પ્રકાશક :
નવનીત પબ્લિકેશન્સ (ઇન્ડિયા) લિમિટેડ,
દંતાલી, ગુજરાત.

ટાઇપ-સેટિંગ :
ફર્સ્ટ પેજર

NAVNEET®

નવનીત પબ્લિકેશન્સ (ઈન્ડિયા) લિમિટેડ

મુંબઈ : ૧. નવનીત ભવન, ભવાનીશંકર રોડ, દાદર, **મુંબઈ–૪૦૦ ૦૨૮.** (ફોન : ૬૬૬૨ ૬૫૬૫ ● ફૅક્સ : ૬૬૬૨ ૬૪૭૦)
૨. **નવયુગ ડિસ્ટ્રિબ્યૂટર્સ :** રોડ નં. ૮, એમ. આઈ. ડી. સી., ઇંડિયન ઇન્સ્ટિટ્યૂટ ઑફ પૅકેજિંગ પાસે, મરોલ, અંધેરી (પૂર્વ), **મુંબઈ–૪૦૦ ૦૯૩.** (ફોન : ૨૮૨૧ ૪૧૮૬ ● ફૅક્સ : ૨૮૩૫ ૨૭૫૮)
અમદાવાદ : નવનીત હાઉસ, ગુરુકુળ રોડ, મેમનગર, **અમદાવાદ–૩૮૦ ૦૫૨.** (ફોન : ૬૬૩૦ ૫૦૦૦)
બેંગાલૂરુ (બૅંગલોર) : શ્રી બાલાજીઝ, નં. ૧૨, બીજો માળ, ત્રીજો ક્રૉસ, મલ્લેશ્વરમ્, **બેંગાલૂરુ–૫૬૦ ૦૦૩.** (ફોન : ૨૩૪૬ ૫૭૪૦)
ચેન્નઈ : ૩૦, શ્રીરામનગર, નૉર્થ સ્ટ્રીટ, અલ્વારપેઠ, **ચેન્નઈ–૬૦૦ ૦૧૮.** (ફોન : ૨૪૩૪ ૬૪૦૪)
દિલ્લી : ૨-ઈ/૨૩, ઓરિઅન પ્લાઝા, બીજો માળ, ઝંડેવાલા એક્સટે., **ન્યૂ દિલ્લી–૧૧૦ ૦૫૫.** (ફોન : ૨૩૬૧ ૦૧૭૦)
હૈદરાબાદ : કલ્કિ પ્લાઝા, પ્લૉટ નં. ૬૭, કૃષ્ણપુરી કૉલોની, વેસ્ટ મરેડપલ્લી, **સિકંદરાબાદ–૫૦૦ ૦૨૬.** (ફોન : ૨૭૮૦ ૦૧૪૬)
કોલકાતા : પહેલો માળ, ૭, સુરેન ટાગોર રોડ, **કોલકાતા–૭૦૦ ૦૧૯.** (ફોન : ૨૪૬૦ ૪૧૭૮)
નાગપુર : ૬૩, શિવાજી સાયન્સ કૉલેજ સામે, કૉંગ્રેસનગર, **નાગપુર–૪૪૦ ૦૧૨.** (ફોન : ૨૪૨ ૧૫૨૨)
નાશિક : નિર્માણ ઇંસ્પાયર, બીજો માળ, કાન્હેરે વાડી, જૂના સીબીએસ સામે, **નાશિક–૪૨૨ ૦૦૧.** (ફોન : ૨૫૯ ૬૯૫૦)
નવસારી : ૩/સી, અરવિંદનગર સોસાયટી, લુન્સિકુઈ રોડ, **નવસારી–૩૯૬ ૪૪૫.** (ફોન : ૨૪૪ ૧૮૬)
પટના : ૨૦૫, જગદંબા ટાવર, બીજો માળ, સહદેવ મહતો માર્ગ, શ્રીકૃષ્ણપુરી, **પટના–૮૦૦ ૦૦૧.** (ફોન : ૨૫૪ ૦૩૨૧)
પુણે : નવનીત ભવન, ૧૩૦૨, શુક્રવાર પેઠ, સણસ પ્લાઝા પાસે, બાજીરાવ રોડ, **પુણે–૪૧૧ ૦૦૨.** (ફોન : ૨૪૪૩ ૧૦૦૭)
રાજકોટ : ૨૦-૨૧, જાગનાથ કૉર્નર, ધનરજની બિલ્ડિંગ પાછળ, યાજ્ઞિક રોડ, **રાજકોટ–૩૬૦ ૦૦૧.**
સુરત : નં. ૧, ગ્રાઉન્ડ ફ્લોર, શ્રી વલ્લભ કૉમ્પ્લેક્ષ, કોતવાલ સ્ટ્રીટ, નાનપરા, **સુરત–૩૯૫ ૦૦૧.** (ફોન : ૨૪૬ ૩૯૨૭)
વડોદરા : હનુમાન વાડી પાસે, સરદાર ભુવનનો ખાંચો, **વડોદરા–૩૯૦ ૦૦૧.**

[25 – 12 – 2009 (36) : 10]

Published by Navneet Publications (India) Ltd., Dantali, Gujarat.
Printed by Navneet Publications (India) Ltd., Dantali, Gujarat.

પદાર્થની ઓળખ

1. **આઇસીંગ સુગર** – જલદી જામી જાય તેવી ખાંડ.
2. **બ્રાઉન સુગર** – ગરમ કરીને બ્રાઉન કરવામાં આવેલી ખાંડ. બ્રાઉન સુગરને બદલે અડધા ભાગની ખાંડ, અડધા ભાગનો ગોળનો ભૂકો વાપરી શકાય. એકલી ખાંડ પણ વપરાય.
3. **ડ્રિંકિંગ ચૉકલેટ** – ચૉકલેટ પાઉડર.
4. **બ્રેડ ક્રમ્સ** – ટોસ્ટનો ભૂકો.
5. **કૅપ્સિકમ** – ગોલર મરચાં.
6. **કેનેપ્સ** – મેંદાની બાસ્કેટ તૈયાર બૉક્સમાં મળે છે. જ્યારે ઉપયોગ કરવાનો હોય ત્યારે તળવાની હોય છે.
7. **વર્મિસેલી સેવ** – ચોખાની સફેદ નાયલૉન સેવ.
8. **મેક્રોની** – મેંદાની બનાવટ છે. જાડી ભૂંગળી જેવી લાગે છે.
9. **સ્પેગેટી** – મેંદાની બનાવટ છે. પાતળી લાંબી સેવ જેવી આવે છે.
10. **નુડલ્સ** – મેંદાની બનાવટ છે. ઈંડાંવાળાં અને ઈંડાં વગરનાં બંને જાતનાં મળે છે.
11. **આજીનો મોટો પાઉડર** – ક્રિસ્ટલ પાઉડર હોય છે. ચાઇનીઝ વાનગીમાં વપરાય છે. તેને લીધે વાનગી જલદી ચડી જાય છે અને સ્વાદ જળવાઈ રહે છે.
12. **ચીલીસોસ** – મરચાંનો સોસ છે. તે લીલાં તથા કથ્થાઈ રંગનાં આવે છે. ચાઇનીઝ વાનગીમાં મુખ્યત્વે વપરાય છે.
13. **સોયાસોસ** – સોયાબીનમાંથી બનાવેલો હોય છે. જાડો કથ્થાઈ રંગનો આવે છે. ચાઇનીઝ વાનગીમાં મુખ્યત્વે વપરાય છે.
14. **વિનેગર** – તેને સરકો પણ કહે છે. સફેદ અને કથ્થાઈ રંગના મળે છે. વસ્તુ લાંબા સમય સુધી રાખવા માટે વપરાય છે. સ્વાદમાં ખટાશ હોય છે. તેથી ચાઇનીઝ આઇટમમાં વપરાય છે.
15. **યીસ્ટ** – પાઉં, પીઝા, નાન વગેરેમાં આથો લાવવા માટે વપરાય છે. ડ્રાય યીસ્ટ અને ફ્રેશ યીસ્ટ એમ બે જાતનાં મળે છે.
16. **સિલ્વર ફોઇલ** – તેને ચાંદીનો વરખ કહે છે. ખૂબ જ નાજુક અને પાતળા કાગળ જેવો હોય છે. તેને બટરપેપર સાથે જ સાચવીને મીઠાઈ ઉપર પાથરવા. ધીમે રહીને બટરપેપર લઈ લેવો.
17. **જિલેટીન** – પુડિંગ, સલાડ, આઇસક્રીમ વગેરે સેટ કરવા માટે વપરાય છે. 1 એન્વેલેપ બરાબર 1 ટેબલ સ્પૂન થશે.
18. **જેલી** – જુદી જુદી સુગંધ, કલર અને ખાંડ ભેળવેલું જિલેટીન.
19. **કસ્ટર્ડ પાઉડર** – આ પાઉડર દૂધને ઘટ્ટ કરે છે. આઇસક્રીમ, પુડિંગ, ફ્રૂટસલાડમાં વપરાય છે. અલગ અલગ ફ્લેવરમાં મળે છે.
20. **કોર્નફ્લોર** – સફેદ બારીક લોટ આવે છે. આઇસક્રીમ, સૂપ અને 'કરી'ને ઘટ્ટ કરવા માટે વપરાય છે. સમોસા અને કચોરીના પડ કડક કરવા માટે મેંદામાં નાખવામાં આવે છે. પેટીસનું પડ કડક કરવા માટે નાખવામાં આવે છે.
21. **સોડિયમ બેન્ઝોએટ** – એક પ્રકારનું પ્રિઝર્વેટિવ છે. તેનો ઉપયોગ અથાણાંમાં અને ટામેટાથી બનતી આઇટમોમાં થાય છે. સ્કોચ, જ્યુસ વગેરેમાં નખાય છે. 1 કિલો સામગ્રી દીઠ 1 ગ્રામના પ્રમાણમાં નાખવો જોઈએ. વધારે પ્રમાણમાં નાખીએ તો વસ્તુ કાળી થઈ જાય.
22. **પોટૅશિયમ મેટા બાય-સલ્ફાઇટ** – એક પ્રકારનું પ્રિઝર્વેટિવ છે. ટૂંકાણમાં કે.એમ.એસ. કહેવાય છે. મુખ્યત્વે શરબતમાં અને ટોમેટો કેચપમાં આનો ઉપયોગ થાય છે.
23. **એસિટિક ઍસિડ** – મુખ્યત્વે ટામેટાનો કેચપ, ગાજરના અથાણાં, ખટ્ટીમીઠી ચટણી વગેરેમાં ઉપયોગ થાય છે.
24. **સાઇટ્રિક ઍસિડ** – આને લીંબુનાં ફૂલ પણ કહે છે. લીંબુને બદલે ઉપયોગ થાય છે. જે આઇટમ લીંબુનો રસ નાખવાથી ઢીલી થઈ જાય તેમાં આનો ઉપયોગ થાય છે. સફરજનની બનાવટ, કેરી, દ્રાક્ષ, જામફળ જેવાં ખટમીઠા ફળોનાં શરબત, જેમ જેલીમાં ઉપયોગ થાય છે.

25. **બેકિંગ પાઉડર –** સોડા બાયકાર્બ, કોર્નફ્લોર તથા ક્રીમ ઑફ ટાર્ટારનું મિશ્રણ. કેક, બિસ્કિટ વગેરેને ફુલાવવા માટે વપરાય છે.

26. **ક્રીમ ઑફ ટાર્ટાર –** કેક, બિસ્કિટ ફુલાવવા માટે વપરાય છે.

27. **ગ્લેઝ ચેરી –** ચેરી અથવા કરમદાંને લાલ ચાસણીમાં ડુબાડી, સૂકવી તૈયાર કરવામાં આવે છે. બિસ્કિટની અંદર નાખવા માટે તથા ડેકોરેશન માટે વપરાય છે.

28. **તુટિફ્રૂટિ –** કાચા પપૈયાના ટુકડાને રંગીન ચાસણીમાં ડુબાડી, સૂકવીને તૈયાર કરવામાં આવે છે. કેક, બિસ્કિટ વગેરેમાં ડેકોરેશન માટે વપરાય છે.

29. **કાળીજીરી –** 1 ટી સ્પૂન જીરું, 10 મરી. જીરાને શેકીને તેમાં મરી નાખી ઝીણો ભૂકો કરવો. દહીંવડાંમાં વપરાય છે.

30. **'લઈ' –** મેંદાના અને ચોખાના લોટ બંનેની થાય છે. લોટમાં પાણી નાખી, ઓગાળી ગરમ કરવું. જાડું થવું જોઈએ. સમોસાનાં પડ ચોંટાડવામાં અને પફ વગેરેમાં વપરાય છે.

31. **ઍલ્યુમિનિયમ ફૉઇલ –** લોલીપોપ ઉપર સ્ટીક ઉપર લગાડાય છે. બાઉલ ઉપર ફીટ બંધ કરવાથી વસ્તુ ગરમ રહે.

32. **સોડા બાયકાર્બ –** તેને સાજીનાં ફૂલ પણ કહે છે. તેનાથી વાનગી પોચી થાય છે અને ફૂલે છે. વાનગી બનાવવામાં કે બાફવામાં ચપટી નાખવાથી તેનો કલર જળવાઈ રહે છે. વટાણા લીલા રહે છે અને ગાજર લાલ રહે છે.

33. **ઇનો –** સાજીનાં ફૂલ અને લીંબુનાં ફૂલનું મિશ્રણ. તેનાથી વસ્તુ પોચી થાય છે અને ફૂલે છે.

34. **ચાઇનાગ્રાસ –** આઇસક્રીમ જલદી ઠરે તેના માટેનો પાઉડર.

35. **G.M.S. અને C.M.C. –** આઇસક્રીમ આ પાઉડરથી ફૂલે છે અને બરફની પતરી થતી નથી.

36. **રવો –** તેને સોજી પણ કહે છે.

પુસ્તકમાં આપેલ તમામ પ્રકારની વાનગીઓ માટે આપેલી સામગ્રીમાં નીચે મુજબના ફેરફારો પણ કરી શકાય :

1. બટાકાની જગ્યાએ કાચાં કેળાં.
2. ડુંગળીની જગ્યાએ દૂધી, કોળું.
3. વિનેગરને બદલે તેટલા જ પ્રમાણમાં લીંબુનો રસ.
4. માખણને બદલે માર્ગરીન, ઘી અથવા ડાલ્ડા ઘી.
5. 1 ટેબલ સ્પૂન કોર્નફ્લોરને બદલે $1\frac{1}{4}$ ટેબલ સ્પૂન મેંદો વપરાય.
6. ચીઝ ભભરાવી ઓવનમાં મૂકવાની હોય તો કુકિંગ ચીઝ વપરાય.

તોલ-માપ અંગે સૂચના

મોટા ભાગની વાનગીઓમાં ટેબલ સ્પૂન, ટી સ્પૂન અને કપનાં માપ આપ્યાં છે. ચોક્કસ માપ માટે મેઝર કપ તથા સ્પૂનનો સેટ બજારમાં મળે છે. વાનગીમાં જ્યારે કોઈ ચીજ માટે કપ, ટેબલ સ્પૂન અથવા ટી સ્પૂનનું માપ હોય ત્યારે તે ચીજ છેક ઉપરની કિનારી સુધી ભરવી. લોટ કપથી માપતાં પહેલાં ચાળી લેવો. કપમાં દબાવીને કે ખખડાવીને ભરવો નહીં. નહીંતર માપ કરતાં વધારે લોટ થશે. મિષ્ટાન્ન અને કેકમાં માપ બરાબર જોઈએ. બીજી વસ્તુઓમાં માપ થોડુંક વધારે ઓછું હોય તો વાંધો આવતો નથી.

1 કપ = મીડિયમ ચાનો કપ = 210 મિલિ

1 ટી સ્પૂન	= 1 ચમચી = 5 મિલિ
1 ટેબલ સ્પૂન	= 1 ચમચો = 15 મિલિ
1 ટેબલ સ્પૂન	= 3 ટી સ્પૂન
1 કપ	= 16 ટેબલ સ્પૂન
1 કિલો	= $2\frac{1}{2}$ પાઉન્ડ
1 લિટર	= 1000 મિલિ લિટર

કેટલીક ચીજ કપથી માપવી સરળ પડે છે.

ચીજ	વજન	આશરે કદ
મેંદો	250 ગ્રામ	2 કપ
ચોખા	250 ગ્રામ	1 કપ
ખાંડ	250 ગ્રામ	1 કપ
આઇસીંગ સુગર	250 ગ્રામ	$1\frac{3}{4}$ કપ
માખણ	250 ગ્રામ	1 કપ
પનીર	250 ગ્રામ	1 કપ
ખમણેલું ચીઝ	250 ગ્રામ	2 કપ
ક્રીમ	250 ગ્રામ	1 કપ

બેક કરવા માટે

કેક, બિસ્કિટ, બ્રેડ, પીઝા, બેક ડિશ વગેરે પ્રકારની વાનગી બનાવવા માટે ઍલ્યુમિનિયમનો ડબ્બો વાપરવો. માઇક્રોવેવમાં કાચનો બાઉલ વાપરવો. કોઈક વાનગીમાં ટૅમ્પરેચર F° અને કોઈક વાનગીમાં C° હોય છે તેથી તેનો ચાર્ટ નીચે આપ્યો છે :

F°	અથવા C°
225	110
250	125
275	140
300	150
325	165
350	180
375	195
400	210
425	220
450	235
475	250

સાધનોની ઓળખ

1. **ફ્રાયપેન** – તવી.
2. **નટકટર** – સૂકા મેવાનો ભૂકો કરવાનું સાધન.
3. **ચીલીકટર** – મરચાં વાટવાનું સાધન.
4. **ચોપ ઍન્ડ ચર્ન** – શાકભાજીને ઝીણું સમારવાનું સાધન.
5. **બાઉલ કેસરોલ** – વસ્તુ ગરમ રાખવા માટેનું સાધન.
6. **બોશ કે હૅન્ડ મિક્સર** – ફીણવા કે પલ્પ બનાવવા માટેનું સાધન.
7. **પીલર** – છોલવાનું ચપ્પુ.
8. **કિચનમાસ્ટર** – સૂપ અથવા ફળોનો રસ ગાળવા માટેનું સાધન.
9. **લિક્વિડાઇઝર** – કોઈ પણ વસ્તુને વાટવાનું સાધન.
10. **મિક્સર** – વસ્તુને વાટવાનું કે પીસવાનું સાધન.

શબ્દસૂચિ

1. **સર્વ કરવું** – પીરસવું.
2. **ક્રશ કરવું** – વાટવું.
3. **કોટિંગ** – પડ કરવું.
4. **બીટ કરવું** – ફીણવું.
5. **સ્ટાર્ટર્સ** – જમતાં પહેલાં લેવાતો નાસ્તો.
6. **ટૂથપિક** – વાનગીને પકડવાની સળી.
7. **ગ્રીઝ** – સાધનમાં ઘી લગાડી તેના પર મેંદો ભભરાવવો.
8. **બીન્સ** – દાણા.
9. **કન્ડેન્સ્ડ મિલ્ક** – ઘટ્ટ ગળ્યું દૂધ.
10. **રેપર** – કાગળ વીંટાળવો.
11. **ચીલર** – નૉર્મલ ટૅમ્પરેચરવાળી ફ્રિજમાં જગ્યા, જેમાં બરફ ન થાય.
12. **અન મોલ્ડ** – પુડિંગ, કેક અને જેલીને ઊંધી પાડવી.
13. **ચર્ન કરવું** – મિક્સરમાં ધીમે ધીમે ફેરવવું.
14. **પલ્પ** – ટામેટા, ફ્રૂટ કે શાકનો માવો.
15. **સ્ટૉક વૉટર** – વેજિટેબલ બાફીને બનાવવાનું પાણી.
16. **પ્યુરી** – ટામેટાનો જાડો રસો
17. **કોઇલ** – ગોળાકાર વીંટવું.

અનુક્રમણિકા

+

કલર્ડ પ્લેટ્સ

1 મિષ્ટાન્ન

1. પાઇનેપલ જલેબી [14થી 16 નંગ]

સામગ્રી

(1) 1 પાઇનેપલ (7થી 8 રિંગો)
(2) 1 કપ મેંદો
(3) 1 ટી સ્પૂન દહીં
(4) ચપટી સાજીનાં ફૂલ (સોડા બાયકાર્બ)
(5) 2 ટેબલ સ્પૂન ચણાનો લોટ
(6) ઘી-તેલ પ્રમાણસર
(7) $1\frac{1}{4}$ કપ ખાંડ
(8) 1 ટી સ્પૂન દૂધ
(9) કેસર-ઇલાયચીનો ભૂકો
(10) બદામ-પિસ્તાની કાતરી
(11) ગુલાબની પાંદડી

રીત

(1) પાઇનેપલની ગોળ રિંગોને અડધી કાપી, વચ્ચેનો ભાગ કાઢી નાખવો.
(2) મેદામાં દહીં નાખી, પાણી નાખી, ખીરું 24 કલાક પહેલાં પલાળવું.
(3) જલેબી બનાવતી વખતે ખીરામાં સાજીનાં ફૂલ અને ચણાનો લોટ નાખી હલાવવું. ખીરું જાડું રાખવું. પાતળું થયું હોય તો થોડોક ચણાનો લોટ નાખી શકાય.
(4) ઘી-તેલ મિક્સ કરીને એક વાસણમાં ગરમ કરવા મૂકવું. પાઇનેપલના ટુકડા ખીરામાં બોળી તળવા. કડક તળવા.
(5) ખાંડમાં તે ડૂબે એટલું પાણી નાખીને ઉકાળવું. દૂધ નાખી મેલ કાઢવો. $1\frac{1}{2}$ તારની ચાસણી કરવી. કેસર-ઇલાયચીનો ભૂકો નાખી તેમાં પાઇનેપલના ટુકડા નાખવા. 10 મિનિટ રાખી બહાર કાઢવા.
(6) તેની ઉપર બદામ-પિસ્તાની કાતરી, ઇલાયચીનો ભૂકો, ગુલાબની પાંદડી નાખી સર્વ કરવું.

નોંધ : પાઇનેપલની જલેબી પહેલેથી તળીને રાખી શકાય. જ્યારે સર્વ કરવી હોય ત્યારે ગરમ ચાસણીમાં નાખી ગરમ ગરમ સર્વ કરવી.

વૅરિએશન

(1) આ જ રીતે સફરજનની જલેબી પણ થઈ શકે.
(2) ઇન્સ્ટન્ટ ખીરું કરવું હોય તો 1 કપ મેંદો, 2 ટી સ્પૂન ચણાનો લોટ, $\frac{1}{2}$ કપ તાજું દહીં, $\frac{1}{2}$ કપ પાણી અને 2 ચપટી સાજીનાં ફૂલ નાખી, બરાબર હલાવી, જલેબી કરવી.

2. કંસાર [2 વ્યક્તિ]

સામગ્રી

(1) 1 કપ ઘઉંનો જાડો લોટ
(2) $1\frac{1}{4}$ કપ પાણી
(3) 2 ટેબલ સ્પૂન ગોળ
(4) 1 ટેબલ સ્પૂન તેલ + 1 ટી સ્પૂન તેલ
(5) 2 ટી સ્પૂન ઘી
(6) ઘી અને બૂરું ખાંડ પ્રમાણસર

રીત

(1) 1 કપ ઘઉંનો લોટ હોય તો $1\frac{1}{4}$ કપ પાણી લેવું. એક તપેલીમાં પાણી ગરમ થવા મૂકવું. તેમાં ગોળ નાખવો.
(2) લોટમાં 1 ટેબલ સ્પૂન તેલનું મોણ નાખવું.
(3) પાણી ઊકળે એટલે થોડુંક પાણી કાઢી લઈ, તપેલીના પાણીમાં 1 ટી સ્પૂન તેલ નાખી, લોટ નાખી દેવો. વેલણથી સરખો કરી ઢાંકી દેવું.
(4) ધીમા તાપે થવા દેવું. થોડી થોડી વારે વેલણથી હલાવતા જવું. પછી અંદર 2 ટી સ્પૂન ઘી નાખી સીઝવા દેવું.
(5) પાણી ઓછું લાગે તો પાણી ઉમેરવું અને વધારે લાગે તો લોટ નાખવો.
(6) કંસાર પર ઘી અને બૂરું ખાંડ નાખીને પીરસવું.

વૅરિએશન

કંસાર કૂકરમાં પણ થઈ શકે.

(1) કંસાર રીત (3) સુધી તૈયાર કરવો.

(2) કૂકરમાં જરૂરી પાણી મૂકી તેમાં આ કંસારની તપેલી મૂકવી.

(3) કૂકરમાંથી વરાળ બહાર આવે ત્યારે નાની વાટકી ઢાંકવી. 8થી 10 મિનિટમાં કંસાર તૈયાર થઈ જાય એટલે ગૅસ બંધ કરવો.

(4) કંસારમાં 2 ટી સ્પૂન ઘી નાખી 5 મિનિટ સીઝવા દેવું.

(5) કંસાર પર ઘી અને બૂરું ખાંડ નાખીને પીરસવો.

3. ફાડા લાપસી [6 વ્યક્તિ]

સામગ્રી

(1) 250 ગ્રામ ઘઉંના ફાડા

(2) 200 ગ્રામ ઘી

(3) 300થી 350 ગ્રામ ખાંડ

(4) દ્રાક્ષ

(5) ઇલાયચીનો ભૂકો

(6) બદામ, ચારોળી, ખસખસ પ્રમાણસર

રીત

(1) એક વાસણમાં ફાડાને ઘી મૂકી શેકવા. સહેજ ગુલાબી રંગના થાય એટલે તેમાં ગરમ પાણી રેડવું. 1 કપ ફાડા હોય તો $3\frac{1}{2}$ કપ ગરમ પાણી જોઈએ.

(2) તેમાં દ્રાક્ષ નાખવી અને ફાડા ધીમા તાપે ચડવા દેવા. દાણો ચડીને ફૂલી જાય પછી જ તેમાં ખાંડ નાખવી.

(3) ઘી છૂટું પડે ત્યાં સુધી થવા દેવું. પછી તેમાં ઇલાયચીનો ભૂકો નાખવો અને તેને થાળીમાં પાથરીને ઠારી દેવું.

(4) તેના પર બાફેલી બદામની કાતરી નાખવી. ચારોળી અને ખસખસ ભભરાવીને કાપા પાડવા.

વૅરિએશન

ફાડા લાપસી કૂકરમાં પણ થઈ શકે.

(1) એક વાસણમાં 100 ગ્રામ ઘી ગરમ કરી તેમાં ફાડાને સહેજ ગુલાબી થાય ત્યાં સુધી શેકવા.

(2) તેમાં 3 કપ હૂંફાળું ગરમ પાણી તથા દ્રાક્ષ નાખી, આ વાસણને કૂકરમાં મૂકવું.

(3) 3 વ્હિસલ થવા દેવી. ફાડાને કૂકરમાંથી બહાર કાઢી ઠંડા પડે ત્યારે હાથથી છૂટા કરવા.

(4) એક વાસણમાં બાકીનું ઘી ગરમ કરવા મૂકી તેમાં બાફેલા ફાડા નાખી હલાવવું. ખાંડ નાખવી.

(5) બાકીની રીત ફાડા લાપસી પ્રમાણે.

4. પૂરણપોળી [3થી 4 વ્યક્તિ]

સામગ્રી

(1) 1 કપ તુવેરની દાળ

(2) 1 કપ ખાંડ અથવા ગોળ

(3) $\frac{1}{2}$ ટી સ્પૂન ઇલાયચીનો ભૂકો

(4) $\frac{1}{2}$ ટી સ્પૂન ખસખસ

(5) $\frac{1}{4}$ ટી સ્પૂન જાયફળનો ભૂકો

(6) ઘી પ્રમાણસર

(7) $1\frac{1}{4}$ કપ ઘઉંનો લોટ

રીત

(1) કૂકરમાં, તુવેરની દાળમાં થોડુંક પાણી નાખી બાફવા મૂકવી. ચઢી જાય એટલે પાણી નીતારી લેવું.

(2) પછી તુવેરની દાળ ઘી લગાડેલ તાંસળામાં કાઢી, જોઈતા પ્રમાણમાં ગોળ અથવા ખાંડ નાખી, ગૅસ ઉપર મૂકીને હલાવવું.

(3) જો પૂરણ બહુ ઢીલું લાગે તો 2 ટી સ્પૂન ઘઉંના લોટમાં ઘીનું મોણ નાખી લોટ તેમાં ભભરાવવો અને હલાવ્યા કરવું, જેથી ઘટ્ટ થઈ જાય. જો પૂરણમાં વચ્ચે તાવેથો ટટ્ટાર ઊભો રહે તો જાણવું કે પૂરણ બરાબર થઈ ગયું છે. તાવેથો નીચે પડે તો થોડી વાર વધારે રહેવા દેવું.

(4) તેમાં ઇલાયચીનો ભૂકો, જાયફળનો ભૂકો અને ખસખસ નાખવી.

(5) થાળીમાં ઘી ચોપડી તેમાં પૂરણ કાઢવું અને ઠંડું થવા દેવું.

(6) રોટલીના લોટ કરતાં સહેજ કઠણ લોટ બાંધવો. ઘઉંના લોટનું અટામણ લઈ નાની રોટલી વણવી. તેમાં પૂરણ મૂકી, તેને વાળીને ફરીથી વણવી અને ધીમા તાપે લોઢી ઉપર શેકવી.
(7) શેકાઈ જાય એટલે ઘી ચોપડીને પીરસવી.

5. તુવેરની દાળ અને ચણાની દાળની પૂરણપોળી [3થી 4 વ્યક્તિ]

સામગ્રી

(1) $\frac{1}{2}$ કપ તુવેરની દાળ
(2) $\frac{1}{2}$ કપ ચણાની દાળ
(3) 1 કપ ખાંડ
(4) $\frac{1}{2}$ ટી સ્પૂન ઇલાયચીનો ભૂકો
(5) $\frac{1}{2}$ ટી સ્પૂન ખસખસ
(6) $\frac{1}{2}$ ટી સ્પૂન જાયફળનો ભૂકો
(7) ઘી પ્રમાણસર
(8) $1\frac{1}{4}$ કપ ઘઉંનો લોટ

રીત

આઇટમ નં. 4. પૂરણપોળી પ્રમાણે.

6. બટાકાની પૂરણપોળી [3થી 4 વ્યક્તિ]

સામગ્રી

(1) 250 ગ્રામ બટાકા
(2) 125 ગ્રામ ખાંડ
(3) $\frac{1}{2}$ ટી સ્પૂન ઇલાયચીનો ભૂકો
(4) $\frac{1}{2}$ ટી સ્પૂન ખસખસ
(5) $\frac{1}{4}$ ટી સ્પૂન જાયફળનો ભૂકો
(6) ઘી પ્રમાણસર
(7) $1\frac{1}{4}$ કપ ઘઉંનો લોટ

રીત

(1) બટાકાને બાફી, છાલ ઉતારી, છીણી, તેમાં ખાંડ નાખીને ગરમ કરવા મૂકવું.
(2) બાકીની રીત આઇટમ નં. 4 પૂરણપોળી પ્રમાણે.

7. ખજૂરની પૂરણપોળી [4થી 5 વ્યક્તિ]

સામગ્રી

(1) 250 ગ્રામ ખજૂર
(2) 100 ગ્રામ બૂરું ખાંડ
(3) 50 ગ્રામ કાજુના ટુકડા
(4) 50 ગ્રામ માવો
(5) $\frac{1}{4}$ જાયફળ
(6) કોપરાની છીણ પ્રમાણસર
(7) 250 ગ્રામ મેંદો
(8) ઘી પ્રમાણસર
(9) પિસ્તાનો ભૂકો પ્રમાણસર

રીત

(1) ખજૂરના ઠળિયા કાઢવા. ખજૂરને ક્રશ કરી, તેમાં ખાંડ નાખી, ગરમ કરવી.
(2) ઘટ્ટ થાય એટલે નીચે ઉતારવું, ઠંડું થાય એટલે તેમાં દાણાદાર માવો નાખવો, કાજુના ટુકડા ક્રશ કરીને નાખવા, જાયફળ વાટીને નાખવું.
(3) ઢીલું લાગે તો કોપરાની છીણ કે માવો વધારે નાખવો.
(4) મેંદામાં સહેજ ઘીનું મોણ નાખી, પૂરી જેવો લોટ બાંધવો.
(5) મેંદાનું અટામણ લઈ જાડી રોટલી વણવી. તેમાં માવો ભરી, વાળીને ફરી વણવી. રોટલી જાડી અને નાની રાખવી. તેને ઘી મૂકીને સાંતળવી.
(6) તેની ઉપર પિસ્તાનો ભૂકો નાખવો.

8. કાજુની પૂરણપોળી [3થી 4 વ્યક્તિ]

સામગ્રી

ખજૂરને બદલે કાજુ લેવા.

રીત

આઇટમ નં. 7. ખજૂરની પૂરણપોળી પ્રમાણે.

9. ખજૂર-અંજીરની પૂરણપોળી [4થી 5 વ્યક્તિ]

સામગ્રી

(1) 125 ગ્રામ ખજૂર
(2) 125 ગ્રામ અંજીર

બાકીની સામગ્રી ખજૂરની પૂરણપોળી મુજબ.

રીત

આઇટમ નં. 7. ખજૂરની પૂરણપોળી પ્રમાણે.

10. અંજીરની પૂરણપોળી [4થી 5 વ્યક્તિ]

સામગ્રી

ખજૂરને બદલે અંજીર લેવા. બાકીની સામગ્રી આઇટમ નં. 7. ખજૂરની પૂરણપોળી પ્રમાણે.

રીત

આઇટમ નં. 7. ખજૂરની પૂરણપોળી પ્રમાણે.

11. લાડુ [15 નંગ]

સામગ્રી

(1) 500 ગ્રામ ઘઉંનો જાડો લોટ
(2) 50 ગ્રામ ચણાનો જાડો લોટ
(3) 500 ગ્રામ ઘી
(4) 250 ગ્રામ બૂરું ખાંડ
(5) 2 ટી સ્પૂન ઇલાયચીનો ભૂકો
(6) ખસખસ
(7) 2 ટેબલ સ્પૂન દૂધ

રીત

(1) ઘઉંના લોટમાં લગભગ 50 ગ્રામ તેલ કે ઘીનું મોણ નાખી હૂંફાળા પાણીથી લોટ બાંધવો. આંગળીથી ખાડા પાડીને મુઠિયાં વાળવાં.

(2) તેમને ઘીમાં ધીમા તાપે તળવાં. બદામી રંગનાં થાય એટલે કાઢીને ખાંડવાં. મિક્સરમાં પણ ક્રશ કરી શકાય.

(3) પછી ચૂરમું ઘઉં ચાળવાની ચાળણીથી ચાળી લેવું.

(4) ચણાના જાડા લોટમાં દૂધ તથા 1 ટેબલ સ્પૂન ઘી ગરમ કરી ધાબુ દેવું. થોડોક વખત રાખી ઘઉં ચાળવાની ચાળણીથી ચાળી લેવું. પછી વધારે ઘી મૂકી સાંતળવું, મગસ કરતાં સહેજ ઓછું શેકવું.

(5) તેને ઠંડું થવા દઈ ચૂરમામાં નાખવું. ખાંડ પણ ચાળીને નાખવી. ઘી ગરમ કરી ચૂરમામાં નાખવું. ઇલાયચીનો ભૂકો નાખવો. બધું બરાબર ભેળવીને લાડુ વાળવા.

(6) લાડુની ફરતે ખસખસ લગાડી જરા ઊંચેથી થાળીમાં નાખવો, જેથી નીચેના ભાગમાં દબાઈને પડઘી પડે.

(7) ચૂરમામાં સાકર પણ અધકચરી વાટીને નાખી શકાય.

(8) રવો નાખવો હોય તો ઘઉંના લોટમાં 75 ગ્રામ નાખી શકાય. રવો લો તો ખાંડ 300 ગ્રામ લેવી.

12. ઘઉંની સેવ [3 વ્યક્તિ]

સામગ્રી

(1) 4 ખાજલી ઘઉંની સેવ (200 ગ્રામ)
(2) તેલ (3) ઘી
(4) બૂરું ખાંડ પ્રમાણસર

રીત

(1) એક તપેલીમાં પાણી ઊકળવા મૂકવું. પાણી ઊકળે એટલે તેમાં 1 ટી સ્પૂન તેલ નાખવું, જેથી સેવ ભેગી ન થઈ જાય.

(2) ઊકળતા પાણીમાં સેવ મોટા કકડા કરીને નાખવી. સેવ ચડી જાય એટલે બીજા વાસણ પર ચાળણી મૂકીને સેવને ઓસાવવી, જેથી બધું પાણી નીતરી જાય.

(3) પીરસતી વખતે સેવ પર ઘી અને બૂરૂં ખાંડ નાખવાં.

13. સેવનું બિરંજ [3 વ્યક્તિ]

સામગ્રી

(1) 4 ખાજલી ઘઉંની સેવ (200 ગ્રામ)
(2) 4થી 5 ટેબલ સ્પૂન ઘી
(3) $\frac{1}{2}$ કપ દૂધ (4) 1થી $1\frac{1}{2}$ કપ ખાંડ
(5) ઇલાયચીનો ભૂકો (6) બદામની કાતરી

રીત

(1) એક વાસણમાં ઘી ગરમ કરવા મૂકવું. તેમાં સેવ નાખી સાંતળવી. એમાં પ્રમાણસર ઊકળતું પાણી નાખી સેવને ચઢવવી.

(2) સેવ ચઢી જાય એટલે એમાં $\frac{1}{2}$ કપ દૂધ નાખવું. ખાંડ નાખવી.

(3) ખાંડનું પાણી બળી જાય અને તેમાંથી ઘી છૂટું પડે એટલે બિરંજ થાળીમાં પાથરી, તેના પર ઇલાયચીનો ભૂકો અને બદામની કાતરી ભભરાવવી.

નોંધ: (1) જો બિરંજમાં ઘી વધારે પડી ગયું હોય તો થાળી એક બાજુથી ઢળતી રાખવી.

(2) બિરંજમાં સૂકી દ્રાક્ષ પણ નાખી શકાય. સેવ ડૂબે તેનાથી થોડું ઓછું પાણી નાખવું.

14. શીરો [4 વ્યક્તિ]

સામગ્રી

(1) 1 કપ ઘઉંનો સહેજ જાડો લોટ

(2) 1 કપથી સહેજ ઓછું ઘી

(3) 3 કપ પાણી

(4) દ્રાક્ષ (5) 1 કપ ખાંડ

(6) ઇલાયચીનો ભૂકો (7) બદામ

રીત

(1) એક વાસણમાં ઘી ગરમ કરવા મૂકવું. તેમાં ઘઉંનો લોટ નાખવો. બીજી બાજુ બીજા વાસણમાં પાણી ગરમ કરવા મૂકવું.

(2) લોટ બદામી રંગનો થાય એટલે તેમાં ગરમ પાણી રેડવું. હલાવતા રહેવું. પાણી બળી જાય એટલે તેમાં ખાંડ નાખવી.

(3) ઘી છૂટું પડે એટલે ઇલાયચીનો ભૂકો નાખી ઉતારી લેવું. દ્રાક્ષ ગરમ પાણીમાં નાખવી જેથી ફૂલે.

(4) બદામને બાફીને, કાતરી કરીને નાખવી.

15. સત્યનારાયણના પ્રસાદનો શીરો

સામગ્રી

(1) 600 ગ્રામ રવો (2) 600 ગ્રામ ઘી

(3) 3 લિટર દૂધ (4) 650 ગ્રામ ખાંડ

(5) થોડીક ઇલાયચી (6) ચારોળી

(7) બદામની કાતરી

રીત

(1) એક વાસણમાં ઘી ગરમ કરવા મૂકવું. તેમાં રવો નાખી ધીમા તાપે શેકવો.

(2) રવો આછો બદામી રંગનો થાય એટલે તેની ઉપર ગરમ દૂધ રેડવું. તાપ ખૂબ ઓછો રાખવો.

(3) દૂધ બળી જાય પછી ખાંડ નાખવી. ઘી છૂટું પડે ત્યારે ઇલાયચીનો ભૂકો નાખી ઉતારી લેવું.

(4) શીરા ઉપર ચારોળી અને બદામની કાતરી ભભરાવવી.

નોંધ: શીરો વધારે ગળ્યો કરવો હોય, તો ખાંડ 50 ગ્રામ વધારે લેવી.

16. મગની દાળનો શીરો [4થી 6 વ્યક્તિ]

સામગ્રી

(1) 1 કપ મગની ફોતરાંવાળી દાળ

(2) 1 કપ ઘી

(3) 1 કપ દૂધ (4) 1 કપ પાણી

(5) પીળો રંગ (જોઈતા પ્રમાણમાં)

(6) $\frac{3}{4}$ કપ ખાંડ (7) બદામ અને પિસ્તા

(8) કેસર

(9) $\frac{1}{2}$ ટી સ્પૂન ઇલાયચીનો ભૂકો

રીત

(1) મગની દાળને 6થી 8 કલાક પાણીમાં પલાળવી. તેનાં ફોતરાં કાઢી, બરાબર સાફ કરી, મિક્સરમાં પીસી નાખવી.

(2) એક વાસણમાં ઘી મૂકી, તેમાં દાળ ધીમા તાપે આછી બદામી રંગની થાય ત્યાં સુધી શેકવી.

(3) દૂધ અને પાણી ભેગાં કરીને ઉકાળી લેવાં. રંગ પણ દૂધમાં જ નાખી દેવો.

(4) દાળ શેકાઈ જાય ત્યારે તેમાં દૂધ અને પાણીનું મિશ્રણ નાખી ખૂબ હલાવવું. હલાવતી વખતે તેમાં ખાંડ નાખી દેવી.

(5) ઘી છૂટે એટલે તેમાં બદામ અને પિસ્તાની કાતરી, કેસર, ઇલાયચીનો ભૂકો નાખવાં.

17. શીખંડ [3 વ્યક્તિ]

સામગ્રી

(1) 1 લિટર દૂધ (2) 1 ટી સ્પૂન મોળું દહીં

(3) 200 ગ્રામ ખાંડ (4) કેસર

(5) ઇલાયચી

રીત 1

(1) મલાઈવાળા હૂંફાળા દૂધમાં 1 ટી સ્પૂન મોળું દહીં નાખી મેળવવું. મેળવણ નાખેલું દૂધ ગરમ જગ્યાએ, ગૅસ નજીક કે ગરમ તપેલી ઉપર મૂકવું. દહીં જલદી થઈ જશે.

(2) આ દહીંને કપડામાં બાંધી, અધ્ધર લટકાવી, મસ્કો તૈયાર કરવો.

(3) કંતાન પર ધોતિયા જેવું ઝીણું કપડું પાથરી, તેના પર દહીં મૂકવાથી મસ્કો જલદી તૈયાર થાય છે. લગભગ 400 ગ્રામ મસ્કો તૈયાર થશે.

(4) ચાળણીમાં થોડોક મસ્કો ચાળવો. થોડીક ખાંડ નાખવી. આમ વારાફરતી બંને ચાળવાં.

(5) તેમાં ઇલાયચીનો ભૂકો અને કેસર નાખવાં. જે વસ્તુનો શીખંડ બનાવવો હોય તે વસ્તુ તેમાં નાખી શકાય. (મૅંગો, પાઇનેપલ, બદામ, કાજુ, દ્રાક્ષ વગેરે.)

રીત 2

(1) મલાઈવાળા હૂંફાળા દૂધમાં 1 ટી સ્પૂન મોળું દહીં નાખી મેળવવું. 2 ટી સ્પૂન કોર્નફ્લોર થોડાક ઠંડા દૂધમાં ઓગાળી હૂંફાળા દૂધમાં નાખવું.

(2) દહીં તૈયાર થઈ જાય ત્યારે કપડામાં બાંધી, અધ્ધર લટકાવીને મસ્કો તૈયાર કરવો.

(3) ખૂબ ગરમી હશે અને મસ્કો કરવા બહાર લટકાવવામાં આવશે તો ખાટો થઈ જશે. આવી પરિસ્થિતિમાં દહીં કાણાવાળા વાડકામાં કાઢી, તેની નીચે તપેલી મૂકી ફ્રિજમાં મૂકવું. તેથી મસ્કો મોળો રહેશે.

(4) મસ્કા કરતાં અડધી ખાંડ લેવી.

રીત 3

હૂંફાળા દૂધમાં 1 ટી સ્પૂન મોળું દહીં નાખી, બાઉલને કેસરોલમાં મૂકવાથી દહીં જલદી થાય છે.

18. સાદો મઠો [3 થી 4 વ્યક્તિ]
સામગ્રી

(1) 1 કિલો મોળું દહીં
(2) 200 ગ્રામ ખાંડ
(3) ઇલાયચીનો પાઉડર

રીત

(1) મોળા દહીંને કપડામાં બાંધી પાણી બહાર કાઢવું. 1 કિલો દહીંમાંથી લગભગ 400 ગ્રામ મસ્કો તૈયાર થશે.

(2) દહીં સરસ તૈયાર થયું હોય તો મસ્કો વધારે થાય છે.

(3) મસ્કો અને ખાંડને સ્ટીલની ચાળણીથી ચાળવાં. તેમાં ઇલાયચી નાખવી. ત્યારપછી તેને ફ્રિજમાં ઠંડો કરવો.

(4) મસ્કાથી અડધી ખાંડ લેવી. આમ લગભગ 550 ગ્રામ જેટલો મઠો તૈયાર થશે. (ખાંડ આપણી જરૂરત પ્રમાણે લેવી.)

જુદા જુદા મઠા

19. મૅંગો મઠો [4 થી 5 વ્યક્તિ]
સામગ્રી અને રીત

(1) લગભગ 500 ગ્રામ સાદા મઠામાં 500 ગ્રામ કેસર કેરીનો પલ્પ અને 2 ટીપાં મૅંગો એસેન્સ નાખવાં.

(2) તેને ફ્રિજમાં ઠંડો કરવો. કેરી પ્રમાણે થોડી ખાંડ ઉમેરવી.

20. કેસર-પિસ્તાનો મઠો [4 વ્યક્તિ]
સામગ્રી અને રીત

(1) લગભગ 500 ગ્રામ સાદા મઠામાં 75 ગ્રામ પિસ્તાના ટુકડા નાખવા.

(2) પ્રમાણસર કેસર 1 ટી સ્પૂન દૂધમાં ઓગાળીને મઠામાં નાખવું. પછી મઠાને ફ્રિજમાં ઠંડો કરવા મૂકવો.

21. અંજીરનો મઠો [5 વ્યક્તિ]
સામગ્રી અને રીત

(1) 150 ગ્રામ અંજીરના ઝીણા ટુકડા કરીને ઊકળતા પાણીમાં નાખવા.

(2) અંજીર સહેજ બફાઈ જાય એટલે બહાર કાઢી ઠંડાં પડવા દેવાં.

(3) લગભગ 500 ગ્રામ સાદા મઠામાં અંજીર નાખવાં. ઇલાયચી નાખી મઠાને ફ્રિજમાં ઠંડો કરવા મૂકવો.

22. ગ્રીન પિસ્તા મઠો [4 વ્યક્તિ]
સામગ્રી અને રીત

(1) લગભગ 500 ગ્રામ સાદા મઠામાં 75 ગ્રામ પિસ્તાના ટુકડા નાખવા.

(2) સહેજ ગ્રીન કલર નાખવો. મઠાને ફ્રિજમાં ઠંડો કરવા મૂકવો.

23. સ્ટ્રોબેરી મઠો [4 વ્યક્તિ]

સામગ્રી અને રીત

(1) લગભગ 500 ગ્રામ સાદા મઠામાં 75 ગ્રામ સ્ટ્રોબેરીના ટુકડા નાખવા.

(2) ઇલાયચી નાખીને મઠાને ફ્રિજમાં ઠંડો કરવા મૂકવો.

24. પાઇનેપલ મઠો [4થી 5 વ્યક્તિ]

સામગ્રી અને રીત

(1) લગભગ 500 ગ્રામ સાદા મઠામાં 500 ગ્રામ પાઇનેપલના ટુકડા અને પાઇનેપલ એસેન્સનાં 2 ટીપાં નાખવાં.

(2) મઠાને ફ્રિજમાં ઠંડો કરવા મૂકવો.

25. ડ્રાયફ્રૂટ મઠો [4થી 5 વ્યક્તિ]

સામગ્રી અને રીત

(1) લગભગ 500 ગ્રામ સાદા મઠામાં 75 ગ્રામ કાજુના ટુકડા, 75 ગ્રામ દ્રાક્ષ અને થોડી ઇલાયચી નાખવાં.

(2) મઠાને ફ્રિજમાં ઠંડો કરવા મૂકવો.

26. રાજભોગ મઠો [4થી 5 વ્યક્તિ]

સામગ્રી અને રીત

(1) લગભગ 500 ગ્રામ સાદા મઠામાં 50 ગ્રામ કાજુના ટુકડા, 50 ગ્રામ દ્રાક્ષ, 50 ગ્રામ સ્ટ્રોબેરી અને કેસર (દૂધમાં ઓગાળીને) નાખવાં.

(2) મઠાને ફ્રિજમાં ઠંડો કરવા મૂકવો. જમતી વખતે મઠામાં 100 ગ્રામ ક્રીમ મેળવવું.

27. ગુલાબ મઠો [3થી 4 વ્યક્તિ]

સામગ્રી અને રીત

(1) લગભગ 500 ગ્રામ સાદા મઠામાં ગુલાબી રંગ, ઇલાયચી અને ગુલાબજળ નાખવું.

(2) બધું મેળવીને ફ્રિજમાં મૂકવું.

28. સીતાફળનો મઠો [4થી 5 વ્યક્તિ]

સામગ્રી અને રીત

(1) લગભગ 350 ગ્રામ સાદા મઠામાં 1 કિલો સીતાફળ ફોલીને તેનો માવો નાખવો.

(2) ઇલાયચી નાખી મઠાને ઠંડો કરવા ફ્રિજમાં મૂકવો.

નોંધ: થોડાક દૂધમાં સીતાફળની પેશીઓ નાખી મસળવી. બિયાં અને માવો છૂટાં પડશે. ઘઉં ચાળવાના ચાળણાથી ચાળવાથી બિયાં ઉપર રહેશે અને માવો નીચે પડશે.

29. દૂધપાક [2 વ્યક્તિ]

સામગ્રી

(1) 1 લિટર દૂધ

(2) 1 ટી સ્પૂન ચોખા (ઇચ્છા મુજબ)

(3) 100 ગ્રામ ખાંડ

(4) બદામ અને પિસ્તા

(5) ચારોળી અને ઇલાયચી

(6) જાયફળ અને સહેજ કેસર

રીત

(1) દૂધને જે વાસણમાં ગરમ કરવાનું હોય તેને ચારે બાજુએ ઘી લગાડવું. પછી દૂધ રેડી ગરમ કરવા મૂકવું. એક ઊભરો આવે પછી તાપ ધીમો કરીને હલાવતા રહેવું, જેથી ચોંટે નહીં.

(2) બરાબર ઊકળે એટલે ચોખા ધોઈને, લૂછીને નાખવા.

(3) ચોખા ચડી જાય એટલે ખાંડ નાખવી. બરાબર ઊકળે, કલર આવે એટલે ઉતારી લેવું.

(4) બદામ અને પિસ્તા બાફીને, કાતરી કરીને નાખવાં. (જો બદામ 6થી 8 કલાક પહેલાં ઠંડા પાણીમાં પલાળી રાખીએ, તો તેની કાતરી સફેદ અને સરસ કપાય છે.)

(5) ચારોળી અને ઇલાયચીનો ભૂકો નાખવો.

(6) દૂધમાં જાયફળનો ભૂકો અને કેસર (ઓગાળીને) નાખવું. દૂધપાક હૂંફાળો ગરમ સારો લાગે છે.

નોંધ: વધારે ચોખા પસંદ હોય તો 2થી 3 ટી સ્પૂન નાખી શકાય.

30. સીતાફળનો દૂધપાક [3 વ્યક્તિ]

સામગ્રી અને રીત

(1) 1 લિટર દૂધ હોય તો 400 ગ્રામ સીતાફળ ફોલી, સાફ કરી, તેનો માવો તૈયાર કરવો. ચોખા નાખવા નહીં.

(2) દૂધમાં 80 ગ્રામ ખાંડ નાખી, તેને ઉકાળી ઠંડું કરવું. સીતાફળનો માવો પીરસતી વખતે નાખવો.

નોંધ : થોડાક દૂધમાં સીતાફળની પેશીઓ નાખી મસળવી. બિયાં અને માવો છૂટાં પડશે. ઘઉં ચાળવાના ચાળણાથી ચાળવાથી બિયાં ઉપર રહી જશે અને માવો નીચે પડશે.

જુદી જુદી બાસૂદી

31. સાદી બાસૂદી [2 વ્યક્તિ]
સામગ્રી
(1) 1 લિટર દૂધ
(2) 100 ગ્રામ ખાંડ
(3) બદામ-પિસ્તાની કાતરી
(4) ઇલાયચી
(5) જાયફળ   (6) કેસર
રીત
(1) એક વાસણમાં ઘી લગાડી દૂધ ગરમ કરવા મૂકવું. તેને હલાવ્યા કરવું, જેથી ચોંટે નહીં.
(2) દૂધ ઊકળીને જાડું થાય એટલે તેમાં ખાંડ નાખવી.
(3) પછી તેને નીચે ઉતારી બદામ-પિસ્તાની કાતરી, ઇલાયચીનો ભૂકો, જાયફળનો ભૂકો અને કેસર (ઘૂંટીને) નાખવું.

નોંધ : બાસૂદી મોળી બનાવી, ઠંડી કરી, પછી બૂરું ખાંડ નાખી શકાય. બાસૂદી ઠંડી સારી લાગે છે.

32. ઘેબર બાસૂદી [2થી 3 વ્યક્તિ]
સામગ્રી
(1) 1 લિટર દૂધ
(2) 50 ગ્રામ ઘેબર
રીત
(1) દૂધની સાદી બાસૂદી કરી તેમાં કેસર, પિસ્તા, ઇલાયચી નાખવાં.
(2) જમતી વખતે આ બાસૂદીમાં ઘેબરના નાના ટુકડા કરીને નાખવા.

33. સૂતરફેણી બાસૂદી [2થી 3 વ્યક્તિ]
સામગ્રી અને રીત
(1) 1 લિટર દૂધ હોય તો 50 ગ્રામ સૂતરફેણી લેવી.

(2) સાદી બાસૂદીમાં કેસર, પિસ્તા, ઇલાયચી નાખવાં.
(3) જમતી વખતે સૂતરફેણીના ટુકડા કરી બાસૂદીમાં નાખવા.

34. રસગુલ્લા બાસૂદી [3 વ્યક્તિ]
સામગ્રી અને રીત
(1) સાદી બાસૂદીમાં 100 ગ્રામ નાના રસગુલ્લા કરીને નાખવા.
(2) રસગુલ્લાના માવામાં રંગ નાખવાથી રસગુલ્લા રંગીન થશે.

35. સીતાફળની બાસૂદી [2થી 3 વ્યક્તિ]
સામગ્રી અને રીત
(1) 1 લિટર દૂધ હોય તો 400 ગ્રામ સીતાફળ લેવાં.
(2) સાદી બાસૂદી ઠંડી કરી તેમાં બદામ, પિસ્તા, ઇલાયચી અને સીતાફળનો માવો નાખવાં.

નોંધ : થોડાક દૂધમાં સીતાફળની પેશીઓ નાખી મસળવી. બિયાં અને માવો છૂટાં પડશે. ઘઉં ચાળવાના ચાળણાથી ચાળવાથી બિયાં ઉપર રહેશે અને માવો નીચે પડશે.

36. ઇંદ્રાણી બાસૂદી [2થી 3 વ્યક્તિ]
સામગ્રી અને રીત
(1) 1 લિટર દૂધ હોય તો 20 ગ્રામ નાયલૉન સેવ લેવી.
(2) સાદી બાસૂદી તૈયાર કરી તેમાં કેસર, પિસ્તા, બદામ, ઇલાયચી નાખવાં.
(3) સેવને ઘીમાં શેકીને બાસૂદીમાં નાખવી.

37. પાઇનેપલ બાસૂદી [2થી 3 વ્યક્તિ]
સામગ્રી અને રીત
(1) 1 લિટર દૂધ હોય તો પાઇનેપલનો 200 ગ્રામ ડબ્બો લેવો.
(2) સાદી બાસૂદી તૈયાર કરી તેમાં બદામ, પિસ્તા, ઇલાયચી નાખવાં.
(3) તેમાં પાઇનેપલના ટુકડા કરીને નાખવા.

38. સ્ટ્રોબેરી બાસૂદી [2થી 3 વ્યક્તિ]

સામગ્રી અને રીત

(1) 1 લિટર દૂધ હોય તો 50 ગ્રામ સ્ટ્રોબેરી લેવી.

(2) સાદી બાસૂદી તૈયાર કરી તેમાં કેસર, પિસ્તા, ઇલાયચી નાખવાં.

(3) જમતી વખતે બાસૂદીમાં સ્ટ્રોબેરીના ટુકડા કરીને નાખવા.

39. નવરત્ન બાસૂદી [2થી 3 વ્યક્તિ]

સામગ્રી અને રીત

1 લિટર દૂધ હોય તો 100 ગ્રામ ચણાના લોટની 4 જુદા જુદા રંગની બુંદી પાડવી અને બાસૂદીમાં નાખવી.

40. ફ્રૂટસલાડ [4 વ્યક્તિ]

સામગ્રી

(1) 1 લિટર દૂધ

(2) 1 ટેબલ સ્પૂન કસ્ટર્ડ પાઉડર

(3) 100 ગ્રામ ખાંડ

(4) 100 ગ્રામ લીલી દ્રાક્ષ

(5) 2 કેળાં (6) 1 સફરજન

(7) 2 ચીકુ (8) 250 ગ્રામ હાફુસ કેરી

(9) ક્રીમ (10) આઇસક્રીમ

(11) કેસર

રીત

(1) એક વાસણમાં ઘી લગાડી દૂધને ગરમ કરવા મૂકવું.

(2) ઠંડા દૂધમાં કસ્ટર્ડ પાઉડર ઓગાળી, તેને ગરમ ઊકળતા દૂધમાં નાખવું. ખાંડ નાખવી.

(3) દૂધને બે ઊભરા આવે એટલે નીચે ઊતારી ઠંડું કરવું.

(4) બધાં સમારેલાં ફળ તેમાં નાખવાં.

(5) ક્રીમ, આઇસક્રીમ નાખવો હોય તો પણ નાખી શકાય. આમાં થોડો કેસરનો આઇસક્રીમ નાખવામાં આવે તો ફ્રૂટસલાડનો કલર અને ટેસ્ટ ખૂબ સરસ થાય છે. તેમાં કેસર નાખવું.

41. ડ્રાયફ્રૂટ સલાડ [5થી 6 વ્યક્તિ]

સામગ્રી

(1) $1\frac{1}{2}$ લિટર દૂધ

(2) 50 ગ્રામ કસ્ટર્ડ પાઉડર

(3) 150 ગ્રામ ખાંડ (4) 50 ગ્રામ કાજુ

(5) 20 ગ્રામ દ્રાક્ષ (6) 80 ગ્રામ અંજીર

(7) બદામ (8) 50 ગ્રામ અખરોટ

(9) ઇલાયચી (10) કેસર

(11) પિસ્તા

(12) 100 ગ્રામ વેનીલા આઇસક્રીમ

રીત

(1) દૂધને ગરમ કરવું. ઠંડા દૂધમાં કસ્ટર્ડ પાઉડર ઓગાળી તેમાં નાખવો. દૂધ હલાવતા રહેવું.

(2) ખાંડ નાખવી. દૂધને ઠંડું કરી ફ્રિજમાં મૂકવું.

(3) કાજુના નાના ટુકડા કરવા. કાજુ અને દ્રાક્ષ 1 કલાક પાણીમાં પલાળી રાખવાં. પછી ચાળણીમાં લઈ પાણી કાઢી નાખવું.

(4) અંજીરના ટુકડા કરી 6 કલાક પાણીમાં પલાળવા, પછી નીતારીને ફ્રિજમાં મૂકવા.

(5) બદામ 6 કલાક પાણીમાં પલાળી, તેનાં ફોતરાં કાઢી, તેના કકડા કરવા. છોડાં ન નીકળે તો બદામ થોડીક વાર ઉકાળવી.

(6) અખરોટના નાના ટુકડા કરવા. ઇલાયચીનો ભૂકો કરવો. કેસર થોડાક દૂધમાં ઘૂંટીને રાખવું. પિસ્તાના ટુકડા કરવા. આ બધું દૂધમાં મિક્સ કરવું.

(7) ફક્ત અંજીર જમતી વખતે તેમાં નાખવાં. અંજીર પહેલાં નાખવાથી દૂધ ફાટી જાય છે.

(8) તેમાં વેનીલા આઇસક્રીમ નાખવો. આ સલાડ ઠંડો જ સારો લાગે છે.

42. ક્રીમ સલાડ [5 વ્યક્તિ]

સામગ્રી

(1) 100 મિલિ દૂધ (2) 50 ગ્રામ ખાંડ

(3) 500 મિલિ ક્રીમ (4) કેળાં

(5) સફરજન (6) ચીકુ

(7) પાઇનેપલ (8) ચેરી

(9) 50 ગ્રામ વેનીલા આઇસક્રીમ

રીત

(1) દૂધને ગરમ કરી, તેમાં ખાંડ નાખી ઠંડું કરવું, પછી ક્રીમમાં મિક્સ કરી, બધાં ફ્રૂટ સમારીને નાખવાં.

(2) તેમાં વેનીલા આઇસક્રીમ નાખવો. 500 મિલિ ક્રીમમાં 1 કિલો ફ્રૂટ જોઈએ.

43. સીતાફળ કસ્ટર્ડ પનીર [4 વ્યક્તિ]

સામગ્રી

(1) 1 લિટર દૂધ
(2) 2 ટેબલ સ્પૂન કસ્ટર્ડ પાઉડર
(3) 100 ગ્રામ ખાંડ
(4) 50 ગ્રામ પનીર
(5) ઘી પ્રમાણસર
(6) 2 નંગ સીતાફળ
(7) પિસ્તા
(8) ઇલાયચી

રીત

(1) દૂધને ગરમ કરવું. કસ્ટર્ડ પાઉડર ઠંડા દૂધમાં ઓગાળીને નાખવો. ખાંડ નાખવી.

(2) પનીરના નાના ટુકડા કરી, ઘીમાં તળી, ગરમ દૂધમાં નાખવા.

(3) થોડાક ઠંડા દૂધમાં સીતાફળની પેશીઓ નાખી, તેનાં બિયાં કાઢવાં. દૂધ ઠંડું થાય પછી સીતાફળના માવાને ક્રશ કરી તેમાં નાખવો.

(4) તેમાં પિસ્તાના નાના ટુકડા અને ઇલાયચીનો ભૂકો નાખવો.

44. દૂધપૌંઆ [4 વ્યક્તિ]

સામગ્રી

(1) 1 લિટર દૂધ
(2) 250 ગ્રામ ખાંડ
(3) 300 ગ્રામ પૌંઆ
(4) ઇલાયચીનો ભૂકો
(5) કેસર
(6) બદામ અને પિસ્તાની કાતરી

રીત

(1) દૂધને ગરમ કરી તેમાં ખાંડ નાખવી. પછી દૂધને ઠંડું પડવા દેવું.

(2) પૌંઆને ધોઈને ઠંડા દૂધમાં નાખવા. પૌંઆ ફૂલી જાય પછી ફ્રિજમાં ઠંડા કરવા મૂકવા.

(3) તેમાં ઇલાયચીનો ભૂકો, કેસર (ઘૂંટીને), બદામ-પિસ્તાની કાતરી નાખવાં.

નોંધ : જેમને દૂધમાં ઓછા પૌંઆ પસંદ હોય તેમણે 100 ગ્રામ પૌંઆ અને 50 ગ્રામ ખાંડ ઓછી નાખવી.

વૅરિએશન

દૂધપૌંઆ ઉપર 1 સ્કુબ (ચમચો) વેનીલા આઇસક્રીમ આપી શકાય.

45. ખીર અને ગાજરની ખીર [4 વ્યક્તિ]

સામગ્રી

(1) 1 લિટર દૂધ
(2) 150 ગ્રામ ખાંડ
(3) 50 ગ્રામ ભાત
(4) ઇલાયચી
(5) 100 ગ્રામ ગાજર
(6) ઘી

રીત

(1) સૌપ્રથમ છૂટા ભાત રાંધવા. પછી દૂધમાં ખાંડ નાખી દૂધ ઉકાળવું. જરા જાડું થાય એટલે તેમાં ભાત નાખી દેવો.

(2) છેલ્લે ઇલાયચીનો ભૂકો નાખવો. આ સાદી ખીર તૈયાર થઈ.

(3) ગાજરની ખીર બનાવવી હોય તો ગાજર છીણીને, થોડુંક ઘી નાખીને સાંતળવી.

(4) તેમાં દૂધ અને ખાંડ નાખવાં, છેલ્લે ઇલાયચી નાખવી.

46. ગળ્યા પુલ્લા [4થી 5 વ્યક્તિ]

સામગ્રી

(1) 250 ગ્રામ ઘઉંનો ઝીણો લોટ
(2) 250 ગ્રામ ગોળ
(3) મરી
(4) ઘી અથવા તેલ

રીત

(1) ઘઉંનો ઝીણો લોટ લઈ, તેમાં મરી અને ગોળનું પાણી નાખી, તેને 2થી 3 કલાક પલળવા દેવો.

(2) ફ્રાયપેનમાં ઘી અથવા તેલ મૂકી પુલ્લા ઉતારવા.

નોંધ : મરી ન નાખીએ તો ચાલે.

વૅરિએશન

1. માલપુઆ વિથ આઇસક્રીમ

સામગ્રી

(1) 100 ગ્રામ મેંદો
(2) 50 ગ્રામ ગોળ
(3) 50 ગ્રામ ખાંડ
(4) ઘી પ્રમાણસર

(5) વેનીલા આઇસક્રીમ

(6) બદામ-પિસ્તાની કાતરી, ઇલાયચીનો ભૂકો.

રીત

(1) મેંદામાં ગોળનું પાણી નાખી, ખીરું તૈયાર કરી, 2થી 3 કલાક પલળવા દેવું.

(2) ફ્રાયપેનમાં સહેજ ઘી મૂકી પુલ્લા ઉતારવા. ચારે બાજુ ઘી લગાડી પુલ્લો ઉથલાવવો.

(3) ખાંડમાં ખાંડ ડૂબે તેટલું પાણી નાખી 1 તારની ચાસણી બનાવવી.

(4) પુલ્લા ગરમ ચાસણીમાં નાખી, પ્લેટમાં કાઢવા. તેની ઉપર આઇસક્રીમનો ક્યુબ મૂકવો. તે પર બદામ-પિસ્તાની કાતરી અને ઇલાયચીનો ભૂકો નાખવાં.

2. માલપુઆ વિથ રબડી

માલપુઆ ચાસણીમાંથી કાઢી તેની ઉપર બદામ-પિસ્તાની કાતરી, ઇલાયચીનો ભૂકો ભભરાવવાં. સાથે ઠંડી રબડી પીરસવી.

47. સુખડી [3થી 4 વ્યક્તિ]

સામગ્રી

(1) 250 ગ્રામ ઘઉંનો જાડો લોટ

(2) 250 ગ્રામ ઘી (3) 200 ગ્રામ ગોળ

રીત

(1) એક વાસણમાં ઘી ગરમ કરવા મૂકવું. તેમાં ઘઉંનો લોટ નાખવો અને ધીમા તાપે આછો ગુલાબી શેકવો.

(2) લોટ શેકાઈ જાય ત્યારે ગૅસ પરથી નીચે ઉતારી, તેમાં ગોળનો ભૂકો કરીને નાખવો. બરાબર હલાવીને મિક્સ કરવું.

(3) તેને થાળીમાં પાથરી, એની પર વાડકી ઘસી, બરાબર કરવું.

(4) તરત જ કાપા કરવા.

48. કુલેર [3થી 4 વ્યક્તિ]

સામગ્રી

(1) 1 કપ બાજરીનો લોટ

(2) $\frac{1}{4}$ કપ ઘી

(3) $\frac{1}{2}$ કપ બૂરું ખાંડ કે ગોળ

રીત

(1) થાળીમાં ઘી લઈ ફીણવું. પછી તેમાં બૂરું ખાંડ નાખીને ફીણવું.

(2) બાજરીનો લોટ નાખી, બેઠી લાડુડીઓ વાળવી.

(3) બૂરું ખાંડને બદલે ગોળનો ઝીણો ભૂકો નાખીને પણ કુલેર બનાવી શકાય.

49. પંચામૃત [4થી 5 વ્યક્તિ]

સામગ્રી

(1) 4 ટેબલ સ્પૂન દહીં

(2) 2 ટેબલ સ્પૂન બૂરું ખાંડ

(3) 4 ટેબલ સ્પૂન દૂધ

(4) 2 ટેબલ સ્પૂન મધ

(5) 1 ટેબલ સ્પૂન ઘી (6) તુલસીનાં પાન

રીત

(1) દહીં વલોવી તેમાં બૂરું ખાંડ નાખવી.

(2) તેમાં દૂધ, મધ અને ઘી નાખવાં. છેલ્લે તુલસીનાં પાન ધોઈને નાખવાં.

50. કાજુ-પાઇનેપલના પેંડા [15 નંગ]

નાની ગોળી માટે સામગ્રી

(1) 4 સ્લાઇસ પાઇનેપલ

(2) 2 ટેબલ સ્પૂન ખાંડ

(3) $\frac{1}{4}$ કપ પાણી

(4) 1 ટી સ્પૂન ઘી

(5) 2 ટેબલ સ્પૂન માવો

મોટી ગોળી માટે સામગ્રી

(1) 150 ગ્રામ માવો

(2) 5 ટેબલ સ્પૂન કાજુનો ભૂકો

(3) 5 ટેબલ સ્પૂન બૂરું ખાંડ

(4) 10થી 15 તાંતણા કેસર

રીત

(1) પાઇનેપલનો વચ્ચેનો ભાગ કાઢી, તેમાં ખાંડ તથા પાણી નાખી, કૂકરમાં મૂકી 1 વ્હિસલ વાગવા દેવી. 3 મિનિટ માઇક્રોમાં મૂકીને પાઇનેપલને બાફી શકાય.

(2) ઠંડું પડે એટલે મિક્સરમાં ક્રશ કરવું.

(3) એક વાસણમાં ઘી ગરમ કરવા મૂકી તેમાં પાઇનેપલનું મિશ્રણ નાખવું. માવો નાખી ઘટ્ટ ગોળી વળે તેવું કરવું. નાની ગોળીઓ વાળવી.

(4) એક વાસણમાં માવાને ગરમ કરવા મૂકવો. તેમાં કાજુનો ભૂકો નાખવો. બરાબર મિક્સ કરી ગૅસ બંધ કરવો.

(5) હૂંફાળા મિશ્રણમાં બૂરું ખાંડ નાખી બરાબર મિક્સ કરવું.

(6) જેટલી ગોળીઓ પાઇનેપલની કરી હોય તેટલી જ માવાની મોટી ગોળીઓ કરવી.

(7) મોટી ગોળીમાં નાની ગોળી મૂકી, બરાબર ગોળ વાળી, તેને બે હથેળીમાં ચપટી પેંડા જેવી વાળવી.

(8) કેસરને પાણીમાં ઓગાળી, તેમાં સળી બોળી, પેંડાની ગોળ ફેરવવી. વચ્ચે સામસામે ચોકડી કરવી અને 4 ખાના પડે તેમાં ટપકાં કરવાં.

નોંધ : કિનારીઓને કાંટાથી કાપા પણ કરી શકાય.

વૅરિએશન

પાઇનેપલની ગોળીઓને બદલે કેરીના રસની, નારંગી, સ્ટ્રોબરી, જાંબુ, ફાલસા, સફરજન કે કેળાનો પલ્પ કાઢી, માવો નાખી, ઘટ્ટ કરી ગોળીઓ થઈ શકે.

51. પેંડા [10 નંગ]

સામગ્રી

(1) 250 ગ્રામ માવો (2) 125 ગ્રામ બૂરું ખાંડ
(3) ઇલાયચી (4) કેસર

રીત

(1) માવાને છીણી, સહેજ ગરમ કરી, ઠંડો કરવો. તેમાં બૂરું ખાંડ અને ઇલાયચીનો ભૂકો નાખવાં.

(2) કેસરી પેંડા કરવા હોય તો કેસર ઘૂંટીને નાખવું. બધું બરાબર ભેળવીને પેંડા વાળવા.

(3) ડિઝાઇનનું ફૂલ પેંડા પર દબાવી ડિઝાઇન પાડી શકાય.

52. મથુરાના પેંડા [30 નંગ]

સામગ્રી

(1) 250 ગ્રામ મોળો માવો
(2) 100 ગ્રામ આખી ખાંડ
(3) 4થી 5 લવિંગ
(4) ઇલાયચીનો ભૂકો
(5) 25 ગ્રામ બૂરું ખાંડ

રીત

(1) માવો ફ્રિજમાં મૂક્યો હોય તો કલાક પહેલાં તેને ફ્રિજમાંથી બહાર કાઢવો અને મસળવો.

(2) તેમાં આખી ખાંડ નાખી હલાવવું. 10 મિનિટ પછી તેને ગરમ કરવા મૂકવું અને હલાવતા જવું.

(3) જ્યારે ઘી છૂટે, ગોળી વળે અને કૉફી કલર થાય ત્યારે લવિંગ અને ઇલાયચીનો ભૂકો નાખી, નીચે ઉતારી, તેમાં થોડીક બૂરું ખાંડ નાખવી. બાકીની થાળીમાં પાથરવી.

(4) પછી ગરમ ગરમ જ ગોટીઓ વાળવી અને થાળીમાં મૂકવી. તેમને ખાંડના બૂરામાં રગદોળવી. બીજે દિવસે બરાબર કડક થઈ જશે.

નોંધ : માવો ગરમ કરતી વખતે થોડોક ઢીલો હોય ત્યારે જ ઉતારી લેવો. કોઈક માવો એવો હોય કે તેમાંથી ઘી ન છૂટે કે તેમાં કલર ન આવે તોપણ ઉતારી લેવો. નહીંતર ખૂબ કઠણ થઈ જશે.

53. મઠડી (પેંઠા) [3થી 4 વ્યક્તિ]

સામગ્રી

(1) 100 ગ્રામ મેંદો
(2) 150 ગ્રામ ઘી
(3) 150 ગ્રામ ખાંડ

રીત

(1) મેંદામાં મૂઠી પડતું (3થી 4 ટેબલ સ્પૂન) ઘીનું મોણ નાખી લોટ બાંધવો. પછી મોટા લુઆ કરી જાડા રોટલા વણવા. તેમને ઊભા કાપી, વચ્ચેથી નાના કાપા કરવા અને છાપા પર છૂટા કરવા.

(2) ઘીમાં ગુલાબી થાય ત્યાં સુધી ખૂબ ધીમા તાપે તળવા.

(3) મઠડી એકદમ ઠંડી થવા દેવી. ચાસણી સાંજે કરવી હોય તો પટ્ટીઓ સવારે કરવી, જેથી બરાબર ઠંડી થઈ જાય.

(4) ખાંડ ઉપર પાણી રહે તેટલું પાણી લઈ, ટપકું મૂકીએ અને ખસે નહીં તેવી જાડી ચાસણી કરવી. દૂધ નાખી મેલ કાઢી નાખવો.
(5) ચાસણીમાં સમાય એટલી પટ્ટીઓ નાખવી અને જલદી જલદી હલાવવું. જે પટ્ટીઓ ભેગી થઈ હોય તે છૂટી પાડવી.
(6) વધારાની ચાસણી છૂટી પડી જશે. પટ્ટીઓ વધી હોય તો ચાસણીમાં પાણી નાખી ફરી જાડી ચાસણી કરી તેમાં પટ્ટીઓ નાખવી.

નોંધ : (1) વધારે મઠડી કરવી હોય તો ખાંડ થોડીક ઓછી લેવી.
(2) ઠાકોરજી માટે મઠડી કરવી હોય તો દૂધથી લોટ બાંધવો.

54. સીંગની મઠડી [4 થી 5 વ્યક્તિ]

સામગ્રી

(1) 100 ગ્રામ સીંગદાણા
(2) 100 ગ્રામ ખાંડ
(3) 2 ટી સ્પૂન દૂધ
(4) લાલ, લીલો, પીળો રંગ

રીત

(1) ખાંડમાં તે ડૂબે એટલું પાણી નાખીને ઉકાળવું. ઊકળે એટલે દૂધ નાખી મેલ કાઢવો. ચાસણી ગાળી લેવી. ફરીથી ગરમ મૂકવી.
(2) 2 તારની ચાસણી થાય પછી તેમાં સીંગદાણા નાખવા. હલાવ્યા કરવું. છેલ્લે સીંગદાણા ઉપર ચાસણી ચડી જશે. સફેદ મઠડી તૈયાર થશે.
(3) રંગીન મઠડી કરવા માટે જે કલરની મઠડી કરવી હોય તે કલર 2 તારની ચાસણી થાય ત્યારે તેમાં નાખવો. પછી સીંગદાણા નાખી હલાવવું.
(4) ખાંડ વધે તેમાં ફરીથી પાણી નાખી, ફરીથી 2 તારની ચાસણી કરવી અને સીંગદાણા નાખી હલાવવું.

વૅરિએશન

(1) આવી જ રીતે વરિયાળી, તલ, ખસખસ, ઇલાયચીના દાણા, કાજુ, ખારેક, સૂકા કોપરાની ચકતી, બદામ, પિસ્તા વગેરેની મઠડી બનાવાય.
(2) ખારેકના ઠળિયા કાઢી બે ભાગ કરવા.
(3) વરિયાળી, તલ, ખસખસ અને ઇલાયચી દાણા જેવી નાની વસ્તુની મઠડી કરવી હોય ત્યારે કઢાઈ હલાવવી. કઢાઈ હલાવવાથી ચાસણી જલદી ચડે છે.

55. મોહનથાળ [6 થી 7 વ્યક્તિ]

સામગ્રી

(1) 250 ગ્રામ ચણાનો જાડો લોટ
(2) 200 ગ્રામ ઘી (3) દૂધ
(4) 300 ગ્રામ ખાંડ (5) કેસર
(6) કેસરી (પીળો) રંગ (7) ઇલાયચી
(8) ચારોળી
(9) બદામ અને પિસ્તા

રીત

(1) ચણાના લોટમાં 4 ટેબલ સ્પૂન દૂધ અને 2 ટેબલ સ્પૂન ઘીનું ધાબું દેવું. (લોટમાં ગરમ ઘી અને દૂધ નાખી લોટને સહેજ થપથપાવવો.) પછી તેને ઘઉં ચાળવાના ચાળણાથી ચાળી નાખવો.
(2) ઘીમાં લોટ નાખી શેકવો. લોટને ધીમા તાપે રતાશ પડતો થવા દેવો.
(3) ખાંડ ડૂબે એટલું પાણી લઈ, ઉકાળી $1\frac{1}{2}$ તારની ચાસણી બનાવવી.
(4) તેમાં કેસર, કેસરી (પીળો) રંગ, ઇલાયચીનો ભૂકો અને શેકેલો લોટ નાખી ગોળ ગોળ હલાવવું. ઠરી જાય પછી થાળીમાં તેલ લગાડીને ઠારી દેવું.
(5) તેની પર ચારોળી અને બદામ-પિસ્તાની કાતરી ભભરાવવી. તેના પર ગરમ કરેલું ઘી રેડવું. પછી ચોસલાં પાડવાં.

નોંધ : ચાસણી કેવી રાખવી તેનો ખ્યાલ હોય તો જ મોહનથાળ સારો થાય.

56. મગસ [6 વ્યક્તિ]

સામગ્રી

(1) 250 ગ્રામ ચણાનો જાડો લોટ
(2) 250 ગ્રામ ઘી (3) થોડુંક દૂધ
(4) 250 ગ્રામ બૂરું ખાંડ (5) ઇલાયચી
(6) બદામ (7) પિસ્તા
(8) ચારોળી

રીત

(1) 2 ટેબલ સ્પૂન ઘી અને 4 ટેબલ સ્પૂન દૂધને ગરમ કરીને ચણાના લોટમાં ધાબું દેવું. પછી તેને ઘઉં ચાળવાના ચાળણાથી ચાળવું.

(2) એક વાસણમાં ઘી ગરમ કરવા મૂકવું. ગરમ થાય એટલે ચણાનો લોટ નાખી હલાવવો. રતાશ પડતો શેકાઈ જાય એટલે તેને ઉતારી લેવો.

(3) ઠંડો થાય ત્યારે બૂરું ખાંડ અને ઇલાયચીનો ભૂકો નાખી ગોટીઓ વાળવી અથવા થાળીમાં ઠારી દેવો.

(4) તેના પર બદામની કાતરી, ઝીણા સમારેલા પિસ્તા અને ચારોળી નાખવાં.

નોંધ : મગસ કરવો હોય તો લોટ સહેજ ગરમ હોય ત્યારે ખાંડ મિક્સ કરવાથી સારી રીતે ઠરી જાય છે.

57. મેસૂર [5થી 6 વ્યક્તિ]

સામગ્રી

(1) 1 કપ સીંગદાણા (2) 1 કપ ખાંડ

(3) $1\frac{1}{4}$ કપ ઘી (4) ઇલાયચીનો ભૂકો

(5) ઇલાયચીના આખા દાણા

રીત

(1) જેનો મેસૂર બનાવવો હોય તેનો નટકટરથી અથવા મશીનથી ભૂકો કરવો.

(2) બદામ હોય તો બાફી, છોતરાં કાઢી, કોરી કર્યા પછી તેનો ભૂકો કરવો.

(3) સીંગદાણાને શેકીને, ફોતરાં કાઢીને, તેનો માવો કરવો.

(4) ખાંડ ઉપર રહે તેટલું પાણી લઈને $1\frac{1}{2}$ તારની ચાસણી કરવી.

(5) તેમાં સીંગનો ભૂકો નાખી થોડી વાર હલાવ્યા કરવું.

(6) બીજી બાજુ ઘી ગરમ કરવા મૂકવું. ઘી ગરમ થાય એટલે ચમચાથી થોડુંક થોડુંક નાખવું. જ્યારે ઘી છૂટું પડે ત્યારે તેમાં ઇલાયચીનો ભૂકો નાખવો અને થાળીમાં ઠારવું.

(7) પછી તેમાં ઇલાયચીના આખા દાણા નાખવા અને પાણી છાંટવું, જેથી જાળી પડે.

(8) આ રીતે કાજુ, બદામ, પિસ્તા, ચારોળી, કોપરાની છીણ વગેરેનો મેસૂર થાય છે.

વૅરિએશન

મલાઈ મેસૂર

(1) મલાઈમાં થોડીક આખી ખાંડ નાખી ગરમ કરવા મૂકવી. એક જ બાજુ હલાવવું.

(2) ઘી છૂટું પડે એટલે ઇલાયચી નાખવી. આ રીતે મલાઈનો મેસૂર થશે.

58. ઘૂઘરા [6થી 7 વ્યક્તિ]

સામગ્રી

(1) 125 ગ્રામ રવો (2) 125 ગ્રામ ઘી

(3) ઇલાયચી (4) 150 ગ્રામ બૂરું ખાંડ

(5) ખસખસ (6) 250 ગ્રામ મેંદો

રીત

(1) રવામાં વધારે ઘી નાખી શેકવો. બદામી જેવો શેકાય ત્યારે તેને ઉતારી લેવો.

(2) ઠંડું પડે પછી તેમાં ઇલાયચી, બૂરું ખાંડ અને ખસખસ નાખવી.

(3) મેંદામાં થોડુંક ઘી નાખી ઠંડા પાણીથી લોટ બાંધવો. પછી પૂરી વણી, તેમાં માવો મૂકી, પૂરીને બંધ કરવી. જો પૂરી ચોંટે નહીં તો પૂરીની કિનારીએ દૂધ લગાડવું.

(4) ઘૂઘરાને જાતજાતના આકાર આપવા અને તેમને ઘીમાં તળી નાખવા.

(5) રવાથી થોડીક વધારે ખાંડ લેવી. મોણ અને તળવામાં 125 ગ્રામ ઘી લેવું.

વૅરિએશન

(1) રવાને બદલે માવો પણ લેવાય. માવાને સહેજ શેકવો. પછી નીચે ઉતારી તેમાં આખી ખાંડ, દ્રાક્ષ, ઇલાયચીનો ભૂકો નાખવાં.

(2) ઠંડું પડે એટલે મેંદાની પૂરી વણી તેમાં માવો ભરવો. બાજુઓ દબાવવી અને કાંટાથી ડિઝાઇન કરવી. ઘૂઘરાની ડિઝાઇન પણ કરી શકાય.

(3) પૂરી માટે મેંદાનો લોટ ઠંડા પાણીથી બાંધવો.

(4) ઠાકોરજીને ઘૂઘરા ધરાવવાના હોય તો પાણીને બદલે દૂધથી પૂરીનો લોટ બાંધવો.

59. સુંવાળી

સામગ્રી

(1) 250 ગ્રામ મેંદો (2) 125 ગ્રામ ખાંડ
(3) દૂધ પ્રમાણસર (4) 1 ટી સ્પૂન તલ
(5) 1 ટી સ્પૂન ઇલાયચીનો ભૂકો
(6) 150 ગ્રામ ઘી

રીત

(1) દૂધ અને ખાંડ ઉકાળવાં. લોટમાં વધારે ઘીનું મોણ નાખવું. ખાંડવાળું દૂધ ઠંડું થાય એટલે લોટમાં નાખી કઠણ લોટ બાંધવો.

(2) લોટમાં તલ ખાંડીને નાખવા. ઇલાયચીનો ભૂકો નાખવો. લોટને બરાબર કેળવવો.

(3) નાના લુઆ કરી, પાતળી પૂરી વણી, ધીમા તાપે તળવી. પૂરી સહેજ કડક અને સફેદ તળવી.

60. ગળી બુંદી [4 વ્યક્તિ]

સામગ્રી

(1) 100 ગ્રામ ચણાનો ઝીણો લોટ (1 કપ લોટ)
(2) 2 ટેબલ સ્પૂન ચણાનો જાડો લોટ
(3) 150 ગ્રામ ઘી
(4) 200 ગ્રામ ખાંડ (1 કપ ખાંડ)
(5) કેસરી કલર અને કેસર
(6) 1 ટી સ્પૂન ઇલાયચીનો ભૂકો
(7) દ્રાક્ષ

રીત

(1) 1 કપ ચણાના ઝીણા લોટમાં 2 ટેબલ સ્પૂન જાડો લોટ અને 1 ટી સ્પૂન ઘી નાખવું. બુંદી પાડતાં થોડી વાર પહેલાં લોટ પલાળવો.

(2) ખીરું એવું રાખવું કે ઝારામાંથી તરત નીચે ગોળ બુંદી પડે. જાડું ખીરું હોય તો પાણી નાખવું. પાતળું હોય તો લોટ નાખવો.

(3) ઝારો ઘીની તાવડીથી ઊંચો રાખવો. ઘી બરાબર ગરમ થાય એટલે બુંદી પાડવી. ઝારો હાલવો ન જોઈએ. ઝારા પર ચમચાથી ધાર કરવી. ચમચો ઝારા પર ઘસવો નહીં.

(4) એક વખત બુંદી પાડ્યા પછી ઝારો સાફ કરશો, તો જ ફરીથી સારી બુંદી પડશે.

(5) ખાંડ ડૂબે એટલું પાણી લઈ ચાસણી કરવી. ઠોર કરતાં થોડી પાતળી, બે તારની ચાસણી કરવી. ટપકું મૂકીએ અને સહેજ ખસે એટલે ચાસણી થઈ ગઈ કહેવાય.

(6) ચાસણીમાં કેસરી કલર, કેસર અને ઇલાયચીનો ભૂકો નાખવાં. ચાસણીમાં દ્રાક્ષ પણ નખાય. ચાસણી થઈ જાય એટલે નીચે ઉતારી લેવી.

(7) ચાસણી ઠંડી થાય ત્યારે સહેજ ગરમ કરવા મૂકવી. બુંદી તળીને ચાસણીમાં નાખવી. બે-ત્રણ ઘાણ બુંદી ભેગી થાય એટલે કાઢી લેવી.

(8) બુંદી બહુ ગળી થઈ જતી હોય તો એક ઘાણ થાય એટલી જ વાર રાખીને કાઢી લેવી. બુંદીવાળી થાળી ત્રાંસી રાખવી, જેથી વધારાની ચાસણી નીકળી જાય.

(9) બુંદી હલાવતા જવું, જેથી બુંદી છૂટી થશે. તેને ખુલ્લી રાખી છાપું ઢાંકવું. ચાસણીમાંથી કાઢીને તરત લાડવા પણ વાળી શકાય.

નોંધ : ઝારાને બદલે છીણીમાં પણ ખીરું નાખી, સરસ બુંદી પાડી શકાય.

61. ગુલાબજાંબુ [35થી 40 નંગ]

સામગ્રી

(1) 250 ગ્રામ ગુલાબજાંબુનો માવો
(2) 50 ગ્રામ રવો
(3) 2 ટેબલ સ્પૂન મેંદો
(4) ચપટી સાજીનાં ફૂલ (સોડા બાયકાર્બ)
(5) ઇલાયચી (6) ઘી
(7) 400 ગ્રામ ખાંડ (8) દૂધ પ્રમાણસર
(9) રોઝ એસેન્સ (10) ગુલાબની પત્તી

રીત

(1) રવાને થોડાક દૂધમાં પલાળવો. માવો છીણી નાખવો.

(2) માવામાં મેંદો, પલાળેલો રવો, ચપટી સાજીનાં ફૂલ અને ઇલાયચીનો ભૂકો નાખી બરાબર મસળવો.

(3) પછી 1 નાની ગોળી વાળી ઘીમાં તળી જોવી. જો ફાટે તો સહેજ મેંદો નાખવો. પછી બધી ગોળીઓ ધીમા તાપે ગુલાબી રંગની તળવી.

(4) બીજી બાજુ ખાંડ ડૂબે એટલું પાણી લઈ $\frac{1}{2}$ તારની ચાસણી કરવી. ખાંડ ઓગળે અને થોડુંક ઊકળે એટલે ચાસણી થઈ ગઈ કહેવાય.

(5) ગોળીઓ એકદમ ઠંડી પડે એટલે ચાસણીમાં નાખવી, છેલ્લે ચાસણી 5 મિનિટ ગરમ મૂકવી. તેમાં રોઝ એસેન્સ, ગુલાબની પત્તી નાખવાં હોય તો નાખી શકાય.

(6) ગુલાબજાંબુ 5થી 8 કલાક પછી બરાબર ચાસણી પીને તૈયાર થાય છે.

વૅરિએશન

(1) 50 ગ્રામ રવાને બદલે 50 ગ્રામ મેંદો લેવાથી પણ ગુલાબજાંબુ સારાં થાય છે.

(2) 50 ગ્રામ રવાને બદલે 50 ગ્રામ પનીર પણ લઈ શકાય.

નોંધ : સર્વ કરતી વખતે ગુલાબજાંબુ હૂંફાળા ગરમ કરવા.

62. બુંદી ગુલાબજાંબુ [6થી 8 વ્યક્તિ]

સામગ્રી

(1) 50 ગ્રામ ચણાના ઝીણા લોટની બુંદી (આઇટમ નં. 60 પ્રમાણે)

(2) 100 ગ્રામ ગુલાબજાંબુના માવાના નાનાં નાનાં ગુલાબજાંબુ (આઇટમ નં. 61 પ્રમાણે)

(3) દ્રાક્ષ

રીત

(1) બુંદીમાં દ્રાક્ષ નાખવી. ગુલાબજાંબુની નાની નાની ગોળીઓ વાળવી. (બુંદીથી સહેજ મોટી)

(2) જમતી વખતે ગુલાબજાંબુ ચાસણીમાંથી કાઢીને બુંદીમાં નાખવાં. સહેજ ગરમ કરવું.

63. કાલાજામ [20 નંગ]

સામગ્રી

(1) 1 લિટર દૂધ

(2) 1 લીંબુ

(3) 250 ગ્રામ ગુલાબજાંબુનો માવો

(4) 50 ગ્રામ રવો

(5) 2 ટી સ્પૂન મેંદો

(6) ચપટી સાજીનાં ફૂલ (સોડા બાયકાર્બ)

(7) 1 ટેબલ સ્પૂન બૂરું ખાંડ

(8) પીળો કે બીજો કોઈ કલર

(9) તળવા માટે ઘી

(10) 500 ગ્રામ ખાંડ

(11) કોપરાની છીણ

(12) ચેરી, પિસ્તા કે ઇલાયચીના દાણા

રીત

(1) પ્રથમ દૂધને ઉકાળીને (2થી 3 મિનિટમાં ઠંડું પડે એટલે) તેમાં 1 લીંબુનો રસ નાખી દૂધ ફાડવું. દૂધ ન ફાટે તો થોડુંક લીંબુ વધારે નાખવું. ચાળણીમાં મલમલનું કપડું મૂકીને પનીર કાઢવું.

(2) પનીર કાઢી પાણીથી ધોઈ નાખવું. પનીર આગલા દિવસે અથવા 2 કલાક પહેલાં કાઢવું.

(3) પછી માવો કઠણ હોય તો છીણવો અને તેમાં પનીર નાખી મસળવું. રવો થોડાક દૂધમાં 10 મિનિટ પલાળીને તેમાં નાખવો.

(4) 2 ટી સ્પૂન મેંદો તથા ચપટી સાજીનાં ફૂલ નાખવાં. 1 ટેબલ સ્પૂન બૂરું ખાંડ નાખવી. બધાનું મિશ્રણ કરવું.

(5) તેને થાળીમાં ચોરસ પાથરી 4 ભાગ કરવા. 3 ભાગ એક બાજુ અને 1 ભાગ બીજી બાજુ.

(6) નાના ભાગમાં પીળો કલર કે બીજો કોઈ કલર નાખવો. ડાર્ક યલો કે ડાર્ક ઑરેંજ કલરની ગોળીઓ વધારે સારી લાગે છે.

(7) નાના ભાગમાંથી જેટલી નાની ગોળીઓ વળે તેટલા જ મોટા ભાગમાંથી લુઆ કરીને મોટી ગોળીઓ વાળવી. મોટી ગોળીમાં ખાડો કરી તેમાં નાની ગોળીઓ મૂકવી. તિરાડ ન રહે તેમ સરસ ગોળીઓ વાળવી.

(8) 1 ગોળી વાળી, ઘી મૂકીને તળી જોવી. જો ફાટે તો ઉપરના પડમાં સહેજ વધારે મેંદો નાખવો. પછી ધીમા તાપે ઘીમાં કાળા રંગના તળવા અને થાળીમાં કાઢવા.

(9) 500 ગ્રામ ખાંડમાં ખાંડ ડૂબે એટલું પાણી લઈ ચાસણી કરવી. ખાંડ ઓગળે અને સહેજ ઊકળે એટલે ચાસણી થઈ ગઈ કહેવાય.

(10) તેમાં ગરમ ગરમ ગોળીઓ નાખવી. 5થી 6 કલાક પલળે એટલે ચાસણીમાંથી બહાર કાઢી થાળીમાં ઢળતી મૂકવી, જેથી વધારાની ચાસણી નીકળી જાય.

(11) પછી કોપરાની છીણમાં રગદોળવી. પીરસતી વખતે કાપીને વચ્ચે ચેરી, પિસ્તા કે ઇલાયચીનો દાણો મૂકવો.

64. રસગુલ્લા [14થી 15 નંગ]

રીત 1 માટેની સામગ્રી

(1) 1 લિટર દૂધ (ગાયનું)
(2) 1 લીંબુનો રસ
(3) $1\frac{1}{2}$ કપ ખાંડ
(4) 3 કપ પાણી

રીત 1

(1) દૂધને આગલે દિવસે ગરમ કરી, ઠંડું થાય એટલે ફ્રિજમાં મૂકી દેવું. બીજે દિવસે મલાઈ કાઢી ફરીથી ઉકાળવું.

(2) એક કપમાં $\frac{1}{4}$ કપ જેટલું પાણી લઈ તેમાં 1 લીંબુ નીચોવવું. દૂધ ઊકળે એટલે 2થી 3 મિનિટ સુધી ઠંડું પડે પછી તેમાં લીંબુનું પાણી નાખતા જવું. દૂધ ફાટી જાય ત્યાં સુધી નાખવું.

(3) પછી ચાળણીમાં કપડું મૂકી પનીર કાઢવું. પનીરને પાણીથી બે વાર ધોવું.

(4) પાણી નીતારીને પનીરમાં 1 ટી સ્પૂન ખાંડ નાખી ખૂબ મસળવું. સુંવાળું થાય એટલે નાના ગોળા વાળવા.

(5) પહોળા વાસણમાં $1\frac{1}{2}$ કપ ખાંડની તાર વગરની પાતળી ચાસણી કરવી. તે ઊકળે એટલે તેમાં ગોળા નાખી દેવા. તેને 15 મિનિટ ઢાંકીને ઉકળવા દેવા.

(6) પછી ગોળા ફૂલી જાય એટલે ગૅસ બંધ કરી તેમાં 1 કપ ઠંડું પાણી નાખવું. 4થી 5 કલાક ચાસણીમાં રાખવા. પછી ફ્રિજમાં મૂકવા.

નોંધ : લીંબુને બદલે $\frac{1}{2}$ ટી સ્પૂન લીંબુનાં ફૂલ કે 2 ટેબલ સ્પૂન વિનેગર પાણીમાં ઓગાળીને નાખી શકાય.

રીત 2 માટેની સામગ્રી

(1) 1 લિટર સ્કીમ મિલ્ક
(2) 2 ટેબલ સ્પૂન વિનેગર
(3) ચપટી બેકિંગ પાઉડર
(4) 2 ટી સ્પૂન મેંદો
(5) 2 કપ ખાંડ
(6) 6 કપ પાણી
(7) ચપટી લીંબુનાં ફૂલ
(8) ક્રિસ્ટલ સાકર

રીત 2

(1) દૂધને ગરમ કરવું. ઊભરો આવે ત્યારે નીચે ઉતારી, ઠંડું થાય એટલે ફ્રિજમાં મૂકવું.

(2) દૂધની મલાઈ કાઢી, ફરીથી ગરમ કરવા મૂકવું. ફરીથી મલાઈ થઈ હોય તે કાઢી લેવી. દૂધને ઊભરો આવે ત્યારે ગૅસ ધીમો કરી વિનેગર નાખતા નાખતા હલાવતા જવું.

(3) દૂધ ફાટે એટલે વિનેગર નાખવાનું બંધ કરી ગૅસ બંધ કરવો.

(4) 2 કલાક સુધી પનીર ફાટેલા દૂધમાં રાખી મૂકવું. પછી ચાળણીમાં મલમલનું કપડું મૂકી તેમાં પનીર નાખવું. પાણી નીતરી જશે.

(5) પછી તેને છાપામાં કાઢી કોરું કરવું. તેમાં બેકિંગ પાઉડર અને મેંદો નાખી મિક્સરમાં સહેજ ફેરવવું.

(6) લીસું થઈ જાય એટલે તેમાંથી સહેજ પનીર જુદું કાઢી, તેમાં 1થી 2 ક્રિસ્ટલ સાકર નાખી નાની ગોળીઓ વાળવી. દરેક ગોળીમાં સાકર મૂકવી.

(7) બીજા પનીરની તેટલી જ મોટી ગોળીઓ વાળવી. મોટી ગોળીમાં નાની ગોળી મૂકી બરાબર ગોળીઓ વાળવી.

(8) ખાંડમાં પાણી નાખી તેને ગરમ કરવું. લીંબુનાં ફૂલ નાખી ગાળી લેવું. ફરીથી ચાસણી ગરમ મૂકવી. ઊકળે એટલે રસગુલ્લા નાખવા.

(9) સ્ટીલના કૂકરમાં ચાસણી સાથે રસગુલ્લા મૂકી, 3 વ્હિસલ વાગે એટલે ગૅસ સહેજ ધીમો કરી પછી બંધ કરવો. (બહાર તપેલીમાં પણ 15થી 20 મિનિટ ઢાંકણ ઢાંકીને રસગુલ્લા થાય.)

(10) રસગુલ્લાને 4થી 5 કલાક ચાસણીમાં રાખ્યા બાદ પીરસવા.

વૅરિએશન

ચૉકલેટના રસગુલ્લા

(1) પનીરમાં $\frac{1}{2}$ ટી સ્પૂન કોકો અને 2 ટી સ્પૂન ડ્રિંકિંગ ચૉકલેટ નાખીએ તો ચૉકલેટના રસગુલ્લા થાય.

(2) કેડબરી ચૉકલેટને ડબલ બૉઇલરમાં મૂકીને પિગાળવી. સાદા રસગુલ્લાને તૈયાર કરેલી ચૉકલેટમાં અડધો ભાગ બોળી પેપરકપમાં મૂકવા. દરેક રસગુલ્લા પર એક-એક પિસ્તા મૂકવો. આ રીતે પણ ચૉકલેટ રસગુલ્લા થઈ શકે.

65. રસમલાઈ [5થી 6 વ્યક્તિ]

સામગ્રી

(1) $1\frac{1}{2}$ લિટર દૂધ (2) 150 ગ્રામ ખાંડ
(3) 14થી 15 રસગુલ્લા (4) બદામ
(5) પિસ્તા (6) કેસર

રીત

(1) દૂધને અડધા કરતાં ઓછું રહે તેટલું ઉકાળવું. તેમાં ખાંડ નાખવી.

(2) દૂધ ઊકળે એટલે રસગુલ્લા નીતારી તેમાં નાખી, 2 મિનિટ પછી ગૅસ બંધ કરવો.

(3) દૂધ ઠંડું થાય પછી તેને ફ્રિજમાં ઠંડું કરવા મૂકવું. પીરસતી વખતે બદામની કાતરી, પિસ્તાની કાતરી અને કેસર (ઓગાળીને) નાખવું.

66. હલવાસન [20 નંગ]

સામગ્રી

(1) 1 લિટર દૂધ
(2) દહીં
(3) 2 ટેબલ સ્પૂન બાવળીયો ગુંદર
(4) ઘી પ્રમાણસર
(5) 4 ટેબલ સ્પૂન ઘઉંનો જાડો લોટ
(6) 300 ગ્રામ ખાંડ (7) ઇલાયચી
(8) $\frac{1}{2}$ જાયફળ (9) ચારોળી અને બદામ
(10) 2 જાવંત્રી (11) કેસર

રીત

(1) સૌપ્રથમ દૂધ ઊકળવા મૂકવું. દૂધ ઊકળે એટલે તેમાં 3 ટી સ્પૂન દહીં નાખવું. દૂધ ન ફાટે તો થોડુંક દહીં વધારે નાખવું.

(2) ગુંદર અધકચરો ખાંડવો. તાવડીમાં 2 ટી સ્પૂન જેટલું ઘી મૂકી ગુંદર શેકવો. તે એકદમ ફૂલીને સફેદ થઈ જાય એટલે ફાટેલા દૂધમાં નાખી દેવો અને હલાવતા રહેવું.

(3) ગૅસ પર એક વાસણમાં 3-4 ટેબલ સ્પૂન ઘી મૂકી ઘઉંનો જાડો લોટ ગુલાબી થાય ત્યાં સુધી ધીમા તાપે શેકવો. તેને દૂધમાં નાખી હલાવતા જવું.

(4) તેમાં 150 ગ્રામ ખાંડ નાખવી. બાકીની (150 ગ્રામ) ખાંડ શેકીને બ્રાઉન કલરનું લિક્વીડ થાય એટલે દૂધમાં નાખવું.

(5) દૂધ જાડું થવા આવે એટલે ઇલાયચી, જાયફળ, જાવંત્રી અને કેસર ખાંડીને નાખવાં. એકદમ જાડું થાય અને તાવેથાને ચોંટે નહીં એટલે ગૅસ બંધ કરી ઠરવા દેવું.

(6) પછી ગોળા વાળી, બેઠી પેટીસ જેવો આકાર આપવો. બાફીને કાતરી કરેલી બદામ અને ચારોળી તેના પર દબાવવી. (બે બદામની કાતરી અને વચ્ચે ચારોળી મૂકવી.)

67. જલેબી [4 વ્યક્તિ]

સામગ્રી

(1) 1 કપ મેંદો
(2) 1 ટી સ્પૂન દહીં
(3) 4 ટી સ્પૂન ચણાનો લોટ
(4) ચપટી સાજીનાં ફૂલ
(5) ઘી પ્રમાણસર
(6) $1\frac{1}{4}$ કપ ખાંડ
(7) પીળો રંગ તથા કેસર

રીત

(1) મેંદામાં દહીં નાખી 24 કલાક પહેલાં ખીરું પલાળવું. શિયાળો હોય તો $1\frac{1}{2}$ દિવસ પહેલા પલાળવું. ખીરું બહુ પાતળું ન થવું જોઈએ.

(2) જલેબી કરતી વખતે તેમાં ચણાનો લોટ, $\frac{1}{2}$ ટી સ્પૂન ઘી અને ચપટી સાજીનાં ફૂલ નાખવાં. પ્લાસ્ટિકના પ્યાલામાં કાણું પાડી, ખીરું નાખીને જોઈ લેવું.

(3) ઘી બરાબર ગરમ થાય એટલે જલેબી અંદરથી પાડવાની શરૂ કરી બહારની બાજુએ

ગોળ પાડવી. પ્યાલો ભરેલો હશે તો જાડી જલેબી પડશે. પ્યાલામાં ખીરું ઓછું હશે તો પાતળી જલેબી થશે.

(4) ખાંડની $1\frac{1}{2}$ થી 2 તારની ચાસણી કરી, તેમાં પીળો રંગ તથા કેસર વાટીને નાખવાં. તેમાં ગરમ ગરમ જલેબી નાખી, બીજો ઘાણ થાય ત્યાં સુધી રહેવા દેવી.

(5) બીજો ઘાણ થાય એટલે પહેલો ઘાણ કાઢી નાખવો. ચાસણી ધીમા તાપે ગરમ રાખવી. બહુ જાડી થાય તો સહેજ પાણી નાખવું. ચાસણી બહુ જ વધારે જાડી થઈ જાય તો થોડી વાર ગૅસ બંધ કરવો.

નોંધ : (1) 100 ગ્રામ મેંદો હોય તો 200 ગ્રામ ખાંડ લેવી. મેંદામાં લગભગ 130 મિલિ પાણી નાખી ખીરું પલાળવું.

(2) જલેબી મેકરથી જલેબી સારી પડે છે. જલેબી ખુલ્લી રાખવી. ડબ્બામાં બંધ કરવાથી તે ઢીલી થઈ જશે.

(3) બહુ ગળી જલેબી પસંદ ન હોય તો 1 તારની ચાસણી કરવી.

68. મનભાવન લાડુ [22થી 25 નંગ]

સામગ્રી

(1) 100 ગ્રામ માવો
(2) 125 ગ્રામ કોપરાની છીણ
(3) 100 ગ્રામ બૂરું ખાંડ
(4) ઇલાયચી
(5) 5 ટેબલ સ્પૂન દૂધ
(6) લાલ-પીળો રંગ
(7) ટુટિફ્રૂટિ

રીત

(1) માવાને 3થી 4 મિનિટ્ શેકવો. ઠંડો પડે એટલે તેમાં કોપરાની છીણ, બૂરું ખાંડ, ઇલાયચીનો ભૂકો મેળવવાં. તેમાં 5 ટેબલ સ્પૂન દૂધ નાખવું.

(2) આ મિશ્રણના બે ભાગ કરવા. એક ભાગમાં પીળો રંગ અને બીજા ભાગમાં લાલ રંગ નાખવો. બંને ભાગને જુદા જુદા હલાવવા અને નાના નાના લાડુ બનાવવા.

(3) તેમને કોપરાની છીણમાં રગદોળવા.

(4) લાલ લાડુ પર પીળા રંગની અને પીળા લાડુ પર લાલ રંગની ટુટિફ્રૂટિ લગાડવી. થોડી લીલી ટુટિફ્રૂટિ પણ લગાડી શકાય.

69. રોલર કોસ્ટર [24 નંગ]

સામગ્રી

1. (1) 20 મેરી બિસ્કિટ
(2) 1 ટેબલ સ્પૂન ડ્રિંકિંગ ચૉકલેટ
(3) 1 ટેબલ સ્પૂન કોકો
(4) 3 ટેબલ સ્પૂન મલાઈ
(5) 3 ટેબલ સ્પૂન આઇસીંગ સુગર
(6) થોડુંક દૂધ

2. (1) 100 ગ્રામ કોપરાની છીણ
(2) 3 ટેબલ સ્પૂન મલાઈ
(3) 3 ટેબલ સ્પૂન આઇસીંગ સુગર

રીત

(1) મેરી બિસ્કિટનો મિક્સરમાં ભૂકો કરવો અને 1માં જણાવેલી બધી સામગ્રી તેમાં નાખવી. જરૂર પડે તો દૂધ નાખી લોટ બાંધવો.

(2) કોપરાની છીણમાં 2માં જણાવેલી સામગ્રી નાખી લોટ બાંધવો.

(3) બિસ્કિટની અને કોપરાની છીણના બે સરખા ભાગ કરવા.

(4) આડણી પર પ્લાસ્ટિક મૂકી તેના પર બિસ્કિટનો લુઓ મૂકવો. લુઆ પર બીજું પ્લાસ્ટિક મૂકી વણવું.

(5) પછી ઉપરનું પ્લાસ્ટિક કાઢી કોપરાનો લુઓ મૂકવો અને તેના ઉપર પ્લાસ્ટિક મૂકી વણવું.

(6) ઉપરનું પ્લાસ્ટિક સહેજ ખસેડી નીચેના પ્લાસ્ટિક સાથે રોટલો કઠણ વાળતા જવું અને પ્લાસ્ટિક ખસેડતા જવું.

(7) આ રીતે 2 રોલ વાળી, પ્લાસ્ટિકમાં મૂકી, ફ્રિજરમાં મૂકવું. 1 કલાકમાં તે કઠણ થઈ જશે. પીરસતી વખતે ત્રાંસા કાપીને પીરસવા.

નોંધ : (1) રોટલા 4"ના વણવા. એક રોટલામાંથી 12 નંગ થશે.

(2) મેરી બિસ્કિટના મિશ્રણમાં મલાઈ વધારે ન પડે. નહીંતર વણતી વખતે રોટલો ફાટી જશે. તેવું થાય તો 2 બિસ્કિટનો ભૂકો કરી, તેમાં મિક્સ કરી દેવો.

70. ખજૂરના રોલ [25 નંગ]

સામગ્રી

(1) 200 ગ્રામ ખજૂર

(2) 1 ટેબલ સ્પૂન મલાઈ

(3) 5 મેરી બિસ્કિટનો ભૂકો

(4) $\frac{1}{2}$ કપ બદામ, પિસ્તા, કાજુ, અખરોટ

રીત

(1) ખજૂરને ઠળિયા કાઢી, સાફ કરી, ધોઈ નાખવી.

(2) તાવડીમાં મલાઈ નાખવી. તેમાં ખજૂરના ટુકડા કરીને નાખવા અને હલાવતા જવું, દબાવતા જવું.

(3) ખજૂર નરમ થાય એટલે તેમાં બિસ્કિટનો થોડોક ભૂકો નાખવો. થોડોક ભૂકો રહેવા દેવો.

(4) તેમાં કાજુ, બદામ, પિસ્તા, અખરોટ આખાં જ નાખવાં. એકલી બદામ પણ નખાય.

(5) સાંતળાઈ જાય એટલે નીચે ઉતારી, હલકા હાથે દબાવી રોલ બનાવવો. રોલમાં બદામ આડી રહે તેમ મૂકવી.

(6) પછી બિસ્કિટના ભૂકામાં રગદોળી નાખવું. રોલને પ્લાસ્ટિકની કોથળીમાં કે વરખવાળી ફોઇલમાં મૂકીને ફ્રિજરમાં મૂકવા. પછી કાપીને પીરસવા.

વૅરિએશન

(1) ઉપવાસમાં ખાવા માટે બિસ્કિટને બદલે કોપરાની છીણ નાખવી. સીંગનો ભૂકો પણ નાખી શકાય.

(2) કોપરાની છીણમાં અથવા સીંગના ભૂકામાં રગદોળવું.

(3) સૂંઠ, ગંઠોડા, ખસખસ નાખવાથી રોલ વધારે સારા લાગે છે.

71. કોકો રોલ [22થી 25 નંગ]

સામગ્રી

(1) $1\frac{1}{2}$ પૅકેટ પારલે ગ્લુકોઝ બિસ્કિટ (મેરી)

(2) 1 ટી સ્પૂન કોકો

(3) 2 ટી સ્પૂન ડ્રિંકિંગ ચૉકલેટ

(4) 100 ગ્રામ માવો

(5) 100 ગ્રામ બૂરું ખાંડ

(6) 100 ગ્રામ કોપરાની છીણ

(7) દૂધ પ્રમાણસર

(8) વરખ

રીત

(1) બિસ્કિટનો ભૂકો કરવો. કોકો, ડ્રિંકિંગ ચૉકલેટ અને બિસ્કિટનો ભૂકો ચાળી લેવાં.

(2) માવો છીણીને તેમાં બૂરું ખાંડ અને કોપરાની છીણ ભેળવવી. થોડીક કોપરાની છીણ રહેવા દેવી.

(3) બિસ્કિટના ભૂકા અને માવાના મિશ્રણમાં થોડુંક દૂધ નાખી, કણક બાંધી, તેના બોલ્સ કે રોલ વાળી, તેમને કોપરાની છીણમાં રગદોળવા. વરખ પણ લગાડી શકાય.

નોંધ : (1) માવો ન નાખવો હોય તો માવાને બદલે 2 ટેબલ સ્પૂન ઘી કે મલાઈ નાખીને પણ રોલ વાળી શકાય.

(2) બિસ્કિટને બદલે સીંગદાણાનો ભૂકો, બદામ, અખરોટ કે કાજુનો ભૂકો અથવા નાના ટુકડા કરીને નાખી શકાય, જેથી ઉપવાસમાં લઈ શકાય. જે પણ નાખવું હોય તે 125 ગ્રામ લેવું.

72. કાજુ-અંજીર રોલ [12થી 14 નંગ]

સામગ્રી

(1) 100 ગ્રામ અંજીર (2) 50 ગ્રામ ખાંડ

(3) 50 ગ્રામ માવો (4) 1 ટી સ્પૂન ઘી

(5) 5થી 6 નંગ ઇલાયચી

(6) ટુકડો જાયફળ (7) 150 ગ્રામ કાજુ

(8) 80 ગ્રામ ખાંડ (9) 1 ટેબલ સ્પૂન દૂધ

(10) ચાંદીના વરખ

રીત

(1) અંજીરના નાના ટુકડા કરી, તેમાં થોડું પાણી નાખી, એક કલાક પલાળી રાખવા. તેમાં 50 ગ્રામ ખાંડ નાખી ધીમા તાપે ગરમ કરવું. હલાવતા રહેવું.

(2) જાડું થાય એટલે તેમાં માવો નાખવો. થોડું ઘી નાખવું. કઠણ થાય એટલે નીચે ઉતારી, તેમાં ઇલાયચીનો તથા જાયફળનો ભૂકો નાખવો. પછી તેના રોલ વાળવા.

(3) મિક્સરમાં કાજુનો એકદમ બારીક ભૂકો કરવો. તેને ચાળણીથી ચાળવો.

(4) 80 ગ્રામ ખાંડની ચાસણી કરવી. તેમાં ચમચો દૂધ નાખી મેલ કાઢવો. ચાસણી $1\frac{1}{2}$ તારની થાય એટલે કાજુનો ભૂકો નાખવો.

(5) બરાબર હલાવી, નીચે ઉતારી તેમાં ઇલાયચીનો ભૂકો નાખવો. તેના મોટા લુઆ કરી લાંબા રોટલા કરવા.

(6) કાજુના રોટલાના ત્રણ વેઢા જેટલા પહોળા પટ્ટા કાપવા. તેના આડા કાપા કરી લંબચોરસ ટુકડા કરવા.

(7) તેમની વચ્ચે સહેજ ખાડો કરવો. તે ખાડામાં રોલ મૂકવો. દરેક ટુકડામાં અંજીરનો રોલ મૂકી ટુકડાનો વીંટો વાળવો.

(8) આ પ્રમાણે બધા રોલ તૈયાર કરી તેના પર વરખ ચોંટાડવો. રોટલા વણવા લુઆની ઉપર-નીચે પ્લાસ્ટિકનો ઉપયોગ કરવો.

(9) કાજુના માવામાં અંજીરનો માવો ભરીને બૉલ્સ પણ બનાવી શકાય. ઉપર વરખ લગાડવો.

73. કાજુ-અંજીર (ખજૂર) બૉલ્સ

[20થી 25 નંગ]

સામગ્રી

(1) 250 ગ્રામ ખજૂર (2) 100 ગ્રામ અંજીર

(3) ઘી (4) $\frac{1}{4}$ કપ દૂધ

(5) 1 ટી સ્પૂન ખાંડ (6) ખસખસ

(7) 100 ગ્રામ ખાંડ – ચાસણી માટે

(8) 250 ગ્રામ માવો

(9) 125 ગ્રામ કાજુનો ભૂકો

(10) ઇલાયચીનો ભૂકો

(11) આરાલોટ અથવા મિલ્ક પાઉડર

(12) વરખ

રીત

(1) ખજૂર અને અંજીર ધોઈ નાખવાં. ખજૂરને ઠળિયા કાઢી ઝીણી સમારવી. અંજીરને પણ ઝીણાં સમારવાં.

(2) ગૅસ પર એક વાસણમાં થોડું ઘી મૂકી ખજૂર અને અંજીર સાંતળવાં. તે એકદમ એકરસ થઈ જાય અને પોચું પડે એટલે તેમાં દૂધ નાખવું. 1 ટી સ્પૂન ખાંડ અને ખસખસ નાખવી.

(3) ચડી જાય એટલે નીચે ઉતારી તેને ઠંડું કરવું. પછી તેમાં હૅન્ડ મિક્સર ફેરવવું.

(4) ખાંડ ડૂબે એટલું દૂધ નાખી ચાસણી કરવી. માવો સહેજ ઘી મૂકી સાંતળવો.

(5) $1\frac{1}{2}$ તારની ચાસણી થઈ જાય એટલે ગૅસ બંધ કરી દેવો અને તેમાં કાજુનો ભૂકો, માવો, ઇલાયચી નાખવાં. ઢીલું લાગે તો આરાલોટ અથવા મિલ્ક પાઉડર નાખવો.

(6) કાજુનો લુવો લઈ, ખાડો કરી, તેમાં અંજીર અને ખજૂરનો બૉલ મૂકી તેના બૉલ્સ બનાવવા.

(7) પછી તેના ઉપર વરખ લગાડવો. ઢીલું લાગે તો બધા બૉલ્સ ફ્રિજમાં મૂકવા.

74. સ્વીટ બ્રેડ બૉલ્સ [7થી 8 નંગ]

સામગ્રી

(1) 7થી 8 સ્લાઇસ બ્રેડ

(2) 1 કપ દૂધ – બ્રેડ બોળવા માટે

(3) 1 કપ ફ્રૂટના ટુકડા

(4) 1 કપ રબડી (તૈયાર)

(5) 3થી 4 ટી સ્પૂન સૂકો મેવો

(6) 1 ટી સ્પૂન ઇલાયચીનો ભૂકો

(7) 2થી 3 ટી સ્પૂન જેલીના નાના ટુકડા

રીત

(1) બ્રેડની ચારે બાજુની કિનારીઓ કાઢી, દૂધમાં ઝબોળી, બ્રેડને બે હથેળીમાં રાખી દૂધ નીચોવવું.

(2) નાના નાના સમારેલા ફ્રૂટ અને જેલી બ્રેડની વચ્ચે મૂકી, ગોળ બોલ બનાવવા.

(3) બૉલ્સને બાઉલમાં મૂકી, તેની ઉપર રબડી નાખવી. ઇલાયચીનો ભૂકો, બદામ, પિસ્તાની કાતરી, કાજુના ટુકડા ભભરાવવા. દરેક બૉલ્સ ઉપર ચેરી મૂકવી. $\frac{1}{2}$ કલાક ફ્રિજમાં મૂકી સર્વ કરવું.

વૅરિએશન

(1) ટીનવાળાં ફ્રૂટ પણ ચાલે. એકલું પાઇનેપલ પણ નાખી શકાય.
(2) માવો, પેંડા, બરફી, પનીરમાં ખાંડ નાખી બ્રેડમાં મૂકી શકાય.
(3) ડ્રાયફ્રૂટ પણ મૂકી શકાય.
(4) રબડીને બદલે બાસૂદી પણ નાખી શકાય. આઇટમ નં. 31 પ્રમાણે.

75. કાજુકતરી [20થી 25 નંગ]

રીત 1 માટેની સામગ્રી

(1) 200 ગ્રામ (2 કપ) કાજુનો ભૂકો
(2) 1 કપ દળેલી ખાંડ
(3) $\frac{1}{2}$ કપ દૂધ
(4) ઇલાયચીનો ભૂકો
(5) 1 ટી સ્પૂન ઘી
(6) વરખ

રીત 1

(1) એક વાસણમાં સહેજ ઘી લગાડી દળેલી ખાંડ અને દૂધ નાખી, હલાવીને ગૅસ પર મૂકવું અને હલાવતા જવું.
(2) એક-બે ઊભરા આવે એટલે તેમાં કાજુ અને ઇલાયચીનો ભૂકો નાખી રોટલો વણાય એવું થાય એટલે નીચે ઉતારી તેમાં 1 ટી સ્પૂન ઘી નાખવું.
(3) થાળી અને વેલણને ઘી લગાડી રોટલો વણવો.
(4) ઠંડું પડે એટલે કાપા કરવા. કાજુની જગ્યાએ બદામ નાખવાથી બદામની કતરી થાય છે. કતરી ઉપર વરખ લગાડવો.

રીત 2 માટેની સામગ્રી

(1) 200 ગ્રામ કાજુ (2) 100 ગ્રામ ખાંડ
(3) 1 ટી સ્પૂન ઘી (4) વરખ

રીત 2

(1) ખાંડ ડૂબે એટલું પાણી નાખી ચાસણી કરવી. મેલ હોય તો સહેજ દૂધ નાખી કચરો કાઢવો. ટપકું મૂકીએ અને ખસે નહીં તેવી ત્રણ તારની ચાસણી કરવી.
(2) કાજુનો ભૂકો કરવો. ચાસણીમાં કાજુનો ભૂકો નાખી તેને બરાબર હલાવવો.
(3) રોટલો વણાય તેવું થાય એટલે 1 ટી સ્પૂન ઘી નાખી બરાબર હલાવી નીચે ઉતારવું અને 2 પ્લાસ્ટિક વચ્ચે મૂકી વણવું. વરખ લગાડવો, કાપા કરવા.

76. ચૉકલેટ કોટેડ કાજુકતરી [25થી 30 નંગ]

સામગ્રી

(1) 250 ગ્રામ કાજુનો ભૂકો
(2) 125 ગ્રામ ખાંડ
(3) 1 ટેબલ સ્પૂન ડ્રિંકિંગ ચૉકલેટ
(4) 1 ટેબલ સ્પૂન કોકો
(5) 70 ગ્રામ આઇસીંગ સુગર
(6) કોટિંગ માટે 60 ગ્રામ ડાલ્ડા ઘી
(7) વેનીલા એસેન્સ
(8) ચાંદીના વરખ
(9) કેસર

રીત

(1) ખાંડમાં તે ડૂબે એટલું પાણી નાખીને ઉકાળવું. ઊકળે એટલે દૂધ નાખી મેલ કાઢવો. 3 તારની જાડી ચાસણી કરવી.
(2) તેમાં કાજુનો ભૂકો નાખી, હલાવીને ઉતારી લેવું. હાથથી મસળી તેના મોટા લુઆ કરવા. થાળી પર ઘી લગાડી વણવું.
(3) ડ્રિંકિંગ ચૉકલેટ, કોકો, આઇસીંગ સુગર ચાળણીથી ચાળવાં.
(4) ડાલ્ડા ઘી ધીમા તાપે સાધારણ ગરમ કરવું. નીચે ઉતારી, ઉપરનું આઇસીંગ સુગરવાળું મિશ્રણ ભેળવવું.

(5) ઠંડું પડવા આવે પછી વેનીલા એસેન્સ નાખી, મિશ્રણને કાજુકતરીવાળી થાળી પર રેડી, ચારે બાજુ હલાવીને સરખું પાથરવું.

(6) કોટિંગ ઠંડું થાય પછી વરખ લગાડી કાપા પાડવા.

નોંધ : કાજુનો માવો કેસરી કરવો હોય તો કેસર વાટીને નાખવું.

77. કાજુ-પિસ્તા રોલ [20થી 25 નંગ]

સામગ્રી

(1) 250 ગ્રામ કાજુ ફાડા
(2) 125 ગ્રામ ખાંડ
(3) 1 ટી સ્પૂન ઘી
(4) 100 ગ્રામ પિસ્તા
(5) 50 ગ્રામ ખાંડ
(6) ગ્રીન કલર
(7) સહેજ જાયફળ
(8) વરખ

રીત

(1) કાજુને ઝીણા ક્રશ કરવા. 125 ગ્રામ ખાંડમાં તે ડૂબે એટલું પાણી નાખી ચાસણી કરવા મૂકવી. સહેજ દૂધ નાખી કચરો કાઢવો. ટપકું મૂકીએ અને ખસે નહીં તેવી ત્રણ તારની ચાસણી કરવી.

(2) ચાસણીમાં કાજુનો ભૂકો નાખવો. બરાબર હલાવવો. રોટલો વણાય તેવું થાય એટલે 1 ટી સ્પૂન ઘી નાખી, બરાબર હલાવી નીચે ઉતારવું.

(3) પિસ્તાને ઝીણા ક્રશ કરવા. 50 ગ્રામ ખાંડમાં તે ડૂબે એટલું પાણી નાખી, ચાસણી કરવા ગૅસ પર એક વાસણમાં મૂકવું. સહેજ દૂધ નાખી કચરો કાઢવો. ટપકું મૂકીએ અને ખસે નહીં તેવી ત્રણ તારની ચાસણી કરવી.

(4) ચાસણીમાં પિસ્તાનો ભૂકો નાખવો. ગ્રીન કલર નાખવો. જાયફળનો ભૂકો નાખવો. બરાબર હલાવવો. 1 ટી સ્પૂન ઘી નાખી નીચે ઉતારી લેવું.

(5) કાજુના માવાનો મોટો લુઓ લઈ બે પ્લાસ્ટિક વચ્ચે મૂકી વણવું. પિસ્તાનો પાતળો વાટો કરીને કાજુના રોટલાની વચ્ચે મૂકવો.

(6) કાજુનો રોટલો વાળી, હાથથી વણી, સહેજ પાતળો કરવો. વરખ એક વાટા જેટલો કાપીને ચોંટાડવો.

(7) રોલ તરીકે પણ પીરસી શકાય અને નાના નાના રોલ જેવા ટુકડા કરીને પણ પીરસી શકાય.

નોંધ : (1) કાજુનો નાનો લુઓ લઈ, પૂરી જેવું વણી, તેમાં નાનો પાતળો પિસ્તાનો વાટો મૂકી, કાજુની પૂરીને વાળી, રોલ કરીને વરખ ચોંટાડવો.

(2) મોટા રોટલાના લંબચોરસ ટુકડા કરી, વચ્ચે પિસ્તાનો વાટો મૂકીને રોલ વાળી શકાય.

78. કેસર-પિસ્તા રોલ [20થી 25 નંગ]

સામગ્રી

કાજુના માવામાં કેસર નાખવું.

રીત

આઇટમ નં. 77. કાજુ-પિસ્તાના રોલ મુજબ.

79. બદામ-પિસ્તા રોલ [20થી 25 નંગ]

સામગ્રી

આઇટમ નં. 77. કાજુ-પિસ્તાના રોલ મુજબ લઈ કાજુને બદલે બદામ નાખવી.

રીત

આઇટમ નં. 77. કાજુ-પિસ્તાના રોલ મુજબ.

80. કાજુ-પિસ્તાનાં પાન *અથવા* પિસ્તાનાં પાન [18થી 20 નંગ]

સામગ્રી

(1) 250 ગ્રામ કાજુ ફાડા
(2) 125 ગ્રામ ખાંડ
(3) 2 ટી સ્પૂન ઘી
(4) 50 ગ્રામ પિસ્તા
(5) 50 ગ્રામ દાણાદાર માવો
(6) 25 ગ્રામ ખાંડ
(7) ઇલાયચી
(8) આઇસીંગ સુગર
(9) લીલો કલર
(10) જાયફળનો ભૂકો
(11) વરખ

રીત

(1) કાજુનો ઝીણો ભૂકો કરવો. 125 ગ્રામ ખાંડમાં તે ડૂબે એટલું પાણી નાખી ચાસણી કરવી. સહેજ દૂધ નાખી કચરો કાઢવો. ટપકું મૂકીએ અને ખસે નહીં તેવી ત્રણ તારની ચાસણી કરવી.

(2) ચાસણીમાં કાજુનો ભૂકો નાખવો. બરાબર હલાવવું. રોટલો વણાય તેવું થાય એટલે 1 ટી સ્પૂન ઘી નાખી, બરાબર હલાવી, નીચે ઉતારવું.

(3) પિસ્તાનો ઝીણો ભૂકો કરવો. 1 ટી સ્પૂન ઘી મૂકી માવો શેકવો.

(4) 25 ગ્રામ ખાંડમાં, તે ડૂબે એટલું પાણી નાખી ચાસણી કરવી. સહેજ દૂધ નાખી કચરો કાઢવો. ટપકું મૂકીએ અને ખસે નહીં તેવી ત્રણ તારની ચાસણી કરવી.

(5) ચાસણીમાં પિસ્તાનો ભૂકો, ઇલાયચીનો ભૂકો, થોડીક આઇસીંગ સુગર, માવો અને લીલો કલર નાખવાં. તેમાં જાયફળનો ભૂકો નાખી મિશ્રણ કરવું. ઘેરો લીલો કલર થવો જોઈએ.

(6) કાજુના માવાનો નાનો લુઓ લઈ, 2 પ્લાસ્ટિક વચ્ચે મૂકી, નાની પૂરી વણવી.

(7) તેના 2 ભાગ કરવા. 1 ભાગ પર પિસ્તાનો મસાલો એક બાજુએ મૂકવો. તેના પર બીજી બાજુ મૂકી સમોસાના (પાન) આકારે ભરવો.

(8) તેવી રીતે બીજા ભાગનો સમોસા (પાન) આકારે મસાલો ભરવો.

(9) ચોરસ વરખ ત્રાંસો કાપી બંને પાન પર ચોંટાડવો. વરખ ઉપર પિસ્તાનો નાનો ગોળ ટુકડો મૂકવો.

(10) આ રીતે બધાં પાન ભરવાં.

81. બદામ-પિસ્તાનાં પાન [18થી 20 નંગ]

સામગ્રી

આઇટમ નં. 77. કાજુ-પિસ્તાના રોલ મુજબ લઈ કાજુને બદલે બદામ નાખવી.

રીત

આઇટમ નં. 80. કાજુ-પિસ્તાનાં પાન મુજબ.

82. પિસ્તા સેન્ડવીચ *અથવા* કાજુ-પિસ્તા સેન્ડવીચ

[20થી 25 નંગ]

સામગ્રી

આઇટમ નં. 80. પિસ્તાનાં પાનની જેમ જ મસાલો કરવો.

રીત

(1) 2 મોટા પ્લાસ્ટિક લઈ કાજુનો મોટો લુઓ લઈ વણવો.

(2) એક રોટલા પર પિસ્તાનો માવો પાથરવો. બીજો રોટલો કાજુનો કરી તેના પર પાથરવો.

(3) બીજો રોટલો હાથથી દબાવી તેના પર વરખ ચોંટાડવો. પછી તેના મીઠાઈની જેમ ટુકડા કાપવા.

83. પિસ્તા-બદામ સેન્ડવીચ

[20થી 25 નંગ]

સામગ્રી

આઇટમ નં. 82. કાજુ-પિસ્તા સેન્ડવીચ મુજબ લઈ કાજુને બદલે બદામ નાખવી.

રીત

આઇટમ નં. 82. કાજુ-પિસ્તા સેન્ડવીચ મુજબ.

84. પાઇનેપલ સેન્ડવીચ [5 વ્યક્તિ]

સામગ્રી

(1) 10 નંગ રસગુલ્લા મોટા
(2) 1 ટીન નાનું પાઇનેપલ અથવા 3થી 4 રિંગ ફ્રૅશ પાઇનેપલ
(3) 250 ગ્રામ ક્રીમ
(4) 100 ગ્રામ બૂરું ખાંડ
(5) કેસર
(6) 2 પત્તાં વરખ
(7) ડેકોરેશન માટે 5 નંગ પિસ્તા, 5 નંગ ચેરી
(8) 10 નંગ પેપર કપ

રીત

(1) રસગુલ્લાને ચાસણીમાંથી કાઢી તેના વચ્ચેથી બે ભાગ કરવા. પછી પોચા હાથે દબાવી ચાસણી કાઢી નાખવી.

(2) રસગુલ્લા ઘેર બનાવીએ તો પેટીસ આકારે બનાવવા.

(3) પાઇનેપલના ઝીણા ટુકડા કરવા. ફ્રેશ પાઇનેપલ હોય તો તેને ચાસણીમાં થવા દઈ પછી ઝીણા ટુકડા કરવા.

(4) ક્રીમ જો ઘેર બનાવવું હોય તો મલાઈમાં થોડુંક દૂધ નાખી નીચેના બીજા વાસણમાં બરફ રાખી એક જ બાજુએ બીટ કરવું.

(5) ક્રીમમાં બૂરું ખાંડ તથા કેસર લસોટીને નાખવું. પછી બરાબર હલાવવું.

(6) રસગુલ્લાના એક ટુકડાને ક્રીમમાં બોળી થાળીમાં મૂકવો. તેના પર પાઇનેપલના ટુકડા મૂકવા.

(7) બીજો રસગુલ્લાનો ટુકડો ક્રીમમાં બોળી ઉપર મૂકવો. તેના પર વરખ લગાડી વચ્ચે અડધી ચેરી મૂકવી. આજુબાજુ પિસ્તાની ઝીણી ચીરીઓ ભભરાવવી.

(8) આમ તૈયાર કરી પેપરકપમાં ગોઠવવા અને ઠંડા પીરસવા.

વૅરિએશન

પાઇનેપલને બદલે નારંગી, કાળી દ્રાક્ષ, કેરી પણ નાખી શકાય.

નોંધ : ક્રીમ ઓછું પસંદ હોય તો 150 ગ્રામ ક્રીમ અને 50 ગ્રામ બૂરું ખાંડ લઈ શકાય.

બરફી, હલવો, પાક

ટિપ્સ : દરેક ફ્રૂટના હલવા કે બરફી થઈ શકે છે. સહેજ ઢીલું રાખો તો હલવો થાય. કાપા પાડી શકાય તેવું કઠણ રાખો, તો બરફી થાય. એમાં કેળાં, કેરી, સફરજન, ચીકુ, પપૈયું, પાઇનેપલ, નારંગી, સીતાફળ વગેરેનો ઉપયોગ થઈ શકે.

બદામ, કાજુ, અખરોટ, મગફળી, કોપરું, ખજૂર, અંજીર, પિસ્તા વગેરે સૂકા મેવાના પાક થાય. જે ફ્રૂટ, ડ્રાયફ્રૂટ હોય તેનો ભૂકો કરવો. તેને ઘી મૂકીને સાંતળવું. તેમાં પ્રમાણસર દૂધ રેડવું અથવા માવો નાખવો. જાડું થાય એટલે પ્રમાણસર ખાંડ નાખવી. ઘટ્ટ થાય એટલે એક-બે ટેબલ સ્પૂન ઘી નાખવું. બરફી કે પાક કરવા હોય તો થાળીમાં તેલ કે ઘી લગાડી પાથરી દેવું.

85. કેડબરીની ચૉકલેટ બરફી [3થી 4 વ્યક્તિ]

સામગ્રી

(1) 200 ગ્રામ માવો

(2) 2 ટી સ્પૂન ઘી

(3) 100 ગ્રામ ખાંડ

(4) 2 ટેબલ સ્પૂન કેડબરી ડ્રિંકિંગ ચૉકલેટ

(5) 1 ટી સ્પૂન કોકો (6) વરખ

રીત

(1) એક વાસણમાં ઘી લઈ તેમાં માવો શેકવો. 5 મિનિટ પછી તેમાં ખાંડ નાખવી.

(2) પછી હલાવ્યા કરવું. શીરા જેવું ઢીલું રહે એટલે ડ્રિંકિંગ ચૉકલેટ અને કોકો નાખી, હલાવી, થાળીમાં ઘી લગાડીને ઠારવું.

(3) તેની ઉપર વરખ કે ઘી લગાડવું. આઇસીંગ પણ કરી શકાય.

86. ખાખરાની બરફી

સામગ્રી અને રીત

(1) રોટલીના ખાખરા કરી તેનો ઝીણો ભૂકો કરવો. ખાખરા પ્રમાણે આશરે ખાંડ લઈ 3 તારની ચાસણી કરવી.

(2) તેમાં ખાખરાનો ભૂકો નાખવો. ઇલાયચી નાખી પાથરી દેવું.

87. પનીરની બરફી [3થી 4 વ્યક્તિ]

સામગ્રી

(1) 1 લિટર દૂધ (2) 1 લીંબુ

(3) 1 કપ ખાંડ (4) 5 નંગ કેસર

(5) 5 નંગ ઇલાયચી (6) બદામ અને પિસ્તા

(7) વરખ

રીત

(1) દૂધને ગરમ કરવું. લીંબુના રસથી દૂધને ફાડવું. તેને કપડામાં બાંધી પાણી નીતારી લેવું અને તેના પર વજન મૂકીને 2 કલાક રહેવા દેવું. પછી પનીરને મસળી નાખવું.

(2) ખાંડ ડૂબે એટલું પાણી લેવું. 1 તારની ચાસણી બનાવવી. તેમાં કેસર લસોટીને નાખવું.

(3) ચાસણીમાં પનીર અને ઇલાયચીનો ભૂકો નાખવાં. બરોબર ઘટ્ટ થાય એટલે નીચે ઉતારી લેવું અને થાળીમાં ઘી લગાડી ઠારી દેવું.

(4) ઉપર બદામ-પિસ્તાની કાતરી ભભરાવવી. (ચૉકલેટનો ટેસ્ટ પસંદ હોય તો બરફી ઉપર કેડબરીઝ ચૉકલેટ છીણીને નાખવી.)

વૅરિએશન

(1) ઘટ્ટ થયેલા માવાના ગોળા વાળવા. ચોરસ વરખ કાપી તેના ઉપર એક-એક ગોળો મૂકી સહેજ ગોળ ફેરવવો. વરખ અડધા ગોળા ઉપર લાગી જશે.

(2) ગોળા ઉપર વરખ અને નીચે પીળો કલર દેખાશે. વરખ ઉપર ઇલાયચીના 2-3 દાણા કે પિસ્તા મૂકી શકાય.

88. કેસર-પિસ્તાની બરફી [4થી 5 વ્યક્તિ]

સામગ્રી

(1) 100 ગ્રામ પિસ્તાનો ભૂકો
(2) $\frac{1}{4}$ ટી સ્પૂન વાટેલું કેસર
(3) 200 ગ્રામ માવો
(4) 2 ટી સ્પૂન ઘી
(5) $\frac{1}{4}$ ટી સ્પૂન ઇલાયચીનો ભૂકો
(6) 125 ગ્રામ ખાંડ
(7) 1 ટીપું ગ્રીન કલર
(8) 5 નંગ ચેરી
(9) વરખ

રીત

(1) માવાને છીણી નાખવો. પછી ઘી મૂકીને શેકી લેવો. તેમાં ઇલાયચીનો ભૂકો નાખીને હલાવવો.

(2) ખાંડ ડૂબે તેટલું પાણી લઈ ચાસણી બનાવવી. જરાક દૂધ નાખી મેલ કાઢી લેવો. ટપકું મૂકીએ અને ખસે નહીં તેવી, 3 તારની ચાસણી બનાવવી.

(3) ચાસણી થઈ જાય પછી ખૂબ હલાવવી. માવાના બે ભાગ કરવા. એક ભાગમાં પિસ્તાનો ભૂકો, ગ્રીન કલર અને અડધી ચાસણી નાખવી. એક થાળીમાં ઘી લગાડીને ઠારી દેવું.

(4) બીજા ભાગના માવામાં કેસર દૂધમાં ઘૂંટીને નાખવું. તેમાં બીજા અર્ધા ભાગની ચાસણી નાખવી. તેને પિસ્તાની બરફી ઉપર ઠારી દેવી.

(5) બરફી ઉપર સિલ્વર પેપર (વરખ) લગાડવા. ગોળ ઢાંકણાથી તેના ગોળગોળ ટુકડા કરવા.

(6) પેપરકપમાં ગોળ બરફી મૂકી તેના ઉપર અર્ધી ચેરી ગોઠવીને પીરસવું.

નોંધ : કેસર-પિસ્તા ન નાખવા હોય તો કલર એસેન્સ નાખીને બરફી બનાવવી.

89. શાહી ટુકડા [5થી 6 વ્યક્તિ]

સામગ્રી

(1) 5થી 6 બ્રેડની સ્લાઇસ
(2) ઘી, તળવા માટે
(3) 3થી 4 કપ દૂધ
(4) 1 કપ ખાંડ
(5) $\frac{1}{2}$ કપ અથવા 100 ગ્રામ માવો
(6) $\frac{1}{4}$ ટી સ્પૂન રોઝ એસેન્સ, પીળો રંગ
(7) કેસર
(8) 1 ટી સ્પૂન જિલેટીન પાઉડર
(9) ચારોળી, પિસ્તા, કાજુ, બદામ
(10) 8 ઇલાયચીનો ભૂકો અને જરાક જાયફળ
(11) ટુટિફ્રૂટિ

રીત

(1) બ્રેડની કિનારી કાઢી, વચ્ચેથી ત્રાંસા કાપા કરવા. બ્રેડ ગોલ્ડન બ્રાઉન કલરની થાય ત્યાં સુધી ઘીમાં તળવી.

(2) દૂધમાં ખાંડ નાખવી. દૂધ ઉકાળીને જાડું કરવું. તેમાં માવો છીણીને નાખવો.

(3) પછી રોઝ એસેન્સ અને કેસર નાખવું. જિલેટીનને 3 ટી સ્પૂન પાણીમાં 5 મિનિટ માટે પલાળવું. પછી ધીમા તાપે ગરમ કરી, જિલેટીન ઓગળે એટલે દૂધમાં નાખવું.

(4) તેમાં બદામ, પિસ્તા, કાજુના ટુકડા, ઇલાયચીનો ભૂકો અને જાયફળ વગેરે નાખવાં.

(5) બાઉલમાં બ્રેડ નીચે પાથરી, તેની ઉપર મિશ્રણ નાખવું. ફરી બ્રેડ મૂકી બીજું મિશ્રણ પાથરી, તેની ઉપર કાજુ, બદામ, પિસ્તાની કાતરી અને ચારોળીથી ડેકોરેશન કરવું.

(6) ટુટિફ્રૂટિથી પણ ડેકોરેશન થઈ શકે. ફ્રિજમાં ઠંડું કરીને પીરસવું.

નોંધ : જિલેટીન પાઉડર ન નાખીએ તો ચાલે.

90. અખરોટ ફજ [6થી 7 વ્યક્તિ]

સામગ્રી

(1) 1 ટી સ્પૂન માખણ
(2) 1 ડબ્બો (400 ગ્રામ) મિલ્કમેઇડ
(3) 250 ગ્રામ અખરોટનો અધકચરો ભૂકો
(4) 100 ગ્રામ કોપરાની છીણ
(5) 3 ટી સ્પૂન કોકો પાઉડર
(6) વેનીલા એસેન્સ
(7) કાજુ
(8) મગજતરીનાં બી

રીત

(1) ગૅસ પર એક વાસણમાં માખણ ગરમ કરવા મૂકી, તેમાં મિલ્કમેઇડ નાખવો અથવા 500 મિલીલિટર દૂધમાં ખાંડ નાખી તેને (બાસૂદી જેવું) જાડું કરી નાખવું.

(2) ઘટ્ટ થાય એટલે અખરોટનો ભૂકો, કોપરાની છીણ, કોકો નાખવાં. હલાવ્યા કરવું.

(3) તેને ઠરવા દેવું. તેમાં વેનીલા એસેન્સ 2 ટીપાં નાખી, ગોળા વાળી, કોપરાની છીણમાં રગદોળી, તેના પર કાજુ મૂકવા. મગજતરીનાં બી, ચેરી પણ મૂકી શકાય.

91. ઘારી [3થી 4 વ્યક્તિ]

સામગ્રી

(1) 100 ગ્રામ મેંદો
(2) ઘારીની પૂરી માટે ચોખ્ખું ઘી
(3) 10 ગ્રામ બદામ, પિસ્તાનો ભૂકો
(4) 1 ટેબલ સ્પૂન અમૂલ મિલ્ક પાઉડર (અમૂલ પાઉડર ન નાખવો હોય તો ચાલે.)
(5) ઇલાયચી, જાયફળ, જાવંત્રી ખાંડેલી
(6) 100 ગ્રામ માવો
(7) 60 ગ્રામ બૂરું ખાંડ
(8) તળવા માટે ડાલ્ડા ઘી
(9) 10 ગ્રામ બૂરું ખાંડ + ચોખ્ખું ઘી + ડાલ્ડા ઘી – ઘારીને પીવડાવવા.

રીત

(1) મેદામાં મૂઠી પડતું ચોખ્ખા ઘીનું મોણ નાખવું. ઠંડા પાણીથી લોટ બાંધવો. પૂરી જેવા લુઆ કરી પાતળી પૂરી વણવી.

(2) બદામ, પિસ્તાને ખાંડી નાખવાં. તેમાં અમૂલ મિલ્ક પાઉડર તથા ઇલાયચી, જાયફળ, જાવંત્રી ખાંડીને પ્રમાણસર નાખવાં.

(3) માવાને ધીમા તાપે શેકવો. માવાનું ઘી છૂટું પડે એટલે બદામ, પિસ્તા, જાયફળ, જાવંત્રી અને ઇલાયચી નાખી 1 મિનિટ શેકવું.

(4) પૂરણ ઠંડું કર્યા પછી તેમાં બૂરું ખાંડ મેળવવી.

(5) મેંદાની વણેલી પૂરીને ચોરસ કાપવી. તેમાં માવાને પેટીસ આકાર આપી, મૂકી, સામ-સામેનાં પડ સહેજ પાણીથી ચોંટાડવાં.

(6) પછી ઘીમાં તળવી. ઠંડી પડે એટલે ડાલ્ડા ઘી અને ચોખ્ખું ઘી સહેજ ગરમ કરવું. તેને નીચે ઉતારી બૂરું ખાંડ ભેળવવી. $\frac{1}{4}$ કપ ઘી હોય તો 1 ટેબલ સ્પૂન ખાંડ નાખવી. તૈયાર કરેલી ઘારી, ઘી ખાંડમાં બે-ત્રણ વખત બોળીને બહાર થાળીમાં મૂકવી.

(7) ઉપરનું પડ વધારે જાડું કરવું હોય તો ઘારીને થોડી વાર ફ્રિજમાં મૂકી ફરી ઘીમાં બોળવી.

વૅરિએશન

લીલા વટાણાની ઘારી

સામગ્રી

(1) 1 કપ લીલા વટાણા – ક્રશ કરેલા
(2) $\frac{1}{2}$ કપ ઘી
(3) $\frac{1}{2}$ કપ માવો
(4) $\frac{1}{4}$ કપ બૂરું ખાંડ
(5) $\frac{1}{2}$ કપ મેંદો
(6) 1 ટી સ્પૂન દ્રાક્ષ
(7) $\frac{1}{2}$ ટી સ્પૂન ઇલાયચી પાઉડર

રીત

(1) ગૅસ પર એક વાસણમાં 1 ટી સ્પૂન ઘી ગરમ કરવા મૂકી, ક્રશ કરેલા લીલા વટાણા એમાં સાંતળવા. ખાંડ નાખી હલાવવું.

(2) લચકા પડતું થઈ જાય ત્યારે ગૅસ બંધ કરવો. ઠંડું પડે ત્યારે તેમાં દ્રાક્ષ અને ઇલાયચી પાઉડર નાખવાં. પૂરણ તૈયાર કરવું.

(3) ઘારીની રીત પ્રમાણે પૂરીનો લોટ બાંધી, પૂરણ ભરી, ઘીમાં તળવી. તે જ પ્રમાણે ઘીમાં બોળી ઠરવા દેવી.

92. પાઇનેપલ – કોળાનો હલવો
[4 થી 5 વ્યક્તિ]

સામગ્રી

(1) 3 ટેબલ સ્પૂન ઘી
(2) 200 ગ્રામ કોળું
(3) 300 ગ્રામ પાઇનેપલ (લગભગ 10 રિંગ)
(4) 100 ગ્રામ ખાંડ
(5) 2 ટેબલ સ્પૂન માવો
(6) 1 ટી સ્પૂન ઇલાયચીના દાણા

રીત

(1) કોળાને ઝીણી છીણીથી છીણવું.

(2) ગૅસ પર એક વાસણમાં 2 ટેબલ સ્પૂન ઘી ગરમ કરવા મૂકી, કોળાના છીણને નાખી સાંતળવું.

(3) પાઇનેપલનો વચ્ચેનો ભાગ કાઢી, તેમાં ખાંડ નાખી મિક્સરમાં ક્રશ કરવું.

(4) તેને કોળાના મિશ્રણમાં નાખી સાંતળવું.

(5) માવો નાખવો. ઘટ્ટ થાય ત્યારે 1 ટેબલ સ્પૂન ઘી તથા ઇલાયચીના દાણા નાખી ગરમ ગરમ સર્વ કરવું અથવા ફ્રિજમાં મૂકી, ઠંડું કરી સર્વ કરવું.

93. ગાજરનો હલવો [5 વ્યક્તિ]

સામગ્રી

(1) 500 ગ્રામ ગાજર (2) 2 ટેબલ સ્પૂન ઘી
(3) 150 મિલિ દૂધ (4) 175 ગ્રામ ખાંડ
(5) 150 ગ્રામ માવો (6) કાજુ અને દ્રાક્ષ
(7) ઇલાયચી અને ખસખસ

રીત

(1) ગાજરને ધોઈ, છાલ ઉતારી મોટી છીણ પાડવી.

(2) એક વાસણમાં 1 ટેબલ સ્પૂન ઘી મૂકી તેમાં ગાજરની છીણ નાખવી અને સાંતળવી. પછી તેમાં દૂધ નાખવું.

(3) દૂધ બળે એટલે ખાંડ, કાજુ અને દ્રાક્ષ નાખવાં. ખાંડનું પાણી બળે પછી માવો નાખી હલાવ્યા કરવું. 1 ટેબલ સ્પૂન ઘી નાખવું.

(4) ઘી છૂટે એટલે નીચે ઉતારી, તેમાં ઇલાયચીનો ભૂકો અને ખસખસ નાખવાં.

નોંધ : માવો ન નાખવો હોય તો દૂધ 600 મિલિ લેવું.

94. દૂધીનો હલવો [3 થી 4 વ્યક્તિ]

સામગ્રી

(1) 250 ગ્રામ કૂણી દૂધી (2) 3 ટેબલ સ્પૂન ઘી
(3) 3 કપ દૂધ (4) 100 ગ્રામ ખાંડ
(5) ઇલાયચી (6) વરખ
(7) 150 ગ્રામ માવો

રીત

(1) દૂધીને છોલીને, છીણીને પાણીમાં બાફવી. કપડામાં કાઢી બરાબર નીચોવવી.

(2) એક વાસણમાં થોડુંક ઘી મૂકી દૂધી સાંતળવી. બીજી બાજુ દૂધ બરાબર ઊકાળવું. દૂધી સાંતળાઈ જાય એટલે તેમાં દૂધ નાખવું અને હલાવવું.

(3) ઘટ્ટ થાય એટલે ખાંડ નાખવી. બરાબર ઘટ્ટ થાય એટલે થોડું ઘી નાખી હલાવી નીચે ઉતારી લેવું.

(4) એમાં ઇલાયચીનો ભૂકો નાખવો અને થાળીમાં તેલ લગાડી ઠારી દેવું. ઉપર વરખ લગાડી શકાય.

નોંધ : (1) માવો નાખવો હોય તો ખાંડનું પાણી બળી જાય એટલે માવો શેકીને નાખવો. થોડીક વાર હલાવવું.

(2) લીલો કલર પણ નખાય. માવો નાખીએ તો દૂધની જરૂર પડશે નહીં.

95. ડ્રાયફ્રૂટ હલવો [4થી 5 વ્યક્તિ]

સામગ્રી

(1) 500 ગ્રામ કૂણી દૂધી
(2) 250 ગ્રામ ખાંડ
(3) 1 ટેબલ સ્પૂન ઘી
(4) 250 ગ્રામ દાણાદાર માવો
(5) ઇલાયચી (6) લેમન કલર
(7) કાજુ, દ્રાક્ષ, બદામ

રીત

(1) દૂધીને છોલીને, છીણીને બાફવી. બફાય એટલે પાણી કાઢીને ખાંડ ભેળવવી. ગરમ કરવું.
(2) થોડુંક પાણી બળી જાય એટલે 1 ટેબલ સ્પૂન ઘી નાખવું. પાણી બિલકુલ ન રહે ત્યારે નીચે ઉતારી લેવું.
(3) માવાને ઘઉં ચાળવાના ચાળણાથી ચાળી, શેકીને અંદર નાખવો. ઇલાયચી પાઉડર, લેમન કલર નાખવો.
(4) હલાવીને થાળીમાં સહેજ તેલ લગાડીને ઠારી દેવું.
(5) વધારે ઘી નાખવું હોય તો 2 ટેબલ સ્પૂન ઘી, થાળીમાં હલવો પાથરી તેની ઉપર પાથરવું. તેની ઉપર વધારે કાજુ, વધારે દ્રાક્ષ અને બદામના ટુકડા કરીને પાથરવા.

96. મુંબઈનો રબ્બર હલવો [20થી 25 નંગ]

સામગ્રી

(1) 1 કપ કોર્નફ્લોર
(2) 2 કપ ખાંડ
(3) 3 કપ પાણી
(4) લાલ, લીલો, પીળો કલર
(5) 10થી 12 નંગ બદામ
(6) 10થી 12 નંગ કાજુ
(7) 1 ટેબલ સ્પૂન ચારોળી
(8) $\frac{1}{2}$ ટી સ્પૂન લીંબુનાં ફૂલ
(9) 4 ટેબલ સ્પૂન ઘી
(10) 3થી 4 ટીપાં રોઝ એસેન્સ

રીત

(1) બદામ, કાજુના મોટા ટુકડા કરવા.
(2) કોર્નફ્લોર, ખાંડ અને પાણી મિક્સ કરવું.
(3) તેમાં પસંદગીનો કલર નાખવો. લીલો કલર સારો લાગે છે. થોડોક ઓછો નાખવો. ગરમ થાય પછી કલર વધારે ડાર્ક થાય છે.
(4) બદામ, કાજુના ટુકડા તથા ચારોળી નાખવાં. ફાસ્ટ ગૅસે ગરમ કરવા મૂકવું.
(5) ઘટ્ટ થાય એટલે ગૅસ ધીમો કરવો. સતત હલાવતા રહેવું. લીંબુનાં ફૂલ નાખવા.
(6) તાવેથો ઊભો રહે તેવું ઘટ્ટ થાય ત્યારે ઘી તથા રોઝ એસેન્સ નાખી, બરાબર હલાવી થાળીમાં ઠારી દેવું.
(7) ઠરે પછી કાપા કરવા.

97. દૂધનો હલવો [2થી 3 વ્યક્તિ]

સામગ્રી

(1) 500 મિલિ દૂધ
(2) 1 ટેબલ સ્પૂન ખાટું દહીં
(3) 100 ગ્રામ ખાંડ
(4) કથ્થાઈ રંગ
(5) બદામ, પિસ્તા

રીત

(1) દૂધમાં ખાટું દહીં બરાબર હલાવી, ખાંડ નાખી ગૅસ પર મૂકવું. દૂધને બરાબર હલાવ્યા કરવું.
(2) દૂધનો કણીદાર માવો થવા આવે એટલે ચપટી કથ્થઈ રંગ નાખવો.
(3) જરા ચાસણી રહે ત્યારે ઉતારી બીજા વાસણમાં કાઢી લેવું અને તેની ઉપર બદામ, પિસ્તા ભભરાવવાં.

98. ચીકુનો હલવો [4થી 5 વ્યક્તિ]

સામગ્રી

(1) 4 નંગ ચીકુ (2) 2 ટેબલ સ્પૂન ઘી
(3) 1 લિટર દૂધ (4) 100 ગ્રામ ખાંડ
(5) ઇલાયચી

રીત

(1) ચીકુને છોલીને તેના ટુકડા કરવા. 1 ટેબલ સ્પૂન ઘી મૂકીને તેમાં ટુકડા સાંતળવા.

(2) થોડી વાર ચડવા દઈ તેમાં દૂધ નાખવું. દૂધ ઊકળે અને જાડું થાય એટલે તેમાં ખાંડ નાખવી. હલાવ્યા કરવું.

(3) ઘટ્ટ થાય એટલે તેમાં 1 ટેબલ સ્પૂન ઘી નાખવું. બરાબર હલાવી નીચે ઉતારી લેવું. ઇલાયચીનો ભૂકો નાખવો. થાળીમાં તેલ લગાડી ઠારી દેવું.

નોંધ : દૂધ ઓછું નાખી માવો નાખવાથી હલવો જલદી થાય છે.

99. ચીકુ-ચૉકલેટનો હલવો [6થી 8 વ્યક્તિ]

સામગ્રી

(1) 250 ગ્રામ ચીકુ
(2) 3 ટેબલ સ્પૂન ઘી
(3) 500 ગ્રામ માવો
(4) 200 ગ્રામ ખાંડ
(5) ડ્રિંકિંગ ચૉકલેટ
(6) ઇલાયચીનો ભૂકો
(7) વરખ

રીત

(1) ચીકુને ઝીણાં સમારી 1 ટેબલ સ્પૂન ઘીમાં સાંતળવાં.

(2) પછી બીજી તાવડીમાં 1 ટેબલ સ્પૂન ઘી મૂકી માવો શેકવો. માવો શેકાઈ જાય એટલે ખાંડ નાખવી. ખાંડ ઓગળી જાય અને થોડુંક જાડું થાય એટલે તેમાં સાંતળેલાં ચીકુ નાખવાં.

(3) ઘટ્ટ થાય એટલે 1 ટેબલ સ્પૂન ઘી નાખી નીચે ઉતારી લેવું. તેમાં 2થી 3 ટેબલ સ્પૂન ડ્રિંકિંગ ચૉકલેટ અને ઇલાયચીનો ભૂકો નાખવાં.

(4) થાળીમાં તેલ લગાડી ઠારી દેવું. તેની પર વરખ લગાડવો.

નોંધ : વધારે હલવો બનાવવો હોય ત્યારે થોડીક કૂણી દૂધી લઈ, છીણીને ચીકુ જોડે જ સાંતળવી. કૉફી કલર ન આવે તો થોડોક કોકો નાખી શકાય.

100. સફરજનનો હલવો [4 વ્યક્તિ]

સામગ્રી

(1) 2 સફરજન
(2) 2 ટેબલ સ્પૂન ઘી
(3) 1 લિટર દૂધ
(4) 150 ગ્રામ ખાંડ
(5) 1 લીંબુ
(6) ઇલાયચી

રીત

(1) સફરજનને છોલીને તેના ઝીણા ટુકડા કરવા. 1 ટેબલ સ્પૂન ઘી મૂકી તેમાં સાંતળવા. ચડી જાય એટલે તેમાં દૂધ રેડવું.

(2) થોડુંક જાડું થાય એટલે ખાંડ અને લીંબુ નાખવાં. ઘટ્ટ થાય એટલે 1 ટેબલ સ્પૂન ઘી નાખી ઉતારી લેવું.

(3) ઇલાયચીનો ભૂકો નાખવો. થાળીમાં તેલ લગાડી ઠારી દેવું.

નોંધ : દૂધ ઓછું નાખી માવો નાખી શકાય.

101. કેળાંનો હલવો [5થી 6 વ્યક્તિ]

સામગ્રી

(1) 3 નંગ કેળાં
(2) 2 ટેબલ સ્પૂન ઘી
(3) 1 લિટર દૂધ (4) 100 ગ્રામ ખાંડ
(5) ઇલાયચીનો ભૂકો (6) વાટેલી ચારોળી
(7) વરખ

રીત

(1) કેળાંને છોલી ટુકડા કરવા. 1 ટેબલ સ્પૂન ઘી મૂકી સાંતળવા. તેમાં દૂધ નાખવું.

(2) દૂધ ઉકળવા માંડે અને થોડુંક જાડું થાય એટલે તેમાં ખાંડ નાખી ધીમા તાપે હલાવવું.

(3) ઘટ્ટ થાય એટલે 1 ટેબલ સ્પૂન ઘી, ઇલાયચીનો ભૂકો અને ચારોળી નાખી, થાળીમાં તેલ લગાડી ઠારી દેવું.

(4) ઉપર વરખ લગાડવો.

નોંધ : દૂધ ઓછું નાખી થોડોક માવો નાખવાથી જલદી થાય છે.

102. કાજુ-અખરોટનો હલવો [4થી 5 વ્યક્તિ]

સામગ્રી

(1) 100 ગ્રામ કાજુ (2) 100 ગ્રામ અખરોટ

(3) 2 ટેબલ સ્પૂન ઘી (4) 50 ગ્રામ માવો

(5) 100 ગ્રામ ખાંડ (6) ઇલાયચીનો ભૂકો

રીત

(1) નટકટરમાં કાજુ-અખરોટનો કકરો ભૂકો કરવો. તેને 1 ટેબલસ્પૂન ઘી મૂકી સાંતળવો.

(2) માવો શેકીને તેમાં નાખવો. ખાંડ નાખવી. ઇલાયચીનો ભૂકો નાખવો.

(3) ઘટ્ટ થાય એટલે 1 ટેબલ સ્પૂન ઘી નાખવું. થાળીમાં તેલ લગાડી ઠારી દેવું.

103. લીલા કોપરાનો હલવો [5થી 6 વ્યક્તિ]

સામગ્રી

(1) 1 નંગ શ્રીફળ (2) 125 ગ્રામ ઘી

(3) 175 ગ્રામ માવો (4) 150 ગ્રામ ખાંડ

(5) ઇલાયચી (6) કેસર

(7) કાજુ, દ્રાક્ષ, બદામ

રીત

(1) કોપરાને મિક્સરમાં કે બહાર છીણવું. ઘી ગરમ કરી તેમાં કોપરાની છીણ સાંતળવી.

(2) ગુલાબી રંગની થાય એટલે માવાને શેકીને તેમાં નાખવો.

(3) ખાંડની 2 તારની ચાસણી કરવી. તેમાં કોપરાની છીણ નાખવી. થોડી વાર ગૅસ પર રાખવું. હલાવવું.

(4) ઘટ્ટ થાય એટલે સહેજ ઘી નાખી ઉતારી લેવું. ઉપર સામગ્રીમાં આપેલા મસાલાથી સજાવવું. થોડું કેસર ચાસણીમાં પણ નાખી શકાય.

નોંધ: 5 માણસ માટે 500 ગ્રામ કોપરાની છીણ જોઈએ.

104. અંજીરનો હલવો [3થી 4 વ્યક્તિ]

સામગ્રી

(1) 5થી 6 નંગ અંજીર (2) 250 ગ્રામ દૂધી

(3) 2 ટેબલ સ્પૂન ઘી (4) $\frac{1}{2}$ કપ દૂધ

(5) 100 ગ્રામ માવો

(6) 100 ગ્રામ ખાંડ

(7) 50 ગ્રામ દ્રાક્ષ, કાજુ, ઇલાયચી, ખસખસ અને બદામ

રીત

(1) અંજીરને ગરમ પાણીમાં ઉકાળી, ઠંડાં પડે એટલે ક્રશ કરવાં. દૂધીને છીણી લેવી.

(2) 1 ટેબલ સ્પૂન ઘી મૂકી દૂધી ધીમા તાપે સાંતળી લેવી. દૂધ નાખી ચડવા દેવી. માવો દૂધીમાં નાખવો.

(3) અંજીરનું મિશ્રણ નાખવું. બરાબર ખદખદે એટલે ખાંડ નાખવી.

(4) ખાંડનું પાણી બળે એટલે ગૅસ પરથી નીચે ઉતારીને તેમાં 1 ટેબલ સ્પૂન ઘી તેમજ ઇલાયચી પાઉડર, કાજુ, બદામ, દ્રાક્ષ, ખસખસ વગેરે નાખવાં.

105. કેળા-કોપરાનો હલવો [6થી 7 વ્યક્તિ]

સામગ્રી

(1) 5થી 6 કેળાં

(2) $\frac{1}{4}$ કપ ઘી

(3) $\frac{1}{2}$ કપ ખાંડ

(4) $\frac{1}{2}$ કપ છીણેલું કોપરું

(5) $\frac{1}{2}$ ટી સ્પૂન ઇલાયચી પાઉડર

(6) કાજુ અને દ્રાક્ષ

રીત

(1) ગૅસ પર એક વાસણમાં 2 ટેબલ સ્પૂન ઘી મૂકી, તેમાં છીણેલાં કેળાં નાખીને હલાવ્યા કરવું. નહીંતર ચોંટી જશે.

(2) હલકો રંગ આવે એટલે જરૂરત મુજબ ખાંડ નાખવી. કોપરું નાખવું. બરોબર મળી જાય એટલે બાકીનું ઘી નાખવું.

(3) ઇલાયચી પાઉડર, કાજુ, દ્રાક્ષ નાખવાં. ઘી છૂટું પડવા દેવું.

(4) ઠંડું થાય ત્યારે ચોસલાં પાડી શકાય. ગરમ ગરમ પણ પીરસી શકાય.

106. મગફળી પાક [10થી 12 નંગ]

સામગ્રી

(1) 2 કપ મગફળીનો ભૂકો
(2) $\frac{1}{2}$ કપથી થોડુંક ઓછું દૂધ
(3) 1 કપ ખાંડ
(4) 1 ટેબલ સ્પૂન ઘી
(5) વરખ

રીત

(1) એક વાસણમાં દૂધને ગૅસ પર મૂકી તેમાં ખાંડ નાખવી.
(2) ટપકું મૂકીએ તો ખસે નહીં તેવી ચાસણી થાય ત્યારે તેમાં મગફળીનો ભૂકો નાખવો. હલાવ્યા કરવું.
(3) ઘટ્ટ થાય એટલે ઘી નાખી ઉતારી લેવું. થાળીમાં તેલ લગાડી ઠારવું. વરખ લગાડવો. કાપા કરવા.

107. કોપરાપાક [10થી 12 નંગ]

સામગ્રી

(1) 100 ગ્રામ કોપરાની છીણ
(2) 100 ગ્રામ ખાંડ
(3) 100 મિલિ દૂધ
(4) 1 ટેબલ સ્પૂન ઘી
(5) ઇલાયચી
(6) વરખ

રીત

(1) દૂધ અને ખાંડ ઉકાળવાં.
(2) ટપકું મૂકીએ અને ખસે નહીં તેવી ચાસણી થાય ત્યારે તેમાં કોપરાની છીણ નાખવી. ઘી નાખી, નીચે ઉતારી, ખૂબ હલાવ્યા કરવું.
(3) ઇલાયચી નાખવી. ઠારીને વરખ લગાડવો. કાપા પાડવા.

108. ખજૂરપાક [4થી 5 નંગ]

સામગ્રી

(1) 100 ગ્રામ ખજૂર (2) 100 મિલિ દૂધ
(3) 2 ટેબલ સ્પૂન ઘી (4) વરખ

રીત

(1) ખજૂરને સમારી, દૂધમાં નાખી, મિક્સરમાં ફેરવવું. 1 ટેબલ સ્પૂન ઘી મૂકી મિશ્રણ સાંતળવું.
(2) ઘટ્ટ થાય એટલે 1 ટેબલ સ્પૂન ઘી નાખી ઠારી દેવું. વરખ લગાડવો. કાપા કરવા.

109. પાઇના ખજૂરપાક [4થી 5 વ્યક્તિ]

સામગ્રી

(1) 7 ટુકડા રાઉન્ડ પાઇનેપલ (ચાસણી પાએલા)
(2) 150 ગ્રામ ખજૂર
(3) 4 મેરી બિસ્કિટનો ભૂકો
(4) 100 ગ્રામ માવો
(5) 2 ટેબલ સ્પૂન મલાઈ
(6) 4થી 5 બાફેલી બદામની કાતરી
(7) 1 ટેબલ સ્પૂન ઘી
(8) વરખ

રીત

(1) પાઇનેપલના ટુકડા કરી મિક્સરમાં મૂકવા. થોડીક ચાસણી નાખી ક્રશ કરવું.
(2) ખજૂરને ધોઈ, લૂછીને નાના ટુકડા કરવા. મિક્સરમાં ખજૂર મૂકી, થોડીક ચાસણી નાખી ક્રશ કરવું.
(3) નૉન-સ્ટિકમાં પાઇનેપલનું મિશ્રણ નાખી ગરમ કરવું.
(4) 5 મિનિટ પછી ખજૂરનું મિશ્રણ નાખવું.
(5) માવો નાખી હલાવ્યા કરવું.
(6) મલાઈ અને બિસ્કિટનો ભૂકો નાખી હલાવ્યા કરવું. ઘટ્ટ થાય એટલે ઘી નાખી હલાવવું.
(7) થાળીમાં તેલ લગાડી ઠારી દેવું. ઉપર બદામની કાતરી પાથરવી.
(8) ઉપર વરખ લગાડવો હોય તો બદામની કાતરી મિશ્રણમાં નાખી પછી ઠારવું.

110. ખજૂર-સીંગનો પાક [12થી 15 નંગ]

સામગ્રી

(1) 300 ગ્રામ ખજૂર (2) 100 ગ્રામ સીંગદાણા
(3) 2 ટેબલ સ્પૂન ઘી (4) ઇલાયચીનો ભૂકો

રીત

(1) ખજૂરને બરાબર ધોઈ, ઠળિયા કાઢી, મિક્સરમાં ક્રશ કરવું.

(2) સીંગદાણા શેકી, ફોતરાં કાઢી, ભૂકો કરવો.

(3) 1 ટેબલ સ્પૂન ઘીમાં ખજૂર અને સીંગદાણાનો ભૂકો સાંતળવો. 1 ટેબલ સ્પૂન ઘી અને ઇલાયચીનો ભૂકો નાખી, હલાવી, થાળીમાં તેલ લગાડી ઠારવું. કાપા કરવા.

111. કેરીનો રસપાક [8 નંગ]

સામગ્રી

(1) 2 કપ કેરીનો રસ

(2) 2 ટેબલ સ્પૂન ઘી (3) 1 કપ ખાંડ

(4) $\frac{1}{2}$ ટી સ્પૂન ઇલાયચીનો ભૂકો

(5) 2 ટી સ્પૂન સૂંઠ (6) વરખ

રીત

(1) ગૅસ પર એક વાસણમાં ઘી મૂકી, તેમાં આફૂસ કે કેસર કેરીનો રસ નાખવો અને હલાવ્યા કરવું.

(2) રસ થોડોક ઘટ્ટ થાય એટલે ખાંડ નાખવી. કેરીના રસની મીઠાશ જોઈ પ્રમાણસર ખાંડ નાખવી.

(3) તેમાં થોડુંક ઘી નાખવું. બરાબર ઘટ્ટ થવા દેવું. એકદમ ઘટ્ટ થાય એટલે ઇલાયચી અને સૂંઠ નાખવી.

(4) થાળીમાં તેલ લગાડી ઠારી દેવું. વરખ લગાવી કાપા કરવા.

નોંધ : સૂંઠને બદલે $\frac{1}{2}$ કપ કોપરાની છીણ નાખી શકાય.

112. કેરીના રસની બરફી [5 નંગ]

સામગ્રી

(1) 1 કપ કેરીનો રસ (2) ઘી પ્રમાણસર

(3) $\frac{3}{4}$ કપ દૂધ (4) $\frac{1}{2}$ કપ ખાંડ

(5) બરાસ (1 પાસો) (6) વરખ

(7) ઇલાયચીનો ભૂકો અને કેસર

રીત

(1) ગૅસ પર એક વાસણમાં થોડુંક ઘી મૂકવું. ઘી ઓગળે એટલે તેમાં કેરીનો રસ નાખવો અને હલાવ્યા કરવું.

(2) ખદખદવા આવે એટલે તેમાં દૂધ નાખવું, થોડુંક ઘટ્ટ થાય એટલે ખાંડ નાખવી, થોડુંક ઘી નાખવું, બરાસ ભૂકો કરી નાખવો, ઇલાયચી અને કેસર નાખવાં.

(3) જ્યારે વધારે ઘટ્ટ થાય અને ઠરે ત્યારે થાળીમાં તેલ લગાડી ઠારી દેવું, ઉપર વરખ લગાડવો. પછી કાપા કરવા.

113. આદુપાક [15થી 20 નંગ]

સામગ્રી

(1) 100 ગ્રામ આદુ (2) 300 મિલિ દૂધ

(3) 200 ગ્રામ ખાંડ (4) 2 ટેબલ સ્પૂન ઘી

(5) સૂંઠ (6) વરખ

રીત

(1) આદુને સરસ રીતે ધોઈને છોલી નાખવું. તેના નાના ટુકડા કરવા.

(2) મિક્સરમાં આદુ, દૂધ અને ખાંડ મિક્સ કરવાં. બરાબર મિક્સ થઈ જાય એટલે ગૅસ પર એક વાસણમાં 1 ટેબલ સ્પૂન ઘી મૂકી ગરમ કરવું.

(3) આદુપાક બીજા પાક કરતાં સહેજ ઢીલો રાખવો. દૂધ બળી જાય ત્યાં સુધી ગરમ થવા દેવું.

(4) ઘટ્ટ થાય એટલે સૂંઠ નાખી ઉતારી લેવું. તેમાં 1 ટેબલ સ્પૂન ઘી નાખવું.

(5) થાળીમાં તેલ લગાડી પાકને ઠારી દેવો. તેની ઉપર વરખ લગાડવો. પછી કાપા કરવા.

નોંધ : 4 ટેબલ સ્પૂન મલાઈ નાખી, દૂધ 200 મિલિથી પણ સરસ પાક થાય છે. દૂધ બાળીને ઘટ્ટ થાય ત્યારે મલાઈ નાખવી.

114. તલની ચીકી

રીત 1 માટેની સામગ્રી

(1) 1 કપ તલ (2) $\frac{1}{4}$ કપ ઘી

(3) 1 કપ ગોળ (4) 1 ટી સ્પૂન ગ્લુકોઝ

રીત 1

(1) તલને શેકવા. ગોળ-ઘીનો પાયો કરી તેમાં તલ નાખવા.

(2) લોચાદાર થાય એટલે ઉતારી, તેમાં 1 ટી સ્પૂન ગ્લુકોઝ નાખી ઠારી દેવું.

(3) તલ ધીમે ધીમે નાખવા. ગોળની જાત પ્રમાણે તલ સમાશે.

(4) ગ્લુકોઝ નાખવાથી તલસાંકળી સફેદ થાય છે. પછી કાપા કરવા.

નોંધ: ગોળ ઓગળે અને ખદખદ થાય એટલે પાયો થઈ ગયો કહેવાય.

રીત 2 માટેની સામગ્રી

(1) 1 કપ તલ (2) 1 કપ ગોળનો ભૂકો

(3) બૂરું ખાંડ

રીત 2

(1) 1 નાની કટોરી ગોળ અને 1 ટી સ્પૂન પાણીનો પાયો કરી ખદખદ થાય, કૉફી કલર થાય અને ટપકું મૂકીએ તો ખસે નહીં તેવી ચાસણી કરવી.

(2) આ ચાસણીમાં ધીમે ધીમે 1 નાની કટોરી તલ નાખતા જવું અને બરાબર હલાવી ગોળો કરી નીચે ઉતારી લેવું. જેના ઉપર ચીકી વણવી હોય તેના ઉપર બૂરું ખાંડ ભભરાવવી અને તલનો ગોળો તરત જ મૂકી જલદી જલદી વેલણથી વણવું. ચીકી પાતળી કરવી. આ જ રીતે બીજા રોટલા તૈયાર કરવા. (રસોડાના પ્લૅટફૉર્મ ઉપર પણ વણી શકાય.) ચપ્પાથી કાપા કરવા. રોટલો છાપા ઉપર મૂકી સુકાવા દેવો. પછી ટુકડા કરવા.

નોંધ: પાણીના બદલે 1 ટી સ્પૂન ઘી નાખીને પણ પાયો થઈ શકે.

રીત 3 માટેની સામગ્રી

(1) 1 કપ તલ (2) સહેજ ઘી

(3) 1 કપ ખાંડ (4) બૂરું ખાંડ

રીત 3

(1) તલ શેકી નાખવા. ગૅસ પર એક વાસણમાં સહેજ ઘી મૂકી, તેમાં 1 નાની કટોરી ખાંડ નાખવી. હલાવતા જવું. ટપકું મૂકીએ અને ખસે નહીં તેવી ચાસણી કરવી.

(2) આ ચાસણીમાં ધીમે ધીમે 1 નાની કટોરી તલ નાખવા. બરાબર હલાવી ગોળો કરી નીચે ઉતારી લેવું. જેના ઉપર ચીકી વણવી હોય તેના ઉપર બૂરું ખાંડ ભભરાવી, તલનો ગોળો તરત જ મૂકી, જલદી જલદી વેલણથી વણવું. ચીકી પાતળી કરવી. આ જ રીતે બીજા રોટલા તૈયાર કરવા. (રસોડાના પ્લૅટફૉર્મ ઉપર પણ વણી શકાય.) ચપ્પાથી કાપા કરવા. રોટલો છાપા ઉપર મૂકી સુકાવા દેવો. પછી ટુકડા કરવા.

વૅરિએશન 1

આ રીતે કોપરાની છીણની, સીંગની, કાજુની, બદામની ચીકી પણ કરી શકાય. સીંગ, બદામ અને કાજુ ઝીણાં વાટવાં.

વૅરિએશન 2

આદુને છીણી, સહેજ ઘી મૂકી, સાંતળીને પછી તલની ચીકીની જેમ આદુની ચીકી કરી શકાય.

વૅરિએશન 3

ટૅંગના ઑરેંજ, પાઇનેપલ, લેમન કે બીજી કોઈ પણ કંપનીના પાઉડર લઈ, $\frac{1}{2}$ કટોરી તલ, $\frac{1}{2}$ કટોરી પાઉડર મિક્સ કરી ખટ્ટીમીઠી ચીકી થઈ શકે.

નોંધ: (1) રીત 2 અને રીત 3માં 4 રોટલા થશે.

(2) નાની કટોરી તલ અને તેટલી જ ખાંડ લઈ 1 રોટલો કરવો અને પાતળો વણવો.

115. મમરાની ચીકી [35થી 40 નંગ]

સામગ્રી

(1) 100 ગ્રામ મમરા (2) 2 ટેબલ સ્પૂન ઘી

(3) 200 ગ્રામ ગોળ (4) 1 ટેબલ સ્પૂન ગ્લુકોઝ

રીત

(1) મમરા શેકી નાખવા. ઘીમાં ગોળનો ભૂકો નાખી પાયો કરવો.

(2) ખદખદ થાય એટલે મમરા નાખવા. ગ્લુકોઝ નાખવો હોય તો નખાય. તેનાથી ચીકી સફેદ અને કડક થાય છે.

(3) ગોળમાં મમરા જેટલા સમાય એટલા જ નાખવા. પછી થાળીમાં તેલ લગાડી ઠારી દેવું. કાપા કરવા.

116. મેથીનો લાડવો [35થી 40 નંગ]

સામગ્રી

(1) 100 ગ્રામ સૂકી મેથીનો લોટ

(2) 350 ગ્રામથી 400 ગ્રામ ઘી

(3) 250 ગ્રામ ઘઉંનો જાડો લોટ

(4) 300 ગ્રામ ગોળ (5) કોપરાની છીણ

(6) બદામ, ખસખસ, સૂંઠનો પાઉડર, ગંઠોડાનો પાઉડર અને મગજતરીનાં બી પ્રમાણસર
(7) 250 ગ્રામ બૂરું ખાંડ

રીત

(1) વધારે ઘી મૂકી ઘઉંનો જાડો લોટ શેકવો. ગોળનો ભૂકો કરી, થાળીમાં રાખી, તેમાં શેકેલો લોટ નાખવો.
(2) બીજી થાળીમાં (કાછલીમાંથી છીણેલી) કોપરાની છીણ, બદામ (ખાંડેલી), મગજ-તરીનાં બી (ખાંડેલાં), સૂંઠનો પાઉડર, ગંઠોડાનો પાઉડર અને બૂરું ખાંડ ભેગાં કરવાં. ખસખસ નાખવી.
(3) પછી શેકેલો લોટ ઠંડો પડે એટલે આ બધી વસ્તુઓનું મિશ્રણ કરવું. ઠંડું થાય એટલે મેથીનો લોટ નાખવો. ઘી ઓછું લાગે તો નાખવું અને લાડવા વાળવા.

નોંધ : (1) મેથીના લાડુ પુરુષો માટે કરવા હોય તો 150 ગ્રામ ખેરી ગુંદરને ખાંડીને તેમાં નાખવો. મેથીના લાડુ સ્ત્રીઓ માટે કરવા હોય તો બાવળનો ગુંદર 150 ગ્રામ ખાંડી, ઘીમાં શેકીને મિશ્રણમાં નાખવો.
(2) અડદનો લોટ નાખવો હોય તો દૂધ અને ઘી નાખી ધાબું દેવું. ત્યારપછી લોટને શેકી, ભેળવીને લાડવા વાળવા.
(3) મેથી વધારે રાખવી હોય તો ઘઉંનો લોટ ઓછો નાખવો.

117. ગુંદરપાક

સામગ્રી

(1) 100 ગ્રામ બાવળનો ગુંદર
(2) 100 ગ્રામ ઘી (3) 1 લિટર દૂધ
(4) 200 ગ્રામ ખાંડ (5) બદામ અને ખસખસ
(6) 1 કાછલી કોપરું
(7) 100 ગ્રામ મગજતરીનાં બી
(8) 1 મોટો ચમચો સૂંઠનો પાઉડર
(9) 1 મોટો ચમચો ગંઠોડાનો પાઉડર

રીત

(1) ગૅસ પર એક વાસણમાં ઘી ગરમ કરવા મૂકવું. જો ઘીમાં પલળેલો ગુંદર હોય તો ઓછું ઘી મૂકવું. નહીંતર વધારે ઘી મૂકવું. તેમાં ગુંદર નાખી હલાવતા જવું. બીજું ઘી ઉમેરવું.
(2) ગુંદર શેકાઈ જાય અને કલર બદલાય એટલે તેમાં ધીરે ધીરે દૂધ રેડતા જવું અને હલાવ્યા કરવું. પછી ખાંડ નાખવી. દૂધને બાળવું.
(3) ખસખસ, મગજતરીનાં બી અને બદામ ખાંડીને તૈયાર કરવાં. કોપરાને છીણીને તૈયાર રાખવું.
(4) ઘટ્ટ થાય એટલે બધો મસાલો નાખવો. સહેજ ઢીલું રાખવું અને ડબ્બામાં ભરવું.

નોંધ : (1) આ ગુંદર પાક ડિલિવરી થાય પછી 1 મહિના બાદ ખવાય. જ્યારે ડિલિવરી થાય ત્યારે ગુંદરને વાટીને ઘીમાં પલાળવો અને ફ્રિજમાં રાખવો.
(2) દરેક શિયાળામાં પણ ગુંદર ખવાય. તેને માટે તરત પલાળીને કરાય. ગુંદર પલાળ્યા વગર પણ થાય.

118. પેદ

સામગ્રી

(1) 100 ગ્રામ બાવળનો ગુંદર
(2) 1 લિટર દૂધ (3) 50 ગ્રામ ઘી
(4) 100 થી 150 ગ્રામ ખાંડ
(5) 50 ગ્રામ કોપરું
(6) 10 ગ્રામ ગોખરુ (ખાંડેલું)
(7) બદામ, પિસ્તા, ખસખસ, જાયફળ અને જાવંત્રી
(8) 30 ગ્રામ સૂંઠનો પાઉડર
(9) 20 ગ્રામ ગંઠોડાનો પાઉડર

રીત

(1) ગૅસ પર એક વાસણમાં ઘી લગાડી દૂધ ગરમ કરવું. ઊભરો આવે એટલે તેમાં ખાંડ નાખવી. પછી તેમાં ખાંડેલો ગુંદર નાખવો.
(2) ઘટ્ટ થવા આવે એટલે પહેલાં તેમાં કોપરાની છીણ નાખવી, પછી બધો મસાલો ખાંડીને નાખવો. થોડુંક ઘી નાખતા રહેવું.
(3) શીરાની જેમ ઘી છૂટું પડે એટલે પેદ ઉતારી ડબ્બામાં ભરી દેવી.

119. અડદિયું [25 થી 30 નંગ]

સામગ્રી

(1) 250 ગ્રામ અડદનો ઝીણો લોટ
(2) 350 ગ્રામ ઘી (3) થોડુંક દૂધ
(4) 125 ગ્રામ ગુંદર (5) $\frac{1}{2}$ કપ કોપરાની છીણ
(6) 10 થી 15 નંગ બદામ

(7) 10 પિસ્તા (8) 10 ઇલાયચી
(9) 3 ટેબલ સ્પૂન સૂંઠનો પાઉડર
(10) 3 ટેબલ સ્પૂન ગંઠોડાનો પાઉડર
(11) $\frac{1}{4}$ જાયફળ
(12) 150થી 200 ગ્રામ બૂરું ખાંડ

રીત

(1) અડદના લોટને ઘી અને દૂધ નાખી ધાબુ દેવું. ત્યાર બાદ લોટને ચાળીને ઘીમાં શેકવો.
(2) લોટ શેકાઈ જાય પછી તેમાં ખાંડેલો ગુંદર નાખવો.
(3) ગુંદર સહેજ શેકાઈ જાય એટલે નીચે ઉતારી તેમાં કોપરું તેમજ બીજા બધા તેજાના નાખવા.
(4) થોડુંક ઠંડું પડે એટલે તેમાં ખાંડ નાખવી. 3થી 4 ટેબલ સ્પૂન ઘી નાખવું. થાળીમાં ઠારવું. બે કલાક પછી કાપા પાડવા.

120. સોભાગસૂંઠ

સામગ્રી

(1) 600 ગ્રામ સૂંઠનો પાઉડર
(2) 150 ગ્રામ ઘી
(3) 2 લિટર દૂધ (4) 800 ગ્રામ ખાંડ
(5) 100 ગ્રામ બદામ (6) 15 ગ્રામ પિસ્તા
(7) 50 ગ્રામ મગજતરીનાં બી
(8) 10 ગ્રામ ટેટીનાં બી
(9) 15 ગ્રામ ગંઠોડાનો પાઉડર
(10) 15 ગ્રામ ધોળાં મરી (ધોળાં મરી ન હોય તો કાળાં મરી ચાલે.)
(11) 4 ગ્રામ તજ (12) 5 ગ્રામ પીપર
(13) 5 ગ્રામ વાંસકપૂર (14) $2\frac{1}{2}$ ગ્રામ લવિંગ
(15) 1 નંગ જાયફળ (16) $2\frac{1}{2}$ ગ્રામ કેસર
(17) $2\frac{1}{2}$ ગ્રામ ઇલાયચી (18) 3 ગ્રામ જાવંત્રી
(19) 3 પાસા બરાસ (20) વરખ

રીત

(1) બધા તેજાનાનો જુદો જુદો ભૂકો (ક્રશ) કરી રાખવો. ચાળવાની જરૂર નથી.
(2) ગૅસ પર એક વાસણમાં 3થી 4 ટેબલ સ્પૂન ઘી ગરમ કરવા મૂકી તેમાં સૂંઠ નાખવી અને બરાબર સાંતળવી. કૉફી કલર થાય એટલે થાળીમાં કાઢી લેવી.
(3) 3થી 4 કલાક પહેલાં દૂધનો માવો કરી રાખવો. પછી તેને મસળીને છૂટો કરવો. ઘી લઈ તેમાં માવો શેકવો. શેકાઈ જાય એટલે તે પણ સૂંઠ ભેગો નાખી દેવો.
(4) એ જ વાસણમાં ખાંડ લઈ, ખાંડ ડૂબે એટલું પાણી લઈ ચાસણી કરવી. જ્યારે ટપકું પડે અને ખસે નહીં તેવી 3 તારની ચાસણી થાય એટલે તેમાં સૂંઠ અને માવો નાખી ગૅસ બંધ કરવો અને હલાવ્યા કરવું.
(5) પછી તે ઠરે તેવું લાગે છે કે નહીં તે જોવું. એક થાળીમાં કાઢવું. ગોટી વળે તેવું ન થાય તો ફરીથી થોડીક વાર ગૅસ પર મૂકવું અને ઉતારી લેવું.
(6) પછી તેમાં બદામ, પિસ્તા, મગજતરીનાં બી, ટેટીનાં બીનો ભૂકો નાખવો. ધીમે ધીમે બધો મસાલો નાખતા જવું અને હલાવતા જવું. ગાંગડી ન પડે તે માટે થોડું થોડું નાખવું.
(7) ઇલાયચી, કેસર, જાયફળ, જાવંત્રી છેક છેલ્લે નાખવાં. બરાબર ઠરી જાય તેવું લાગે ત્યારે 3 પીસ બરાસનો ભૂકો કરીને નાખવાં. (બરાસ વધારે નાખશો તો કડવું લાગશે.)
(8) ઘી લગાડી થાળીમાં ઠારી દેવું. તેની પર વરખ લગાડી કાપા કરવા. ડબામાં ભરવા. સહેજ હવા જાય તેવું રાખવું અથવા ફ્રિજમાં મૂકવું.

121. આંબળાંનું જીવન

સામગ્રી

(1) 1 કિલો આંબળાં (2) 7 ટેબલ સ્પૂન ઘી
(3) 2 કિલો 200 ગ્રામ સાકર (ખાંડ)
(4) 1 નંગ જાયફળ
(5) 10 ગ્રામ નાગકેસર
(6) 25 ગ્રામ તમાલપત્ર
(7) 5 ગ્રામ લવિંગ (8) 25 ગ્રામ ચારોળી
(9) 10 ગ્રામ કાળી મૂસળી
(10) 10 ગ્રામ પીપર (11) 20 ગ્રામ બદામ
(12) 10 ગ્રામ ઇલાયચી
(13) 10 ગ્રામ જાવંત્રી (14) 5 ગ્રામ કેસર
(15) 25 ગ્રામ આસન (અશ્વગંધા)
(16) 10 ગ્રામ તજ (17) 25 ગ્રામ સાલમ

(18) 10 ગ્રામ ધોળી મૂસળી

(19) 30 ગ્રામ ગંઠોડા

(20) 10 ગ્રામ પિસ્તા

રીત

(1) ઉપરની બધી વસ્તુઓ અધકચરી ખાંડી, મિક્સરમાં મિક્સ કરી, મેંદો ચાળવાની ચાળણીથી ચાળી નાખવી.

(2) બદામ, પિસ્તા, ચારોળી અને જાયફળ જુદાં ખાંડવાં. સરસ ઝીણું થયું હોય તો ચાળવું નહીં.

(3) આંબળાં મોટાં લેવાં. તેમને ધોઈ, કૂકરમાં કાંઠલો મૂકી, ચાળણીમાં મૂકવાં અને વરાળથી બાફવાં.

(4) ઠંડાં પડે એટલે ઠળિયા કાઢી, કિચનમાસ્ટર કે ગળણીમાં ગાળી માવો તૈયાર કરવો.

(5) ગૅસ પર એક વાસણમાં 7 ટેબલ સ્પૂન ઘી ગરમ કરવા મૂકી, તેમાં આંબળાંનો માવો નાખવો. થોડીક વાર રહીને તેમાં ખાંડ નાખવી.

(6) પારદર્શક થાય અને સહેજ ઘેરો રંગ થાય એટલે થોડું ડિશમાં કાઢીને જોવું. માવો બહાર પ્રસરે નહીં, ટપકું જ રહે ત્યારે ગૅસ બંધ કરી દેવો. ધીમે ધીમે મસાલા નાખતા જવું અને હલાવતા જવું.

(7) થોડું ઘટ્ટ થાય એટલે ઠારી લેવું. ગોટી વળે એવું ન થાય તો ફરીથી ગરમ કરવું. ઢીલું રાખવું.

નોંધ : (1) 1 કિલો આંબળાંમાં 1 કિલો ખાંડ અને 500 ગ્રામ મધ નાખી આંબળાંનું જીવન બનાવી શકાય.

(2) જ્યારે ઘટ્ટ થાય ત્યારે નીચે ઉતારી લેવું. 10 મિનિટ પછી મધ નાખીને હલાવવું.

2 ફરસાણ અને નાસ્તા

ફરસાણ

નોંધ : 'મરચાં' એટલે લીલાં મરચાં અને 'મરચું' એટલે સૂકું લાલ મરચું એમ સમજવું.

122. સમોસા વિથ મકાઈનો રગડો ઍન્ડ નુડલ્સ [2 વ્યક્તિ]

સામગ્રી

(1) 1 કપ બાફેલા મકાઈના દાણા – 100 ગ્રામ

(2) 200 ગ્રામ બાફેલા બટાકા

(3) $\frac{1}{2}$ કપ બાફેલા લીલા વટાણા

(4) 1 ટેબલ સ્પૂન કોર્નફ્લોર

(5) 1 કપ ટોમેટો કેચપ

(6) $\frac{3}{4}$ કપ મેંદો

(7) 2 ટેબલ સ્પૂન ઘઉંનો લોટ

(8) 2 ટેબલ સ્પૂન રવો

(9) 2 ટેબલ સ્પૂન ઘી (10) તેલ પ્રમાણસર

(11) 1 ટી સ્પૂન બટર

(12) 1 ટી સ્પૂન વાટેલાં આદુ-મરચાં

(13) 2 ટી સ્પૂન ઝીણી સમારેલી કોથમીર

સૂકા મસાલાની સામગ્રી

(1) 1 ટી સ્પૂન ગરમ મસાલો

(2) $\frac{1}{4}$ ટી સ્પૂન હળદર

(3) 1 ટી સ્પૂન ફુદીનાનો પાઉડર

(4) 1 ટી સ્પૂન અનારદાણા કે આમચૂર પાઉડર

(5) $\frac{1}{4}$ ટી સ્પૂન તજ-લવિંગનો ભૂકો

(6) મીઠું પ્રમાણસર

સજાવટ માટે : તળેલા નુડલ્સ, ઝીણી સમારેલી ડુંગળી, કૅપ્સિકમ

રીત

(1) બાફેલા બટાકાના ઝીણા ટુકડા કરવા.

(2) બાફેલા વટાણા અને 4 ટેબલ સ્પૂન મકાઈને અધકચરા ક્રશ કરવા.

(3) ગૅસ પર નૉન-સ્ટિકમાં 1 ટેબલ સ્પૂન તેલ ગરમ કરવા મૂકી, જીરું નાખી, તતડે એટલે હિંગ નાખી, વટાણા અને મકાઈના અધકચરા દાણા નાખી સાંતળવું. 2 ટેબલ સ્પૂન જેટલા વટાણા રહેવા દેવા.

(4) બટાકાના ટુકડા નાખી મિક્સ કરવું.

(5) મીઠું તથા સૂકા મસાલાની બધી સામગ્રી તેમજ આદુ-મરચાં અને કોથમીર નાખી, બધું મિક્સ કરી ગૅસ બંધ કરવો. પૂરણ ઠંડું કરવું.

(6) મેદામાં ઘઉંનો લોટ, રવો, મીઠું તથા ઘીનું મોણ નાખી, પાણીથી પૂરી જેવી કણક બાંધવી.

(7) કણકના લુઆ કરી, પૂરી વણી, તેને વચ્ચેથી કાપી 2 ભાગ કરી, 1 ભાગમાં પૂરણ ભરી, સમોસા ભરવા. આ જ રીતે બધા સમોસા ભરવા અને તેલમાં તળવા.

(8) એક વાસણમાં $\frac{3}{4}$ કપ પાણી લઈ, તેમાં કૉર્નફ્લોર ઓગાળી, તેને ટોમેટો સોસમાં ઉમેરી, ગૅસ પર ગરમ કરવા મૂકવું. મીઠું, લાલ મરચું નાખવાં.

(9) તેમાં બટરમાં સાંતળેલા બાફેલા મકાઈના દાણા ઉમેરો. ઊકળે એટલે રગડો તૈયાર. બાફેલા નુડલ્સ કપડા વડે કોરા કરી, ઉપર કૉર્નફ્લોર છાંટી, આકરા તાપે તળી લેવા.

(10) ડીપ પ્લેટમાં સમોસા મૂકી, તેની ઉપર ગરમાગરમ મકાઈનો રગડો રેડી, ઝીણી સમારેલી ડુંગળી, કોથમીર અને તળેલા નુડલ્સથી સજાવી સર્વ કરવું.

123. કૅપ્સિકમ, ઓનિયન, પાઇનેપલ રિંગ

સામગ્રી

(1) 1 નાની કટોરી મેંદો
(2) 1 નાની કટોરી કૉર્નફ્લોર
(3) 1 નાની કટોરી ચોખાનો લોટ
(4) મરીનો ભૂકો પ્રમાણસર
(5) ચપટી સાજીનાં ફૂલ (સોડા બાયકાર્બ) કે બેકિંગ સોડા
(6) કૅપ્સિકમ, ડુંગળી, પાઇનેપલ – જરૂર મુજબ
(7) તેલ પ્રમાણસર
(8) ચાટ મસાલો (9) મીઠું પ્રમાણસર

રીત

(1) ત્રણેય લોટ મિક્સ કરી તેમાં મીઠું, સાજીનાં ફૂલ અને મરીનો ભૂકો નાખી ભજિયાં જેવું ખીરું તૈયાર કરવું.

(2) ડુંગળીની જાડી આડી રિંગ કાપી, સાચવીને આખી રિંગો છૂટી પાડવી.

(3) કૅપ્સિકમની જાડી આડી રિંગ કાપવી.

(4) પાઇનેપલની પાતળી આડી રિંગ કાપવી અથવા તેના ચોરસ ટુકડા કરવા.

(5) કૅપ્સિકમ, ડુંગળી અને પાઇનેપલની રિંગને ખીરામાં બોળી, ગરમ તેલમાં સોનેરી રંગના તળવા.

(6) ઉપર ચાટ મસાલો ભભરાવવો.

124. રોપટોપ [8 નંગ]

સામગ્રી

(1) 4 બ્રેડ સ્લાઇસ (2) $\frac{1}{2}$ કપ સોજી
(3) 2 ટેબલ સ્પૂન મલાઈ
(4) 1 ઝીણું સમારેલું ટમેટું
(5) 1 નાનું ઝીણું સમારેલું કૅપ્સિકમ
(6) 1 ઝીણી સમારેલી ડુંગળી
(7) $\frac{1}{2}$ ટી સ્પૂન મરીનો ભૂકો
(8) $\frac{1}{2}$ ટી સ્પૂન જીરું
(9) 4થી 6 ટેબલ સ્પૂન દૂધ
(10) ઘી પ્રમાણસર (11) મીઠું પ્રમાણસર

રીત

(1) એક વાસણમાં સોજી અને મલાઈ મિક્સ કરી, જરૂરી દૂધ નાખી પેસ્ટ તૈયાર કરવી.

(2) તેમાં ટમેટું, કૅપ્સિકમ, ડુંગળી, મરીનો ભૂકો, જીરું અને મીઠું નાખી બરાબર મિક્સ કરવું.

(3) બ્રેડની સ્લાઇસ ઉપર પેસ્ટ પાથરવી.

(4) ગૅસ પર નૉન-સ્ટિકમાં ઘી મૂકી બ્રેડની સ્લાઇસ ઊંધી મૂકવી. બંને બાજુ ગુલાબી સાંતળવી.

(5) ત્રિકોણ કાપી ટોમેટો કેચપ સાથે સર્વ કરવું.

125. ભજિયાં

સામગ્રી

(1) 1 કપ ચણાનો ઝીણો લોટ
(2) 1 ટી સ્પૂન મરચું
(3) $\frac{1}{4}$ ટી સ્પૂન હળદર
(4) 1 ટી સ્પૂન ખાંડ
(5) 1 ટી સ્પૂન ધાણાજીરું
(6) $\frac{1}{4}$ ટી સ્પૂન ગરમ મસાલો

(7) 1 ટી સ્પૂન કણકીનો લોટ
(8) સહેજ સાજીનાં ફૂલ (સોડા બાયકાર્બ)
(9) બટાકા, ડુંગળી, મરચાં
(10) કેળાં, કેરી, કોળું, રીંગણ અને રતાળુ
(11) અજમાનાં પાન, પોઈનાં પાન
(12) તેલ પ્રમાણસર
(13) મીઠું પ્રમાણસર

રીત

(1) ચણાના લોટમાં બધો મસાલો નાખી ખીરું પલાળવું.
(2) કેળાં કે મરચાંનાં ભજિયાં કરવાં હોય તો ખીરું જાડું રાખવું. પહેલાં તેનાં ભજિયાં ઉતારી પછી ખીરું ઢીલું કરવું.
(3) બટાકા અને ડુંગળીનાં પાતળાં પીતાં કરવાં. કેળાંનાં જાડાં પીતાં કરવાં.
(4) મરચાંમાં કાપા કરી, બિયાં કાઢી, મીઠું, ધાણાજીરું, ખાંડ ભરવાં. આફૂસ કેરીનાં ચોરસ પીતાં કરવાં.
(5) ગૅસ પર એક વાસણમાં તેલ ગરમ કરવા મૂકવું. જેનાં ભજિયાં કરવાં હોય તેનાં પીતાં ખીરામાં બોળી તેલમાં નાખવાં અને તળવાં.
(6) આમ, વારાફરતી બધાં ભજિયાં ઉતારવાં.

126. બટાકાવડાં [5 વ્યક્તિ]

સામગ્રી

(1) 500 ગ્રામ ખાડાવાળા બટાકા
(2) તેલ પ્રમાણસર
(3) $\frac{1}{2}$ ટી સ્પૂન જીરું
(4) 1 ટી સ્પૂન તલ
(5) 2 ટી સ્પૂન વાટેલાં આદુ-મરચાં
(6) 3 ટેબલ સ્પૂન ઝીણી સમારેલી કોથમીર
(7) $\frac{1}{2}$ ટી સ્પૂન લીંબુનાં ફૂલ
(8) 2 ટી સ્પૂન ખાંડ
(9) 2 ટી સ્પૂન આરાલોટ
(10) 1 ટી સ્પૂન ગરમ મસાલો
(11) કાજુ
(12) દ્રાક્ષ
(13) 150 ગ્રામ ચણાનો ઝીણો લોટ
(14) $\frac{1}{2}$ ટી સ્પૂન લાલ મરચું
(15) $\frac{1}{4}$ ટી સ્પૂન હળદર
(16) 4 ટી સ્પૂન કણકીનો લોટ
(17) મીઠું પ્રમાણસર

રીત

(1) બટાકાને બાફીને પાણીમાં નાખ્યા વગર ઠંડાં કરવા. છાલ કાઢીને છીણી નાખવાં.
(2) 2 ટી સ્પૂન તેલમાં જીરું અને તલ નાખી વઘાર કરવો. તેમાં આદુ, મરચાં, કોથમીર, લીંબુનાં ફૂલ, ખાંડ અને આરાલોટ નાખવાં.
(3) ઠંડું પડે એટલે બટાકાના માવામાં મિક્સ કરવું. તેમાં મીઠું, કાજુ, દ્રાક્ષ, ગરમ મસાલો નાખવાં. ગોળા વાળવા.
(4) ચણાના લોટમાં મીઠું, મરચું, સહેજ હળદર અને કણકીનો લોટ નાખી ખીરું પલાળવું. તેમાં ગોળા બોળીને ગરમ તેલમાં તળવા.

નોંધ : 8થી 10 કળી લસણ વાટીને આદુ, મરચાં સાથે સાંતળી શકાય.

વૅરિએશન

પાલક વડાં : ઉપર પ્રમાણે બટાકાવડાંનો મસાલો તૈયાર કરવો. તેમાં 1 ઝૂડી પાલક ઝીણી સમારીને નાખવી. બરાબર મિક્સ કરી ગોળા વાળલા. ઈડલીના ખીરામાં બોળી તળવા. લાલ, લીલી ચટણી સાથે સર્વ કરવાં.

127. કાજુવડાં [5 વ્યક્તિ]

સામગ્રી

(1) 500 ગ્રામ બટાકા
(2) 2 ટી સ્પૂન વાટેલાં આદુ-મરચાં
(3) 2 ટી સ્પૂન ખાંડ
(4) 3 ટેબલ સ્પૂન ઝીણી સમારેલી કોથમીર
(5) $\frac{1}{2}$ ટી સ્પૂન લીંબુનાં ફૂલ
(6) 1 ટી સ્પૂન ગરમ મસાલો
(7) 1 ટી સ્પૂન તલ
(8) કાજુ અને દ્રાક્ષ પ્રમાણસર

(9) બ્રેડનો ભૂકો

(10) તેલ પ્રમાણસર

(11) મીઠું પ્રમાણસર

રીત

(1) બટાકાને બાફી, ઠંડા પાડી, છાલ કાઢીને છીણી નાખવા. તેમાં કાજુદ્રાક્ષ સિવાયનો બધો મસાલો નાખી મિશ્રણ કરવું.

(2) લુઓ લઈ, વચ્ચે ખાડો કરી, તેમાં કાજુ-દ્રાક્ષના ટુકડા કરીને નાખવા, રોલ વાળવા અને બ્રેડના ભૂકામાં રગદોળી ગરમ તેલમાં તળી નાખવા.

128. દાળવડાં [5થી 6 વ્યક્તિ]

સામગ્રી

(1) 500 ગ્રામ મગની ફોતરાવાળી દાળ

(2) નાનો ટુકડો આદુ

(3) 12થી 15 લીલાં મરચાં

(4) 10 કળી લસણ (5) ચપટી હિંગ

(6) ડુંગળી (7) મરચાં

(8) તેલ પ્રમાણસર (9) મીઠું પ્રમાણસર

રીત

(1) દાળને 6થી 8 કલાક પલાળવી. પછી મિક્સરમાં અધકચરી વાટવી. તેમાં મીઠું નાખવું.

(2) આદુ, મરચાં, હિંગ અને લસણ વાટીને નાખવાં. ફીણીને ગરમ તેલમાં વડાં ઉતારવાં.

(3) ડુંગળી લાંબી કાપી, મીઠું નાખી, દાળવડાં સાથે પીરસવી. મરચાં તળીને મૂકવાં.

વૅરિએશન

(1) મગની દાળમાં થોડીક અડદની દાળ પણ નાખી શકાય.

(2) ચોળાની અને અડદની દાળનાં પણ વડાં થાય.

(3) દાળમાં થોડા ચોખા નાખવાથી દાળવડાં સારાં થાય છે.

(4) 400 ગ્રામ ફોતરાવાળી મગની દાળ, 100 ગ્રામ ચણાની દાળ અને 50 ગ્રામ અડદની દાળને જુદી જુદી પલાળી, વાટી, તેમાં મીઠું, વાટેલાં આદુ, મરચાં અને લસણ તેમજ હિંગ નાખી, બરાબર ફીણીને દાળવડાં કરવાં.

(5) **ખીચડીનાં દાળવડાં :** ફોતરાવાળી મગની દાળ અને ચોખાની ઢીલી ખીચડીમાં ઘઉંનો લોટ, મીઠું, વાટેલાં મરચાં, આદુ અને હિંગ નાખી, બરાબર હલાવી વડાં ઉતારવાં. ડુંગળી ઝીણી સમારીને કે છીણીને તેમાં નાખી શકાય.

129. દહીંવડાં [5 વ્યક્તિ]

સામગ્રી

(1) 1 કપ ચોળાની દાળ

(2) 1 કપ અડદની દાળ

(3) $\frac{1}{4}$ કપ મગની દાળ

(4) તેલ પ્રમાણસર (5) 1 લિટર દહીં

(6) ગળી ચટણી (7) મરચું

(8) મીઠું પ્રમાણસર

રીત

(1) ત્રણેય દાળ 6 કલાક પલાળી, અધકચરી વાટી, તેમાં મીઠું નાખી, ગરમ તેલમાં વડાં ઉતારી, હૂંફાળા પાણીમાં નાખવાં.

(2) પીરસતી વખતે વડાંને દબાવીને પાણી કાઢવું. તેના પર દહીં, ગળી ચટણી, મીઠું અને મરચું નાખવાં.

વૅરિએશન

(1) 2 કપ ચોળાની દાળ, 1 કપ અડદની દાળનાં પણ દહીંવડાં થાય.

(2) **સ્ટોપ દહીંવડાં :** કચોરીના મસાલાનાં વડાં કરી, દહીંવડાંના ખીરામાં બોળીને તળવાં. બીજું બધું દહીંવડાંની જેમ કરવું.

(3) **વડાંની ચાટ :**

1. વડાંનું ખીરું તૈયાર કરી 2 કલાક આથો આવવા દેવો. તેમાં $\frac{1}{2}$ કપ ઝીણી સમારેલી કોથમીર નાખવી. જરૂર મુજબ ઇનો નાખી, બરાબર હલાવી, ઈડલીના વાસણમાં મૂકી ઈડલી ઉતારવી. ઇનોને બદલે સોડા બાયકાર્બ પણ નાખી શકાય.

2. પ્લેટમાં ઈડલી મૂકી ઊભા આડા કાપા કરવા. તેની ઉપર કોથમીરની ચટણી, ખજૂરની ચટણી, કાચી કેરીના ટુકડા, ટોમેટાના ટુકડા, ઝીણી સમારેલી ડુંગળી, ઝીણી સેવ તથા કોથમીર ભભરાવવી. ચાટ-મસાલો ભભરાવવો.

નોંધ : વડાં વહેલાં બનાવીને, દબાવીને પાણી કાઢીને, ફ્રિજમાં મૂકી શકાય.

130. મોટાં દહીંવડાં [5થી 6 વ્યક્તિ]

સામગ્રી

(1) $2\frac{1}{2}$ કપ છોતરાંવાળી મગની દાળ
(2) 2 ટી સ્પૂન વાટેલાં આદુ-મરચાં
(3) $\frac{1}{4}$ ટી સ્પૂન હિંગ (4) તેલ પ્રમાણસર
(5) 1 લિટર દહીં (6) મરચું
(7) સંચળ (8) ખજૂરની ચટણી
(9) મીઠું પ્રમાણસર

રીત

(1) દાળને 4થી 6 કલાક પલાળી, થોડાં છોતરાં કાઢીને અધકચરી વાટવી. તેમાં આદુ, મરચાં, હિંગ અને મીઠું નાખવાં.

(2) ચમચો પાણીમાં બોળી, ખીરું લઈ, ગરમ તેલમાં મૂકવું. મોટાં વડાં ઊતરશે.

(3) વડાં ઉતારીને હૂંફાળા પાણીમાં નાખવાં.

(4) પોચાં થાય એટલે દબાવીને પાણી કાઢી નાખવું. મોળું દહીં વલોવી વડાં ઉપર નાખવું. મીઠું, મરચું, સંચળ અને ખજૂરની ચટણી નાખવાં.

131. શાકનાં દહીંવડાં [35થી 40 નંગ]

સામગ્રી

(1) 100 ગ્રામ ફણસી
(2) 100 ગ્રામ ચોળી
(3) 200 ગ્રામ ગાજર
(4) 300 ગ્રામ બટાકા
(5) 1 ટી સ્પૂન વાટેલાં આદુ-મરચાં
(6) 3 ટેબલ સ્પૂન ઝીણી સમારેલી કોથમીર
(7) 1 ટી સ્પૂન તજ-લવિંગ
(8) 3 ટી સ્પૂન ખાંડ
(9) કાજુ અને દ્રાક્ષ
(10) 1 ટી સ્પૂન તલ
(11) 1 ટી સ્પૂન ગરમ મસાલો
(12) 200 ગ્રામ ચણાનો લોટ
(13) $\frac{1}{4}$ ટી સ્પૂન હળદર (14) તેલ પ્રમાણસર
(15) 1 લિટર દહીં (16) ગળી ચટણી
(17) મરચું (18) મીઠું પ્રમાણસર

રીત

(1) ફણસી, ચોળી, ગાજર અને બટાકાને વરાળથી બાફી ઠંડાં પડવા દેવાં. બટાકાની છાલ કાઢી, છીણીને તેમાં ફણસી, ચોળી, ગાજર અને બટાકા મિક્સ કરવા. તેમાં બધો મસાલો નાખી ગોળા વાળવા.

(2) ચણાના લોટમાં મીઠું અને હળદર નાખી બટાકાવડાં જેવું ખીરું બનાવવું.

(3) ખીરામાં ગોળાને બોળીને ગરમ તેલમાં તળી નાખવા. તેની ઉપર દહીં અને ગળી ચટણી નાખી ઉપર મીઠું-મરચું ભભરાવવું.

નોંધ : 1. આ વડાં ચણાના લોટના ખીરાની જગ્યાએ મેંદાના લોટના ખીરામાં પણ બનાવી શકાય.

2. ફણસી, ચોળી અને ગાજર ઝીણા સમારવા.

132. મેક્રોની વડાં [25 નંગ]

સામગ્રી

(1) 100 ગ્રામ મેક્રોની (2) 125 ગ્રામ વટાણા
(3) 250 ગ્રામ બટાકા (4) 125 ગ્રામ ફણસી
(5) $\frac{1}{2}$ કપ કોથમીર
(6) $1\frac{1}{2}$ ટેબલ સ્પૂન વાટેલાં મરચાં
(7) $\frac{1}{2}$ ટી સ્પૂન વાટેલું આદુ
(8) તેલ પ્રમાણસર
(9) મીઠું પ્રમાણસર

વ્હાઇટ સોસ માટે

(1) $\frac{1}{2}$ કપ મેંદો (2) 250 મિલિ દૂધ
(3) $\frac{1}{2}$ પૅકેટ માખણ (50 ગ્રામ)
(4) 125 ગ્રામ મોટાં મરચાં (કેપ્સિકમ)

રીત

(1) ગૅસ પર એક વાસણમાં માખણ અને મેંદો નાખી, ગુલાબી રંગનો થાય એટલે દૂધ રેડવું.

(2) તેમાં મોટાં મરચાં બારીક સમારીને નાખવાં. સોસ જાડો કરવો.

(3) મેક્રોનીના નાના ટુકડા કરી, મીઠું નાખી બાફવી. બટાકા, ફણસી (બારીક સમારીને) તથા વટાણા બાફવા.

(4) તૈયાર કરેલા વ્હાઇટ સોસમાં શાક અને મેક્રોની નાખવાં. બધો મસાલો ભેગો કરી, તેના ગોળા વાળી, ગરમ તેલમાં તળવું.

133. ભાતનાં દહીંવડાં [5થી 6 નંગ]

સામગ્રી અને રીત

(1) 1 કપ ભાતમાં પ્રમાણસર મીઠું, 1 ટી સ્પૂન મરચું, $\frac{1}{4}$ ટી સ્પૂન હળદર અને 1 ટી સ્પૂન ગરમ મસાલો નાખી, ગોળા વાળી, અડદના લોટના પાતળા ખીરામાં બોળીને તળવા.

(2) તેના પર દહીં, ગળી ચટણી, વાટેલું જીરું, મીઠું અને કોથમીર નાખવાં.

134. ગોટા [5થી 6 વ્યક્તિ]

સામગ્રી

(1) 2 કપ ચણાનો જાડો લોટ

(2) $\frac{1}{2}$ કપ ઘઉંનો જાડો લોટ

(3) 2 ઝૂડી મેથીની ભાજી

(4) 1 ટી સ્પૂન વાટેલાં આદુ-મરચાં

(5) 2 ટેબલ સ્પૂન ઝીણી સમારેલી કોથમીર

(6) 1 કપ દહીં

(7) 4 ટેબલ સ્પૂન ખાંડ

(8) ચપટી સાજીનાં ફૂલ (સોડા બાયકાર્બ)

(9) 1 ટી સ્પૂન તલ

(10) 10 નંગ મરી

(11) 1 ટી સ્પૂન ધાણા

(12) 1 ટી સ્પૂન ગરમ મસાલો

(13) તેલ પ્રમાણસર

(14) મીઠું પ્રમાણસર

રીત

(1) ચણાના લોટમાં ઘઉંનો લોટ નાખી, બધો મસાલો નાખવો. મરી અને ધાણા અધકચરા વાટવા.

(2) મેથીની ભાજી ઝીણી સમારી, સારી રીતે ધોઈને લોટમાં નાખવી. દહીં નાખી જાડું ખીરું બનાવવું.

(3) ખાંડ સહેજ આગળ પડતી નાખવી. તેલ અને પાણી ભેગાં કરી, સાજીનાં ફૂલ (સોડા બાય-કાર્બ) નાખી ગરમ કરવું અને ગોટા ઉતારતી વખતે ખીરામાં નાખવું. ગરમ તેલ નાખવું. બરાબર હલાવી ગરમ તેલમાં ગોટા ઉતારવા.

વૅરિએશન

(1) એકલા ચણાના ઝીણા લોટના તેમજ ચણાના જાડા લોટમાં થોડોક રવો (સોજી) નાખીને પણ ગોટા થાય.

(2) મેથીની ભાજીને બદલે કોથમીર, મીઠો લીમડો, પોઈનાં પાન, અળવીના પાન અને પાલકની ભાજીના ઝીણા સમારીને પણ ગોટા થાય.

(3) ડુંગળી છીણીને નખાય. દૂધી, કોળું, કોબીજ અને કાકડીને છીણીને તેનાં પકોડાં પણ થાય.

(4) **રવાના ગોટા :** ચણાના લોટ અને ઘઉંના લોટને બદલે $2\frac{1}{2}$ કપ રવો લઈ શકાય. મેથીની ભાજી થોડીક ઓછી નાખવી. એકલી કોથમીર નાખીને પણ વડા થઈ શકે. બાકીનો મસાલો અને રીત ગોટા પ્રમાણે.

135. દહીં પકોડાં [3થી 4 વ્યક્તિ]

સામગ્રી

(1) 125 ગ્રામ ચણાનો ઝીણો લોટ

(2) 25 ગ્રામ ઘઉંનો ઝીણો લોટ

(3) 25 ગ્રામ ચોખાનો લોટ

(4) 1 ટી સ્પૂન મરચું

(5) $\frac{1}{4}$ ટી સ્પૂન હળદર

(6) $\frac{1}{4}$ ટી સ્પૂન સાજીનાં ફૂલ (સોડા બાયકાર્બ)

(7) તેલ પ્રમાણસર (8) દહીં

(9) ગળી ચટણી (10) તીખી ચટણી

(11) મીઠું પ્રમાણસર

રીત

(1) ચણાના લોટમાં ઘઉંનો અને ચોખાનો લોટ નાખવો.

(2) તેમાં મીઠું, મરચું, હળદર અને સાજીનાં ફૂલ (સોડા બાયકાર્બ) નાખી, એકદમ ઢીલું ખીરું કરવું. પકોડાં ગરમ તેલમાં ઉતારી, સીધાં પાણીમાં નાખવાં.

(3) પકોડાને દબાવી, પાણી કાઢી, તેના પર દહીં, ગળી ચટણી, તીખી ચટણી, મીઠું, મરચું ભભરાવવાં.

વૅરિએશન

125 ગ્રામ ઘઉંનો ઝીણો લોટ અને 25 ગ્રામ ચણાનો ઝીણો લોટ પણ લઈ શકાય.

136. ભાતનાં પકોડાં [10થી 12 નંગ]

સામગ્રી

(1) $1\frac{1}{2}$ કપ ભાત
(2) 1 કપ ચણાનો લોટ
(3) $\frac{1}{4}$ ટી સ્પૂન હળદર
(4) 1 ટી સ્પૂન ખાંડ
(5) 1 ટી સ્પૂન વાટેલાં આદુ-મરચાં
(6) 1 કપ બાફેલાં શાકભાજી (ફણસી, ગાજર, બટાકા, વટાણા.)
(7) તેલ પ્રમાણસર
(8) મીઠું પ્રમાણસર

રીત

ઉપરની બધી સામગ્રી ભેગી કરી, ખીરું તૈયાર કરી, ગરમ તેલમાં પકોડાં તળવાં. શાકભાજી ન નાખવાં હોય તો પણ ચાલે. 2 ડુંગળી ઝીણી સમારીને નાખી શકાય.

137. વડાપાંઉ [20 નંગ]

સામગ્રી

(1) 250 ગ્રામ બટાકા
(2) તેલ પ્રમાણસર
(3) $\frac{1}{2}$ ટી સ્પૂન રાઈ
(4) 2 ટી સ્પૂન અડદની દાળ
(5) મીઠો લીમડો
(6) $\frac{1}{4}$ ટી સ્પૂન હળદર
(7) 1 ટી સ્પૂન તલ
(8) 3 નંગ ઝીણી સમારેલી ડુંગળી
(9) 1 ટી સ્પૂન વાટેલાં આદુ-મરચાં
(10) 2 ટેબલ સ્પૂન ઝીણી સમારેલી કોથમીર
(11) 1 નંગ લીંબુ (12) 2 ટી સ્પૂન ખાંડ
(13) ગળી ચટણી (14) તીખી ચટણી
(15) લસણની ચટણી (16) ઝીણી સેવ
(17) 20 નંગ ભાજીપાંઉની બ્રેડ
(18) ઘી અને માખણ
(19) ચણાનો લોટ પ્રમાણસર
(20) $\frac{1}{2}$ ટી સ્પૂન મરચું (21) મીઠું પ્રમાણસર

રીત

(1) બટાકાને બાફી, છોલીને છીણી નાખવા. ગૅસ પર એક વાસણમાં 2 ટેબલ સ્પૂન તેલમાં રાઈ, અડદની દાળ, લીમડો, તલ, હળદર અને ઝીણી સમારેલી ડુંગળી નાખવાં. બ્રાઉન થવા દેવું.

(2) તેમાં બટાકા અને બાકીનો મસાલો નાખવો. બટાકાવડાં ચપટાં વાળી, ચણાના લોટના ખીરામાં બોળી, તેલમાં તળી લેવાં.

(3) ભાજીપાંઉના બ્રેડને વચ્ચેથી સહેજ કાપી, માખણ લગાડી, ગળી ચટણી, લસણની ચટણી, તીખી કોથમીરની ચટણી પાથરી, તેના પર બટાકાવડાને મૂકી, ફરીથી ત્રણેય ચટણી પાથરી બંધ કરવું.

(4) લોઢી પર ઘી, તેલ મૂકી, બંને બાજુ શેકવું. તેની ઉપર સેવ અને કોથમીર ભભરાવવી.

વૅરિએશન

(1) લોઢી ઉપર 1 ટી સ્પૂન તેલ ગરમ મૂકી, લસણની સૂકી લાલ ચટણી નાખી, સાંતળવી.

(2) બ્રેડ વચ્ચેથી સહેજ કાપી, કાપેલી બાજુ લોઢી ઉપર લાલ ચટણી ઉપર મૂકી, ફેરવવું.

(3) બ્રેડ ગરમ થઈ જાય એટલે કોથમીરની ચટણી અને ગળી ચટણી પાથરી, બટાકાવડાને મૂકી બ્રેડ બંધ કરવી.

(4) તેના ઉપર સેવ અને કોથમીર ભભરાવી પીરસવું.

138. પાંદડાં [6 વ્યક્તિ]

સામગ્રી

(1) 250 ગ્રામ અળવીનાં પાંદડાં
(2) 225 ગ્રામ ચણાનો ઝીણો લોટ
(3) 2 ટી સ્પૂન મરચું
(4) ચપટી હિંગ
(5) 1 ટી સ્પૂન ગરમ મસાલો
(6) 5 ટેબલ સ્પૂન ખાંડ (7) 1 કપ દહીં
(8) લીંબુ (9) $\frac{1}{4}$ ટી સ્પૂન હળદર
(10) 1 ટી સ્પૂન ધાણાજીરું
(11) 1 કેળું
(12) તેલ પ્રમાણસર (13) 1 ટી સ્પૂન રાઈ
(14) 1 ટી સ્પૂન તલ (15) $\frac{1}{2}$ કપ છાશ
(16) 1 ટી સ્પૂન તજ-લવિંગનો ભૂકો
(17) કોપરાની છીણ (18) કોથમીર
(19) ખસખસ (20) મીઠું પ્રમાણસર

રીત

(1) પાંદડાંની નસો કાઢી, ધોઈને લૂછી નાખવાં.
(2) ચણાના ઝીણા લોટમાં બધો મસાલો, 2 ટેબલ સ્પૂન તેલનું મોણ, 3 ટેબલ સ્પૂન ખાંડ, 1 લીંબુ અને કેળું નાખવું. ખીરું જાડું બનાવવું.
(3) પાંદડાં ઉપર નસો દેખાય તે બાજુ મસાલાનું ખીરું ચોપડવું અને ખીરા ઉપર બીજું પાન મૂકવું પછી ફરી ખીરું પાથરવું. (એમ 3 – 4 પાન લેવાય.) કઠણ વાટા વાળવા.
(4) જે વાસણમાં મૂકવું હોય તેમાં કાંઠલો, પાણી મૂકી ચાળણીમાં વાટા મૂકવા. (કૂકરમાં વ્હિસલ વગર પણ ચાળણીમાં મુકાય.)
(5) બફાયા પછી ગરમ ગરમ છૂટાં પાડી, તેના પર તેલ લગાવવું, જેથી પાનનો કલર લીલો રહે અને પાંદડાં પોચાં રહે.
(6) તેના ટુકડા કરવા. વધારે તેલના વઘારમાં રાઈ, તલ, છાશ, મીઠું, ખાંડ અને થોડો તજ-લવિંગનો ભૂકો નાખી, પાંદડાં વઘારવાં. તેના ઉપર કોપરાની છીણ, કોથમીર અને ખસખસ ભભરાવવી.

નોંધ : પાંદડાં સાથે લીંબુના ટુકડા મૂકી પીરસવાં.

139. પાલકનાં પાંદડાં [4 વ્યક્તિ]

સામગ્રી

(1) 250 ગ્રામ પાલક
(2) 150 ગ્રામ ચણાનો લોટ
(3) 1 ટી સ્પૂન લાલ મરચું
(4) ચપટી હિંગ
(5) $\frac{1}{4}$ ટી સ્પૂન હળદર
(6) 1 ટી સ્પૂન ધાણાજીરું
(7) 1 ટી સ્પૂન ગરમ મસાલો
(8) 4 ટેબલ સ્પૂન ખાંડ
(9) $\frac{1}{2}$ કપ ખાટું દહીં
(10) 2 લીંબુ
(11) તેલ પ્રમાણસર
(12) 1 ટી સ્પૂન રાઈ, 1 ટી સ્પૂન તલ, $\frac{1}{2}$ ટી સ્પૂન તજ-લવિંગનો ભૂકો, કોપરાની છીણ, કોથમીર, ખસખસ, મીઠું પ્રમાણસર

રીત

(1) પાલકનાં મોટાં પાંદડાં લેવાં. તેમને ધોઈને લૂછી નાખવાં.
(2) ચણાના લોટમાં મીઠું, મરચું, હિંગ, હળદર, ધાણાજીરું, ગરમ મસાલો, ખાંડ, દહીં, 1 લીંબુ અને 2 ટેબલ સ્પૂન તેલનું મોણ નાખી, જરૂરી પાણી ઉમેરી, જાડું ખીરું બનાવવું.
(3) એક તાંસળામાં પાણી મૂકી, કાંઠલો મૂકી, ઊંધી થાળી મૂકી શકાય તે માપની થાળી લેવી.
(4) આ ઊંધી થાળી ઉપર તેલ લગાડવું. પાલકના પાનની નસો ઉપર રહે તેમ થાળી ઉપર મોટા પાન હોય તો 6થી 8 અને નાના હોય તો વધારે ગોઠવવાં. તેની ઉપર ખીરું પાથરવું. ફરીથી બીજા પાન ગોઠવવા અને તેની ઉપર ખીરું પાથરતા જવું. આ રીતે 8થી 10 થર પાલકના પાનના કરવા.
(5) છેલ્લે જ્યારે ઉપરનું પડ આવે ત્યારે પાંદડાં ચત્તાં મૂકવાં અને તેમની ઉપર ખીરું ન ચોપડવું.
(6) આ થાળી તાંસળામાં મૂકી, ઉપર મોટી થાળી કે તાસક ઢાંકી, વજન મૂકવું અને ગૅસ ચાલુ કરવો.

(7) 10થી 15 મિનિટમાં બફાઈ જશે. પછી ગૅસ બંધ કરી, થાળી બહાર કાઢી 5 મિનિટ ઠંડું પડવા દઈ કાપા કરવા.

(8) એક વાસણમાં 4થી 5 ટેબલ સ્પૂન તેલ વઘાર માટે લેવું. તેમાં રાઈ નાખવી. રાઈ તતડે ત્યારે તલ અને તજ-લવિંગનો ભૂકો નાખી પાંદડાં વઘારવાં. 5 મિનિટ હલાવી ગૅસ બંધ કરવો.

(9) તેના ઉપર કોપરાની છીણ, કોથમીર અને ખસખસ ભભરાવવી, લીંબુના ટુકડા સાથે સર્વ કરવું.

વૅરિએશન

(1) પાલકને બદલે 'પોઈ'નાં પાંદડાં પણ આ જ રીતે થઈ શકે.

(2) **પાલક પોટેટો પાંદડાં :**

1. બટાકાને બાફી, છોલી, છીણી નાખવા.
2. તેમાં મીઠું, આદુ, મરચાં, લીંબુ, ખાંડ અને ગરમ મસાલો નાખી બટાકાવડા જેવો મસાલો કરવો.
3. પાલકનાં 10થી 12 પાંદડાં ક્રશ કરીને બટાકાના મસાલામાં નાખવાં. કોથમીર ઝીણી સમારીને નાખવી.
4. હવે, ઊંધી થાળીમાં પાલકનાં પાંદડાં ગોઠવી, તેની ઉપર ચણાના લોટમાં બધો મસાલો કરી, ખીરું બનાવી, પાથરી, ફરીથી પાલકનાં પાંદડાં ગોઠવવા અને ખીરાને બદલે બટાકાનો માવો પાથરવો. ફરીથી પાલકનાં પાંદડાં પાથરવા તેની ઉપર ખીરું પાથરવું તેની ઉપર પાલકના પાંદડાં પાથરવા અને ફરીથી બટાકાનો મસાલો.
5. આ રીતે 2થી 3 વખત બટાકાનો મસાલો પાથરી શકાય. છેલ્લે પાલકના ચત્તા પાન ગોઠવી બાફવા મૂકવું.
6. પાલકનાં પાંદડાં મુજબ વઘાર કરવો.

140. પાંદડાંનાં ભજિયાં (સમોસા) [25 નંગ]

સામગ્રી

(1) 150 ગ્રામ પાંદડાં (2) 250 ગ્રામ બટાકા
(3) 100 ગ્રામ લીલા વટાણા
(4) $\frac{1}{2}$ ટી સ્પૂન હળદર
(5) 1 ટી સ્પૂન વાટેલાં લીલાં મરચાં
(6) 1 ટી સ્પૂન ગરમ મસાલો
(7) 1 નંગ લીંબુ (8) 2 ટી સ્પૂન ખાંડ
(9) 2 ટેબલ સ્પૂન ઝીણી સમારેલી કોથમીર
(10) 2 ટેબલ સ્પૂન કણકીનો લોટ (ચોખાનો લોટ)
(11) ચપટી હિંગ (12) $\frac{1}{2}$ કપ મેંદો
(13) તેલ (14) મીઠું પ્રમાણસર

રીત

(1) વટાણા બાફી નાખવા. બટાકાને એકદમ ઝીણા સમારી તળી નાખવા. બંને ભેગાં કરી બધો મસાલો નાખવો.

(2) પાંદડાંની નસો કાઢી, તેના બે ઊભા ભાગ કરવા. એક ભાગ લઈ કિનારે મસાલો મૂકી સમોસું વાળવું અને પેસ્ટથી કિનારી બંધ કરવી. (કણકીના લોટમાં હિંગ, પાણી અને મીઠું નાખી ગરમ કરી જાડી પેસ્ટ બનાવવી.)

(3) પછી મેંદાનું ખીરું બનાવી, તેમાં મીઠું નાખી, સમોસા બોળી, ગરમ તેલમાં તળી લેવા. ગરમ ગરમ જ પીરસવા.

141. કચોરી [12થી 15 નંગ]

સામગ્રી

(1) 250 ગ્રામ લીલવા
(2) નાનો ટુકડો આદુ
(3) 8થી 10 લીલાં મરચાં
(4) તેલ પ્રમાણસર (5) $\frac{1}{2}$ ટી સ્પૂન રાઈ
(6) 1 ટી સ્પૂન તલ
(7) ચપટી સાજીનાં ફૂલ (સોડા બાયકાર્બ)
(8) 1 નંગ બટાકો
(9) 50 ગ્રામ પૌંઆ
(10) 4 ટેબલ સ્પૂન ઝીણી સમારેલી કોથમીર
(11) $\frac{1}{2}$ ટી સ્પૂન લીંબુનાં ફૂલ
(12) 2 ટી સ્પૂન ખાંડ
(13) 1 ટી સ્પૂન ગરમ મસાલો
(14) કાજુ (15) દ્રાક્ષ

(16) 300 ગ્રામ ઘઉંનો લોટ અથવા મેંદો
(17) 3 ટેબલ સ્પૂન રવો
(18) 1 ટી સ્પૂન બૂરું ખાંડ
(19) $\frac{1}{2}$ ટી સ્પૂન લીંબુનો રસ
(20) મીઠું પ્રમાણસર

રીત

(1) લીલવાને ધોઈને અધકચરા વાટવા. લીલાં આદુ, મરચાં પણ વાટી નાખવાં.

(2) પછી એક વાસણમાં વધારે તેલ લઈ રાઈ, તલ, લીલાં મરચાં અને આદુ નાખી, લીલવા વઘારવા. તેમાં મીઠું નાખવું. સાજીનાં ફૂલ (સોડા બાયકાર્બ) પાણીમાં ઓગાળીને નાખવાં.

(3) લીલવા ઓછા હોય તો બટાકા બાફીને, છીણીને નખાય. પૌંઆ ધોઈને નખાય. લીલવા ચડી જાય એટલે બધો મસાલો નાખવો.

(4) ઘઉંના લોટમાં અથવા મેંદામાં થોડોક ઘઉંનો લોટ નાખી, રવો, બૂરું ખાંડ, 2 ટી સ્પૂન તેલ અને લીંબુનો રસ નાખી લોટ બાંધવો.

(5) પૂરી વણી, મસાલો ભરી, કચોરી વાળી, ગરમ તેલમાં તળવી.

વૅરિએશન

(1) વટાણા, કાકડી, ટીંડોળાં વાટીને નાખી શકાય. વટાણા, કાકડી, ટીંડોળાં સાંતળવાં.

(2) મગની દાળ અને વટાણાની કચોરી સારી લાગે છે. મગની દાળ 2 કલાક પાણીમાં પલાળી, અધકચરી બાફીને ચાળણીમાં કાઢવી. મગની દાળ અને વટાણા ક્રશ કરી, બંનેને સાંતળી ઉપર પ્રમાણે મસાલો કરવો.

142. દૂધી-પૌંઆની કચોરી [10થી 12 નંગ]

સામગ્રી

(1) 250 ગ્રામ દૂધી
(2) 100 ગ્રામ નાયલૉન પૌંઆ
(3) તેલ પ્રમાણસર
(4) $\frac{1}{2}$ ટી સ્પૂન જીરું
(5) ચપટી હિંગ
(6) $\frac{1}{2}$ ટી સ્પૂન લીંબુનાં ફૂલ
(7) 2 ટી સ્પૂન ખાંડ
(8) 2 ટી સ્પૂન વાટેલાં આદુ-મરચાં
(9) 2 ટેબલ સ્પૂન ઝીણી સમારેલી કોથમીર
(10) 250 ગ્રામ મેંદો
(11) 2 ટેબલ સ્પૂન રવો
(12) લાલ ચટણી (13) મીઠું પ્રમાણસર

રીત

(1) દૂધીને પાણીમાં છીણીને બાફી લેવી. બફાયા પછી નીચોવી નાખવી. અંદરથી પાણી બિલકુલ બહાર કાઢી નાખવું. પછી તેમાં પૌંઆ મેળવવા.

(2) એક વાસણમાં 2 ટેબલ સ્પૂન તેલ મૂકી, જીરા અને હિંગનો વઘાર કરી, મીઠું, ખટાશ, ખાંડ, વાટેલાં આદુ, મરચાં, કોથમીર નાખવાં. પછી તેમાં દૂધી, પૌંઆ નાખી, બધાનું મિશ્રણ કરી, ગોળીઓ વાળવી.

(3) મેંદામાં મીઠું, રવો અને સહેજ તેલ નાખી પૂરી જેવો લોટ બાંધવો.

(4) પૂરી વણીને કચોરીની જેમ ભરવી. તાવડીમાં તેલ મૂકીને તળવી. લાલ ચટણી સાથે પીરસવી.

143. આખા મગની કચોરી [10થી 12 નંગ]

સામગ્રી

(1) 1 કપ મગ
(2) તેલ પ્રમાણસર
(3) ચપટી હિંગ
(4) 2 ટી સ્પૂન વાટેલાં આદુ-મરચાં
(5) 1 ટી સ્પૂન તલ
(6) 2 ટી સ્પૂન કોપરાની છીણ
(7) 2 ટેબલ સ્પૂન ઝીણી સમારેલી કોથમીર
(8) $\frac{1}{2}$ ટી સ્પૂન લીંબુનાં ફૂલ
(9) 1 ટી સ્પૂન ચાનો મસાલો
(10) 1 ટી સ્પૂન ખાંડ
(11) 1 ટી સ્પૂન ગરમ મસાલો
(12) 2 કપ મેંદો
(13) 2 ટેબલ સ્પૂન રવો (14) મીઠું પ્રમાણસર

રીત

(1) આખા મગને ગરમ પાણીમાં ઓરવા અને અધકચરા ચઢવા દેવા. પછી બધું પાણી કાઢી નાખવું.

(2) એક વાસણમાં આછા તેલ અને હિંગનો વઘાર મૂકવો. તેમાં મગને સાંતળવા. નીચે ઉતારીને તેમાં બધો મસાલો નાખીને પૂરણ કરવું.

(3) મેંદાના લોટમાં મીઠું, રવો અને મોણ નાખીને પૂરીનો લોટ બાંધવો.

(4) પૂરી વણીને તેમાં પૂરણ ભરવું. કચોરી વાળી, તેને તેલમાં ધીમા તાપે તળવી.

નોંધ : 2 બાફેલા બટાકા છીણીને નાખી શકાય.

144. સમોસા [12થી 14 નંગ]

સામગ્રી

(1) 200 ગ્રામ બટાકા
(2) 50 ગ્રામ લીલા વટાણા
(3) તેલ પ્રમાણસર
(4) 1 ટેબલ સ્પૂન વાટેલાં આદુ-મરચાં
(5) 2 ટેબલ સ્પૂન ઝીણી સમારેલી કોથમીર
(6) $\frac{1}{2}$ ટી સ્પૂન જીરું
(7) $\frac{1}{2}$ ટી સ્પૂન હળદર
(8) 1 ટી સ્પૂન લાલ મરચું
(9) ચપટી હિંગ
(10) 1 ટી સ્પૂન ઝીણો સમારેલો ફુદીનો
(11) 1 ટી સ્પૂન લીંબુનાં ફૂલ
(12) $\frac{1}{2}$ ટી સ્પૂન ગરમ મસાલો
(13) $\frac{1}{2}$ ટી સ્પૂન તલ
(14) $\frac{1}{2}$ ટી સ્પૂન ચાનો મસાલો
(15) $\frac{1}{2}$ ટી સ્પૂન દાડમના દાણા (અનાર દાણા)
(16) 1 ટી સ્પૂન ખાંડ
(17) 100 ગ્રામ મેંદો
(18) $1\frac{1}{2}$ ટેબલ સ્પૂન રવો (સોજી)
(19) $1\frac{1}{2}$ ટેબલ સ્પૂન ઘી
(20) 1 ટેબલ સ્પૂન ઘઉંનો લોટ
(21) મીઠું પ્રમાણસર

રીત

(1) પ્રથમ બટાકા અને વટાણાને બાફી નાખવા, બટાકાને છોલીને છીણી નાખવા.

(2) ગૅસ પર એક વાસણમાં તેલ મૂકી તેમાં જીરું, સહેજ હળદર, મરચું, હિંગ નાખી વઘારવું. વઘારમાં જ આદુ, મરચાં, લીંબુનાં ફૂલ, કોથમીર, ગરમ મસાલો, તલ, ફુદીનો, ચાનો મસાલો અને દાડમના દાણા (ખાંડીને) નાખવા.

(3) બટાકા, મીઠું, ખાંડ, વટાણા, નાખીને હલાવવું.

(4) મેંદામાં ઘઉંનો લોટ, રવો, ઘી અને મીઠું નાખી, લોટ બાંધી, પૂરી વણી, તેને વચ્ચેથી કાપી, સમોસા ભરવા અને ગરમ તેલમાં તળવા.

(5) સમોસા ભરતાં પહેલાં 1 વટાણો નીચે નાખવો જેથી નીચે આકાર રહે. બટાકાને ઝીણા સમારીને તળીને પણ થાય.

(6) સમોસામાં ખાડો કરી લસણની ચટણી, ગળી ચટણી, કોથમીરની ચટણી, ઝીણી સમારેલી ડુંગળી, ઝીણી સેવ અને ચાટ-મસાલો નાખી શકાય. ડુંગળીને બદલે દહીં પણ નાખી શકાય.

નોંધ : (1) 1 કપ મેંદો, 1 ટેબલ સ્પૂન રવો, 1 ટેબલ સ્પૂન ઘી, થોડોક ઘઉંનો લોટ.
(2) સમોસા, કચોરી, કોનમાં આ માપ લેવું.

વૅરિએશન

પાપડ સમોસા

(1) સમોસાનો મસાલો કરવો.
(2) પાપડને અડધો કાપી 2 ભાગ કરવા.
(3) પાપડને પાણી લગાડી, વચ્ચે મસાલો મૂકી સમોસું વાળવું. તીખા સમોસા કરવા હોય તો વધારે મરીવાળા પાપડ લેવા.
(4) ગૅસ પર એક વાસણમાં તેલ ગરમ કરી તળી લેવા. ગરમ ગરમ સર્વ કરવા.

145. પંજાબી સમોસા [12 નંગ]

સામગ્રી

(1) 250 ગ્રામ બટાકા (છાલ કાઢી નાના ટુકડા કરવા)
(2) $\frac{1}{2}$ કપ વટાણા-દાણા
(3) $4\frac{1}{2}$ ટેબલ સ્પૂન ઘી

સૂકા મસાલાની સામગ્રી

(4) 2 તજ
(5) 3 લવિંગ
(6) 6 મરી
(7) 1 ટી સ્પૂન ધાણા
(8) 1 ટી સ્પૂન જીરું, બધું શેકી, ઠંડું કરીને મિક્સરમાં પીસવું
(9) 250 ગ્રામ મેંદો
(10) 3 ટેબલ સ્પૂન રવો

ભીના મસાલાની સામગ્રી

(11) $\frac{1}{2}$ કપ કોથમીર
(12) $\frac{1}{4}$ કપ ફુદીનો
(13) ટુકડો આદુ
(14) 4 મરચાં
(15) $\frac{1}{4}$ ટી સ્પૂન આંબોળિયાંનો પાઉડર
(16) 1 ટી સ્પૂન ખાંડ
(17) $\frac{1}{2}$ ટી સ્પૂન અનાર (દાડમ) દાણા
(18) $\frac{1}{4}$ ટી સ્પૂન હળદર, આદુ, મરચાં, કોથમીર, ફુદીનો મિક્સરમાં મિક્સ કરવાં
(19) ખજૂરની ચટણી
(20) કોથમીરની ચટણી
(21) તેલ પ્રમાણસર
(22) મીઠું પ્રમાણસર

રીત

(1) ગૅસ પર એક વાસણમાં $1\frac{1}{2}$ ટેબલ સ્પૂન ઘી મૂકી, તેમાં બટાકા વઘારવા. વાસણ ઉપર થાળી ઢાંકવી અને તેમાં પાણી મૂકવું. થોડી થોડી વારે હલાવતા રહેવું.

(2) તેમાં વટાણા નાખવા. બટાકા અને વટાણા ચડી જાય એટલે સૂકો-ભીનો મસાલો, આંબોળિયાંનો પાઉડર, મીઠું, હળદર, અનાર દાણા ખાંડીને અને ખાંડ નાખી બરાબર હલાવવું. માવાને ઠંડો કરવો.

(3) મેંદામાં મીઠું, રવો અને 3 ટેબલ સ્પૂન ઘી ગરમ કરીને નાખવું. પાણીથી પરોઠાના લોટ કરતાં થોડોક ઢીલો લોટ બાંધવો. તેને થોડીક વાર ઢાંકી રાખવો.

(4) પછી બરાબર મસળીને મોટા લુઆ કરી, મોટી પૂરી વણવી. તેને વચ્ચેથી કાપીને બે ભાગ કરવા.

(5) એક ભાગ હાથમાં લઈ પાનના બીડાની જેમ વાળીને તેમાં મસાલો ભરવો. કિનારીઓ દાબીને, ચોંટાડીને સમોસા તૈયાર કરવા.

(6) થોડાક સમોસા થાય એટલે તેલ ગરમ કરવા મૂકવું. પ્રથમ વધારે તાપે અને પછી ધીમા તાપે સમોસા કાચાપાકા તળવા અને ઠંડા કરવા.

(7) જ્યારે જોઈએ ત્યારે ફરીથી તળવા. આથી સમોસા કડક થશે. સીધા જ બ્રાઉન કલરના તળવાથી સમોસા જલદી પોચા પડી જશે. તેથી બે વાર તળવા.

(8) કોથમીરની તીખી ચટણી અને ખજૂરની ચટણી મિક્સ કરીને સમોસા સાથે પીરસવી.

(9) કોથમીરની ચટણી અને સોસ ભેગાં કરીને પણ ચટણી થાય.

નોંધ: સમોસામાં ખાડો કરી તેના ઉપર ત્રણેય ચટણીઓ, ઝીણી સમારેલી ડુંગળી, ઝીણી સેવ અને ચાટ-મસાલો નાખી શકાય. ડુંગળીને બદલે દહીં નાખી શકાય.

વૅરિએશન

આગળ બતાવેલી રીત પ્રમાણે પાપડ સમોસા પણ થઈ શકે.

146. પટ્ટી સમોસા [25 નંગ]

સામગ્રી

(1) 250 ગ્રામ બટાકા
(2) 100 ગ્રામ વટાણા
(3) 100 ગ્રામ મેંદો
(4) 2 ટેબલ સ્પૂન ઘઉંનો લોટ
(5) 1 ટેબલ સ્પૂન કણકીનો લોટ
(6) $\frac{1}{2}$ ટી સ્પૂન લાલ મરચું
(7) $\frac{1}{2}$ ટી સ્પૂન વાટેલાં લીલાં મરચાં
(8) $\frac{1}{2}$ ટી સ્પૂન ગરમ મસાલો
(9) $\frac{1}{2}$ ટી સ્પૂન વાટેલું આદુ
(10) $\frac{1}{2}$ ટી સ્પૂન અનાર (દાડમ) દાણા
(11) 2 ટેબલ સ્પૂન ઝીણી સમારેલી કોથમીર
(12) $\frac{1}{4}$ ટી સ્પૂન લીંબુનાં ફૂલ
(13) 1 ટી સ્પૂન ખાંડ
(14) તેલ પ્રમાણસર
(15) મીઠું પ્રમાણસર

રીત

(1) મેંદામાં ઘઉંનો લોટ અને 1 ટી સ્પૂન મીઠું તથા પ્રમાણસર પાણી નાખી રોટલીનો લોટ બાંધવો.

(2) નાની નાની 2 રોટલી વણી, તેના પર તેલ ચોપડી, અટામણ લગાડી, બંધ કરી, વણવી. શેકીને છૂટી પાડવી. આ રીતે બેપડી રોટલી

કરવી. તેને બંધ ડબ્બામાં ઢાંકી દેવી. કડક ન થવી જોઈએ.

(3) બટાકા અને વટાણા બાફી, આગળ જણાવ્યા પ્રમાણે સમોસાનો મસાલો બનાવવો.

(4) રોટલીમાંથી પટ્ટીઓ કાપી, સાઇડમાં મસાલો મૂકી, સમોસા વાળવા. 1 ટેબલ સ્પૂન મેંદો અથવા 1 ટેબલ સ્પૂન કણકીના લોટમાં 4 ટેબલ સ્પૂન પાણી નાખી, ઓગાળી, ગરમ કરી, 'પેસ્ટ' કરવી અને સમોસા વાળી છેલ્લા પડમાં ચોંટાડવી.

(5) સમોસા ગરમ તેલમાં તળવા. વધારે વખત રાખવા હોય તો ડબ્બામાં કપડું પાથરી કાચા સમોસા મૂકવા. ઉપર બીજું કપડું મૂકી બીજા સમોસા મૂકવા. બધા સમોસા ફ્રિજમાં મૂકવા. કાચા-પાકા તળીને પણ ડબ્બામાં મૂકી, ફ્રિજરમાં વધારે વખત રાખી શકાય.

ચટણી માટેની સામગ્રી

(1) 25 ગ્રામ ચણાની દાળ

(2) નાનો ટુકડો આદુ

(3) 5થી 6 લીલાં મરચાં

(4) $\frac{1}{4}$ કપ ઝીણી સમારેલી કોથમીર

(5) $\frac{1}{4}$ કપ ઝીણો સમારેલો ફુદીનો

(6) $\frac{1}{4}$ ટી સ્પૂન લીંબુનાં ફૂલ

(7) મીઠું પ્રમાણસર

ચટણી બનાવવાની રીત

(1) દાળને 6 કલાક પલાળીને અધકચરી વાટવી.

(2) આદુ, મરચાં, કોથમીર, ફૂદીનાની પેસ્ટ તેમજ મીઠું અને લીંબુનાં ફૂલ નાખવાં.

વૅરિએશન

(1) પાપડને પલાળીને તેમાં પણ સમોસા ભરી શકાય.

(2) એકલા વટાણાના, લીલવાના, ટીંડોળાંના, કાકડીના, ચોળીના, ચણાની દાળના પણ સમોસા થાય.

(3) ટીંડોળાં, કાકડી, ચોળી ભેગાં કરીને પણ સમોસા થાય. ટીંડોળાં, કાકડી, ચોળી ચીલીકટરમાં ક્રશ કરીને સાંતળવાં.

147. ત્રિરંગી બ્રેડના સમોસા [4 વ્યક્તિ]

સામગ્રી

(1) 16 સ્લાઇસ સેન્ડવીચ બ્રેડ

(2) બટર પ્રમાણસર

(3) કોથમીરની ચટણી

(4) કેચપ

(5) 1થી $1\frac{1}{2}$ કપ ચણાનો લોટ

(6) તેલ (7) 1 ટી સ્પૂન મરચું

(8) મીઠું પ્રમાણસર

રીત

(1) એક બ્રેડ ઉપર બટર લગાડવું. તેની ઉપર કોથમીરની ચટણી લગાડવી. બટર લગાડેલી બ્રેડ તેના પર મૂકવી.

(2) ઉપરની સાઇડે ફરી બટર લગાડી કેચપ લગાડવો. ફરી બટર લગાડેલી બ્રેડ મૂકવી.

(3) બ્રેડ પર બટર લગાડી કોથમીરની ચટણી લગાડવી. ફરી બટર લગાડેલી બ્રેડ તેના પર મૂકવી. આમ કુલ ચાર બ્રેડ થશે.

(4) ચણાના લોટમાં મીઠું, મરચું નાખી ખીરું બનાવવું અને ચટણી-કેચપથી બનાવેલી બ્રેડ ખીરામાં બોળી તાવેથા ઉપર લઈ સાચવીને ગરમ તેલમાં તળવા મૂકવી.

(5) બે તાવેથાથી ફેરવવી. તેલ વધારે લેવું. આજુબાજુનું તેલ તેના પર નાખતા જવું. કૉફી કલરનું થાય એટલે નીચે ઉતારી, કૉર્નર ઉપરથી કાપી ચાર કકડા કરવા.

(6) તળવામાં અને ફેરવવામાં ખૂબ સાચવવું.

(7) ચટણી અને કેચપ સાથે ગરમ ગરમ પીરસવું.

148. ચીઝ-પનીરના સમોસા [15 નંગ]

સામગ્રી

(1) 250 ગ્રામ પનીર (2) 100 ગ્રામ ચીઝ

(3) 10 લીલાં મરચાં (4) 1 ટુકડો આદુ

(5) તેલ પ્રમાણસર (6) $\frac{1}{2}$ ચમચી જીરું

(7) ચપટી હિંગ (8) 4 તજનો ભૂકો

(9) 4 લવિંગનો ભૂકો (10) $\frac{1}{2}$ લીંબુ

(11) 2 ટી સ્પૂન ખાંડ (12) $\frac{1}{2}$ ટી સ્પૂન હળદર

(13) 4 ટેબલ સ્પૂન ઝીણી સમારેલી કોથમીર
(14) 2 ટી સ્પૂન કોપરાની છીણ
(15) 250 ગ્રામ મેંદો
(16) કોથમીરની ચટણી
(17) ટોમેટા સોસ
(18) મીઠું પ્રમાણસર

રીત

(1) પનીર અને ચીઝને મોટી છીણીથી છીણવાં. આદુ-મરચાં ક્રશ કરવાં.
(2) ગૅસ પર એક વાસણમાં 1 ચમચો તેલ મૂકી, તેમાં જીરું, હિંગ, તજ, લવિંગ નાખીને વઘાર તૈયાર કરવો.
(3) તેમાં મરચાં, આદુ, પનીર, ચીઝ નાખવાં, હલાવીને નીચે ઉતારવું. તેમાં લીંબુ નીચોવવું. ખાંડ નાખવી. મીઠું, હળદર, કોથમીર, કોપરાની છીણ નાખવી. બરાબર હલાવવું.
(4) મેંદામાં મીઠું તથા 1 ટેબલ સ્પૂન તેલ નાખી પૂરી જેવો લોટ બાંધવો. પટ્ટી સમોસાની જેમ બધી રોટલીઓ તૈયાર કરી, કાપી, સમોસા ભરવા.
(5) પૂરીમાંથી બે કાપા કરી સાદા સમોસા પણ કરી શકાય. સમોસા ગરમ તેલમાં તળવા.
(6) લીલી ચટણી અને કેચપ સાથે સમોસા પીરસવા.

વૅરિએશન

સમોસાની રીત પ્રમાણે પૂરણ કરી પાપડ સમોસા થઈ શકે.

149. ચીઝ-પનીરના ઘૂઘરા [15 નંગ]

(1) ચીઝ-પનીરના સમોસાનો મસાલો તૈયાર કરી, ઘૂઘરાની જેમ ભરવામાં આવે તો ચીઝ-પનીરના ઘૂઘરા થાય.
(2) ઘૂઘરા ગરમ તેલમાં તળવા.

150. ચીઝ-પનીરના રોલ [20 નંગ]

સામગ્રી અને રીત

(1) ચીઝ-પનીર સમોસાનો અડધો મસાલો તૈયાર કરવો. 500 ગ્રામ બટાકાને બાફી, છોલીને છીણવા.
(2) તેમાં 100 ગ્રામ ટોસ્ટનો ભૂકો, 50 ગ્રામ આરાલોટ અને મીઠું નાખીને માવો તૈયાર કરવો.
(3) પછી માવામાં મસાલો ભરી પેટીસનો આકાર આપવામાં આવે તો ચીઝ-પનીર પેટીસ થાય છે. લાંબો લંબગોળ આકાર કરીએ તો ચીઝ-પનીર રોલ થાય છે. રોલ ગરમ તેલમાં તળવા.

151. ડુંગળીના સમોસા [5થી 7 નંગ]

સામગ્રી અને રીત

(1) 250 ગ્રામ ડુંગળી ઝીણી સમારી તેલ, રાઈ, હિંગનો વઘાર કરીને વઘારવી. 1 ટેબલ સ્પૂન તલ નાખવા.
(2) સાંતળાય એટલે 3 ટેબલ સ્પૂન દાળિયા ખાંડીને નાખવા. મીઠું, આદુ, મરચાં, 1 ટી સ્પૂન તજ-લવિંગનો ભૂકો, 2 ટી સ્પૂન કોપરું, કોથમીર, 1 નંગ લીંબુ અને 2 ટી સ્પૂન ખાંડ નાખવાં.
(3) ઠંડું પડે એટલે ડબલ પડવાળી કાચી-પાકી રોટલી કરી, કાપી, સમોસા ભરવા. સમોસા ગરમ તેલમાં તળવા.

વૅરિએશન

આ જ મસાલાના પરોઠા તથા ભાખરવડી પણ થાય.

152. પૌંઆ-ડુંગળીના સમોસા [10થી 12 નંગ]

સામગ્રી

(1) 100 ગ્રામ પૌંઆ (2) 250 ગ્રામ ડુંગળી
(3) તેલ પ્રમાણસર
(4) 1 ટી સ્પૂન અડદની દાળ
(5) 2 ટી સ્પૂન લીલાં મરચાં
(6) 1 નંગ લીંબુ (7) 2 ટી સ્પૂન ખાંડ
(8) 1 ટી સ્પૂન ગરમ મસાલો
(9) બેપડી રોટલીઓ (10) મીઠું પ્રમાણસર

રીત

(1) પૌંઆને પલાળવા. ડુંગળીને છીણી નાખવી.
(2) તેલમાં અડદની દાળનો વઘાર કરી ડુંગળી નાખવી. સાંતળાઈ જાય એટલે પૌંઆ નાખી બધો મસાલો કરવો.

(3) ડબલ પડવાળી રોટલી કરી, પટ્ટી સમોસાની જેમ નાના સમોસા અથવા અડધી રોટલી કાપીને મોટા સમોસા ભરવા. સમોસા ગરમ તેલમાં તળવા.

વૅરિએશન

(1) 1. પનીર-ડુંગળીના સમોસા પણ થઈ શકે.
2. પૌંઆને બદલે પનીર છીણીને નાખવું.

(2) પાપડના પૌંઆ-ડુંગળીના સમોસા થઈ શકે. (સમોસાની રીત પ્રમાણે.)

153. કટલેટ [12 નંગ]

સામગ્રી

(1) 50 ગ્રામ ફણસી (2) 50 ગ્રામ ગાજર
(3) 250 ગ્રામ બટાકા
(4) 100 ગ્રામ લીલા વટાણા
(5) 50 ગ્રામ ચોળી (6) તેલ પ્રમાણસર
(7) $\frac{1}{2}$ ટી સ્પૂન રાઈ (8) 1 ટી સ્પૂન તલ
(9) 1 ટી સ્પૂન વાટેલાં આદુ-મરચાં
(10) $\frac{1}{4}$ કપ કોથમીર (11) $\frac{1}{2}$ નંગ લીંબુ
(12) 1 ટી સ્પૂન ખાંડ
(13) 2 ટેબલ સ્પૂન આરાલોટ
(14) ટોસ્ટનો ભૂકો
(15) 2 બ્રેડની સ્લાઇસ
(16) 1 ટી સ્પૂન ગરમ મસાલો
(17) મીઠું પ્રમાણસર

રીત

(1) ફણસી, ગાજર, ચોળી ઝીણાં સમારવાં. તેમને બટાકા, વટાણા સાથે વરાળથી બાફવાં. બટાકાને છોલીને છીણી નાખવા.

(2) ગૅસ પર એક વાસણમાં વઘાર માટે તેલ મૂકી, તેમાં રાઈ નાખવી. તલ, આદુ, મરચાં, કોથમીર નાખી હલાવતા જવું. લીંબુનો રસ કાઢીને નાખવો. ખાંડ નાખવી.

(3) આરાલોટ નાખતા જવું અને હલાવતા જવું, જેથી ગાંગડી ન પડે. તેમાં 1 ટેબલ સ્પૂન ટોસ્ટનો ભૂકો નાખવો.

(4) આરાલોટ અને કોથમીર સાંતળાઈ જાય ત્યારે શાકમાં ગરમ મસાલો, જરૂરી ટોસ્ટનો ભૂકો, બ્રેડનો ભૂકો અને મીઠું નાખી, બધા મસાલા સાથે મિક્સ કરી, ગૅસ બંધ કરવો.

(5) બીબાથી કટલેટ પાડવી.

(6) ટોસ્ટના ભૂકામાં રગદોળી, ગૅસનો તાપ વધારી, ગરમ તેલમાં કટલેટ તળવી.

નોંધ : વઘારમાં આખી ખાંડ નાખતાં તાપ બહુ હશે તો ગાંગડી પડી જશે. તેથી ધીમા તાપે કરવું. અથવા છેલ્લે બૂરું ખાંડ નાખવી.

વૅરિએશન

(1) મમરાનો ભૂકો કરી તેમાં કટલેટ રગદોળીને તળી શકાય. જો કટલેટ ફાટે તો મેંદાનું પાતળું ખીરું કરી તેમાં કટલેટ બોળીને તળવી.

(2) **કટલેટ રોલ :** કટલેટના માવાના લાંબા સાદા રોલ કરવા.

154. કટલેટ વિથ સ્પેગેટી ઇન રેડ ગ્રેવી [2 વ્યક્તિ]

નોંધ : આઇટમ નં. 153. કટલેટની સામગ્રી અને રીત પ્રમાણે કટલેટ બનાવવી.

સ્પેગેટી ઇન રેડ ગ્રેવી

સામગ્રી

(1) 250 ગ્રામ લાલ ટામેટા
(2) 2 ટી સ્પૂન તેલ
(3) 1 લીલી ડુંગળી
(4) 1 મીડિયમ ડુંગળી
(5) 1 કૅપ્સિકમ
(6) 50 ગ્રામ લીલા વટાણા
(7) 15થી 20 ઊભી સળીઓ સ્પેગેટી
(8) $\frac{1}{2}$ ટી સ્પૂન લાલ મરચું
(9) 2 ટી સ્પૂન ખાંડ
(10) વેફર (11) મીઠું પ્રમાણસર

રીત

(1) ટામેટાના ટુકડા કરી, મિક્સરમાં ક્રશ કરી, ગૅસ પર એક વાસણમાં ગરમ કરવા મૂકવા.

(2) ગૅસ પર એક વાસણમાં તેલ ગરમ મૂકી, લીલી ડુંગળીને ઝીણી સમારીને સાંતળવી.

(3) સૂકી ડુંગળી અને કૅપ્સિકમની ઊભી ચીરીઓ કરવી અને તેમાં નાખવી.

(4) સાંતળાઈ જાય ત્યારે તેમને ટામેટાની પ્યોરીમાં નાખવા. હલાવતા જવું.

(5) સ્પેગેટીના ટુકડા કરી, ઊકળતા પાણીમાં નાખી, છૂટી બાફવી. વટાણા પણ બાફવા.

(6) બફાઈ જાય ત્યારે ચાળણીમાં નીતારી ટામેટાના મિશ્રણમાં નાખવા.

(7) તેમાં મીઠું, લાલ મરચું અને ખાંડ નાખવાં. રસાવાળું રાખવું. ઘટ્ટ થાય તો થોડુંક પાણી ઉમેરવું.

(8) પ્લેટમાં કટલેટ મૂકી, તેની ઉપર ગ્રેવી રેડવી. સાઇડમાં વેફર મૂકવી.

વૅરિએશન

સ્પેગેટી વિથ ટોમેટો સોસ

(1) ટોમેટો સોસ ઘટ્ટ રાખવો. તેમાં વધારે સ્પેગેટી બાફીને નાખવી.

(2) મીઠું, મરીનો ભૂકો નાખવો.

155. કટલેટ સેવ રોલ [20 નંગ]

સામગ્રી અને રીત

(1) કટલેટના મસાલાના સાદા રોલ વાળવા. 50 ગ્રામ મેંદાનું ખીરું કરી રોલ તેમાં બોળવા.

(2) સફેદ નાયલૉન સેવ(વર્મીસેલી સેવ)નો ભૂકો કરી, રોલ તેમાં રગદોળીને, સેવ ચોંટાડીને તળવા. લાલ ચટણી સાથે સારા લાગશે.

156. બર્ગર, હૉટડૉગ [4 નંગ]

સામગ્રી

(1) 4 નંગ કટલેટ (2) 4 નંગ બન
(3) લીલી ચટણી (4) લસણની ચટણી
(5) ગળી ચટણી (6) કાકડી
(7) ટમેટા (8) ડુંગળી
(9) ચીઝ
(10) સોસ
(11) માખણ કે તેલ

રીત

(1) બનને વચ્ચેથી કાપવું. એક બાજુ ગળી ચટણી, સોસ અને બીજી બાજુ લીલી ચટણી, લસણની ચટણી લગાડવી.

(2) કાકડી, ટમેટા, ડુંગળીની સ્લાઇસ મૂકવી. કટલેટ મૂકવી. ચીઝ મૂકવું. બન બંધ કરી માખણ કે તેલમાં સાંતળવું.

(3) હૉટડૉગ માટે લાંબું બન અને લાંબી કટલેટ બનાવવાં.

157. વેજિટેબલ બર્ગર [8થી 10 નંગ]

સામગ્રી

(1) 100 ગ્રામ કૅપ્સિકમ (2) 100 ગ્રામ કોબીજ
(3) 100 ગ્રામ ગાજર (4) 200 ગ્રામ ક્રીમ
(5) 1 ટી સ્પૂન મસ્ટર્ડ પાઉડર (રાઈની દાળ)
(6) 2 ટી સ્પૂન ખાંડ
(7) 2 ટી સ્પૂન મરીનો ભૂકો
(8) કાકડી સ્લાઇસ (જરૂર મુજબ)
(9) ટમેટા સ્લાઇસ (જરૂર મુજબ)
(10) ટમેટા કેચપ
(11) સલાડનું પાન (ન હોય તો ચાલે)
(12) 8થી 10 કટલેટ
(13) ડુંગળીની સ્લાઇસ (જરૂર મુજબ)
(14) તેલ પ્રમાણસર
(15) 8થી 10 બન
(16) મીઠું પ્રમાણસર

રીત

(1) કૅપ્સિકમના નાના કટકા કરી, તેમાં કોબીજ અને ગાજરનું છીણ નાખવું. ક્રીમ, મસ્ટર્ડ પાઉડર (રાઈની દાળ), ખાંડ તથા મીઠું, મરી, નાખી હલાવવું.

(2) કાકડીને છોલીને પીતાં પાડવાં. ટમેટાની સ્લાઇસ તૈયાર કરવી.

(3) બનના વચ્ચેથી બે ભાગ કરી, નીચેના ભાગ ઉપર ટમેટા કેચપ લગાવવો. ઉપર સલાડનું પાન કાપીને મૂકવું. તેના ઉપર કટલેટ મૂકવી. તેની ઉપર કોબીજ, ગાજરની છીણવાળું મિશ્રણ પાથરવું.

ओ

(4) તેના ઉપર કાકડી તેમજ ટમેટાની સ્લાઇસ મૂકવી. ડુંગળીની સ્લાઇસને નૉન-સ્ટિક ઉપર જરા તળીને મૂકવી.

(5) બનનો ઉપરનો ભાગ તેના ઉપર મૂકી હળવેથી દબાવવું. નૉન-સ્ટિકમાં તેલ મૂકી બંને બાજુએ સહેજ તળી લેવું. અથવા, ઓવનમાં મૂકી ઉપરની બાજુએથી ગરમી આપી જરા શેકી લેવું.

158. બ્રેડ રોલ [15 નંગ]

સામગ્રી

(1) 15 સ્લાઇસ સેન્ડવીચ બ્રેડ

(2) 250 ગ્રામ બટાકાનો બટાકાવડાંનો મસાલો (આઇટમ નં. 126 પ્રમાણે)

(3) તેલ પ્રમાણસર

રીત

(1) બટાકાવડાંનો મસાલો કરવો અથવા બટાકાને બાફી, છોલીને છીણી નાખવા.

(2) તેમાં ડુંગળી, કોથમીર, આદુ, મરચાં, લીંબુનાં ફૂલ, ખાંડ, ગરમ મસાલો અને મીઠું નાખી, મિશ્રણ કરીને માવો બનાવવો.

(3) બ્રેડની કિનારો કાઢી, બ્રેડને સહેજ પલાળી, નીચોવી, તેમાં માવો ભરી, બરાબર બંધ કરી, દબાવીને લંબગોળ આકાર આપવો.

(4) વધારે તાપ રાખી, ગરમ તેલમાં તળવું.

159. દાબેલી [12 નંગ]

સામગ્રી

(1) 10થી 12 નંગ બન

(2) 500 ગ્રામ બટાકા

(3) 100 ગ્રામ શેકેલી સીંગ

(4) 1 ટી સ્પૂન લાલ મરચું

(5) $\frac{1}{2}$ ટી સ્પૂન મરીનો ભૂકો

(6) 8થી 10 વાટેલાં લીલાં મરચાં

(7) 25 ગ્રામ તલનો ભૂકો

(8) 1 ટી સ્પૂન આખા ધાણા

(9) 2 ટેબલ સ્પૂન કોથમીર

(10) 10 ગ્રામ વરિયાળી

(11) 1 ટેબલ સ્પૂન આંબોળિયાંનો પાઉડર

(12) 1 લીંબુ

(13) 2 ટેબલ સ્પૂન ખાંડ

(14) 1 ટી સ્પૂન ગરમ મસાલો

(15) ઘી પ્રમાણસર   (16) લસણ (ચટણી માટે)

(17) જીરું   (18) ગોળ પ્રમાણસર

(19) 2 નંગ ઝીણી ડુંગળી

(20) 100 ગ્રામ દાડમ (21) ઝીણી સેવ

(22) તેલ પ્રમાણસર   (23) કેચપ

(24) મીઠું પ્રમાણસર

રીત

(1) બટાકાને બાફીને, છોલીને છીણી નાખવા. શેકેલી સીંગને અડધા ફાડચા રહે તેમ ખાંડવી.

(2) ગરમ તેલમાં સીંગ, મીઠું, મરચું, મરી નાખવાં. સહેજ સાંતળવું.

(3) બટાકાના માવામાં બટાકાવડાં જેવો બધો મસાલો નાખવો.

(4) દાબેલી બનમાં કાપો કરી, પ્રથમ બંને ચટણી નાખી, પછી બટાકાનું મિશ્રણ મૂકવું.

(5) દાડમ, શેકેલી સીંગ, ઝીણી ડુંગળી જુદાં રાખી, દરેક બનમાં છૂટા પણ નખાય.

(6) પહેલાં ઘી મૂકીને, બન શેકીને, પછી મસાલો ભરાય. મસાલો ભરીને પછી પણ શેકાય. કેચપ સાથે પીરસવું.

આંબોળિયાંની ચટણી

આ ચટણી બનાવવા માટે આંબોળિયાંનો પાઉડર, ગોળ, મીઠું, મરચું ભેગાં કરીને જરૂરી પાણી નાખી ગરમ કરવું.

લસણની ચટણી

આ ચટણી બનાવવા માટે લસણ, મીઠું, મરચું, ગોળ અને જીરું ભેગાં કરીને વાટવાં.

નોંધ : (1) ડુંગળી સાંતળીને પણ નાખી શકાય.

(2) કેચપ સાથે કોથમીરની ચટણી પણ સર્વ થઈ શકે.

160. ચીઝ ટોસ્ટ [16 નંગ]

સામગ્રી

(1) $\frac{1}{2}$ કપ મેંદો (2) 200 ગ્રામ ચીઝ
(3) $\frac{1}{4}$ ટી સ્પૂન મરીનો ભૂકો
(4) 1 ટી સ્પૂન બેકિંગ પાઉડર
(5) 4થી 6 ટેબલ સ્પૂન દૂધ
(6) 8 સ્લાઇસ બ્રેડ (7) તેલ પ્રમાણસર
(8) મીઠું પ્રમાણસર

રીત

(1) મેંદામાં ચીઝ છીણીને મીઠું, મરી, બેકિંગ પાઉડર નાખી, દૂધથી પેસ્ટ બનાવવી.
(2) બ્રેડને ત્રિકોણ કાપી, તેના પર પેસ્ટ લગાડી, તેલમાં ડૂબે એવી રીતે મૂકીને તળવી. ફૂલવી જોઈએ.
(3) બ્રેડની બે સાઇડે પેસ્ટ લગાવાય. ડુંગળી ઝીણી સાંતળીને નંખાય.

નોંધ : (1) ચીઝ ઓછું નાખવું હોય તો નાખી શકાય. મેંદો થોડોક વધારે લેવો.
(2) તવા ઉપર પણ સાંતળી શકાય.

વૅરિએશન

કૅપ્સિકમ ઝીણાં સમારીને નાખીએ તો ચીલી ચીઝ ટોસ્ટ બને.

161. રવા બ્રેડ [8 નંગ]

સામગ્રી

(1) $\frac{1}{2}$ કપ રવો (2) 2 નંગ લીલાં મરચાં
(3) 1 ટેબલ સ્પૂન કોથમીર
(4) $\frac{1}{4}$ ટી સ્પૂન મરીનો ભૂકો
(5) 200 ગ્રામ ચીઝ
(6) 1 ટી સ્પૂન બેકિંગ પાઉડર
(7) ઘી કે તેલ પ્રમાણસર
(8) 8 સ્લાઇસ બ્રેડ (9) મીઠું પ્રમાણસર

રીત

રવામાં બધું નાખી, પેસ્ટ બનાવી, બ્રેડ પર લગાડી, તવીમાં સાંતળવી કે ગરમ તેલમાં તળવી.

નોંધ: ચીઝ ઓછું નાખવું હોય તો નાખી શકાય. રવો થોડોક વધારે લેવો.

162. ગોલ્ડ કોઇન [3થી 4 વ્યક્તિ]

સામગ્રી

(1) 100 ગ્રામ બટાકા (2) 50 ગ્રામ ગાજર
(3) 50 ગ્રામ ફણસી (4) 50 ગ્રામ વટાણા
(5) 50 ગ્રામ ડુંગળી (6) 2 ટેબલ સ્પૂન તેલ
(7) $\frac{1}{2}$ ટી સ્પૂન રાઈ
(8) 1 ટી સ્પૂન તજ-લવિંગ
(9) $\frac{1}{2}$ ટી સ્પૂન લીંબુનો પાઉડર
(10) 2 ટી સ્પૂન ખાંડ
(11) 1 ટી સ્પૂન ગરમ મસાલો
(12) સેન્ડવીચ બ્રેડ (13) $\frac{1}{2}$ કપ મેંદો
(14) મીઠું પ્રમાણસર

રીત

(1) બટાકા, ગાજર અને ફણસીને ઝીણાં સમારીને વટાણા સાથે બાફી નાખવાં. ડુંગળીને છીણીને તેમાંથી પાણી નીચોવવું.
(2) ગૅસ પર એક વાસણમાં તેલ મૂકી રાઈ, તજ, લવિંગનો ભૂકો નાખી, ડુંગળીને સાંતળવી. તેમાં ઝીણાં સમારેલાં શાકભાજી અને વટાણા નાખવાં. મીઠું, લીંબુનો પાઉડર, ખાંડ, ગરમ મસાલો નાખવાં. થોડી વાર રાખી ઉતારી લેવું.
(3) ત્યારબાદ બ્રેડને ત્રિકોણ કે ગોળ કાપવી. મેંદામાં પાણી નાખી ખીરું બનાવવું.
(4) બ્રેડ પર સહેજ પાણી નાખી માવો મૂકવો. ખીરામાં બોળીને ગરમ તેલમાં તળવું.

વૅરિએશન

(1) માવા પર રવો ભભરાવાય.
(2) સાબુદાણા પલાળીને, કલર નાખી, ચાળણીમાં કાઢી, માવા પર મુકાય. લાલ, લીલા, પીળા સાબુદાણાથી દેખાવ સરસ લાગે છે.

163. ટીપટોપ પકોડા [6 નંગ ગોળ પકોડા]

સામગ્રી

(1) 5થી 6 સ્લાઇસ બ્રેડ
(2) 250 ગ્રામ બાફેલા બટાકા
(3) 1 નંગ ટમેટો (4) 1 નંગ ડુંગળી

(5) 1 ટી સ્પૂન ચણાનો લોટ
(6) 1 ટી સ્પૂન વાટેલાં આદુ-મરચાં
(7) 1 ટી સ્પૂન ખાંડ
(8) 1 ટી સ્પૂન ગરમ મસાલો
(9) તેલ પ્રમાણસર
(10) મીઠું પ્રમાણસર

રીત

(1) બ્રેડને ગોળ કાપવી અથવા તેના 4 ભાગ કરવા.
(2) બટાકા બાફી તેના માવામાં ટમેટા, ડુંગળી ઝીણી સમારીને પ્રમાણસર મીઠું, આદુ, મરચાં, ખાંડ, ગરમ મસાલો તથા ચણાનો લોટ નાખી, બધું ભેગું કરવું.
(3) ઊંચો આકાર જમરૂખ જેવો રાખી, બ્રેડ ઉપર મૂકી, ઊંધા, ગરમ તેલમાં તળી લેવા.

164. વેજિટેબલ સેન્ડવીચ – ટોસ્ટ

સામગ્રી

(1) બટાકા (2) વટાણા
(3) ફણસી (4) સેન્ડવીચ બ્રેડ
(5) આદુ (6) મરચાં
(7) કોથમીર (8) લીંબુ
(9) ખાંડ (10) ગરમ મસાલો
(11) અજમો (12) તેલ
(13) રાઈ (14) માખણ
(15) લીલવા (16) કાકડી
(17) ટીંડોળાં (18) મીઠું પ્રમાણસર

રીત

1. (1) બટાકા અને વટાણા બાફીને તેમાં બધો મસાલો નાખવો.
(2) બ્રેડની એક સાઇડે માખણ લગાડી, માવો મૂકી, બીજી બ્રેડ પર માખણ લગાડી ઉપર મૂકવી. બહારની બંને સાઇડે માખણ લગાડી ટોસ્ટરમાં ટોસ્ટ કરવું.

2. (1) ફણસી, બટાકા ઝીણા સમારવા.
(2) વધારે તેલ મૂકી રાઈ (અને અજમો) નાખી લીલાં મરચાં, ફણસી, બટાકા અને મીઠું નાખવાં. વટાણા બાફવા.
(3) શાક ચડી જાય એટલે બાકીનો બધો મસાલો અને વટાણા નાખવાં. ઉપરની રીતે ટોસ્ટરમાં ટોસ્ટ કરવું.

3. કચોરીનો મસાલો કરી લીલવાની સેન્ડવીચ કરી શકાય.

4. કોથમીરની ચટણી, કેચપ અને માખણનું મિશ્રણ કરીને બ્રેડ પર લગાડવાથી સેન્ડવીચ કે ટોસ્ટ થાય.

5. ડુંગળી, બાફેલા બટાકા, ટામેટા, કાકડી, કેપ્સીકમનાં પીતાં કરી તે પર ચાટ-મસાલો, ચીઝ, બટર લગાવવાં. ટોસ્ટરમાં ટોસ્ટ કરવું.

6. (1) કાકડી, ગાજર, ડુંગળી, ટામેટા બારીક સમારવાં.
(2) ઉપર ચાટ-મસાલો ભભરાવવો. ચીઝ છીણવું. ટોસ્ટરમાં ટોસ્ટ કરવું.

7. ડુંગળી-કૅપ્સિકમની સેન્ડવીચ થઈ શકે. ડુંગળીને ઊભી સમારવી. કૅપ્સિકમ નાનાં સમારવાં. તેલ અને જીરું મૂકી ડુંગળી, કૅપ્સિકમ સાંતળવાં. મીઠું નાખી, હલાવી, બ્રેડ ઉપર બટર લગાડી, મિશ્રણ પાથરવું. બીજી બ્રેડ પર બટર લગાડી, મૂકીને સેન્ડવીચ કરવી.

165. ક્લબ સેન્ડવીચ [3થી 4 વ્યક્તિ]

સામગ્રી

(1) સેન્ડવીચ બ્રેડ (2) 200 ગ્રામ બટાકા
(3) 100 ગ્રામ વટાણા
(4) 1 ટી સ્પૂન વાટેલું આદુ
(5) 1 ટી સ્પૂન વાટેલાં મરચાં
(6) 3 ટેબલ સ્પૂન ઝીણી સમારેલી કોથમીર
(7) 1 નંગ લીંબુ
(8) 1 ટી સ્પૂન ખાંડ
(9) 1 ટી સ્પૂન ગરમ મસાલો
(10) બટર (11) કોથમીરની ચટણી
(12) કાકડી (13) ટમેટા
(14) જામ (15) કેચપ
(16) મીઠું પ્રમાણસર

રીત

(1) બટાકા બાફી, છોલીને છીણી નાખવા. વટાણા બાફવા. બટાકા અને વટાણા ભેગા કરી, તેમાં બધો મસાલો નાખી માવો બનાવવો.

(2) ત્રણ બ્રેડ લેવી. દરેક પર બટર લગાડવું. પ્રથમ બ્રેડ પર કોથમીરની ચટણી, કાકડી, ટમેટાનાં પીતાં મૂકવાં. તેના પર બ્રેડ મૂકવી.

(3) બીજી બ્રેડ ઉપર બટાકા અને વટાણાનો માવો મૂકવો. તેના પર જામ, કેચપ પાથરવો.

(4) ત્રીજી બ્રેડ તેના પર મૂકી, બંધ કરી, ટોસ્ટરમાં ટોસ્ટ કરવું. અથવા, આ જ રીતે પેપર નૅપ્કિનમાં બંધ કરીને પીરસવું.

166. રતાળુની સેન્ડવીચ

સામગ્રી

(1) રતાળુ (2) મરી
(3) લાલ મરચું (4) તેલ
(5) લીંબુ (6) મીઠું

રીત

(1) લાંબું રતાળુ લઈ, તેને છોલીને ગોળ અને જાડાં પીતાં પાડવાં. તેને વરાળથી બાફી, ગરમ તેલમાં તળી લેવાં.

(2) દરેક પીતાં પર મીઠું, મરી, લાલ મરચું, લીંબુ નીચોવીને બે પીતાં ભેગાં કરવાં. કાપીને સર્વ કરવું. આ મસાલો ઉપર પણ નખાય.

નોંધ : ચાટ-મસાલો પણ નાખી શકાય.

167. કટલેટ સેન્ડવીચ [4 વ્યક્તિ]

સામગ્રી

(1) 16 સ્લાઇસ બ્રેડ (2) બટર
(3) સોસ (4) ગળી ચટણી
(5) તીખી ચટણી (6) 8 કટલેટ
(7) ચાટ-મસાલો (8) ચીઝ

રીત

(1) બ્રેડ ઉપર બટર લગાવવું. તેના પર સોસ, ચટણીઓ અને કટલેટ મૂકવાં. ચાટ-મસાલો નાખવો. ચીઝ છીણવું.

(2) બીજી બ્રેડ બટર લગાવીને તેના પર મૂકવી.

વૅરિએશન

એક બ્રેડ ઉપર ટમેટા, બટાકા, વટાણા, કોઈ પણ શાક, કોઈ પણ કઠોળ, ચટણી મૂકી બીજી બ્રેડ મૂકવી. ટોસ્ટરમાં બટર મૂકી, બ્રેડ મૂકી, ટોસ્ટ કરવું.

168. મગની દાળના ટોસ્ટ [12 નંગ]

સામગ્રી

(1) 6 સ્લાઇસ બ્રેડ (2) $\frac{1}{2}$ કપ મગની દાળ
(3) 1 ટી સ્પૂન વાટેલાં આદુ-મરચાં
(4) 1 ટી સ્પૂન જીરું (5) 1 ટી સ્પૂન અજમો
(6) 1 નંગ ડુંગળી (7) 1 નંગ કૅપ્સિકમ
(8) લીલી ચટણી (9) કોથમીર
(10) તેલ પ્રમાણસર (11) મીઠું પ્રમાણસર

રીત

(1) બ્રેડને ત્રિકોણ આકારની કાપવી.

(2) મગની દાળ 2થી 3 કલાક પલાળવી. સહેજ પાણી નાખી વાટી લેવી. દાળવડાં જેવું ખીરું તૈયાર કરવું.

(3) તેમાં આદુ, મરચાં, જીરું, અજમો, મીઠું નાખવાં. ડુંગળી તથા કૅપ્સિકમ ઝીણાં સમારીને નાખવાં.

(4) બ્રેડ પર પહેલાં લીલી ચટણી લગાવવી. તેની ઉપર ખીરું ચોપડવું. પછી બ્રેડ ઊંધી કરી ગરમ તેલમાં તળી લેવી.

વૅરિએશન

મગની દાળનું ઢીલું ખીરું કરી તેલ, પાણી, સાજીનાં ફૂલ નાખી ઢોકળાં કરી શકાય. તેલ, રાઈ, તલનો વઘાર કરવો.

169. લો કૅલેરી દહીંવડાં [12થી 14 નંગ]

સામગ્રી અને રીત

(1) 1 કપ મગની દાળનું ઢીલું ખીરું (આઇટમ નં. 168 પ્રમાણે) કરી તેમાં મીઠું, ચપટી ઇનો અને વાટેલાં આદુ-મરચાં નાખવાં.

(2) ટોસ્ટરમાં ખીરું મૂકી વડાં તૈયાર કરવાં. હૂંફાળા પાણીમાં બોળવાં.

(3) પાણીમાંથી દબાવીને બહાર કાઢી, તેના ઉપર દહીં, મીઠું, મરચું, ગળી ચટણી નાખવાં.

(4) આ રીતે તળ્યા વગરનાં દહીંવડાં સારાં લાગે છે.

નોંધ : ઇનો ન હોય તો ચપટી સાજીનાં ફૂલ (સોડા બાયકાર્બ), ચપટી લીંબુનાં ફૂલ નાખી શકાય.

170. હૈદરાબાદી ટોસ્ટ [12 નંગ]

સામગ્રી

(1) 200 ગ્રામ બટાકાનો (બટાકાવડાંનો) માવો
(2) 50 ગ્રામ ફણસી (3) 50 ગ્રામ ગાજર
(4) 50 ગ્રામ વટાણા
(5) 1 ટી સ્પૂન વાટેલાં આદુ-મરચાં
(6) $\frac{1}{2}$ ટી સ્પૂન લીંબુ (7) 1 ટી સ્પૂન ખાંડ
(8) 1 ટી સ્પૂન ગરમ મસાલો
(9) મીઠી ચટણી (10) લસણની ચટણી
(11) તીખી ચટણી (12) ઝીણી સેવ
(13) ઝીણી સમારેલી ડુંગળી
(14) 6 સ્લાઇસ બ્રેડ (15) તેલ પ્રમાણસર
(16) મીઠું પ્રમાણસર

રીત

(1) આઇટમ નં. 126 પ્રમાણે બટાકાવડાંનો મસાલો તૈયાર કરવો. ફણસી, ગાજર, ઝીણાં સમારી, તેમાં વટાણા નાખી, બાફી, તેમાં બધો મસાલો નાખવો.
(2) બ્રેડને ત્રિકોણ આકારે કાપી, બટાકાનો માવો પાથરવો. તેના પર શાકનો માવો પાથરવો.
(3) મેંદાના પાતળા ખીરામાં બોળી, ઊંધા કરી, ગરમ તેલમાં તળી, ડિશમાં ગોઠવી, તેના પર ત્રણેય ચટણી, ઝીણી સેવ અને ઝીણી ડુંગળી નાખી પીરસવું.

171. વેજિટેબલ બ્રેડ રોલ [15થી 20 નંગ]

સામગ્રી અને રીત

(1) 250 ગ્રામ કોબીજ, 250 ગ્રામ ગાજર અને 100 ગ્રામ ચીઝ છીણવું.
(2) તેમાં મીઠું, મરી અને લીલાં મરચાં ભેળવવા. બ્રેડની કિનારો કાઢી, બ્રેડને સહેજ પાણીમાં પલાળી, નીચોવી, તેમાં માવો ભરી, બ્રેડરોલ્સ વાળવા અને ગરમ તેલમાં તળવા.

172. પાલક પનીર વટાણાના રોલ [15થી 20 નંગ]

સામગ્રી

(1) 250 ગ્રામ પનીર
(2) 250 ગ્રામ લીલા વટાણા
(3) તેલ પ્રમાણસર
(4) 2 ટી સ્પૂન વાટેલાં આદુ-મરચાં
(5) 3 ટી સ્પૂન ખાંડ
(6) 2 ટેબલ સ્પૂન લીંબુનો રસ
(7) 2 ટી સ્પૂન ગરમ મસાલો
(8) 500 ગ્રામ પાલકની ભાજી
(9) 200 ગ્રામ ચણાનો લોટ
(10) 1 ટી સ્પૂન જીરું
(11) ચપટી હિંગ
(12) $\frac{1}{4}$ ટી સ્પૂન હળદર
(13) 2 ટી સ્પૂન લીલી ચટણી
(14) મીઠું પ્રમાણસર

રીત

(1) પનીર છીણવું. વટાણાને મિક્સરમાં ક્રશ કરવા. ગૅસ પર એક વાસણમાં તેલ મૂકી જીરા-હિંગનો વઘાર કરવો. તેમાં મીઠું, આદુ, મરચાં, ખાંડ, લીંબુનો રસ નાખવાં.
(2) પનીરમાં ગરમ મસાલો નાખવો. પનીર અને લીલા વટાણાનો માવો તેમાં નાખવો.
(3) પાલકની ભાજી ધોઈને, કાપીને, મિક્સરમાં ક્રશ કરવી અને ચણાના લોટમાં નાખવી. પાણી જોઈએ તો જ નાખવું. ખીરું કરવું. મીઠું, જીરું અને હળદર નાખવાં.
(4) પનીર, વટાણાના માવાનો રોલ કરી, પાલકના ખીરામાં બોળીને ગરમ તેલમાં તળવું. લીલી ચટણી સાથે પીરસવું.

173. તુવેરના લીલવાના કોન [12થી 15 નંગ]

સામગ્રી

(1) 250 ગ્રામ લીલવાની કચોરીનો મસાલો
(2) 100 ગ્રામ મેંદો
(3) 150 ગ્રામ બટાકા
(4) $\frac{1}{4}$ ટી સ્પૂન હળદર
(5) 50 ગ્રામ ટોસ્ટનો ભૂકો
(6) લાલ ચટણી
(7) 'લઈ' (ચોખાના લોટની)
(8) તેલ પ્રમાણસર
(9) મીઠું પ્રમાણસર

રીત

(1) આઇટમ નં. 141 પ્રમાણે કચોરીનો મસાલો કરવો.

(2) મેંદામાં મીઠું અને પ્રમાણસર મોણ નાખી પૂરીનો લોટ બાંધવો. પૂરી વણીને વચ્ચેથી બે ભાગ કરવા. ગોળ વાળી, કોનની કિનારી લઈ(પેસ્ટ)થી બંધ કરવી.

(3) કોનમાં કચોરીનો મસાલો ભરવો.

(4) બટાકા બાફી, છોલી, છીણી નાખવા. તેમાં મીઠું અને હળદર નાખવાં.

(5) કોન ઉપર બટાકાનો માવો લખોટી જેવો કરી, તેના ઢાંકણ ઉપર બરાબર ફિટ કરવો.

(6) મેંદાનું પાતળું ખીરું કરવું. કોન થઈ જાય એટલે ઉપરનો મોટો ભાગ મેંદાના ખીરામાં બોળવો.

(7) પછી કોનનું મોઢું ટોસ્ટના ભૂકામાં મૂકવું.

(8) કોનનું મોઢું ટોસ્ટથી ચોંટાડી, કોન ગરમ તેલમાં તળવા. લાલ ચટણી સાથે પીરસવા.

174. મગની દાળના કોન [12થી 15 નંગ]

સામગ્રી

(1) કણકીનો લોટ

(2) જરૂર મુજબ રોટલીઓ

(3) તેલ પ્રમાણસર

(4) $\frac{1}{2}$ કપ મગની દાળ

(5) 1 નંગ ડુંગળી

(6) 1 નંગ કેપ્સિકમ

(7) 2 ટેબલ સ્પૂન બટાકાનું પૂરણ

(8) 1 ટી સ્પૂન વાટેલાં આદુ-મરચાં

(9) 2 ટેબલ સ્પૂન ઝીણી સમારેલી કોથમીર

(10) $\frac{1}{2}$ ટી સ્પૂન લીંબુનાં ફૂલ

(11) 2 ટી સ્પૂન ખાંડ

(12) 1 ટી સ્પૂન ગરમ મસાલો

(13) દાડમ

(14) સેવ

(15) 1 ટેબલ સ્પૂન કોપરાની છીણ

(16) મીઠું પ્રમાણસર

રીત

(1) કણકીનો લોટ લઈ, તેમાં પાણી નાખી, ભેળવીને ગરમ કરવું. તેથી લઈ (પેસ્ટ) તૈયાર થશે.

(2) શેકેલી રોટલીના 4 ટુકડા કરવા. ઍલ્યુમિનિયમના કોન પર રોટલીનો એક ટુકડો (નાનો ભાગ નીચેની તરફ) લગાડી, લઈ(પેસ્ટ)થી બંધ કરવું. તેની પર બીજી રોટલીનો કોન કરવો. આમ 7થી 8 કોન કરવા અને ગરમ તેલમાં તળી નાખવા.

(3) મોટી રોટલી વણી, તેના ચાર ટુકડા (ભાગ) કરી, કોન ઉપર લગાડી શકાય. રોટલી શેકવાની નહીં.

(4) મગની દાળને 3 કલાક પલાળીને પીસી લેવી. ડુંગળી ઝીણી સમારી, તેલમાં સાંતળવી.

(5) તેમાં કેપ્સિકમ ઝીણાં સમારીને નાખવાં. મગની દાળ, બટાકાનું પૂરણ તથા બધો મસાલો નાખવો.

(6) કોનમાં નીચે મગની દાળનો માવો અને તેના ઉપર દાડમ, સેવ, કોપરાની છીણ ભભરાવો.

વૅરિએશન

(1) મગની દાળની જગ્યાએ બટાકા બાફી, તેમાં બધો મસાલો નાખી, કોનમાં ભરી શકાય.

(2) સેવ, મમરા, ઝીણી સેવ, ડુંગળી, દાડમ, બુંદી, બટાકા (બાફીને, નાના ટુકડા કરીને) ભરી શકાય. તેના પર ચટણી નાખવી.

(3) વઘારેલો ભાત, બટાકાપૌંઆ, ઉપમા, કઠોળની ભેળ વગેરે નાખી શકાય.

175. લીલવાના રોલ [10થી 12 નંગ]

સામગ્રી

(1) $\frac{1}{2}$ કપ સાબુદાણા

(2) 300 ગ્રામ બટાકા

(3) 2 ટી સ્પૂન આરાલોટ

(4) $\frac{1}{4}$ ટી સ્પૂન સફેદ મરચું

(5) 100 ગ્રામ વટાણા

(6) 200 ગ્રામ લીલવા (7) તેલ પ્રમાણસર

(8) 1 ટી સ્પૂન મરચાં
(9) 2 ટેબલ સ્પૂન ઝીણી સમારેલી કોથમીર
(10) 1 ટી સ્પૂન ગરમ મસાલો
(11) 1 નંગ લીંબુ
(12) 2 ટી સ્પૂન ખાંડ
(13) મીઠું પ્રમાણસર

રીત

(1) સાબુદાણા પલાળી, કોરા કરવા. બટાકા બાફીને, છોલીને છીણવા. તેમાં આરાલોટ, મીઠું, સફેદ મરચું નાખવાં.

(2) વટાણા અને લીલવાને મિક્સરમાં ક્રશ કરવા. ગૅસ પર એક વાસણમાં 2 ટેબલ સ્પૂન તેલ મૂકી, વટાણા અને લીલવાને સાંતળી, તેમાં બધો મસાલો નાખવો. ઠંડું થવા દેવું.

(3) બટાકાના માવાનો મધ્યમ કદનો લુઓ લેવો. થાળી ઉપર તેલ લગાવી, તેના પર 1 ચમચી સાબુદાણા પાથરવા.

(4) તેના પર બટાકાના માવાની ગોળ પૂરી વણીને મૂકવી. તેના પર લીલવાનું પૂરણ પાથરવું.

(5) ધીમે ધીમે રોલ વાળવો. નાનો વીંટો કરવો.

(6) રોલને બટાકાના માવા વડે બંને બાજુથી બંધ કરી ગરમ તેલમાં તળી નાખવા. કેચપ સાથે ગરમ ગરમ જ ઉપયોગમાં લેવા.

176. પાંઉભાજી [6થી 7 વ્યક્તિ]

સામગ્રી

(1) 250 ગ્રામ બટાકા (2) 100 ગ્રામ કોબીજ
(3) 100 ગ્રામ ફ્લાવર (4) 1 નંગ રીંગણ
(5) 250 ગ્રામ વટાણા (6) 250 ગ્રામ ડુંગળી
(7) 8થી 10 કળી લસણ
(8) 250 ગ્રામ ટમેટા (9) ઘી અને તેલ
(10) 1 ટી સ્પૂન જીરું (11) ચપટી હિંગ
(12) નાનો ટુકડો આદુ (13) 2 ટી સ્પૂન મરચાં
(14) 2 કૅપ્સિકમ (15) 2 ટી સ્પૂન મરચું
(16) $\frac{1}{2}$ ટી સ્પૂન હળદર
(17) 2 ટી સ્પૂન ધાણાજીરું
(18) 2 ટી સ્પૂન પાંઉભાજીનો મસાલો
(19) લીંબુ (20) કોથમીર
(21) ચાટ-મસાલો (22) બન, બટર
(23) મીઠું પ્રમાણસર

રીત

(1) બટાકા, કોબીજ, ફ્લાવર ઝીણું સમારીને તેમજ રીંગણ મોટું સમારીને વટાણા સાથે બધું વરાળથી બાફવું.

(2) ડુંગળીને ચોપ ઍન્ડ ચર્નમાં ક્રશ કરવી. લસણ વાટવું. ટામેટા ઝીણા સમારવા.

(3) 4 ટેબલ સ્પૂન ઘી, તેલ મૂકી, જીરું-હિંગ નાખી ડુંગળી, લસણ વઘારવાં. લીલી ડુંગળી સમારીને નાખી શકાય.

(4) આદુ-મરચાં પીસીને નાખવાં. કૅપ્સિકમ નાના સમારીને નાખવા. સારી રીતે સાંતળાઈ જાય એટલે 2 ટેબલ સ્પૂન ઘી નાખવું. તેમાં મરચું, હળદર, ધાણાજીરું, પાંઉભાજીનો મસાલો નાખવાં.

(5) ટમેટા નાખવા, થોડુંક પાણી નાખવું. પછી બાફેલાં શાક છૂંદીને નાખવાં. લીંબુ નીચોવવું. કોથમીર નાખવી.

(6) બનને વચ્ચેથી કાપી, લોઢી ઉપર ઘી કે બટર મૂકી, બ્રેડને તેના પર મૂકી સાંતળવી.

(7) ડુંગળી, કોબીજ, ટમેટાંને ઝીણાં સમારી (ચોપ ઍન્ડ ચર્ન કરી) તેમાં મીઠું, મરચું, લીંબુ, કોથમીર, ચાટ-મસાલો નાખવાં.

(8) આ પાંઉભાજી સાથે પીરસવું.

177. ઈડલી ટકાટક

રીત

(1) પાંઉભાજીવાળી ભાજી બનાવી, તેમાં નાની નાની ઈડલી બનાવીને નાખવી.

(2) તેની ઉપર લીલી ડુંગળી અને સૂકી ડુંગળી ઝીણી સમારીને, ઝીણી સેવ, કોથમીરની ચટણી, દાડમ અને કોથમીર નાખી શકાય.

(3) ઈડલીના ખીરામાં લાલ, લીલો રંગ નાખી રંગીન ઈડલી પણ સરસ લાગે.

178. બ્રેડની પેટીસ [15થી 20 નંગ]

સામગ્રી

(1) 500 ગ્રામ ખાડાવાળા બટાકા
(2) 1 લીંબુ
(3) 6 મોટી સ્લાઇસ બ્રેડ
(4) 1 ટેબલ સ્પૂન કોર્નફ્લોર
(5) 150 ગ્રામ વટાણા
(6) તેલ પ્રમાણસર
(7) નાનો ટુકડો આદુ
(8) 1 ટી સ્પૂન વાટેલાં લીલાં મરચાં
(9) 4 ટેબલ સ્પૂન ઝીણી સમારેલી કોથમીર
(10) 1 ટી સ્પૂન કોપરાની છીણ
(11) $\frac{1}{2}$ ટી સ્પૂન તજ-લવિંગનો ભૂકો
(12) 2 ટી સ્પૂન ખાંડ
(13) $\frac{1}{2}$ ટી સ્પૂન મરચું
(14) 1 ટી સ્પૂન તલ
(15) 15થી 20 નંગ દ્રાક્ષ
(16) $\frac{1}{2}$ ટી સ્પૂન ખસખસ
(17) 1 ટી સ્પૂન ગરમ મસાલો
(18) 1 ટી સ્પૂન મગજતરીનાં બી
(19) 3 ટેબલ સ્પૂન રવો
(20) મીઠું પ્રમાણસર

રીત

(1) બટાકાને બાફી, છોલીને છીણી નાખવા. મીઠું, લીંબુનો રસ, બ્રેડ તથા કોર્નફ્લોર નાખી માવો તૈયાર કરવો. બ્રેડને મિક્સરમાં ક્રશ કરવી.

(2) બ્રેડનો કડક ભાગ (કિનારી) કાપી, ટુકડા કરી, બધા બ્રેડના ટુકડા તળી લેવા.

(3) વટાણાને અધકચરા વાટી, થોડા તેલમાં સાંતળવા. તેમાં બધો મસાલો નાખી, તળેલી બ્રેડના ટુકડા ભેળવી, પૂરણ તૈયાર કરવું.

(4) બટાકાના માવામાં વટાણાનું પૂરણ ભરી પેટીસ વાળવી.

(5) રવામાં મીઠું નાખી, પાતળું ખીરું તૈયાર કરવું. તેમાં પેટીસને બોળી, ગરમ તેલમાં તળી લેવી.

179. વટાણાની એટમબૉંબ પેટીસ [6થી 8 નંગ]

સામગ્રી

(1) 500 ગ્રામ બટાકા (2) 1 લીંબુ
(3) 2 ટેબલ સ્પૂન આરાલોટ
(4) 1 ટેબલ સ્પૂન બૂરું ખાંડ
(5) $\frac{1}{4}$ કપ બ્રેડક્રમ્સ (6) 150 ગ્રામ વટાણા
(7) નાનો ટુકડો આદુ
(8) 1 ટી સ્પૂન વાટેલાં લીલાં મરચાં
(9) 2 ટેબલ સ્પૂન તેલ (10) $\frac{1}{2}$ ટી સ્પૂન રાઈ
(11) 1 ટી સ્પૂન તલ
(12) $\frac{1}{2}$ કપ ઝીણી સમારેલી કોથમીર
(13) $\frac{1}{4}$ કપ કોપરાની છીણ
(14) $\frac{1}{4}$ કપ સીંગદાણાનો ભૂકો
(15) 2 ટેબલ સ્પૂન ખાંડ
(16) 1 ટેબલ સ્પૂન ગરમ મસાલો
(17) કણકીનો લોટ પ્રમાણસર
(18) તેલ (તળવા માટે) (19) મીઠું પ્રમાણસર

રીત

(1) બટાકા બાફી, છોલીને છીણી નાખવા. તેમાં મીઠું, $\frac{1}{2}$ લીંબુનો રસ, આરાલોટ, બૂરું ખાંડ, બ્રેડક્રમ્સ નાખી, માવો તૈયાર કરવો.

(2) વટાણા, લીલાં મરચાં, આદુ ક્રશ કરવાં. ગૅસ પર એક વાસણમાં તેલમાં રાઈનો વઘાર મૂકી, તલ નાખી, વટાણા નાખવા. તેમાં કોથમીર (વધારે) નાખવી.

(3) કોપરું, મીઠું, ખાંડ, સીંગદાણાનો ભૂકો (વધારે) નાખવાં. સહેજ ચડી જાય એટલે $\frac{1}{2}$ લીંબુનો રસ અને ગરમ મસાલો નાખી, ઠંડું થવા દેવું.

(4) બટાકાના ગોળાવાળી તેને આડણી ઉપર અટામણથી વણવું. વચ્ચે મસાલો મૂકી લાડવો વાળવો. પેટીસનો આકાર આપવો.

(5) એક-એક પેટીસ સાચવીને ગરમ તેલમાં તળવી. વચ્ચેથી કાપીને કેચપ જોડે પીરસવું.

વૅરિએશન

વટાણાની જગ્યાએ કોપરું, કોથમીર, કાકડીની છીણ અને ઘટ્ટ દહીંમાં મીઠું, લીલાં મરચાં, ખાંડ, ગરમ મસાલો નાખી, ભેળવી, બટાકાના માવામાં પૂરણ ભરીને પણ પેટીસ કરી શકાય.

180. પૌંઆની પેટીસ [4 વ્યક્તિ]

સામગ્રી

(1) 250 ગ્રામ નાયલૉન પૌંઆ

(2) 250 ગ્રામ લીલા વટાણા

(3) $\frac{1}{2}$ કપ લીલા નારિયેળનું ખમણ

(4) 1 ટી સ્પૂન વાટેલાં આદુ-મરચાં

(5) $\frac{1}{4}$ કપ ઝીણી સમારેલી કોથમીર

(6) $\frac{1}{2}$ નંગ લીંબુ (7) 2 ટી સ્પૂન ખાંડ

(8) 8 નંગ દ્રાક્ષ (9) તેલ પ્રમાણસર

(10) 50 ગ્રામ મેંદો (11) મીઠું પ્રમાણસર

રીત

(1) પૌંઆને ધોઈને કોરા કરવા. તેમાં મીઠું નાખી, મસળી, માવો બનાવવો.

(2) વટાણાને અધકચરા વાટી, તેલ મૂકી સાંતળવા. તેમાં બધો મસાલો નાખી પૂરણ તૈયાર કરવું.

(3) પૌંઆના ગોળ લુઆ કરી, હાથથી દબાવી, તેમાં વટાણાનું પૂરણ ભરી, પેટીસ વાળવી.

(4) મેંદાના લોટનું પાતળું ખીરું બનાવી, તેમાં પેટીસ બોળીને ગરમ તેલમાં તળવી.

181. ડુંગળીની પેટીસ [6 વ્યક્તિ]

બહારના પડની સામગ્રી

(1) 500 ગ્રામ બટાકા

(2) 2 બ્રેડ સ્લાઇસ

(3) 1 લીંબુ

(4) તેલ પ્રમાણસર (તળવા માટે)

(5) મીઠું પ્રમાણસર

અંદરના પડની સામગ્રી

(1) 4 નંગ ડુંગળી (2) 100 ગ્રામ પૌંઆ

(3) $\frac{1}{2}$ ટી સ્પૂન વાટેલાં લીલાં મરચાં

(4) 2 ટેબલ સ્પૂન ઝીણી સમારેલી કોથમીર

(5) $\frac{1}{2}$ ટી સ્પૂન વાટેલું આદુ

(6) 1 ટી સ્પૂન ગરમ મસાલો

(7) $\frac{1}{2}$ ટી સ્પૂન લીંબુનાં ફૂલ

(8) 1 ટેબલ સ્પૂન ખાંડ (9) મીઠું પ્રમાણસર

રીત

(1) બટાકા બાફી, છોલીને છીણી નાખવા. તેમાં મીઠું, લીંબુ, 2 બ્રેડ મેળવીને માવો તૈયાર કરવો.

(2) અંદરના પડ માટે ડુંગળી છીણી, તેમાં પૌંઆ ધોઈને નાખવા. બધો મસાલો ભેગો કરી માવો તૈયાર કરવો.

(3) બટાકાના માવામાં ડુંગળીનો માવો ભરવો. ગોળા વાળી ખસખસમાં રગદોળવા. તેના પર બાફેલા વટાણા ચોંટાડવા. પેટીસ ગરમ તેલમાં તળવી.

નોંધ : ડુંગળી ન નાખવી હોય તો એકલા પૌંઆની પણ પેટીસ થઈ શકે.

182. રતાળુની પેટીસ [5 વ્યક્તિ]

બહારના પડની સામગ્રી

(1) 400 ગ્રામ રતાળુ

(2) 1 ટી સ્પૂન લાલ મરચું

(3) 1 લીંબુ

(4) 2 ટી સ્પૂન ખાંડ

(5) 2 ટેબલ સ્પૂન આરાલોટ

(6) 4 ટેબલ સ્પૂન બ્રેડક્રમ્સ

(7) તેલ (તળવા માટે)

(8) ગરમ મસાલો (9) મીઠું પ્રમાણસર

અંદરના પડની સામગ્રી

(1) 50 ગ્રામ મસ્કો

(2) $\frac{1}{4}$ કપ લીલા કોપરાની છીણ

(3) 1 કાકડી

(4) 1 ટી સ્પૂન વાટેલાં મરચાં

(5) 2 ટેબલ સ્પૂન કોથમીર

(6) 2 ટેબલ સ્પૂન બૂરું ખાંડ

(7) 50 ગ્રામ ઝીણી સેવ

(8) 1 લીંબુ

(9) 1 ટી સ્પૂન તલ (10) મીઠું પ્રમાણસર

રીત

(1) રતાળુના ટુકડા કરી, કૂકરમાં ચાળણીમાં બાફવા. ઠંડું પડે એટલે છીણીથી છીણવું. મસળવું. તેમાં બધો મસાલો નાખવો. બરાબર મિશ્રણ કરવું.

(2) મસ્કો ઠંડામાં જ રાખવો, જેથી ખાટો ન થઈ જાય. મસ્કો ઘેર બનાવવો હોય તો દૂધમાં મલાઈ વધારે નાખી, હૂંફાળું કરી, દહીં મેળવવું. મોળું દહીં તૈયાર થાય એટલે કપડામાં બાંધી લટકાવવું.

(3) પાણી નીતરી જાય એટલે મસ્કો તૈયાર થશે. તેમાં લીલા કોપરાની છીણ, કાકડી ચાખીને, છીણીને તથા બીજો બધો મસાલો નાખવો.

(4) રતાળુના માવામાંથી લુઓ લઈ, તેમાં ખાડો કરી, મસ્કાનું પૂરણ ભરી, સરસ રીતે ગોળ વાળી, પેટીસ બનાવીને ધીમા તાપે ગરમ તેલમાં તળવી.

નોંધ : જો ફરાળી પેટીસ બનાવવી હોય તો બ્રેડક્રમ્સ અને ઝીણી સેવ ન નાખવી.

વૅરિએશન

રતાળુના રોલ : રોલ લાંબા આકારના કરવાથી રતાળુના રોલ થશે.

183. લીલી ટીકિયા [25 નંગ]

સામગ્રી

(1) 250 ગ્રામ બટાકા (2) 250 ગ્રામ વટાણા
(3) તેલ પ્રમાણસર
(4) 4થી 5 કળી લીલું લસણ
(5) 1 લીંબુ (6) 1 ટી સ્પૂન તલ
(7) 2 ટેબલ સ્પૂન કોપરાની છીણ
(8) 1 ટી સ્પૂન ગરમ મસાલો
(9) 4 ટેબલ સ્પૂન ઝીણી સમારેલી કોથમીર
(10) 1 ટી સ્પૂન વાટેલાં મરચાં
(11) 1 કપ ચણાનો લોટ
(12) 1 ટી સ્પૂન મરચું
(13) $\frac{1}{4}$ ટી સ્પૂન હળદર
(14) ચપટી હિંગ (15) મીઠું પ્રમાણસર

રીત

(1) બટાકા, વટાણા બાફી, બટાકાને છોલીને છીણી નાખવા. ગૅસ પર એક વાસણમાં ચમચો તેલ મૂકી, બટાકા-વટાણાનો માવો સાંતળવો. નીચે ઉતારી, તેમાં બધો મસાલો નાખી, મિશ્રણ કરી, નાની ટીકિયા બનાવવી.

(2) ચણાના લોટમાં મીઠું, મરચું અને હિંગ નાખી, ભજિયાં જેવું ખીરું બનાવવું. ખીરામાં ટીકિયા બોળી મધ્યમ તાપે તળવી. કોથમીરની ચટણી અને દહીં સાથે પીરસવું.

વૅરિએશન

ટીકિયા પર દહીં, ખજૂરની ચટણી, કોથમીરની ચટણી, મીઠું, મરચું નાખી દહીંવડાં પણ બનાવી શકાય.

184. કુરકુરી ટીકિયા [25થી 30 નંગ]

સામગ્રી

(1) 6 નંગ બટાકા (2) 2 નંગ પાકાં કેળાં
(3) 1 ટી સ્પૂન મરચું (4) $\frac{1}{2}$ ટી સ્પૂન હળદર
(5) 1 ટી સ્પૂન ગરમ મસાલો
(6) 1 નંગ લીંબુ (7) 2 ટી સ્પૂન ખાંડ
(8) 1 કપ પલાળેલા સાબુદાણા
(9) તેલ પ્રમાણસર
(10) મીઠું પ્રમાણસર

રીત

(1) બટાકા બાફી, છોલીને છીણી નાખવા. કેળાં છીણી નાખવાં. બધો મસાલો નાખી લોટ જેવું બાંધવું.

(2) પલાળેલા સાબુદાણા એક થાળીમાં પાથરી દેવા.

(3) માવાના ગોળ લુઆ કરી સાબુદાણા ઉપર દબાવવા અને તેને ટીકિયા જેવો આકાર આપવો. સાબુદાણા ચોંટી જશે.

(4) તરત ગરમ તેલમાં તળી લેવા. ફુદીના, કોથમીરની ચટણી સાથે ગરમ ગરમ પીરસવું.

નોંધ : હળદર અને ગરમ મસાલાની જગ્યાએ તજ-લવિંગનો ભૂકો નાખશો તો ફરાળી વાનગી બનશે.

185. ચણાની દાળની ટીકિયા [25 થી 30 નંગ]

સામગ્રી

1. (1) 500 ગ્રામ બટાકા
   (2) 2 ટી સ્પૂન વાટેલાં લીલાં મરચાં
   (3) 1 ટી સ્પૂન આરાલોટ
   (4) 1 નંગ લીંબુ
   (5) તેલ પ્રમાણસર
   (6) મીઠું પ્રમાણસર

2. (1) 150 ગ્રામ ચણાની દાળ
   (2) 1 ટેબલ સ્પૂન આંબોળિયાંનો ભૂકો
   (3) 1 ટી સ્પૂન મરચું
   (4) 1 ટી સ્પૂન ગરમ મસાલો
   (5) મીઠું પ્રમાણસર

3. **લસણની ચટણી માટે**
   (1) 3 ટી સ્પૂન મરચું (2) 25 કળી લસણ
   (3) $\frac{1}{2}$ લીંબુ (4) મીઠું પ્રમાણસર

4. **ખજૂરની ચટણી માટે**
   (1) 50 ગ્રામ ખજૂર
   (2) 1 ટી સ્પૂન લાલ મરચું
   (4) સંચળ પ્રમાણસર
   (5) 1 ટી સ્પૂન જીરાનો ભૂકો
   (6) 50 ગ્રામ ગોળ
   (7) મીઠું પ્રમાણસર

5. **કોથમીરની ચટણી માટે**
   (1) $\frac{1}{2}$ કપ કોથમીર
   (2) $\frac{1}{4}$ કપ ફુદીનો
   (3) 2 ટી સ્પૂન ખાંડ
   (4) નાનો ટુકડો આદુ
   (5) 2 લીલાં મરચાં
   (6) $\frac{1}{2}$ લીંબુ
   (7) મીઠું પ્રમાણસર

રીત

(1) બટાકાને બાફી, છોલીને છીણી નાખવા. તેમાં બટાકાનો મસાલો નાખવો.

(2) ચણાની દાળ 4 કલાક પલાળી, કૂકરમાં બાફવી. ચણાની દાળ આખી રહેવી જોઈએ. તેમાં મીઠું, મરચું, આંબોળિયાંનો ભૂકો અને ગરમ મસાલો નાખવો.

(3) **લસણની ચટણી :** લસણમાં મીઠું, મરચું, લીંબુ નાખી, વાટીને ચટણી બનાવવી.

(4) **ખજૂરની ચટણી :** ખજૂર, આંબોળિયાં, ગોળ બાફી, વાટી, ગાળીને તેમાં મીઠું, મરચું, જીરું અને સંચળ નાખવાં.

(5) **કોથમીરની ચટણી :** કોથમીર, ફુદીનો, મીઠું, ખાંડ, આદુ, મરચાં અને લીંબુ નાખી, વાટીને ચટણી બનાવવી.

(6) બટાકાના માવામાં ચણાની દાળનો મસાલો ભરી, ટીકિયા જેવું વાળી, એક વખત ગરમ તેલમાં તળી રાખવું.

(7) લોઢીમાં સહેજ તેલ મૂકી ટીકિયાને બંને બાજુ સાંતળવી. તેથી પડ કડક થશે. તેની પર ઉપરની ત્રણેય ચટણીઓ નાખવી.

વૅરિએશન

(1) ટીકિયા પર દહીં નાખીએ તો દહીંવડાં થાય.

(2) ટીકિયા પર ત્રણેય ચટણીઓ, ઝીણી સમારેલી ડુંગળી અને ઝીણી સેવ નાખી શકાય.

186. પૌંઆની ટીકિયા [10 થી 12 નંગ]

સામગ્રી

(1) 250 ગ્રામ પૌંઆ
(2) 2 ટી સ્પૂન લીલાં મરચાં
(3) 4 ટેબલ સ્પૂન ઝીણી સમારેલી કોથમીર
(4) 1 લીંબુ
(5) 2 ટેબલ સ્પૂન ખાંડ
(6) 1 ટી સ્પૂન ગરમ મસાલો
(7) તેલ પ્રમાણસર
(8) મીઠું પ્રમાણસર

રીત

પૌંઆને પલાળી, કાણાવાળા વાડકામાં કાઢી, બધો મસાલો કરી, ટીકિયા વાળવી અને ગરમ તેલમાં તળવી.

187. પાલક-ચણાની દાળની ટીકિયા

[12થી 15 નંગ]

સામગ્રી

(1) 1 કપ ચણાની દાળ
(2) 200 ગ્રામ પાલક
(3) 5થી 7 લીલાં મરચાં
(4) નાનો ટુકડો આદુ
(5) 8થી 10 કળી લસણ
(6) તેલ પ્રમાણસર
(7) મીઠું પ્રમાણસર

રીત

(1) ચણાની દાળને 4 કલાક પલાળીને વાટવી.
(2) તેમાં પાલક બરાબર ધોઈને ઝીણી સમારીને નાખવી. તેમાં મીઠું, લીલાં મરચાં, આદુ, લસણ વાટીને નાખવાં.
(3) ટીકી વાળીને ગરમ તેલમાં તળવી.

વૅરિએશન

આ ટીકી ઉપર દહીં નાખો તો દહીંવડાં થાય.

188. છોલે ટીકી [5 વ્યક્તિ]

સામગ્રી

(1) 250 ગ્રામ છોલે
(2) 400 ગ્રામ બટાકા (3) 1 લીંબુ
(4) 2 ટેબલ સ્પૂન આરાલોટ કે કોર્નફ્લોર
(5) 1 ટેબલ સ્પૂન બૂરું ખાંડ
(6) 150 ગ્રામ વટાણા
(7) 2 ટેબલ સ્પૂન કોપરાની છીણ
(8) 1 ટેબલ સ્પૂન કાજુના ટુકડા
(9) 1 ટેબલ સ્પૂન દ્રાક્ષ
(10) 1 ટી સ્પૂન વાટેલાં લીલાં મરચાં
(11) 1 ટેબલ સ્પૂન ખાંડ
(12) 1 ટી સ્પૂન ગરમ મસાલો
(13) તેલ પ્રમાણસર (14) મીઠું પ્રમાણસર

રીત

(1) આઇટમ નં. 389 પ્રમાણે રસાવાળા છોલે બનાવવા.
(2) ટીકી માટે બટાકા બાફી, માવો કરી, તેમાં મીઠું, $\frac{1}{2}$ લીંબુ, આરાલોટ અને બૂરું ખાંડ નાખી મિક્સ કરવું.
(3) વટાણા બાફીને તેમાં કોપરાની છીણ, કાજુ, દ્રાક્ષ, મીઠું, લીલાં મરચાં, $\frac{1}{2}$ લીંબુ, ખાંડ અને ગરમ મસાલો નાખી મેળવવું.
(4) બટાકાના માવામાં વટાણાનો માવો ભરી, ટીકી વાળી, ગરમ તેલમાં તળવી અથવા તવી ઉપર સાંતળવી.
(5) છોલેમાં ટીકી નાખી પીરસવું.

નોંધ : છોલે ટીકી ઉપર ઝીણી સમારેલી ડુંગળી અને ઝીણી સેવ ભભરાવી શકાય.

189. પેટીસ [20થી 25 નંગ]

સામગ્રી

(1) 250 ગ્રામ બટાકા
(2) 200 ગ્રામ વટાણા
(3) 2 ટી સ્પૂન વાટેલાં મરચાં
(4) 2 ટેબલ સ્પૂન ઝીણી સમારેલી કોથમીર
(5) 1 ટી સ્પૂન વાટેલું આદુ
(6) 1 ટી સ્પૂન ગરમ મસાલો
(7) 1 ટી સ્પૂન લીંબુનાં ફૂલ
(8) 1 ટી સ્પૂન ખાંડ
(9) ચોખાનો લોટ (અટામણ)
(10) તેલ પ્રમાણસર (11) મીઠું પ્રમાણસર

રીત

(1) બટાકા અને વટાણા બાફવા. બટાકાને છીણવા.
(2) તેમાં બધો મસાલો મેળવી, પેટીસ વાળી, અટામણ લગાડી, ગરમ તેલમાં તળી નાખવી.
(3) જો રગડા સાથે પેટીસ બનાવવી હોય તો ગૅસ પર લોઢીમાં તેલ મૂકી પેટીસને બંને બાજુ સાંતળવી.

190. રગડો [4થી 5 વ્યક્તિ]

સામગ્રી

(1) 250 ગ્રામ સૂકા વટાણા
(2) તેલ પ્રમાણસર (3) $\frac{1}{2}$ ટી સ્પૂન રાઈ
(4) 1 ટી સ્પૂન તલ (5) ચપટી હિંગ

(6) 3 નંગ ડુંગળી   (7) 10 કળી લસણ

(8) 2 નંગ ટમેટા

(9) 1 ટી સ્પૂન વાટેલાં આદુ-મરચાં

(10) 1 ટી સ્પૂન ગરમ મસાલો

(11) 1 નંગ લીંબુ   (12) 1 ટેબલ સ્પૂન ખાંડ

(13) 1 ટી સ્પૂન મરચું   (14) $\frac{1}{2}$ ટી સ્પૂન હળદર

(15) 1 ટી સ્પૂન આંબોળિયાંનો ભૂકો

(16) 2 ટેબલ સ્પૂન ગોળ   (17) 2 નંગ બટાકા

(18) 2 ટેબલ સ્પૂન ઝીણી સમારેલી કોથમીર

(19) લસણની ચટણી   (20) કોથમીરની ચટણી

(21) ખજૂરની ગળી ચટણી

(22) ગાજર   (23) 1 બીટ

(24) મીઠું પ્રમાણસર

રીત

(1) વટાણા આખા રહે તેમ બાફવા. 2 ડુંગળીને છીણવી.

(2) ગૅસ પર એક વાસણમાં 2 ટેબલ સ્પૂન તેલમાં રાઈ અને તલ મૂકી ડુંગળી સાંતળવી. તેમાં લસણ નાખવું. ટમેટા સમારીને નાખવા.

(3) તેમાં બધો મસાલો નાખવો. વટાણા નાખવા. ઉકાળવા. રસો વધારે લાગે તો ચણાનો લોટ ઓગાળીને નાખવો.

(4) બટાકા બાફી, તેના નાના ટુકડા કરીને નાખવા. કોથમીર ભભરાવવી.

(5) રગડામાં પેટીસ મૂકી, તેના પર લસણ, કોથમીર અને ખજૂરની – આમ ત્રણેય ચટણીઓ નાખી પીરસવું.

(6) ગાજર, બીટ છીણીને મૂકવાં. 1 ડુંગળી ઝીણી સમારીને મૂકવી.

નોંધ : રગડામાં તાજો પંજાબી મસાલો નાખવાથી સ્વાદ સારો આવે છે.

191. સેવઉસળ [4થી 5 વ્યક્તિ]

સામગ્રી

(1) રગડો (આઇટમ નં. 190 પ્રમાણે)

(2) 150 ગ્રામથી 200 ગ્રામ ઝીણી સેવ

(3) 2 બાફેલા બટાકા

(4) 2 ડુંગળી

(5) 1 ગાજર

(6) બીટ

(7) કોથમીરની ચટણી

(8) ખજૂરની ગળી ચટણી

(9) લસણની ચટણી

(10) 2 ટેબલ સ્પૂન ઝીણી સમારેલી કોથમીર

રીત

(1) રગડો બનાવી તેના પર ઝીણી સેવ, બટાકાના નાના ટુકડા અને ડુંગળી ઝીણી સમારીને ભભરાવવાં.

(2) ગાજર અને બીટ છીણીને નાખવાં. ત્રણેય ચટણીઓ નાખવી. કોથમીર ભભરાવવી.

192. સેવપૂરી

સામગ્રી

(1) ફૂલ્યા વગરની પૂરી કે ફૂલેલી પૂરી

(2) દહીં   (3) ખજૂરની ગળી ચટણી

(4) સેવ   (5) મગ (બાફેલા)

(6) મરચું   (7) કોથમીર

(8) બાફેલા બટાકા   (9) ચાટ-મસાલો

(10) મીઠું પ્રમાણસર

રીત

(1) ઓછી ફૂલેલી કે ફૂલેલી પૂરી થાળીમાં ગોઠવવી.

(2) તેના પર દહીં, ખજૂરની ગળી ચટણી, ઝીણી સેવ, મગ કે ચણા (બાફેલા), મીઠું, મરચું, કોથમીર, બટાકા (નાના સમારેલા), ચાટ-મસાલો નાખવો.

193. સેવખમણી [5થી 6 વ્યક્તિ]

સામગ્રી

(1) 500 ગ્રામ ચણાની દાળ

(2) 200 ગ્રામથી 250 ગ્રામ તેલ

(3) $\frac{1}{2}$ ટી સ્પૂન રાઈ

(4) 1 ટી સ્પૂન તલ

(5) 1 ટેબલ સ્પૂન વાટેલું લસણ

(6) 2 ટી સ્પૂન વાટેલાં મરચાં
(7) 1 ટેબલ સ્પૂન ખાંડ
(8) 1 લીંબુ
(9) 250 ગ્રામ ઝીણી સેવ
(10) $\frac{1}{2}$ કપ કોપરાની છીણ
(11) 1 દાડમ
(12) 4 ટેબલ સ્પૂન ઝીણી સમારેલી કોથમીર
(13) મીઠું પ્રમાણસર

રીત

(1) ચણાની દાળને 6 કલાક પાણીમાં પલાળીને વાટવી.

(2) તેને કૂકરમાં વરાળથી બાફીને ચાળણાથી ચાળી નાખવી. ગૅસ પર એક વાસણમાં વઘાર માટે તેલ, રાઈ, તલ મૂકી, વાટેલું લસણ નાખી વઘારવું.

(3) તેમાં દાળ નાખવી. મીઠું, વાટેલાં મરચાં, ખાંડ નાખવી. થોડુંક પાણી નાખવું. લીંબુ નીચોવવું.

(4) સાંતળાઈ જાય એટલે નીચે ઉતારી, ડિશમાં કાઢી, તેની પર ઝીણી સેવ, કોપરાની છીણ, લાલ દાડમ અને કોથમીર ભભરાવી પીરસવું.

વૅરિએશન

(1) 1. વાટેલી દાળનાં તૈયાર ખમણ લાવી, તેનો ભૂકો કરવો.

2. તેમાં જરૂર જેટલું મીઠું, વધારે આખી ખાંડ, વધારે ખાંડેલું લસણ, વાટેલાં લીલાં મરચાં નાખી, હાથથી હલાવવું.

3. ગૅસ પર એક વાસણમાં વઘાર માટે તેલ મૂકી રાઈ, વધારે તલ, લીમડો નાખી, થાળીમાં વઘાર રેડી, હલાવી દેવું. પ્લેટમાં મૂકી તેની ઉપર કોથમીર, લાલ દાડમ, કોપરાની છીણ, ઝીણી સેવ ભભરાવી સર્વ કરવું.

(2) 1. ચણાના જાડા લોટનાં ખમણ ઉતારવાં. ઠંડાં પડે ત્યારે તેનો ભૂકો કરવો.

2. તેમાં જરૂર જેટલું મીઠું, વધારે આખી ખાંડ, વધારે ખાંડેલું લસણ, વાટેલાં લીલાં મરચાં નાખી હાથથી હલાવવું.

3. ગૅસ પર એક વાસણમાં વઘાર માટે તેલ મૂકી તેમાં રાઈ, વધારે તલ, લીમડો નાખી, 1થી $1\frac{1}{2}$ વાડકી પાણી વઘારવું. પાણી ઊકળે ત્યારે તેમાં ખમણનું મિશ્રણ નાખી હલાવી નીચે ઉતારી લેવું.

4. સેવખમણી પ્લેટમાં મૂકી તેની ઉપર કોથમીર, લાલ દાડમ, કોપરાની છીણ અને ઝીણી સેવ ભભરાવી સર્વ કરવું.

194. લીલા મગ

સામગ્રી

(1) 1 કપ મગ
(2) 1 ટેબલ સ્પૂન તેલ
(3) મીઠું પ્રમાણસર

રીત

(1) પાણીપૂરી માટે મગ કરવા હોય તો મગને 2થી 4 કલાક પાણીમાં પલાળવા.

(2) પછી બીજું પાણી ઊકળવા મૂકી તેમાં મગ, તેલ અને મીઠું નાખવું. મગ ચડી જાય એટલે કાણાવાળા વાસણમાં કાઢી લેવા.

વૅરિએશન

(1) ચડેલા મગમાં ઝીણી સમારેલી ડુંગળી, કોથમીર, ચાટ-મસાલો, લીંબુ, ઝીણું સમારેલું લીલું અથવા સૂકું લસણ નાખી, મિક્સ કરીને પીરસવું.

(2) ચણા કૂકરમાં બાફી, તેમાં પણ ઉપરનો મસાલો તથા તજ અને મરીનો ભૂકો નાખી, મિક્સ કરીને પીરસવું.

195. મસાલા ચણા [2 વ્યક્તિ]

સામગ્રી

(1) 100 ગ્રામ દેશી ચણા
(2) ચપટી સાજીનાં ફૂલ (સોડા બાયકાર્બ)
(3) $\frac{1}{2}$ ટી સ્પૂન લાલ મરચું
(4) $\frac{1}{2}$ ટી સ્પૂન મરીનો ભૂકો
(5) $\frac{1}{4}$ ટી સ્પૂન ચાટ-મસાલો
(6) $\frac{1}{4}$ ટી સ્પૂન હળદર
(7) $\frac{1}{2}$ ટી સ્પૂન ગરમ મસાલો
(8) 1 ડુંગળી

(9) 1 ટમેટું

(10) 1 ટેબલ સ્પૂન તેલ

(11) $\frac{1}{2}$ ટી સ્પૂન જીરું

(12) ચપટી હિંગ

(13) તળેલી કાતરી

(14) શેકેલા નાયલૉન પૌંઆ

(15) મીઠું પ્રમાણસર

રીત

(1) ચણાને 8થી 10 કલાક પાણીમાં પલાળવા.

(2) તેમાં ચપટી સાજીનાં ફૂલ નાખી કૂકરમાં બાફવા.

(3) ગૅસ પર એક વાસણમાં તેલ ગરમ કરવા મૂકી, તેમાં જીરું નાખી, જીરું તતડે ત્યારે હિંગ નાખી ચણા વઘારવા.

(4) તેમાં મીઠું, મરચું, હળદર, મરીનો ભૂકો, ચાટ-મસાલો, ગરમ મસાલો નાખી હલાવવું.

(5) પ્લેટમાં કાઢી, તેની ઉપર ઝીણી સમારેલી ડુંગળી અને ઝીણું સમારેલું ટમેટું નાખવું.

(6) કાતરીનો ભૂકો કરી તથા પૌંઆ ભભરાવવા.

(7) ફરીથી સહેજ ચાટ-મસાલો ભભરાવી સર્વ કરવા.

વૅરિએશન

(1) મોટી કાતરી ઉપર આ મસાલા ચણા સર્વ કરી શકાય.

(2) બિસ્કિટ ઉપર સર્વ કરાય.

(3) ગૅસ પર એક વાસણમાં બ્રેડને બટર મૂકી, બંને બાજુ ગુલાબી થાય ત્યારે તેના ચાર ટુકડા કરી, તેની ઉપર મસાલા ચણા સર્વ થઈ શકે.

(4) પૂરી ઉપર કે બાસ્કેટમાં પણ સર્વ થઈ શકે.

196. પાણીપૂરી [5 વ્યક્તિ]

સામગ્રી

(1) 600 ગ્રામ બટાકા

(2) 200 ગ્રામ ચણા

(3) ખજૂરની ચટણી

સૂકા મસાલા માટે

(1) 4થી 5 તજ (2) 8થી 10 લવિંગ

(3) $\frac{1}{2}$ ટી સ્પૂન જીરું (4) 8થી 10 મરી

(5) 1 ટી સ્પૂન ગરમ મસાલો

(6) 1 ટી સ્પૂન મરચું

(7) 1 ટી સ્પૂન અજમો

લીલા મસાલા માટે

(1) નાનો ટુકડો આદુ

(2) 3થી 4 લીલાં મરચાં

(3) 1 નાની ઝૂડી કોથમીર

(4) $\frac{1}{2}$ નાની ઝૂડી ફુદીનો

(5) 1 ટી સ્પૂન સંચળનો ભૂકો

(6) 1 લીંબુ

(7) મીઠું પ્રમાણસર

રીત

(1) કોરો મસાલો ઝીણો વાટવો, લીલો મસાલો મિક્સરમાં પીસવો.

(2) ઠંડા પાણીમાં લીલો મસાલો નાખવો. 2થી 4 કલાક ફ્રિજમાં રહેવા દેવો. પછી સૂકો મસાલો જરૂર મુજબ નાખવો. સંચળનો ભૂકો, મીઠું, લીંબુ નાખવાં. ગાળીને ફ્રિજમાં ઠંડું કરવા મૂકવું.

(3) બટાકા બાફવા. ચણા મીઠું નાખીને બાફવા. ચણા-બટાકા ભેગા કરી તેમાં કોરો મસાલો અને મીઠું નાખવું.

(4) ખજૂરની ચટણી બનાવવી. ઝીણી સેવ લાવવી. દહીં મોળું બનાવવું. ઉગાડેલા મગ કે આઇટમ નં. 194 પ્રમાણે લીલા મગ પણ નખાય.

(5) પૂરીમાં ચણા, બટાકા, ઝીણી સેવ, દહીં અને ચટણી નાખી પાણી સાથે પીરસવું.

વૅરિએશન

(1) ઝીણી સમારેલી ડુંગળી, ગરમ રગડો, તીખી બુંદી, દહીંવડાંનો ભૂકો વગેરે પણ નાખી શકાય.

(2) પાણીમાં તીખી બુંદી નાખી સર્વ કરવું.

197. ભેળ [4થી 5 વ્યક્તિ]

સામગ્રી

(1) 250 ગ્રામ મમરા (2) તેલ પ્રમાણસર
(3) $\frac{1}{2}$ ટી સ્પૂન રાઈ
(4) 2 ટી સ્પૂન લાલ મરચું
(5) $1\frac{1}{2}$ ટી સ્પૂન હળદર
(6) 150 ગ્રામ ઘઉંનો લોટ (200 ગ્રામ પૂરી)
(7) 150 ગ્રામ ચણાનો લોટ (200 ગ્રામ ઝીણી સેવ)
(8) 1 દાડમ
(9) 4 ટેબલ સ્પૂન ઝીણી સમારેલી કોથમીર
(10) 1 બીટ (11) 3 ટમેટા
(12) 3 બટાકા (13) 3થી 4 ડુંગળી
(14) ખજૂરની ગળી ચટણી
(15) લસણની ચટણી
(16) કોથમીરની ચટણી
(17) મીઠું પ્રમાણસર

રીત

(1) ગૅસ પર એક વાસણમાં 2 ટેબલ સ્પૂન તેલ અને રાઈ મૂકી, તેમાં 1 ટી સ્પૂન મરચું અને $\frac{1}{2}$ ટી સ્પૂન હળદર નાખી, મમરા વઘારવા. મીઠું નાખવું.

(2) ઘઉંના લોટમાં મીઠું, 1 ટી સ્પૂન મરચું, $\frac{1}{2}$ ટી સ્પૂન હળદર અને થોડુંક તેલ નાખી પૂરીનો કઠણ લોટ બાંધી, મોટા લુઆ કરી, મોટી પાતળી પૂરી વણવી, ચપ્પાથી કાપા કરી સૂકવવી.

(3) ચણાના લોટમાં મીઠું અને $\frac{1}{2}$ ટી સ્પૂન હળદર નાખી, લોટ બાંધી, ઝીણી સેવ કરવી. પૂરીઓ તળી નાખવી. સક્કરપારા કાપીને પણ તળાય. ઠંડી પડે એટલે ભૂકો કરવો.

(4) સેવ, મમરા અને પૂરી ભેગાં કરી તેમાં દાડમ, કોથમીર, બીટ (છીણેલું), ટમેટા (ઝીણા સમારેલા), બટાકા (બાફીને ઝીણા સમારેલા) અને ડુંગળી (ઝીણી સમારેલી) નાખવાં. ત્રણેય ચટણીઓ નાખી, બરાબર હલાવી, કોથમીર ભભરાવી, પીરસવું.

198. ફ્રૂટ ભેળ [3થી 4 વ્યક્તિ]

સામગ્રી

(1) 1 નંગ સફરજન (2) 1 નંગ ચીકુ
(3) 2 નંગ સંતરાં (4) 2 નંગ મોસંબી
(5) 50 ગ્રામ સ્ટ્રોબેરી (6) 50 ગ્રામ દ્રાક્ષ
(7) 1 કપ મગફળી (8) 1 નંગ ટમેટું
(9) 1 કપ ફણગાવેલા મગ
(10) 1 કપ મમરા
(11) $\frac{1}{2}$ કપ ખજૂરની ચટણી
(12) કોથમીરની ચટણી
(13) $\frac{1}{2}$ નંગ લીંબુનો રસ
(14) 50 ગ્રામ સેવ (15) 25 ગ્રામ બુંદી
(16) $\frac{1}{2}$ કપ ગાજર છીણેલું
(17) કોથમીર (18) ચાટ-મસાલો
(19) મીઠું પ્રમાણસર

રીત

(1) ફળોને છોલીને નાના ટુકડા કરવા.

(2) મગફળીને પાણીમાં ઉકાળીને પાણી કાઢી નાખવું. ટમેટાના નાના ટુકડા કરવા.

(3) બધું ભેગું કરવું. ઉપર કોથમીર ભભરાવવી.

199. ભેળ સંજોલી [20થી 25 નંગ]

સામગ્રી

(1) 50 ગ્રામ મમરા (2) 200 ગ્રામ બટાકા
(3) 100 ગ્રામ ડુંગળી
(4) 100 ગ્રામ ઝીણી સેવ
(5) 300 ગ્રામ ઘઉંનો લોટ
(6) ખજૂરની ગળી ચટણી
(7) કોથમીરની ચટણી (8) લસણની ચટણી
(9) તેલ પ્રમાણસર (10) મીઠું પ્રમાણસર

રીત

(1) મમરા વઘારવા. બટાકા બાફીને ઝીણા સમારવા, ડુંગળી ઝીણી સમારવી. ઝીણી સેવ પાડવી.

(2) 100 ગ્રામ ઘઉંના લોટમાં મીઠું નાખી મોણ વગરની કડક પૂરી કરવી. તેનો ભૂકો કરવો.

(3) બધો મસાલો ભેગો કરી, ખજૂરની ગળી ચટણી અને કોથમીરની ચટણી જોઈતા પ્રમાણમાં નાખીને ભેળ જેવો મસાલો કરવો.

(4) 200 ગ્રામ ઘઉંના લોટમાં મીઠું અને મોણ નાખીને પૂરી જેવો લોટ બાંધવો. પૂરી વણી બે પૂરી વચ્ચે ભેળનો મસાલો ભરવો. પાણી વડે કિનારીઓ ચોંટાડી, વાડકી દબાવીને કાપી લેવી. કાપવાથી જે લોટ નીકળે તે ફરીથી લુઆ પાડવામાં લઈ લેવો.

(5) ગૅસ પર એક વાસણમાં તેલ ગરમ કરવા મૂકી પૂરી તળવી. કોથમીરની ચટણી સાથે આપવી.

નોંધ : (1) પૂરીનો ભૂકો ન નાખીએ તો ચાલે.
(2) ગરમ મસાલો નાખી શકાય.
(3) ઘઉંના લોટને બદલે મેંદો લઈ, તેની પૂરી બનાવી, પૂરણ ભરી શકાય.

વૅરિએશન

ભેળ સંજોલી તળીને એક ડિશમાં મૂકી, તેના ઉપર ખજૂર, કોથમીર અને લસણની ચટણી, ઝીણી સમારેલી ડુંગળી તથા ઝીણી સેવ ભભરાવી પીરસવું.

વૅરિએશન [10 નંગ]

સામગ્રી

(1) 3 બટાકા
(2) $1\frac{1}{2}$ ડુંગળી
(3) 3 મુઠ્ઠી મમરા
(4) $\frac{1}{2}$ ટી સ્પૂન ગરમ મસાલો
(5) 10 ટેબલ સ્પૂન મેંદો
(6) 1 ટેબલ સ્પૂન ઘઉંનો લોટ
(7) ખજૂરની ચટણી
(8) કોથમીરની ચટણી
(9) લસણની ચટણી
(10) તેલ પ્રમાણસર
(11) મીઠું પ્રમાણસર

રીત

(1) પૂરણ : બટાકા બાફીને છીણવા. તેમાં મમરા, ઝીણી સમારેલી ડુંગળી, મીઠું અને ગરમ મસાલો નાખવાં.

(2) ત્રણેય ચટણીઓ થોડીક થોડીક નાખી મિક્સ કરવું. લચકાદાર થાય ત્યારે 2 ટેબલ સ્પૂન ઝીણી સેવ નાખી બધું મિક્સ કરવું. ટેસ્ટ કરવો. ખટાશ ઓછી હોય તો લીંબુનાં ફૂલ નાખવાં. ગળપણ ઓછું હોય તો બૂરું ખાંડ તથા તીખાશ ઓછી હોય તો લાલ મરચું, ગરમ મસાલો નાખવો. ઢીલું લાગે તો થોડાક મમરા નાખવા.

(3) મેંદામાં ઘઉંનો લોટ, મીઠું તથા 1 ટેબલ સ્પૂન મોણ નાખી પૂરી જેવો લોટ બાંધવો.

(4) બે પૂરી વણી તેમાં આ પૂરણ વધારે મૂકવું. પૂરીની કિનારીઓ પાણી લગાડીને ચોંટાડવી. તેની ઉપર વાડકી મૂકી વધારાનો લોટ નીકળે તે ફરીથી લુઆ પાડવામાં લઈ લેવો. કિનારો દબાવવી. મસાલો ઊંચો રહે તેમ મૂકવો. તેલમાં તળવી. ફ્રિજમાં મૂકવી.

(5) જ્યારે સર્વ કરવી હોય ત્યારે ફરીથી તળવી. હૂંફાળી થાય કે ઠંડી થાય પછી સર્વ કરવી. તેની ઉપર ત્રણેય ચટણીઓ, ડુંગળી અને સેવ ભભરાવવી. ચાટ-મસાલો ભભરાવવો.

નોંધ : ભેળ સંજોલી વધારે કરી, એક વખત તળીને ડિપ ફ્રિજમાં મૂકી શકાય. જરૂર મુજબ ફરી તળી, ઠંડી થાય ત્યારે સર્વ કરવી.

200. ભેળ ઘૂઘરા [20થી 25 નંગ]

પૂરી વણી, ભેળનો મસાલો ભરી, ઘૂઘરા વાળવા.

201. ભેળ સમોસા [25થી 30 નંગ]

પૂરી વણી, વચ્ચેથી કાપી, સમોસાનો આકાર આપી, ભેળનો મસાલો ભરી, સમોસા વાળવા.

202. ગોલગપ્પા [8 નંગ]

સામગ્રી

(1) 1 કપ મેંદો
(2) 2 ટેબલ સ્પૂન ઘઉંનો લોટ
(3) તેલ પ્રમાણસર
(4) $\frac{1}{2}$ કપ મગ
(5) 1 નંગ કાકડી
(6) 2 નંગ ટમેટા

(7) $\frac{1}{2}$ નંગ દાડમ (8) 50 ગ્રામ બુંદી
(9) 50 ગ્રામ ઝીણી સેવ (10) 1 ઝીણી ડુંગળી
(11) ખજૂરની ગળી ચટણી
(12) તીખી ચટણી
(13) લસણની ચટણી (14) કોથમીર
(15) ચાટ-મસાલો (16) મીઠું પ્રમાણસર

રીત

(1) મેંદામાં થોડોક ઘઉંનો લોટ, વધારે મોણ અને મીઠું નાખી, લોટ બાંધી, મોટી પૂરી બનાવવી. તેને લાલ અને કડક ફૂલેલી તળવી.

(2) મગને બે કલાક પલાળી, પાણી ઊકળે એટલે તેમાં નાખવા. તેમાં મીઠું અને તેલ નાખવાં. ચડી જાય એટલે ચાળણીમાં નાખી પાણી કાઢવું.

(3) કાકડી અને ટામેટા ઝીણા સમારવા.

(4) પૂરીના ઉપરના પડને કોતરીને તેમાં બધી વસ્તુઓ નાખવી. તેના પર ત્રણેય ચટણીઓ નાખવી. છેલ્લે ચાટ-મસાલો અને કોથમીર ભભરાવવાં.

નોંધ : 2 ટેબલ સ્પૂન ઘઉંના લોટને બદલે રવો (સોજી) પણ નાખી શકાય.

વૅરિએશન

કેનેપ્સ તળીને તેમાં ઉપરનો મસાલો મૂકી શકાય.

203. ખમણ [8થી 9 વ્યક્તિ]

સામગ્રી

(1) 250 ગ્રામ ચણાનો ઝીણો લોટ
(2) 1 ટી સ્પૂન વાટેલાં આદુ-મરચાં
(3) ચપટી હિંગ
(4) 2 ટી સ્પૂન તેલ
(5) $1\frac{1}{2}$ ટી સ્પૂન લીંબુનાં ફૂલ
(6) 1 ટી સ્પૂન સાજીનાં ફૂલ (સોડા બાયકાર્બ)
(7) વઘાર માટે 2 ટેબલ સ્પૂન તેલ
(8) 1 ટી સ્પૂન રાઈ
(9) 1 ટી સ્પૂન તલ
(10) 4થી 5 લીલાં મરચાં
(11) 4 ટી સ્પૂન ખાંડ
(12) 1 ટેબલ સ્પૂન કાજુના ટુકડા
(13) 4 ટેબલ સ્પૂન ઝીણી સમારેલી કોથમીર
(14) 4 ટેબલ સ્પૂન કોપરાની છીણ
(15) મીઠું પ્રમાણસર

રીત

(1) ચણાના લોટમાં મીઠું, આદુ, મરચાં, હિંગ અને તેલ નાખી ખીરું તૈયાર કરવું. તેમાં લીંબુનાં ફૂલ નાખવાં.

(2) એક વાસણમાં પાણી મૂકી, કાંઠલો મૂકી, તેના પર સ્ટીલની થાળી તેલ ચોપડીને મૂકવી.

(3) ખીરામાં સાજીનાં ફૂલ નાખી (સોડા બાયકાર્બ), એક બાજુ ખૂબ હલાવી થાળીમાં રેડી દેવું. તેની ઉપર જે થાળી ઢાંકવી હોય તેને કપડું વીંટાળવું. જેથી વરાળ બહાર ન જાય. ઉપર ભાર મૂકવો.

(4) વઘારમાં તેલ, તલ, રાઈ અને લીલાં મરચાં (ઊભાં સમારીને નાના કકડા કરેલાં) નાખવાં.

(5) $1\frac{1}{2}$ કપ પાણી રેડવું. ખાંડ નાખવી, કાજુના ટુકડા કરીને નાખવા. પાણી ઊકળવા દેવું.

(6) 15 મિનિટમાં ખમણ થઈ જાય અને ઠંડાં પડે પછી કાપા કરી વઘાર રેડવો. તેના પર કોથમીર અને કોપરાની છીણ ભભરાવવી.

204. ચટણી [8થી 9 વ્યક્તિ]

સામગ્રી

(1) 1 કપ ચણાનો લોટ (2) $\frac{1}{2}$ કપ ખાટું દહીં
(3) $\frac{1}{2}$ ટી સ્પૂન મરચું (4) $\frac{1}{4}$ ટી સ્પૂન હળદર
(5) 1 ટી સ્પૂન ખાંડ (6) 1 ટી સ્પૂન તેલ
(7) $\frac{1}{4}$ ટી સ્પૂન રાઈ (8) મીઠું પ્રમાણસર

રીત

(1) ચણાના લોટમાં દહીં અને થોડું પાણી નાખી વલોણું ફેરવવું. પછી બીજું પાણી નાખવું.

(2) તેમાં મીઠું, મરચું, હળદર અને ખાંડ નાખવાં. ગરમ કરવું. હલાવ્યા કરવું. ખટાશ ન લાગે તો લીંબુનાં ફૂલ નાખવાં.

(3) ચણાનો લોટ ચડી જાય, લચકા પડતો થાય, એટલે ચટણી થઈ ગઈ કહેવાય. તેલમાં રાઈ નાખી વઘાર કરવો.

205. ખમણ ચાટ [12થી 13 વ્યક્તિ]

સામગ્રી

(1) તૈયાર ખમણ (આઇટમ નં. 203 પ્રમાણે)
(2) 25થી 30 ભેળની નાની પૂરી
(3) 100 ગ્રામ બુંદી
(4) 100 ગ્રામ ઝીણી સેવ
(5) 1 કપ કોથમીરની ચટણી
(6) 1 કપ ખજૂરની ચટણી
(7) 5થી 6 ઝીણી સમારેલી ડુંગળી
(8) ઝીણી સમારેલી કોથમીર
(9) ચાટ-મસાલો

રીત

(1) ખમણની રીત પ્રમાણે ખમણ તૈયાર કરી, તે જ પ્રમાણે વઘાર કરવો.

(2) પૂરીનો અધકચરો ભૂકો કરી, તેમાં બુંદી અને સેવ મિક્સ કરવી.

(3) એક ઊંડી પ્લેટમાં ખમણના 4 પીસ મૂકવા. તેની ઉપર પૂરી, સેવ અને બુંદીનું મિશ્રણ ભભરાવવું.

(4) તેની ઉપર કોથમીરની ચટણી અને ખજૂરની ચટણી મૂકવી. ઝીણી સમારેલી ડુંગળી અને કોથમીર ભભરાવવી.

(5) ચાટ-મસાલો ભભરાવી સર્વ કરવું.

વૅરિએશન

પૂરી, બુંદી, ઝીણી સેવને બદલે મિક્સ ચવાણું પણ નાખી શકાય.

206. પૌંઆનાં ખમણ [2 વ્યક્તિ]

સામગ્રી

(1) 1 કપ દૂધ (2) 1 ટી સ્પૂન ખાંડ
(3) $\frac{1}{2}$ ટી સ્પૂન હળદર (4) 2 કપ પૌંઆ
(5) 1 ટી સ્પૂન વાટેલાં મરચાં
(6) 1 ટી સ્પૂન ગરમ મસાલો
(7) $\frac{1}{2}$ લીંબુ (8) 2 ટેબલ સ્પૂન તેલ
(9) 1 ટી સ્પૂન રાઈ
(10) 2 ટેબલ સ્પૂન કોથમીર
(11) મીઠું પ્રમાણસર

રીત

(1) દૂધમાં ખાંડ અને હળદર નાખી ગરમ કરવા મૂકવું. દૂધ ગરમ થાય એટલે તેમાં પૌંઆ ધોઈને નાખવા.

(2) તેમાં મીઠું, મરચાં, ગરમ મસાલો નાખવાં. દૂધને પૌંઆ શોષી લે ત્યારે તેમાં લીંબુ નીચોવી, નીચે ઉતારી, એક થાળીમાં તેલ લગાડી, ઠારી દેવા.

(3) ઠંડું પડે એટલે કાપા પાડવા. ઉપર તેલ રાઈનો વઘાર રેડવો. કોથમીર ઝીણી સમારીને ભભરાવવી.

નોંધ : દૂધને બદલે મોળી છાશ અને લીંબુના બદલે લીંબુનાં ફૂલ પણ નાખી શકાય.

207. વાટેલી દાળનાં ખમણ [5થી 6 વ્યક્તિ]

સામગ્રી

(1) 500 ગ્રામ ચણાની દાળ
(2) $\frac{1}{2}$ ટી સ્પૂન સાજીનાં ફૂલ (સોડા બાયકાર્બ)
(3) $\frac{1}{2}$ ટી સ્પૂન લીંબુનાં ફૂલ
(4) 8થી 10 લીલાં મરચાં
(5) 1 ટેબલ સ્પૂન તેલ (6) $\frac{1}{2}$ ટી સ્પૂન રાઈ
(7) $\frac{1}{2}$ ટી સ્પૂન તલ (8) ચપટી હિંગ
(9) 2 ટેબલ સ્પૂન ઝીણી સમારેલી કોથમીર
(10) મીઠું પ્રમાણસર

રીત

(1) ચણાની દાળને 4 કલાક પાણીમાં પલાળીને, કરકરી વાટવી. ખીરામાં મીઠું, સાજીનાં ફૂલ (સોડા બાયકાર્બ) અને લીંબુનાં ફૂલ નાખવાં.

(2) ખીરું હલાવીને થાળીમાં બાફવા મૂકવું. બફાયા પછી થાળીને બહાર કાઢી, તેના ઉપર થોડું તેલ ચોપડવું.

(3) મરચાંના ટુકડા કરવા. ગૅસ પર એક વાસણમાં તેલ મૂકી રાઈ, ચપટી હિંગ અને તલનો વઘાર કરવો. તેમાં લીલાં મરચાં ચીરીને નાખવાં. થાળી ઉપર વઘાર રેડવો. કોથમીર નાખવી.

208. બટાકાપૌંઆ [4 વ્યક્તિ]

સામગ્રી

(1) 200 ગ્રામ બટાકા (2) 3 ટેબલ સ્પૂન તેલ
(3) $\frac{1}{2}$ ટી સ્પૂન રાઈ (4) 1 ટી સ્પૂન તલ
(5) 4 ઝીણાં સમારેલાં મરચાં
(6) મીઠો લીમડો
(7) $\frac{1}{2}$ ટી સ્પૂન તજ-લવિંગનો ભૂકો
(8) $\frac{1}{2}$ ટી સ્પૂન હળદર
(9) 2 ટેબલ સ્પૂન ખાંડ
(10) 1 લીંબુ અથવા $\frac{1}{4}$ ટી સ્પૂન લીંબુનાં ફૂલ
(11) 300 ગ્રામ પૌંઆ (12) કાજુ અને દ્રાક્ષ
(13) 4 ટેબલ સ્પૂન ઝીણી સમારેલી કોથમીર
(14) 2 ટેબલ સ્પૂન કોપરાની છીણ
(15) 2 ડુંગળી (16) મીઠું પ્રમાણસર

રીત

(1) બટાકાને છોલીને તેના નાના ટુકડા કરવા.
(2) ગૅસ પર એક વાસણમાં તેલ મૂકી રાઈ, તલ, લીલાં મરચાં, મીઠો લીમડો, તજ-લવિંગનો ભૂકો નાખી બટાકા વઘારવા. હળદર અને મીઠું નાખવાં. ઢાંકીને ચડવા દેવું.
(3) બટાકા ચડી જાય એટલે ખાંડ અને લીંબુ નાખવાં. પૌંઆ ધોઈ ચાળણીમાં કાઢવા અને બટાકામાં નાખવા.
(4) તેમાં કાજુ, દ્રાક્ષ નાખવાં. બાકીનું મીઠું નાખવું. બરાબર હલાવી, નીચે ઉતારી, ડિશમાં બટાકાપૌંઆ કાઢી, તેના પર કોથમીર અને કોપરાની છીણ ભભરાવવી.

વૅરિએશન

(1) ડુંગળી નાખવી હોય તો ડુંગળીને ઝીણી સમારીને વઘારમાં પહેલાં સાંતળી પછી બટાકા નાખવા.
(2) ઝીણી સેવ ભભરાવી શકાય.

209. કાકડીપૌંઆ [3 વ્યક્તિ]

કાકડીને ચાખીને છીણી નાખવી અથવા તેના ઝીણા ટુકડા કરી, બટાકાપૌંઆની જેમ કાકડી-પૌંઆ બનાવવા.

નોંધ : બટાકાને બદલે કાકડી નાખવી.

210. મમરાની ચટપટી [5થી 6 વ્યક્તિ]

સામગ્રી

(1) 4થી 5 બટાકા (2) 4થી 5 ડુંગળી
(3) 100 ગ્રામ દાળિયા
(4) 100 ગ્રામ ખારી સીંગ
(5) 500 ગ્રામ મમરા
(6) 5થી 7 લીલાં મરચાં
(7) 4 ટેબલ સ્પૂન તેલ
(8) 1 ટી સ્પૂન તજ-લવિંગનો ભૂકો
(9) મીઠો લીમડો (10) 1 ટી સ્પૂન તલ
(11) 1 લીંબુ (12) 2 ટેબલ સ્પૂન ખાંડ
(13) મીઠું પ્રમાણસર

રીત

(1) બટાકાને બાફવા અને નાના ટુકડા કરવા. ડુંગળીને ઝીણી સમારવી. દાળિયાને ખાંડીને ભૂકો કરવો. સીંગનાં ફોતરાં કાઢી ભૂકો કરવો.
(2) મમરાને થોડાક સમય પહેલાં પલાળવા અને ચાળણીમાં કાઢવા. ઝીણાં મરચાં સમારવાં.
(3) ગૅસ પર એક વાસણમાં તેલ મૂકવું. તેમાં તજ-લવિંગ, મીઠો લીમડો, મરચાં, તલ અને ડુંગળી નાખવાં.
(4) 5 મિનિટ પછી બટાકા, દાળિયા, સીંગનો ભૂકો નાખવો. મમરા નાખવા. બધો મસાલો નાખવો.

211. ખાંડવી [3 વ્યક્તિ]

સામગ્રી

(1) 1 કપ ચણાનો લોટ
(2) $\frac{1}{2}$ ટી સ્પૂન લીંબુનાં ફૂલ
(3) $\frac{1}{4}$ ટી સ્પૂન હળદર (4) $2\frac{1}{2}$ કપ પાણી
(5) 2 ટેબલ સ્પૂન તેલ (6) $\frac{1}{2}$ ટી સ્પૂન રાઈ

(7) 1 ટી સ્પૂન તલ
(8) 3થી 4 લીલાં મરચાં
(9) 4 ટેબલ સ્પૂન કોથમીર
(10) 2 ટેબલ સ્પૂન કોપરાની છીણ
(11) મીઠું પ્રમાણસર

રીત

1. (1) ચણાના લોટમાં મીઠું, લીંબુનાં ફૂલ, હળદર અને પાણી નાખી ખીરું બનાવવું.

(2) તેને ગૅસ પર ગરમ કરવા મૂકવું અને હલાવતા જવું. જાડું થાય અને સહેજ પાથરીએ તો ઊખડે એવું લાગે એટલે જાડા પ્લાસ્ટિક પર કે થાળીમાં કે કુકિંગ સ્ટૅન્ડ પર પાથરવું.

(3) ઠરી જાય એટલે ગોળ વીંટા વાળીને થાળીમાં મૂકવા. લીલાં મરચાં ઝીણાં સમારવાં.

(4) ગૅસ પર એક વાસણમાં તેલ, રાઈ, તલ અને લીલાં મરચાં નાખી વઘાર તૈયાર કરીને થાળીમાં રેડવો. ઉપર કોથમીર અને કોપરાની છીણ ભભરાવવી.

2. (1) 1 કપ ચણાનો લોટ, 1 કપ દહીં, 1 કપ પાણી, મીઠું, $\frac{1}{4}$ ટી સ્પૂન હળદર, $\frac{1}{4}$ ટી સ્પૂન લીંબુનાં ફૂલ – આ બધું ભેગું કરી, બરાબર વલોવી, કૂકરમાં બાફવા મૂકવું કે બહાર વાસણમાં મૂકી હલાવ્યા કરવું.

(2) પછી પાથરી, ઠરી જાય એટલે વીંટા કરી, ઉપર મુજબ વઘાર રેડવો.

નોંધ : બંને રીતે ખાંડવી કરીએ ત્યારે જો વીંટા ન વળે તો મિશ્રણને ફરી થોડી વાર ગરમ કરી ઘટ્ટ કરવું.

212. કેનેપ્સ [12 નંગ]

સામગ્રી

(1) 12 નંગ કેનેપ્સ (2) 100 ગ્રામ બટાકા
(3) 50 ગ્રામ વટાણા
(4) $\frac{1}{2}$ ટી સ્પૂન ગરમ મસાલો
(5) 1 ટી સ્પૂન ખાંડ
(6) $\frac{1}{4}$ ટી સ્પૂન લીંબુનાં ફૂલ
(7) 1 ટી સ્પૂન વાટેલાં આદુ-મરચાં
(8) 4 ટેબલ સ્પૂન ઝીણી સમારેલી કોથમીર
(9) કોથમીરની ચટણી
(10) ટોમેટો સોસ (11) 25 ગ્રામ સેવ
(12) 25 ગ્રામ ચણાની તળેલી દાળ
(13) $\frac{1}{2}$ નંગ દાડમ
(14) તેલ પ્રમાણસર (15) મીઠું પ્રમાણસર

રીત

(1) ગરમ તેલમાં કેનેપ્સ તળી લેવા. બટાકા બાફીને છીણી લેવા. વટાણા બાફવા. બંને ભેગા કરી બધો મસાલો નાખવો. ઠંડું પડવા દેવું.

(2) કેનેપ્સમાં 1 ટેબલ સ્પૂન પૂરણ ભરવું. તેના પર કોથમીરની ચટણી, ટોમેટો સોસ, ઝીણી સેવ, ચણાની દાળ, દાડમ, કોથમીર ભભરાવીને પીરસવું.

નોંધ : ટાકોઝ શેલમાં, બાસ્કેટમાં તથા કોઈ પણ બિસ્કિટ, વેફર ઉપર આ બધી વાનગી મૂકી શકાય.

વૅરિએશન

કેનેપ્સમાં બહુ જુદી જુદી આઇટમ મૂકી શકાય. કેનેપ્સમાં ભેળ, ફ્રૂટભેળ, ફ્લાવર-બટાકાનું શાક, રાજમા, મકાઈનો દાણો, મકાઈ-રાજમા ભેળવી, બટાકાપૌંઆ, ઉપમા, ચીઝ અને પનીર છીણીને, બ્રેડના નાના ટુકડા તળીને, સમોસાનો મસાલો, ગોલગપ્પા, સેવખમણી વગેરે મૂકી શકાય.

213. હાંડવો [4થી 5 વ્યક્તિ]

સામગ્રી

(1) 2 કપ ચોખા
(2) 1 કપ તુવેરની દાળ
(3) $\frac{1}{4}$ કપ ચણાની દાળ
(4) $\frac{1}{4}$ કપ અડદની દાળ (5) 1 કપ દહીં
(6) 4 ટેબલ સ્પૂન ઘઉંનો જાડો લોટ
(7) 250 ગ્રામ દૂધી
(8) 2 ટી સ્પૂન વાટેલાં આદુ-મરચાં
(9) 2 ટેબલ સ્પૂન મેથિયાંનો મસાલો

(10) 2 ટેબલ સ્પૂન ગોળ
(11) 1 ટી સ્પૂન મરચું
(12) 10 કળી લસણ
(13) $\frac{1}{2}$ ટી સ્પૂન હળદર
(14) 2 ટી સ્પૂન અથાણાનો રસો
(15) તેલ પ્રમાણસર
(16) ચપટી સાજીનાં ફૂલ (સોડા બાયકાર્બ)
(17) 1 ટી સ્પૂન રાઈ
(18) 2 ટી સ્પૂન તલ
(19) મીઠું પ્રમાણસર

રીત

(1) ચોખા અને દાળ ધોઈ, સૂકવી, કકરાં લાડવાના લોટ જેવાં વાટવાં. ચોખા, દાળ પલાળીને, મિક્સરમાં વાટીને પણ થાય. તેમાં દહીં નાખીને વાટવું. બાકીની સામગ્રી નાખવી.

(2) કોરા લોટમાં 3 ટેબલ સ્પૂન દહીં નાખી, બધો મસાલો નાખી, હૂંફાળા પાણીથી લોટ પલાળવો. તેમાં દૂધી છીણીને નાખવી.

(3) શિયાળો હોય તો દહીં થોડુંક વધારે નાખવું અને 6 કલાક પલાળવું. ઉનાળો હોય તો દહીં ઓછું નાખવું અને 4 કલાક પલાળવું.

(4) જ્યારે હાંડવો મૂકવો હોય ત્યારે 2 ટેબલ સ્પૂન તેલ, જરૂરી પાણી, સાજીનાં ફૂલ (સોડા બાયકાર્બ) ગરમ કરીને નાખીને બરાબર હલાવવું. પછી હાંડવાના કૂકરને તેલથી ગ્રીસ કરી ખીરું નાખી દેવું. તેની ઉપર તેલ, રાઈ અને તલનો વઘાર કરી ખીરા ઉપર પાથરવો.

(5) 5થી 10 મિનિટ ગૅસ ફાસ્ટ રાખવો. પછી ધીમો રાખવો. પોણા કલાકે હાંડવો થઈ જશે.

(6) નૉન-સ્ટિકમાં પણ હાંડવો મૂકી શકાય. એક બાજુ થઈ જાય એટલે બીજી બાજુ ફેરવવો. ઓવન, માઇક્રોવેવમાં પણ હાંડવો કરી શકાય.

વૅરિએશન

સેન્ડવીચ હાંડવો:

(1) 1. હાંડવાનું ખીરું તૈયાર કરી, નૉન-સ્ટિકમાં વઘાર કરી, ખીરું મૂકી એક બાજુ થવા દેવું. કૉફી કલરનું થાય ત્યારે ફેરવવું.

2. તેની ઉપર કોથમીરની ઘટ્ટ ચટણી પાથરી બીજું ખીરું પાથરવું. નીચેની બાજુ થઈ જાય અને ઉપરનું પણ પડ ઢીલું ન લાગે ત્યારે ફેરવી, બીજી બાજુ થવા દેવું. આમ સેન્ડવીચ હાંડવો તૈયાર થશે.

(2) આ જ રીતે વચ્ચે પાઇનેપલના ચાસણીમાંથી કાઢેલા ટુકડા મૂકો તો સેન્ડવીચ પાઇનેપલ હાંડવો થશે.

(3) આ જ રીતે વચ્ચે આલુમટરનો મસાલો પાથરો તો સેન્ડવીચ આલુમટર હાંડવો તૈયાર થશે.

(4) પીઝાની ગ્રેવી વચ્ચે પાથરો તો સેન્ડવીચ પીઝા હાંડવો તૈયાર થશે.

(5) ઢોંસાનો મસાલો પાથરો તો સેન્ડવીચ ઢોંસા હાંડવો તૈયાર થશે.

(6) ચીઝ વચ્ચે મૂકવાથી સેન્ડવીચ ચીઝ હાંડવો તૈયાર થશે.

(7) પનીર વચ્ચે મૂકવાથી સેન્ડવીચ પનીર હાંડવો તૈયાર થશે.

214. વેજિટેબલ હાંડવો [3થી 4 વ્યક્તિ]

સામગ્રી

(1) 50 ગ્રામ ફણસી
(2) 50 ગ્રામ ગાજર
(3) 50 ગ્રામ વટાણા
(4) 100 ગ્રામ બટાકા
(5) 50 ગ્રામ દૂધી
(6) 50 ગ્રામ ફ્લાવર
(7) 50 ગ્રામ કોબીજ
(8) 50 ગ્રામ કોથમીર
(9) 1 કપ હાંડવાનો લોટ
(10) 1 ટી સ્પૂન તલ
(11) હાંડવાનો બધો મસાલો પ્રમાણસર
(12) 5 કળી લસણ
(13) તેલ પ્રમાણસર
(14) મીઠું પ્રમાણસર

રીત

(1) બધાં શાક ધોઈને ઝીણાં સમારવાં.

(2) બધાં શાક, લોટમાં મેળવી, હાંડવાની રીતે પલાળીને હાંડવો મૂકવો.

નોંધ: જાડા ભરોડીયા પણ ઉતારાય.

વૅરિએશન

સામગ્રી

(1) 1 કપ ચણાનો જાડો અથવા ઝીણો લોટ
(2) 1 કપ ઝીણું સમારેલું ફ્લાવર
(3) 1 કપ ઝીણી સમારેલી ડુંગળી
(4) $\frac{3}{4}$ કપ લીલા નારિયેળનું છીણ
(5) 1 ટી સ્પૂન વાટેલું લસણ
(6) 2 ટી સ્પૂન વાટેલાં આદુ-મરચાં
(7) $\frac{1}{4}$ કપ ઝીણી સમારેલી કોથમીર
(8) તેલ પ્રમાણસર
(9) 1 ટી સ્પૂન રાઈ
(10) 1 ટી સ્પૂન તલ

રીત

(1) ચણાના લોટમાં બધી સામગ્રી નાખી, પાણીથી ખીરું પલાળી, 1 કલાક રહેવા દેવું.

(2) ગૅસ પર એક નૉન-સ્ટિક વાસણમાં તેલ, રાઈ, તલનો વઘાર મૂકી તેમાં ખીરું મૂકવું. નીચેની બાજુ થઈ જાય ત્યારે ઉથલાવવું. બીજી સાઇડ થવા દેવું.

215. શાકભાજીનો હાંડવો [4થી 5 વ્યક્તિ]

સામગ્રી

(1) 500 ગ્રામ બટાકા
(2) 500 ગ્રામ રતાળુ
(3) 500 ગ્રામ વટાણા
(4) 500 ગ્રામ ગાજર
(5) 200 ગ્રામ સીંગદાણા
(6) 4 ટી સ્પૂન વાટેલાં આદુ-મરચાં
(7) 4 ટી સ્પૂન ખાંડ
(8) 4 ટી સ્પૂન લીંબુનો રસ
(9) $\frac{1}{2}$ ટી સ્પૂન હળદર
(10) 4 ટી સ્પૂન ગરમ મસાલો
(11) 4 ટેબલ સ્પૂન ઝીણી સમારેલી કોથમીર
(12) 4 ટેબલ સ્પૂન કોપરાની છીણ
(13) તેલ પ્રમાણસર
(14) 1 ટી સ્પૂન રાઈ
(15) $\frac{1}{4}$ ટી સ્પૂન હિંગ
(16) 2 ટી સ્પૂન તલ
(17) 50 ગ્રામ ટોસ્ટનો ભૂકો
(18) મીઠું પ્રમાણસર

રીત

(1) બટાકા બાફીને, છોલીને છીણવા. રતાળુ બાફીને છીણવું. વટાણા બાફવા. ગાજર ટુકડા કરીને બાફવાં. સીંગદાણા ખાંડવા.

(2) 4 બાઉલમાં બટાકા, ગાજર, વટાણા, રતાળુ જુદાં જુદાં રાખવાં. બધામાં સીંગ નાખવી. મસાલો અલગ અલગ કરવો.

(3) દરેકમાં મીઠું, ખાંડ, આદુ, મરચાં, લીંબુ કે દહીં, હળદર, ગરમ મસાલો, ઝીણી સમારેલી કોથમીર, કોપરાની છીણ નાખવાં અને હલાવવું.

(4) એક જ સાઇઝની 4 ડિશ લેવી. ચારેય ડિશમાં જુદો જુદો માવો પાથરવો. ગૅસ પર એક વાસણમાં તેલ મૂકી, રાઈ, હિંગ, તલનો વઘાર કરી, દરેક ડિશમાં નાખવો.

(5) પ્રથમ રતાળુનું પડ, તેના ઉપર વટાણાનું પડ, તેના ઉપર ગાજરનું પડ અને છેક ઉપર બટાકાનું પડ મૂકવું.

(6) તેના પર ટોસ્ટનો ભૂકો ભભરાવવો અને તેની ઉપર વઘાર નાખવો. પછી ઓવનમાં કે કૂકરમાં વ્હિસલ વગર ગરમ મૂકવું.

216. ખીચડો [5 વ્યક્તિ]

સામગ્રી

(1) 400 ગ્રામ ઘઉં છડેલા
(2) 150 ગ્રામ તુવેરની દાળ
(3) 30 ગ્રામ ખારેક
(4) 30 ગ્રામ સીંગદાણા
(5) 30 ગ્રામ કોપરું
(6) 6થી 8 નંગ કાજુ
(7) 50 ગ્રામ વાલના દાણા
(8) 50 ગ્રામ તુવેરના લીલવા
(9) 50 ગ્રામ વટાણા
(10) ચપટી સાજીનાં ફૂલ (સોડા બાયકાર્બ)

(11) $1\frac{1}{2}$ ટેબલ સ્પૂન દ્રાક્ષ
(12) તજ-લવિંગ પ્રમાણસર
(13) ગોળ અને ખાંડ પ્રમાણસર
(14) ઘી પ્રમાણસર
(15) 8થી 10 બદામ
(16) $\frac{1}{2}$ નંગ જાયફળ
(17) 1 ટી સ્પૂન ઇલાયચીનો ભૂકો
(18) ચપટી કેસર
(19) 2 ટેબલ સ્પૂન વાટેલાં આદુ-મરચાં
(20) તેલ (21) 4 આખાં મરચાં
(22) $\frac{1}{2}$ ટી સ્પૂન રાઈ
(23) 1 ટેબલ સ્પૂન મરચું
(24) $\frac{1}{2}$ ટી સ્પૂન હળદર
(25) $\frac{1}{4}$ ટી સ્પૂન હિંગ
(26) $\frac{1}{4}$ કપ ઝીણી સમારેલી કોથમીર
(27) મીઠું પ્રમાણસર

રીત

(1) છડેલા ઘઉં વધારે પાણીમાં 6થી 8 કલાક પલાળવા. ત્યારબાદ ધોઈને ચાળણામાં કાઢવા. કૂકરમાં બાફવા મૂકવા અથવા તપેલામાં ઘી લગાડી પાણી ઊકળે એટલે નાખવા. હલાવતા રહેવું.

(2) તુવેરની દાળ ધોઈ, તેમાં ખારેક અને સીંગદાણા નાખી બાફવા મૂકવી. કોપરું જુદું મૂકવું. લીલું કોપરું હોય તો એને બાફવું નહીં. છેલ્લે બધું ચડી જાય પછી નાખવું.

(3) ખારેકના ચાર ઊભા કકડા કરવા. કોપરાની લાંબી ચીપો કરવી. કાજુના ટુકડા કરવા.

(4) વાલના દાણા, લીલવા, વટાણા કૂકરમાં વ્હિસલ વગર બાફવા. તેમાં સહેજ સાજીનાં ફૂલ (સોડા બાયકાર્બ) અને મીઠું નાખવાં, જેથી લીલાં રહે.

(5) ઘઉં સરસ ચડી જાય પછી તેમાં તુવેરની દાળ તથા દાણા વગેરે બધું નાખવું. પછી બરાબર હલાવવું. કાજુ-દ્રાક્ષ નાખવાં. $\frac{1}{2}$ ટી સ્પૂન તજ-લવિંગ ખાંડીને નાખવાં.

(6) ગળ્યો ખીચડો કરવા માટે જોઈતા પ્રમાણમાં જુદો કાઢવો. તેમાં જરૂરી ગોળ અને ખાંડ પ્રમાણસર નાખવાં. ઘીનો વઘાર કરી 2થી 3 તજ અને 4થી 5 લવિંગ નાખવાં. બદામ બાફીને, તેની કાતરી કરીને નાખવી. જાયફળ અને ઇલાયચીનો ભૂકો નાખવાં. કેસર પાણીમાં ઓગાળીને નાખવું.

(7) તીખા ખીચડામાં મીઠું, આદુ, મરચાં અને સહેજ ખાંડ નાખવાં.

(8) ગૅસ પર એક વાસણમાં તેલનો વઘાર મૂકી, તેમાં આખાં મરચાં, રાઈ, લાલ મરચું, હળદર, હિંગ, 2થી 3 તજ અને 4થી 5 લવિંગ નાખવાં. કોથમીર નાખવી. ખીચડો થોડો ઢીલો રાખવો.

217. અનેરી સ્પેશિયલ ચટાકેદાર કેક

[3થી 4 વ્યક્તિ]

સામગ્રી

(1) 250 ગ્રામ ઈડલી-ઢોકળાંનો લોટ
(2) $\frac{1}{2}$ કપ દહીં
(3) 2 ટેબલ સ્પૂન તેલ
(4) 4 ટેબલ સ્પૂન પાણી
(5) 1 ટી સ્પૂન સાજીનાં ફૂલ (સોડા બાયકાર્બ)
(6) મીઠું પ્રમાણસર

વટાણાનો માવો

(1) 100 ગ્રામ લીલા વટાણા
(2) 2 ટેબલ સ્પૂન તેલ
(3) $\frac{1}{2}$ ટી સ્પૂન રાઈ
(4) 1 ટી સ્પૂન તલ
(5) 2 ટી સ્પૂન વાટેલાં આદુ-મરચાં
(6) 1 લીંબુ (7) 2 ટી સ્પૂન ખાંડ
(8) 1 ટી સ્પૂન ગરમ મસાલો
(9) 50 ગ્રામ કોથમીર (10) મીઠું પ્રમાણસર

મકાઈનો માવો

(1) 200 ગ્રામ મકાઈ (2) $\frac{1}{2}$ કપ દૂધ
(3) 3 ટેબલ સ્પૂન ઘી-તેલ
(4) $\frac{1}{2}$ ટી સ્પૂન રાઈ (5) 1 ટી સ્પૂન તલ
(6) ચપટી હિંગ
(7) 1 ટી સ્પૂન તજ-લવિંગનો ભૂકો

(8) $\frac{1}{2}$ ટી સ્પૂન હળદર
(9) 1 લીંબુ
(10) 2 ટી સ્પૂન ખાંડ
(11) 1 ટી સ્પૂન ગરમ મસાલો
(12) 1 ટી સ્પૂન વાટેલાં મરચાં
(13) ટોમેટાનો સોસ (પાથરવા માટે)
(14) મીઠું પ્રમાણસર

ડેકોરેશન માટે

મસ્કો, ગાજર, બીટ, કાકડી, ટોમેટા, કૅપ્સિકમ

રીત

(1) હૂંફાળા પાણીથી ઈડલીનો લોટ પલાળવો. થાળી ઉતારવાના કલાક પહેલાં મીઠું અને થોડું દહીં નાખવું.

(2) થાળી ઉતારતી વખતે તેલ-પાણી-સાજીનાં ફૂલ (સોડા બાયકાર્બ) ગરમ કરીને નાખવાં. ત્રણ થાળી ઢોકળાં ઉતારવાં.

(3) ઢોકળાં ઠંડાં પડે એટલે હૃદય જેવો આકાર આપવો. (ગોળ આકાર પણ રાખી શકાય.)

(4) લીલા વટાણા પીસી, તેલ, રાઈ, તલ મૂકી વઘારવા. આદુ, મરચાં, મીઠું નાખી સાંતળવા.

(5) વટાણા ચડી જાય એટલે બધો મસાલો નાખી ઠંડા પડવા દેવા.

(6) મકાઈને છીણીને, દૂધ નાખીને ચડવા દેવી. ઘી-તેલનો વઘાર કરી તેમાં રાઈ, તલ, હિંગ, તજ-લવિંગનો ભૂકો અને હળદર નાખી મકાઈનો માવો નાખવો.

(7) બધો મસાલો કરી ઠંડું પડવા દેવું.

(8) મોળા દહીંનો મસ્કો તૈયાર કરવો. હૃદયના આકારનું એક પડ મૂકી, તેના પર મસ્કો લગાડી, વટાણાનો માવો પાથરવો.

(9) બીજા પડની નીચે મસ્કો લગાડી બીજું પડ મૂકવું. તેના પર મકાઈનો માવો પાથરી, થોડોક સોસ પાથરી, તેના પર ત્રીજું પડ મૂકવું.

(10) ચપ્પાથી મસ્કાની પેસ્ટ ઉપર તથા ચારેય બાજુ લગાડી ગાજર, બીટ, કાકડી, ટોમેટાથી ડેકોરેશન કરવું.

218. અનેરી સ્પેશિયલ વેજિટેબલ લોલીપોપ

[5થી 6 વ્યક્તિ]

સામગ્રી

(1) 250 ગ્રામ બાફેલા બટાકા
(2) 250 ગ્રામ છીણેલી કોબીજ
(3) 50 ગ્રામ છીણેલું ફ્લાવર
(4) 1 ટી સ્પૂન લાલ મરચું
(5) 1 ટી સ્પૂન આંબોળિયાંનો ભૂકો
(6) નાનો ટુકડો આદુ
(7) 10 નંગ લીલાં મરચાં
(8) 10 કળી લસણ
(9) 4 ટેબલ સ્પૂન ઝીણી સમારેલી કોથમીર
(10) 5 ટેબલ સ્પૂન ઝીણો સમારેલો ફુદીનો
(11) 4 બ્રેડ
(12) 1 ટી સ્પૂન ગરમ મસાલો
(13) લાલ કલર પ્રમાણસર
(14) નાની આઇસક્રીમ સ્ટિક
(15) જોઈતા પ્રમાણમાં મેંદો
(16) બ્રેડક્રમ્સ
(17) ઍલ્યુમિનિયમ ફોઈલ
(18) તેલ પ્રમાણસર
(19) મીઠું પ્રમાણસર

રીત

(1) બટાકા (છીણેલા), કોબીજ, ફ્લાવર ભેગાં કરી તેમાં મીઠું, લાલ મરચું અને આંબોળિયાંનો ભૂકો નાખવો.

(2) આદુ, મરચાં અને લસણની પેસ્ટ બનાવી તેમાં નાખવી. કોથમીર, ફુદીનો સારી રીતે ધોઈને નાખવો.

(3) બ્રેડની કિનારીઓ કાઢી, બ્રેડનો મશીનમાં ભૂકો કરી, તેમાં નાખવો. ગરમ મસાલો અને લાલ કલર નાખવો. બધું ભેળવવું. માવાનો કલર લોલીપોપ જેવો લાલ થવો જોઈએ. કલર ઓછો હોય તો નાખવો.

(4) પેટીસ જેવું કરવું. વચ્ચે આઇસક્રીમ સ્ટિક મૂકી, લોલીપોપ જેવો ઘાટ આપવો.

(5) મીઠું અને પાણી નાખેલી મેંદાની પેસ્ટમાં અને સૂકા બ્રેડક્રમ્સમાં લોલીપોપ રગદોળી, ગરમ તેલમાં તળી લેવી.

(6) પીરસતી વખતે સ્ટિક પર ઍલ્યુમિનિયમ ફોઈલ લગાડવી, જેથી તેલ હાથ પર ચોંટે નહિ.

નોંધ : (1) સ્ટિક ન લગાડવી હોય તો ફક્ત પેટીસ, કટલેટ, રોલ કે લોલીપોપનો શેપ આપીને તળી શકાય.

(2) લસણ ન નાખવું હોય તો પણ ચાલે.

(3) સ્ટાર્ટર્સ તરીકે વપરાય. આઇસક્રીમ સ્ટિકને બદલે ટૂથ પીક પણ વાપરી શકાય. જમણવારમાં જમતાં પહેલાં સૂપ સાથે સ્ટાર્ટર્સ અપાય.

219. પનીર કટલેટ [5 વ્યક્તિ]

સામગ્રી

(1) 250 ગ્રામ પનીર (2) 300 ગ્રામ બટાકા
(3) 2 નંગ ડુંગળી (4) 100 ગ્રામ કોબીજ
(5) 5 વાટેલાં લીલાં મરચાં
(6) 50 ગ્રામ કોથમીર (7) 1 લીંબુ
(8) 1 ટી સ્પૂન ગરમ મસાલો
(9) 200 ગ્રામ ટોસ્ટનો ભૂકો
(10) તેલ પ્રમાણસર (11) મીઠું પ્રમાણસર

રીત

(1) પનીરને છીણવું. બટાકાને બાફી માવો કરવો. ડુંગળી ઝીણી સમારવી.

(2) કોબીજ ઝીણી છીણવી. બધો મસાલો નાખી, ભેળવી, કટલેટનો આકાર આપી, ટોસ્ટના ભૂકામાં રગદોળવું અને ગરમ તેલમાં તળવું.

220. ચટપટા ચણાપૌંઆ [3થી 4 વ્યક્તિ]

સામગ્રી

(1) 1 કપ પૌંઆ (2) 3 ટેબલ સ્પૂન તેલ
(3) $\frac{1}{2}$ ટી સ્પૂન જીરું (4) ટુકડો આદુ
(5) 2 મરચાં (6) 1 કપ તાજા ચણા
(7) 2 ટેબલ સ્પૂન કોથમીર
(8) 1 ડુંગળી (9) મીઠું પ્રમાણસર

રીત

(1) ગૅસ પર એક વાસણમાં 2 ટેબલ સ્પૂન તેલ મૂકી, પૌંઆ શેકવા. મીઠું નાખી, ગુલાબી થાય એટલે નીચે ઉતારી, થાળીમાં કાઢવા.

(2) એ જ વાસણમાં 1 ટેબલ સ્પૂન તેલ મૂકી જીરું અને વાટેલાં મરચાં-આદુ શેકવાં.

(3) લીલા ચણા અને મીઠું નાખવાં. ઢાંકી દેવા. હલાવતા રહેવું. ચણા ચડી જાય એટલે પૌંઆ ભેળવી દેવા.

(4) કોથમીર ઝીણી સમારીને નાખવી. ડુંગળી નાખવી હોય તો સાંતળીને નાખવી.

221. બ્રેડનાં સેન્ડવીચ દહીંવડાં [2 નંગ]

સામગ્રી

(1) 4 મોટી સાઇઝની બ્રેડની સ્લાઇસ
(2) 4 ટેબલ સ્પૂન કચોરીનો મસાલો
(3) દહીં પ્રમાણસર
(4) કોથમીરની ચટણી પ્રમાણસર
(5) ખજૂરની ચટણી પ્રમાણસર
(6) ઝીણી સેવ પ્રમાણસર
(7) 1 ઝીણી સમારેલી ડુંગળી
(8) 2 ટેબલ સ્પૂન ઝીણી સમારેલી કોથમીર
(9) ચાટ-મસાલો
(10) બૂરું ખાંડ

રીત

(1) બ્રેડ ઉપર મોટી વાડકી મૂકી ગોળ કાપવા.

(2) દહીંમાં સહેજ બૂરું ખાંડ નાખી વલોવવું.

(3) એક બ્રેડ ઉપર કચોરીનો મસાલો પાથરવો. તેની ઉપર બીજી બ્રેડ મૂકવી.

(4) બ્રેડ ઉપર દહીં, કોથમીરની ચટણી અને ખજૂરની ચટણી પાથરવી.

(5) તેની ઉપર ઝીણી સેવ, ડુંગળી ભભરાવવી.

(6) કોથમીર અને ચાટ-મસાલો ભભરાવી તરત પીરસવું.

નોંધ : (1) વટાણા ક્રશ કરી, સાંતળી, મસાલો કરી, વચ્ચે મૂકી શકાય. મકાઈનો દાણો, બટાકા-વટાણાનો સમોસાનો માવો પણ મૂકી શકાય.

(2) લસણની ચટણી નાખી શકાય.
(3) બે બ્રેડ વચ્ચે માવો ભરી તૈયાર રાખવો. ડબ્બામાં ફ્રિજમાં મૂકવો. પીરસતી વખતે તેની ઉપર બધી વસ્તુઓ પાથરવી.

222. પાપડી ચાટ

સામગ્રી અને રીત

(1) ઝીણા રવામાં થોડોક મેંદો, મીઠું અને તેલ નાખી લોટ બાંધવો. મોટો રોટલો વણી સક્કરપારા કાપી ગરમ તેલમાં તળી લેવા.
(2) મગ અને ચણા પલાળીને બાફવા.
(3) ઘઉંના લોટમાં મીઠું અને સોડા નાખી, ઢીલું ખીરું બનાવી, પકોડા ઉતારવા.
(4) ગોળમાં પાણી નાખી ગરમ કરવું. તેમાં પકોડા નાખવા.
(5) સક્કરપારા પર પકોડાનો ભૂકો પાથરવો. તેના પર દહીં, ખજૂરની ચટણી, બુંદી, સેવ, મગ, ચણા અને કોથમીર નાખી ચાટનો મસાલો નાખવો.

223. ઈડલી ચાટ [3થી 4 વ્યક્તિ]

સામગ્રી

(1) 1 કપ ઈડલીનો લોટ
(2) 50 ગ્રામ ફણસી (3) 50 ગ્રામ ગાજર
(4) 100 ગ્રામ વટાણા
(5) આંબોળિયાંની ચટણી
(6) લસણની ચટણી (7) કોથમીરની ચટણી
(8) ઝીણી સેવ (9) મીઠું પ્રમાણસર

રીત

(1) ફણસી, ગાજર ઝીણાં સમારી બાફવાં. વટાણા આખા બાફી લેવા.
(2) ઈડલીનો લોટ 5થી 6 કલાક પલાળવો. ઈડલીના લોટમાં આથો આવે એટલે બાફેલાં શાક નાખી મીઠું નાખવું. નાની નાની ઈડલી બનાવવી.
(3) દરેક ઈડલી પર ત્રણેય ચટણીઓ અને ઝીણી સેવ નાખવી.

વૅરિએશન

લાલ, લીલો, પીળો કલર નાખી ઈડલીને રંગીન પણ બનાવી શકાય.

224. ચીઝી બ્રેડ [3 નંગ]

સામગ્રી

(1) 1 ચીઝ ક્યુબ (2) 3 સ્લાઇસ બ્રેડ
(3) $\frac{1}{4}$ કપ મેંદો (4) તેલ પ્રમાણસર
(5) મીઠું પ્રમાણસર

રીત

(1) ચીઝ ક્યુબના બે કે ત્રણ કટકા કરવા. એક બ્રેડની કિનારીઓ કાપી વેલણથી વણવી.
(2) બ્રેડ પાતળી થાય એટલે એક બાજુ ચીઝનો ટુકડો આડો મૂકી રોલ વાળવો.
(3) મેંદામાં મીઠું અને પાણી નાખી, પાતળું મિશ્રણ બનાવવું અને તેનાથી રોલ બંધ કરવો. ગૅસ પર એક વાસણમાં તેલ મૂકી બદામી રંગનું તળવું. આ રીતે બીજા બ્રેડના રોલ વાળવા.

225. ઢોકળી [3થી 4 વ્યક્તિ]

સામગ્રી

(1) 250 ગ્રામ બટાકાવડાંનો મસાલો
(2) 250 ગ્રામ ઘઉંનો લોટ
(3) 2 કપ તુવેરની દાળ
(4) $\frac{1}{2}$ ટી સ્પૂન હળદર
(5) 4 ટેબલ સ્પૂન તેલ
(6) 1 ટી સ્પૂન લાલ મરચું
(7) $\frac{1}{4}$ ટી સ્પૂન હળદર
(8) 1 ટેબલ સ્પૂન ધાણાજીરું
(9) 2 ટેબલ સ્પૂન ગોળ
(10) 2 ટી સ્પૂન આંબોળિયાંનો ભૂકો
(11) 1 ટી સ્પૂન ગરમ મસાલો
(12) $\frac{1}{2}$ ટી સ્પૂન રાઈ
(13) 2 તજ
(14) 6 લવિંગ
(15) 2 ડાળખી મીઠો લીમડો
(16) મીઠું પ્રમાણસર

રીત

(1) બટાકાવડાંનો મસાલો તૈયાર કરવો. ઘઉંના લોટમાં મીઠું, હળદર અને તેલ નાખી લોટ બાંધવો.

(2) પૂરી વણી, તેમાં બટાકાવડાંનો મસાલો ભરી, ઘૂઘરા જેવો આકાર આપવો.

(3) તુવેરની દાળ બાફી, ઊકળે એટલે તેમાં ઘૂઘરા નાખવા.

(4) દાળમાં મીઠું, મરચું, હળદર, ધાણાજીરું, ગોળ, આંબોળિયાંનો ભૂકો અને ગરમ મસાલો નાખવો. વઘારમાં તેલ મૂકી રાઈ, તજ, લવિંગ, મીઠો લીમડો નાખવો.

226. ખટ્ટીમીઠી ઢોકળી

સામગ્રી અને રીત

(1) રોટલી, ભાખરી કે પૂરીમાંથી જે હોય તેના મોટા ટુકડા કરવા.

(2) વઘારમાં તેલ મૂકી રાઈ, હિંગ, હળદર, મરચું નાખવાં.

(3) દહીંમાં પાણી નાખી છાશ વઘારવી. ઊકળે એટલે તેમાં રોટલી, ભાખરી કે પૂરીના ટુકડા નાખવા.

(4) મીઠું, ખાંડ, ગરમ મસાલો નાખવો. જરૂર પડે તો પાણી નાખવું.

227. બફવડાં [12થી 15 નંગ]

સામગ્રી

(1) 25 ગ્રામ તલ

(2) 1 ટેબલ સ્પૂન સીંગદાણા

(3) 25 ગ્રામ કોપરાની છીણ

(4) 15 ગ્રામ કાળી દ્રાક્ષ

(5) 1 ટી સ્પૂન વાટેલાં આદુ-મરચાં

(6) 1 ટેબલ સ્પૂન ઝીણી સમારેલી કોથમીર

(7) 1 ટી સ્પૂન બૂરું ખાંડ

(8) $\frac{1}{2}$ નંગ લીંબુ

(9) 250 ગ્રામ બટાકા

(10) 50 ગ્રામ ટોસ્ટનો ભૂકો

(11) 2 ટેબલ સ્પૂન આરાલોટ

(12) તેલ પ્રમાણસર

(13) મીઠું પ્રમાણસર

રીત

(1) તલ અને સીંગદાણા ખાંડી નાખવા. તેમાં કોપરાની છીણ, કાળી દ્રાક્ષ અને બધો મસાલો (આગળ પડતો) નાખવો.

(2) બટાકાને બાફી, છોલીને છીણી નાખવા. તેમાં ટોસ્ટનો ભૂકો, આરાલોટ, 1 ટેબલ સ્પૂન તેલ અને મીઠું નાખી માવો તૈયાર કરવો.

(3) મસાલાની લખોટી જેવી ગોળીઓ વાળવી. તેને બટાકાના માવામાં પેટીસની જેમ ભરી, બટાકાવડાં જેવા ગોળા બનાવવા.

(4) ગૅસ પર એક વાસણમાં તેલ ગરમ કરીને તળવા. (સોસ સાથે ખાવાથી સારા લાગે છે.)

નોંધ : (1) ટોસ્ટનો ભૂકો ન નાખો તો ફરાળી બફવડાં થાય. તેમાં આરાલોટ વધારે નાખવો.

(2) આરાલોટને બદલે કોર્નફ્લોર નખાય.

વૅરિએશન

(1) **બફપેટીસ :** પેટીસની જેમ વાળવાથી બફ-પેટીસ થાય છે.

(2) **બફરોલ :** લાંબા કરીએ તો બફરોલ બને.

228. લીંબુવડાં [12થી 15 નંગ]

સામગ્રી

(1) 750 ગ્રામ બટાકા

(2) 100 ગ્રામ તુવેરના લીલવા અથવા વટાણા

(3) તેલ પ્રમાણસર

(4) 1 ટી સ્પૂન વાટેલાં આદુ-મરચાં

(5) $\frac{1}{4}$ કપ ઝીણી સમારેલી કોથમીર

(6) $\frac{1}{2}$ લીંબુ

(7) 1 ટી સ્પૂન ખાંડ

(8) 1 ટી સ્પૂન ગરમ મસાલો

(9) 1 ટી સ્પૂન તલ

(10) 150 ગ્રામ ચણાનો ઝીણો લોટ

(11) 200 ગ્રામ મોળું દહીં

(12) ખજૂરની ચટણી

(13) કોથમીરની ચટણી

(14) 1 ટેબલ સ્પૂન શેકેલું જીરું

(15) લાલ મરચું પ્રમાણસર

(16) લાલ, લીલો, કેસરી કલર

(17) લીલા નારિયેળની છીણ

(18) મીઠું પ્રમાણસર

રીત

(1) 400 ગ્રામ બટાકાને બાફી, છોલીને છીણવા. બીજા 350 ગ્રામ બટાકાની છીણ પાડી, પાણીમાં થોડીક વાર રાખી, કોરી કરવી.

(2) પછી કાચી છીણના ચાર ભાગ કરવા. એક ભાગ લાલ, બીજો ભાગ લીલો અને ત્રીજો ભાગ કેસરી કરવો. ચોથો ભાગ સફેદ રાખવો.

(3) ગૅસ પર એક વાસણમાં તેલ મૂકી, ધીમા તાપે છીણ જુદી જુદી તળવી. તળ્યા પછી ભેગી કરવી.

(4) લીલવા કે વટાણા પીસીને કચોરીનો મસાલો કરવો.

(5) કચોરીના મસાલાની નાની લખોટી વાળી, મીઠું નાખેલા બટાકાના માવામાં ભરવી. બટાકાવડાં જેવાં વાળવાં.

(6) ચણાના લોટમાં મીઠું નાખી, ભજિયાં જેવું ખીરું કરવું. બટાકાવડાંની જેમ ખીરામાં બોળી તળવા.

(7) મોળું દહીં વલોવવું. વડાંમાં ઊભા ચાર ફાડા કરવા. તેની ઉપર દહીં નાખવું.

(8) લાલ, લીલી ચટણી નાખવી. જીરાને શેકીને ખાંડવું. તેમાં મીઠું, મરચું નાખી મસાલો તૈયાર કરવો. વડાંની તૈયાર ડિશ ઉપર મસાલો નાખવો.

(9) તેની ઉપર બટાકાની રંગીન અને સફેદ છીણ, કોથમીર અને લીલા નારિયેળની છીણ નાખવી.

229. તવા મહેફિલ [6 વ્યક્તિ]

સામગ્રી અને રીત

(1) 6 નંગ બટાકા-વટાણાના સમોસા કરવા.

(2) 6 નંગ લીલવાની કચોરી કરવી.

(3) દહીંવડાંના લોટનાં 6 નંગ નાનાં વડાં ઉતારવાં.

(4) 150 ગ્રામ ચણાના લોટની તીખી બુંદી કરવી.

(5) 150 ગ્રામ મેંદાની નાની પૂરી કરવી.

(6) 250 ગ્રામ બટાકાની લાંબી ચીપ્સ કરવી.

(7) 6 નંગ ગોટા કરવા.

(8) 100 ગ્રામ રાજમા બાફી નાખવા.

(9) 100 ગ્રામ પનીરની ચીપ્સ કરીને તળી લેવી.

(10) 250 ગ્રામ ડુંગળી કાપીને બાફી લેવી અને વાટવી.

(11) 25 ગ્રામ લસણ વાટવું.

(12) 50 ગ્રામ ખસખસ, 100 ગ્રામ મગજતરીનાં બી, 4 કલાક પલાળીને વાટવાં.

(13) 125 ગ્રામ ડાલડા ઘીનો વઘાર મૂકવો. તેમાં $\frac{1}{2}$ ટી સ્પૂન જીરું, હિંગ અને 1 ટી સ્પૂન વાટેલાં આદુ-મરચાં નાખવાં, ખસખસનો પીસેલો મસાલો નાખી શેકવો.

(14) ઘી છૂટે એટલે 150 ગ્રામ ટોમેટાનો સોસ, 1 ટી સ્પૂન ગરમ મસાલો અને મીઠું નાખવાં. આ રીતે ગ્રેવી તૈયાર કરવી.

(15) એક તવા જેવી થાળી અથવા ડિશ લઈ તેમાં બધાં ફરસાણ ગોઠવવાં. ધીમા તાપે ગૅસ ઉપર રાખવાં. તેના ઉપર ગરમ ગ્રેવી નાખવી. તેના ઉપર કોપરાની છીણ અને કોથમીર નાખવી.

નોંધ: ડાલડા ઘીના બદલે ઘી + તેલ પ્રમાણસર નાખી શકાય.

230. દિલ્લી ચાટ [3થી 4 વ્યક્તિ]

સામગ્રી

(1) 100 ગ્રામ દહીંવડાંના લોટનાં વડાં ઉતારવાં.

(2) 50 ગ્રામ ચણાના લોટની બુંદી કરવી.

(3) 100 ગ્રામ બટાકા બાફવા અને તેના ઝીણા ટુકડા કરવા.

(4) 100 ગ્રામ મેંદાની કડક પૂરી કરી, તેના ઝીણા ટુકડા કરવા.

(5) 50 ગ્રામ ફણગાવેલા મગ ગરમ પાણીમાં સહેજ બાફવા.

(6) 50 ગ્રામ દેશી ચણા પલાળીને બાફી લેવા.

(7) 100 ગ્રામ ચણાના લોટની ઝીણી સેવ કરવી.

(8) 25 ગ્રામ જીરું શેકીને તેનો ઝીણો પાઉડર કરવો.

(9) તેમાં 1 ટેબલ સ્પૂન ચાટ-મસાલો મેળવવો.

(10) 250 ગ્રામ મોળું દહીં વલોવી લેવું.

રીત

(1) બધી વસ્તુ થોડી થોડી ભેગી કરીને તેના પર દહીં, સોસ, લીલી ચટણી, જીરું અને ચાટ-મસાલો નાખવો.

(2) તેના ઉપર ઝીણી સેવ પાથરવી.

231. વટાણા – પનીર ચૉકલેટ
[4થી 5 વ્યક્તિ]

સામગ્રી

(1) 200 ગ્રામ વટાણા

(2) 200 ગ્રામ પનીર

(3) 2 ટી સ્પૂન વાટેલાં આદુ-મરચાં

(4) 1 ટી સ્પૂન ગરમ મસાલો

(5) 1 ટી સ્પૂન તલ

(6) 1 લીંબુ

(7) 2 ટી સ્પૂન ખાંડ

(8) તેલ પ્રમાણસર

(9) 4 ટેબલ સ્પૂન ઝીણી સમારેલી કોથમીર

(10) 250 ગ્રામ મેંદો

(11) કોથમીરની ચટણી

(12) મીઠું પ્રમાણસર

રીત

(1) વટાણા પીસીને કચોરી જેવો મસાલો કરવો.

(2) પનીર છીણીને વટાણાનો તૈયાર કરેલો માવો તેમાં મેળવવો.

(3) મેંદામાં મીઠું અને તેલ નાખી પૂરી જેવો લોટ બાંધવો.

(4) પૂરીમાં વટાણા, પનીરનો મસાલો ભરી ચૉકલેટની જેમ વાળવી.

(5) ગૅસ પર એક વાસણમાં તેલ ગરમ મૂકીને તળવી. કોથમીરની ચટણી સાથે પીરસવું.

232. કઠોળની ભેળ [4થી 6 વ્યક્તિ]

સામગ્રી

(1) 100 ગ્રામ ચણા

(2) 50 ગ્રામ મગ

(3) 50 ગ્રામ મઠ

(4) 50 ગ્રામ ગાજર

(5) 100 ગ્રામ ટમેટા

(6) 100 ગ્રામ ડુંગળી

(7) 100 ગ્રામ બટાકા

(8) 50 ગ્રામ સેવ

(9) 6 સ્લાઇસ બ્રેડ

(10) 3 તજ

(11) 5 લવિંગ

(12) 2 તમાલપત્ર

(13) આંબોળિયાંની ચટણી

(14) કોથમીરની ચટણી

(15) લસણની ચટણી

(16) 4 ટેબલ સ્પૂન ઝીણી સમારેલી કોથમીર

(17) 1 ટેબલ સ્પૂન લાલ મરચું

(18) મીઠું પ્રમાણસર

રીત

(1) રાત્રે મગ અને મઠને જુદા જુદા પલાળવા. બીજે દિવસે સવારના મગ અને મઠમાંથી પાણી કાઢી નાખીને ચાળણીમાં અગર કપડામાં ફણગા ફૂટવા માટે બાંધવા. બીજે દિવસે ચણાને પલાળવા. ત્રણેયને પાણીમાં બાફવા.

(2) ગૅસ પર એક વાસણમાં તેલ મૂકી તજ-લવિંગ અને તમાલપત્રનો વઘાર કરીને તેમાં ત્રણેય કઠોળને સાંતળવાં અને ચડવા દેવાં.

(3) તેમાં બટાકાના અને ગાજરના ઝીણા ટુકડા કરીને નાખવા. ટમેટાના ઝીણા ટુકડા કરવા.

(4) બ્રેડના ઝીણા ટુકડા કરીને તેને તેલમાં ગુલાબી પડતા (કડક) તળવા.

(5) કઠોળમાં સેવ, બ્રેડના ટુકડા, ડુંગળી અને કોથમીર નાખીને પ્રમાણસર ત્રણેય ચટણીઓ નાખવી.

નાસ્તા

233. મસાલા કાજુ

સામગ્રી

(1) 500 ગ્રામ મેંદો (2) તેલ પ્રમાણસર
(3) 1 કપ ચોખાનો લોટ
(4) 2 ટી સ્પૂન થીજેલું ઘી
(5) ચાટ-મસાલો (6) મીઠું પ્રમાણસર

રીત

(1) મેંદામાં મીઠું અને મુઠ્ઠી પડતું મોણ નાખી કઠણ કણક બાંધવી.

(2) ચોખાના લોટમાં થીજેલું ઘી નાખી બરાબર ફીણવું, સાટો બનાવવો.

(3) મેંદાની કણકમાંથી મોટો લુઓ લઈ જાડો રોટલો વણવો. બીજો રોટલો પણ તે જ સાઇઝનો વણવો.

(4) એક રોટલા ઉપર સાટો પાથરવો. તેની ઉપર ચાટ-મસાલો ભભરાવવો. તેની ઉપર બીજો રોટલો મૂકી, દબાવી, ફરીથી વણવો.

(5) ઢાંકણાથી કે બિસ્કિટ કટરથી રોટલાની એક કિનાર કાપવી. ફરીથી તેને કટરથી કાપવું. અંદરની બાજુએ સહેજ હાથથી દબાવી કાજુનો આકાર આપવો.

(6) ગૅસ પર એક વાસણમાં તેલ ગરમ કરવા મૂકી, તેમાં કાજુ નાખવા. પ્રથમ ફાસ્ટ ગૅસે અને પછી ધીમા ગૅસે આછા ગુલાબી તળવા.

નોંધ: તૈયાર થયેલા કાજુ ઉપર ચાટ-મસાલો કે મીઠું અને મરીનો ભૂકો ભભરાવી શકાય.

234. તીખી પૂરી

સામગ્રી

(1) 1 કપ ઘઉંનો લોટ
(2) $\frac{1}{2}$ ટી સ્પૂન અજમો (3) $\frac{1}{2}$ ટી સ્પૂન જીરું
(4) 1 ટી સ્પૂન મરચું (5) $\frac{1}{2}$ ટી સ્પૂન હળદર
(6) તેલ પ્રમાણસર
(7) 1 ટેબલ સ્પૂન મલાઈ
(8) મીઠું પ્રમાણસર

રીત

(1) ઘઉંના લોટમાં અજમો અને જીરું સહેજ મસળીને નાખવું. 3 ટેબલ સ્પૂન તેલ નાખવું.

(2) બધી વસ્તુઓ નાખી, કઠણ લોટ બાંધી, પૂરી વણીને ગરમ તેલમાં તળી લેવી.

(3) પૂરીને ફૂલ્યા વગરની કરવી હોય તો તેમાં કાપા કરવા.

વૅરિએશન

(1) $\frac{1}{4}$ કપ મેંદો, $\frac{1}{4}$ કપ સોજી, 1 ટેબલ સ્પૂન બૂરું ખાંડ અને 1 ટેબલ સ્પૂન ઘી ઉપરની સામગ્રીમાં નાખી, નાની ફૂલેલી પૂરી બનાવી શકાય.

(2) $\frac{1}{2}$ કપ ઘઉંનો લોટ, $\frac{1}{2}$ કપ ચણાનો લોટ, 1 ટેબલ સ્પૂન તેલ, તીખી પૂરીની સામગ્રીમાં નાખી પૂરી બનાવી શકાય.

(3) પૂરીને બદલે ઊભી પટ્ટીઓ પાડી, સક્કરપારા કાપી શકાય.

(4) પૂરીમાં મેથીની ભાજી, પાલકની ભાજી, કોથમીર નાખી શકાય. ભાજી ઝીણી સમારી, સરસ ધોઈ, કપડામાં કોરી કરી, સહેજ તેલ મૂકી સાંતળી નાખવી. ઠંડી પડે પછી લોટમાં નાખી લોટ બાંધવો.

235. ટમેટો પૂરી

સામગ્રી

(1) 1 કપ મેંદો (2) $\frac{1}{2}$ કપ સોજી
(3) $\frac{1}{2}$ ટી સ્પૂન લાલ મરચું
(4) 4 ટેબલ સ્પૂન તેલ
(5) 1 ટી સ્પૂન બૂરું ખાંડ
(6) $\frac{1}{2}$ ટી સ્પૂન ગરમ મસાલો
(7) 2 ટમેટાનો રસ
(8) તેલ પ્રમાણસર (9) મીઠું પ્રમાણસર

રીત

(1) બધુ મિક્સ કરી, ટમેટાના રસથી કઠણ લોટ બાંધી, વણી, કાપા કરી, ધીમા તાપે કડક પૂરી તળવી.

(2) આ રીતે કોથમીરના રસની કે પાલકના રસની પૂરી બનાવી શકાય. થોડીક પાલક-કોથમીર ઝીણી સમારી લોટમાં પણ નાખવી.

236. ખારી પૂરી

સામગ્રી

(1) 125 ગ્રામ રવો (2) 250 ગ્રામ મેંદો
(3) 1 ટી સ્પૂન જીરું (4) ઘી પ્રમાણસર
(5) તેલ પ્રમાણસર (6) મીઠું પ્રમાણસર

રીત

(1) ગૅસ પર એક વાસણમાં થોડુંક ઘી મૂકી રવાને શેકવો. મેંદામાં મીઠું, રવો, જીરું, વધારે ઘી નાખી કઠણ લોટ બાંધવો અને ઝૂડવો.

(2) નાની જાડી પૂરી વણી, ઘી કે તેલમાં તળી નાખવી.

વૅરિએશન

મેંદામાં થોડોક ઘઉંનો લોટ નાખી ઘી, વધારે મલાઈ, મીઠું, જીરું, મરીનો ભૂકો નાખી, કઠણ લોટ બાંધી, પૂરી વણી, કાપા કરી, ઘી કે તેલમાં તળવી.

237. ફરસી પૂરી

સામગ્રી

(1) 1 કપ મેંદો
(2) 1 ટી સ્પૂન મરિયાંની દાળ
(3) 4થી 5 ટેબલ સ્પૂન ઘી
(4) તેલ પ્રમાણસર (5) મીઠું પ્રમાણસર

રીત

મેંદામાં મીઠું, મરિયાંની દાળ, ઘીનું મોણ નાખી, પૂરી જેવો લોટ બાંધી, પાતળી મોટી પૂરી વણી, કાપા કરીને ગરમ તેલમાં તળવી.

વૅરિએશન

નાની પૂરી વણી, તેના ઉપર તેલ લગાડી, પરોઠાની જેમ વાળી, સમોસાનો આકાર આપી, તેની ઉપર વણીને તળવાથી સમોસા – ફરસી પૂરી થશે. તેની ઉપર મીઠું, મરચું કે ચાટ-મસાલો ભભરાવવો.

238. પડવાળી ખારી પૂરી

સામગ્રી

(1) 2 કપ મેંદો (2) 1 કપ ઘઉંનો લોટ
(3) 4થી 5 ટેબલ સ્પૂન ઘી
(4) 3 ટેબલ સ્પૂન મલાઈ
(5) 1 ટી સ્પૂન મરીનો ભૂકો
(6) અટામણ (ચોખાનો લોટ)
(7) ડાલડા ઘી અથવા ઘી અને તેલ પ્રમાણસર
(8) મીઠું પ્રમાણસર

રીત

(1) બંને લોટ ભેગા કરી તેમાં ઘી, મલાઈ (મુઠ્ઠી પડતું મોણ) મીઠું અને મરીનો ભૂકો નાખી પૂરી જેવો લોટ બાંધવો.

(2) મોટો રોટલો વણવો. ગૅસ પર એક વાસણમાં ઘી, અટામણ લઈ ગરમ કરી ઠંડું પાડી તે રોટલા ઉપર ચોપડવું.

(3) પછી તેનો ગોળ વીંટો વાળી, લંબચોરસ આકારમાં કાપી, વેલણથી સહેજ વણવું. ડાલડા ઘીમાં તળવું.

વૅરિએશન

નાના કાપા કરી, આડું વણવાથી જલેબી જેવો આકાર થશે.

239. મઠિયાં

સામગ્રી

1. (1) 500 ગ્રામ મઠનો લોટ
(2) 150 ગ્રામ અડદનો લોટ
(3) 50 ગ્રામ ચોળાનો લોટ
(4) 1 ટી સ્પૂન તલ
(5) $\frac{1}{2}$ ટી સ્પૂન અજમો
(6) 2 ટેબલ સ્પૂન સફેદ મરચું (ખાખર)
(7) ચપટી હિંગ
(8) 5 ટી સ્પૂન ખાંડ
(9) 1 ટેબલ સ્પૂન ઘી
(10) તેલ પ્રમાણસર
(11) મીઠું પ્રમાણસર

2. (1) 500 ગ્રામ મઠનો લોટ
(2) 125 ગ્રામ અડદનો લોટ
(3) 75 ગ્રામ ખાંડ
(4) 20 ગ્રામ મીઠું
(5) 20 ગ્રામ સફેદ મરચું (ખાખર)
(6) ચપટી અજમો (7) ચપટી હિંગ
(8) તેલ પ્રમાણસર

રીત

(1) ઉપરની બંને સામગ્રીમાંથી કોઈ એક સામગ્રી લેવી. 1 કપ જેટલું પાણી ઊકળવા મૂકવું. તેમાં મીઠું નાખવું. પાણી ઊકળી જાય એટલે ખાંડ નાખી નીચે ઉતારી લેવું.

(2) લોટ ભેગા કરી તેમાં તલ, અજમો, ખાખર, હિંગ નાખવાં. ઊકળેલા પાણીમાં 1 ટેબલ સ્પૂન ઘી નાખવું અને હૂંફાળા પાણીથી કઠણ લોટ બાંધવો.

(3) લોટને ઝૂડીને તેના લુઆ કરવા. ઠરેલા ઘીમાં મઠનો લોટ નાખી તેમાં લુઆ રગદોળવા.

(4) મઠિયાં પાતળાં વણી, થોડીક વાર ખુલ્લાં રાખી, ઢાંકી દેવાં. પછી ખૂબ ગરમ તેલમાં તળી નાખવાં.

નોંધ : ચોળાનો લોટ ન નાખીએ તો પણ ચાલે.

વૅરિએશન

મઠિયા ચાટ : પ્લેટમાં મઠિયાંના 5થી 6 ટુકડા કરી, તેની ઉપર બટાકાવડાંનો માવો મૂકી, તેની ઉપર ઝીણી સેવ પાથરવી. તેની ઉપર કેચપનું ટપકું મૂકી પીરસવું. ચીઝ છીણીને પણ નાખી શકાય.

240. જાડાં મઠિયાં

સામગ્રી

(1) 250 ગ્રામ મઠનો ઝીણો લોટ
(2) તેલ પ્રમાણસર
(3) $1\frac{1}{2}$ ટી સ્પૂન મરચું
(4) $\frac{1}{2}$ ટી સ્પૂન અજમો
(5) $\frac{1}{2}$ ટી સ્પૂન તલ
(6) 1 ટેબલ સ્પૂન બૂરું ખાંડ
(7) 25 ગ્રામ ઘઉંનો લોટ
(8) મીઠું પ્રમાણસર

રીત

(1) મઠના લોટમાં તેલનું પ્રમાણસર મોણ નાખી, બધો મસાલો તથા થોડો ઘઉંનો લોટ નાખી, કઠણ લોટ બાંધવો.

(2) તેને ટીપીને લુઆ કરી, નાના જાડા બધા ફૂલે તેમ વણવા અને ગરમ તેલમાં તળવા.

241. ચોળાફળી ફાફડા

સામગ્રી

1. (1) 500 ગ્રામ ચણાનો લોટ
(2) 100થી 150 ગ્રામ અડદનો લોટ
(3) 1 ચપટી સાજીનાં ફૂલ (સોડા બાયકાર્બ)
(4) 1 ટેબલ સ્પૂન તેલ
(5) મીઠું પ્રમાણસર

2. (1) 500 ગ્રામ ચણાનો લોટ
(2) 100 ગ્રામ અડદનો લોટ
(3) 75 ગ્રામ ચોળાનો લોટ
(4) 1 ચપટી સાજીનાં ફૂલ (સોડા બાયકાર્બ)
(5) 1 ટેબલ સ્પૂન તેલ
(6) મીઠું પ્રમાણસર

3. (1) 2 કપ ચણાનો લોટ
(2) 1 કપ મઠનો લોટ
(3) 1 કપ અડદનો લોટ
(4) 1 ચપટી સાજીનાં ફૂલ (સોડા બાયકાર્બ)
(5) $\frac{1}{2}$ ટી સ્પૂન ઘી (હાથથી ફીણી લોટમાં નાખવું.)
(6) મીઠું પ્રમાણસર

નોંધ : ત્રણેય સામગ્રીમાં સંચળ, મરચું, તેલ અને અટામણ પ્રમાણસર લેવાં.

રીત

(1) ઉપરની ત્રણેય સામગ્રીમાંથી ગમે તે એક સામગ્રી લેવી. આશરે 50 મિલિ પાણી લઈ ઉકાળવા મૂકવું. તેમાં મીઠું નાખવું.

(2) લોટમાં સાજીનાં ફૂલ (સોડા બાયકાર્બ) નાખવાં, હૂંફાળા પાણીથી કઠણ લોટ બાંધવો.

(3) તેને બરાબર ઝૂડવો. પછી ચોખાનું અટામણ લઈ એકસરખા પાતળા મોટા રોટલા વણવા. તેમને ઢાંકીને રાખવા.

(4) જ્યારે તળવા હોય ત્યારે કાપા કરી 2થી 3 ફાફડા તળવા. તળેલા ફાફડા પર સંચળ, મરચું ભભરાવવું.

નોંધ : સામગ્રી 1 અને 2માંથી ફાફડા બનાવવા હોય તો પાણીમાં તેલ નાખવું.

242. ફાફડાની ચટણી

સામગ્રી

(1) $\frac{1}{2}$ કપ ચણાનો લોટ

(2) $\frac{1}{2}$ કપ ખાટું દહીં

(3) તેલ પ્રમાણસર

(4) સંચળ   (5) 50 ગ્રામ આદુ

(6) 100 ગ્રામ મરચાં   (7) 50 ગ્રામ કોથમીર

(8) 50 ગ્રામ ફુદીનો   (9) મીઠું પ્રમાણસર

રીત

(1) ચણાનો લોટ, દહીં અને ત્રણ કપ પાણીનું મિશ્રણ કરવું. એક વાસણમાં 1 ટેબલ સ્પૂન તેલનો વઘાર મૂકી હિંગ નાખી, તેમાં દહીં, ચણાના લોટનું મિશ્રણ નાખવું.

(2) તેમાં મીઠું, સંચળ નાખવાં, ખદખદ થાય એટલે નીચે ઉતારી લેવી.

(3) આદુ, મરચાં, કોથમીર, ફુદીનાની ચટણી બનાવી તેમાં નાખવી. બરાબર હલાવવું.

243. પાપડી

સામગ્રી

(1) 1 કપ તેલ   (2) 2 કપ પાણી

(3) ચપટી સાજીનાં ફૂલ (સોડા બાયકાર્બ)

(4) $\frac{1}{2}$ ટી સ્પૂન અજમો

(5) 3 કપ ચણાનો લોટ

(6) તેલ પ્રમાણસર   (7) મીઠું પ્રમાણસર

રીત

(1) તેલ અને પાણી ફીણવાં. તેમાં મીઠું, સાજીનાં ફૂલ (સોડા બાયકાર્બ) નાખવાં. અજમો વાટીને નાખવો. તેમાં સમાય એટલો લોટ નાખવો.

(2) તેલ એકદમ ગરમ થાય એટલે ફાસ્ટ ગૅસે પાપડીના ઝારા પર લોટ મૂકી પાપડી ઘસવી. પછી ગૅસ મીડિયમ કરવો. આ પાપડી તળેલાં મરચાં સાથે પીરસવી.

244. ગાંઠિયા (1)

સામગ્રી

(1) પાપડીની સામગ્રી

(2) 2 ટેબલ સ્પૂન મરી

રીત

(1) પાપડીના ખીરામાં મરી અધકચરાં કરીને નાખવાં. ખીરું થોડુંક કઠણ રાખવું.

(2) ગાંઠિયાના ઝારામાં ઘસીને ગાંઠિયા ગરમ તેલમાં પાડવા.

245. ગાંઠિયા (2)

સામગ્રી

(1) 500 ગ્રામ ચણાનો લોટ

(2) 1 ટી સ્પૂન વાટેલાં મરી

(3) 1 ટી સ્પૂન અજમો (મસળીને)

(4) 1 ટી સ્પૂન સાજીનાં ફૂલ (સોડા બાયકાર્બ)

(5) તેલ પ્રમાણસર   (6) મીઠું પ્રમાણસર

રીત

(1) લોટમાં મરી અને અજમો નાખવાં. સાજીનાં ફૂલ (સોડા બાયકાર્બ) અને મીઠું, લોઢીમાં શેકવાં.

(2) ગૅસ પર એક વાસણમાં $1\frac{1}{2}$ ગ્લાસ પાણી ગરમ થવા મૂકી તેમાં મીઠું અને સાજીનાં ફૂલ નાખવાં.

(3) લોટમાં $\frac{1}{4}$ કપ તેલ નાખી, પાણીથી કઠણ લોટ બાંધવો.

(4) 2 ટી સ્પૂન તેલ અને પાણી ભેગાં કરી તેનાથી લોટ મસળતા જવું અને ગાંઠિયાના ઝારામાં ઘસીને ગરમ તેલમાં ગાંઠિયા પાડવા.

246. ફૂલવડી

સામગ્રી

(1) 250 ગ્રામ ચણાનો જાડો લોટ

(2) 100 ગ્રામ ખાટું દહીં

(3) તેલ પ્રમાણસર

(4) $\frac{1}{2}$ ટી સ્પૂન સાજીનાં ફૂલ (સોડા બાયકાર્બ)

(5) 10 મરી   (6) 1 ટી સ્પૂન ધાણા

(7) 1 ટી સ્પૂન ગરમ મસાલો

(8) 2 ટી સ્પૂન મરચું   (9) 1 ટી સ્પૂન તલ

(10) 50 ગ્રામ ખાંડ   (11) 50 ગ્રામ રવો

(12) $\frac{1}{2}$ ટી સ્પૂન લીંબુનાં ફૂલ

(13) $\frac{1}{4}$ ટી સ્પૂન હળદર (14) મીઠું પ્રમાણસર

રીત

(1) એક વાસણમાં દહીં, તેલ, સાજીનાં ફૂલ (સોડા બાયકાર્બ) લઈ ખૂબ ફીણવું. (મોણ વધારે લેવું.)

(2) તેમાં ચણાનો લોટ નાખી મરી, ધાણા, ગરમ મસાલો, મીઠું, મરચું, હળદર, તલ, ખાંડ, રવો અને લીંબુનાં ફૂલ નાખવાં.

(3) થોડુંક પાણી નાખી, લોટ ઝારા પર ઘસાય તેવો ઢીલો રાખવો. બેથી ત્રણ કલાક પલળવા દેવું.

(4) ગૅસ પર એક વાસણમાં તેલ મૂકી, તે કડકડતું થાય એટલે થોડું તેલ પલાળેલા લોટમાં નાખવું. પછી ફીણવું.

(5) તેલ પર ફૂલવડીનો ઝારો ગોઠવી, હાથથી લોટ દબાવવો (ઘસવો નહીં). આ રીતે ફૂલવડી પાડવી.

વૅરિએશન

નીચે આપેલા માપથી પણ ફૂલવડી થાયઃ

(1) 3 કપ ચણાનો જાડો લોટ, 1 કપ તેલ, 1 કપ દહીં, 1 કપથી થોડીક ઓછી ખાંડ, 1 કપ રવો.

(2) બાકીના મસાલા પ્રમાણસર ઉપર પ્રમાણે લેવા.

247. કોથમીરની ભાખરવડી

[30થી 35 નંગ]

સામગ્રી

(1) 1થી $1\frac{1}{2}$ કપ ચણાનો લોટ

(2) 1 ટી સ્પૂન હળદર

(3) 250 ગ્રામ કોથમીર

(4) 50 ગ્રામ તલ

(5) 50 ગ્રામ લીલા કોપરાની અથવા સૂકા કોપરાની છીણ

(6) તેલ પ્રમાણસર

(7) 3 ટેબલ સ્પૂન વાટેલાં આદુ-મરચાં

(8) 2 ટી સ્પૂન ગરમ મસાલો

(9) 1 ટેબલ સ્પૂન ખાંડ

(10) 1 લીંબુ

(11) મીઠું પ્રમાણસર

રીત

(1) ચણાના લોટમાં સપ્રમાણ મોણ, મીઠું અને સહેજ હળદર નાખી, લોટ બાંધી, કલાક સુધી રાખી મૂકવો.

(2) કોથમીર વધારે લેવી. તલ અને કોપરું સરખાં લેવાં.

(3) ગૅસ પર એક વાસણમાં સહેજ તેલ મૂકી કોથમીર સાંતળવી. તેમાં આદુ-મરચાં નાખી સાંતળવું.

(4) તલને સહેજ ખાંડવા અને આછા તેલમાં કૉફી કલરના થાય ત્યાં સુધી સાંતળવા.

(5) કોપરું સહેજ તેલમાં કૉફી રંગનું સાંતળવું. ત્રણેય ભેગાં કરી મીઠું, ગરમ મસાલો, ખાંડ અને હળદર નાખવાં.

(6) લીંબુનો રસ કાઢવો. લોટના સરખા લુઆ વાળવા અને ભાખરી જેવો પણ મોટો 8"નો રોટલો વણવો. (બહુ પાતળો નહીં.)

(7) રોટલા પર મસાલો પાથરવો. (મસાલો તીખો કરવો.) સૌથી ઉપરની કિનારી પર લીંબુનો રસ ચોપડવો. પછી ધીરે રહીને વાળવો. લીંબુનો રસ ચોપડવો. ફરીથી વાળવો. ત્રણ પડ વાળવા.

(8) છેલ્લે કિનારી પર લીંબુનો રસ ચોપડવો. બંને બાજુઓ આંગળીથી દબાવી વધારાની બાજુ કાપી નાખવી.

(9) પછી નીચેનું પડ ન કપાય તે રીતે ભાખરવડી પર કાપા પાડવા. વધારે તેલમાં તળવા.

(10) 5 મિનિટ પછી કાપાવાળા ભાગમાંથી પીસ કરવા.

નોંધ : (1) ભાખરવડી વધારે ઠંડી થઈ જાય તો સરખા પીસ કપાતા નથી.

(2) કોથમીર વગર તલ, કોપરાની છીણ અને લસણ નાખીને પણ ભાખરવડી થઈ શકે.

248. રતલામી સેવ

સામગ્રી

(1) 250 ગ્રામ ચણાનો ઝીણો લોટ

(2) 5 તજ (3) 10 લવિંગ

(4) 10 મરી

(5) $\frac{1}{2}$ ટી સ્પૂન અજમાનો ભૂકો
(6) 1 ટેબલ સ્પૂન મરચું
(7) 1 ટી સ્પૂન સફેદ મરચું (ખાખર)
(8) ચપટી હિંગ
(9) $1\frac{1}{2}$ ટી સ્પૂન ગરમ મસાલો
(10) સહેજ સાજીનાં ફૂલ (સોડા બાયકાર્બ)
(11) તેલ પ્રમાણસર
(12) સંચળ પ્રમાણસર (13) મીઠું પ્રમાણસર

રીત

(1) તજ, લવિંગ, મરી, અજમો ખાંડીને ચાળવો. લોટમાં બધો મસાલો અને વધારે મોણ નાખી, લોટ બાંધવો.

(2) ઝારાથી ઘસીને સેવો પાડતી વખતે દરેક લુઓ ફીણવો અને ગરમ તેલમાં સેવ પાડવી.

(3) સેવ પોચી ન થાય તો સાજીનાં ફૂલ (સોડા બાયકાર્બ) સહેજ વધુ નાખવાં, મોણ નાખવું. ઉપર સંચળ ભભરાવવું. સ્વાદ પ્રમાણે સેવ તીખી કરવી.

249. બટાકાની સેવ

સામગ્રી

(1) 250 ગ્રામ બટાકા
(2) 150 ગ્રામ ચણાનો લોટ
(3) 1 ટી સ્પૂન મરચું
(4) 8 મરી
(5) 1 ટી સ્પૂન તજ-લવિંગનો ભૂકો
(6) ચપટી હિંગ
(7) તેલ પ્રમાણસર (8) મીઠું પ્રમાણસર

રીત

(1) બટાકાને બાફી-છોલીને છીણવા.

(2) તેમાં ચણાનો લોટ, મીઠું, મરચું, મરી, તજ-લવિંગનો ભૂકો, 1 ટેબલ સ્પૂન તેલ અને હિંગ નાખીને લોટ બાંધવો.

(3) ગરમ તેલમાં ઝારાથી સેવ પાડવી.

નોંધ : (1) બટાકાની કોઈક જાત એવી હોય અને સેવ કાળી પડી જાય તો તેમાં લીંબુનાં ફૂલ $\frac{1}{2}$ ટી સ્પૂન નાખવાં.

(2) સેવના સંચામાં એક વખત મોટી જાળીથી પ્લેટમાં સેવ પાડવી. પછી નાની જાળીથી ગરમ તેલમાં સેવ પાડવી.

વૅરિએશન

(1) બટાકાની સેવના મિશ્રણને પાણીને બદલે ટમેટાના પલ્પથી બાંધીએ તો ટમેટાની સેવ થશે.

(2) કોથમીર, ફુદીનો ક્રશ કરી, પલ્પ બનાવીને નાખીએ તો કોથમીર, ફુદીનાની સેવ થશે.

(3) પાલકનો પલ્પ નાખીએ તો પાલકની સેવ થશે.

નોંધ : (1) જેની સેવ બનાવવી હોય તેનો પલ્પ બટાકાની સેવના મિશ્રણમાં નાખવો.

(2) ચણાના લોટને બદલે મેંદો નાખી શકાય.

(3) 4 બટાકા, 4 ટી સ્પૂન ચણાનો લોટ, $\frac{1}{2}$ કપ કોર્નફ્લોર કે આરાલોટ, મીઠું અને મરચું નાખી, લોટ બાંધી, સેવ કરવી. તેની ઉપર બૂરું ખાંડ, મરચું, મરીનો ભૂકો, અજમાનો ભૂકો, ચાટ-મસાલો મિક્સ કરીને ભભરાવવાં.

250. ઘઉંની ચકરી

સામગ્રી

(1) 200 ગ્રામ ઘઉંનો લોટ
(2) 2 ટી સ્પૂન વાટેલાં આદુ-મરચાં
(3) 1 ટી સ્પૂન તલ
(4) $\frac{1}{4}$ કપ દહીં
(5) તેલ પ્રમાણસર (6) મીઠું પ્રમાણસર

રીત

(1) ઘઉંના લોટની પોટલી બાંધી, પ્રેસર કૂકરમાં મૂકો. લોટને વરાળથી બાફવો.

(2) ત્યારબાદ લોટની પોટલી છોડી, લોટ છૂટો કરી, તેમાં આદુ, મરચાં, મીઠું, તલ, દહીં અને થોડું તેલ નાખી લોટ બાંધવો.

(3) સેવના સંચાથી ચકરીની જાળી વડે પ્લેટમાં ગોળ ચકરી પાડી, ગરમ તેલમાં તળવી.

251. ચોખાની ચકરી

સામગ્રી

(1) 3 કપ ચોખાનો લોટ
(2) 1 કપ મેંદો
(3) $\frac{1}{2}$ કપ ઘી + 4 ટેબલ સ્પૂન મલાઈ
(4) 1 ટી સ્પૂન મરચું
(5) $\frac{1}{2}$ ટી સ્પૂન હળદર
(6) 1 ટી સ્પૂન તલ (ખાંડીને)
(7) તેલ પ્રમાણસર
(8) મીઠું પ્રમાણસર

રીત

(1) બંને લોટ ભેગા કરી, તેમાં ઘી, મીઠું, મરચું, હળદર અને તલ નાખીને ચોપડા જેવો લોટ બાંધવો.

(2) પછી પ્લેટમાં સંચામાંથી ગોળ ચકરી પાડી ગરમ તેલમાં તળવી.

વૅરિએશન

(1) લીલાં મરચાં અને કોથમીર નાખવાથી લીલી ચકરી થશે. તેમાં લાલ મરચું નાખવું નહીં.

(2) 1 કપ ચોખાનો લોટ, $\frac{1}{4}$ કપ અડદનો લોટ, બાકીની સામગ્રી ચોખાની ચકરી પ્રમાણે લઈ તે રીતે ચકરી કરવી.

(3) 3 કપ ચોખાનો લોટ, 1 કપ મેંદો, લીલાં મરચાં, મીઠું, ઝીણી સમારેલી કોથમીર, તલ, મલાઈ અને દહીં નાખીને પણ ચકરી થઈ શકે.

252. ખસ્તા કચોરી (1)
[18થી 20 નંગ]

સામગ્રી

1. (1) 3થી 4 ટુકડા તજ
(2) 3થી 4 લવિંગ
(3) $1\frac{1}{2}$ ટેબલ સ્પૂન વરિયાળી
(4) $\frac{1}{2}$ ટેબલ સ્પૂન જીરું
(5) $\frac{1}{2}$ ટેબલ સ્પૂન તલ
(6) 1 ટેબલ સ્પૂન સહેજ જાડો ચણાનો લોટ

2. (1) $1\frac{1}{2}$ ટી સ્પૂન મરચું
(2) $\frac{1}{2}$ ટી સ્પૂન હળદર
(3) ચપટી હિંગ
(4) 1 ટી સ્પૂન ગરમ મસાલો
(5) $\frac{1}{4}$ ટી સ્પૂન લીંબુનાં ફૂલ
(6) મીઠું પ્રમાણસર

3. (1) 250 ગ્રામ મેંદો
(2) 8 ટેબલ સ્પૂન તેલ (મોણ માટે) + તળવા માટે તેલ

રીત

(1) મેંદામાં મૂઠી પડતું મોણ અને મીઠું નાખી ચોપડા જેવો લોટ બાંધવો.

(2) સામગ્રી નંબર 1માંથી ચણાનો લોટ જુદો શેકવો. બીજી બધી સામગ્રી ભેગી શેકવી.

(3) ઠંડું પડે એટલે વાટીને ચાળી લેવું. તેમાં સામગ્રી નંબર 2માં બતાવેલો મસાલો મેળવવો.

(4) ભાખરીના લુઆ જેટલો લોટ લઈ નાની પૂરી વણવી. તેમાં 1 ટી સ્પૂન મસાલો મૂકી, કચોરીની જેમ વાળી, બે વેલણ ફેરવવાં.

(5) પછી ધીમા તાપે આછી ગુલાબી કચોરી તળવી.

(6) કચોરીમાં ખાડો કરી તેમાં દહીં, ગળી ચટણી, તીખી ચટણી, ચાટ-મસાલો, ડુંગળી, સેવ, કોથમીર, ફણગાવેલા મગ અને બાફેલા બટાકા (ટુકડા કરીને કે છૂંદીને) નાખવા.

નોંધ : ઉપરની વસ્તુમાંથી જે અનુકૂળ હોય તે કચોરીમાં નાખવી.

253. ખસ્તા કચોરી (2)
[18થી 20 નંગ]

સામગ્રી

(1) 100 ગ્રામ મગની દાળ
(2) તેલ પ્રમાણસર
(3) ચપટી હિંગ
(4) 1 ટેબલ સ્પૂન વરિયાળી
(5) $1\frac{1}{2}$ ટી સ્પૂન લાલ મરચું
(6) 1 ટેબલ સ્પૂન ગરમ મસાલો

(7) 1 ટી સ્પૂન આંબોળિયાંનો પાઉડર અથવા લીંબુનાં ફૂલ

(8) 4 ટેબલ સ્પૂન ડાલડા ઘી અથવા ઘી + તેલ

(9) 250 ગ્રામ મેંદો (10) મીઠું પ્રમાણસર

રીત

(1) મગની દાળ અધકચરી બાફવી. ગૅસ પર એક વાસણમાં 1 ટેબલ સ્પૂન તેલ મૂકી, તેમાં હિંગ નાખીને વઘારી દેવી.

(2) તેમાં વરિયાળી (ભૂકો કરીને), મીઠું, મરચું, ગરમ મસાલો અને ખટાશ નાખવાં.

(3) મેંદામાં મીઠું અને મૂઠી પડતું ઘીનું મોણ નાખી, પૂરી જેવો લોટ બાંધવો. 18થી 20 લુઆ કરવા.

(4) જાડી નાની પૂરી વણી, તેમાં ઠંડો થયેલો મગની દાળનો મસાલો ભરી, હળવા હાથે દબાવીને વેલણ ફેરવવું.

(5) 25થી 30 મિનિટ ધીમા તાપે તેલમાં તળવી. ફૂલે અને ગુલાબી રંગની થાય એટલે બહાર કાઢવી.

(6) કચોરીમાં થોડો ખાડો કરવો. તેમાં દહીં, ગળી ચટણી, તીખી ચટણી, ચાટ-મસાલો, ડુંગળી, સેવ, સંચળ, કોથમીર, ફણગાવેલા મગ અને બાફેલા બટાકા (ટુકડા કરીને) નાખવા.

નોંધ: ઉપરની વસ્તુઓમાંથી જે અનુકૂળ હોય તે કચોરી પર નાખવી.

254. ખસ્તા કચોરી (3)

[20થી 22 નંગ]

સામગ્રી

(1) આઇટમ નં. 252 પ્રમાણે ખસ્તા કચોરીનો મસાલો

(2) 2 નંગ બટાકા (3) 2 નંગ ડુંગળી

(4) 1 ટી સ્પૂન મરચું

(5) 2 ટી સ્પૂન ખાંડ (6) 250 ગ્રામ મેંદો

(7) તેલ પ્રમાણસર (8) મીઠું પ્રમાણસર

રીત

(1) ખસ્તા કચોરીનો મસાલો બનાવી, તેમાં બટાકા બાફી, માવો કરીને નાખવા.

(2) બધું ભેગું કરી જોઈતા પ્રમાણમાં મસાલો નાખવો.

(3) મેંદામાં મીઠું અને 2 ટેબલ સ્પૂન તેલ નાખી, લોટ બાંધવો. તેમાં મસાલો ભરી, કચોરી જેવો આકાર આપવો. કચોરીને ગરમ તેલમાં તળી નાખવી.

(4) ડુંગળી છીણીને તેમાં મીઠું, મરચું અને ખાંડ નાખી મિશ્રણ કરવું. કચોરીમાં ખાડો કરીને તેમાં ડુંગળીનો આ મસાલો ભરવો.

255. સૂકી કચોરી

સામગ્રી

(1) $\frac{1}{2}$ કપ ચણાનો જાડો લોટ

(2) 1 કપ ચણાનો ઝીણો લોટ

(3) તેલ પ્રમાણસર (4) $1\frac{1}{2}$ ટી સ્પૂન મરચું

(5) $\frac{1}{4}$ ટી સ્પૂન હળદર

(6) 1 ટી સ્પૂન ધાણાજીરું

(7) 1 ટી સ્પૂન તલ

(8) 2 ટેબલ સ્પૂન બૂરું ખાંડ

(9) 1 ટેબલ સ્પૂન વરિયાળી

(10) $\frac{1}{2}$ ટી સ્પૂન ખસખસ

(11) 6 તજ (12) 6 લવિંગ

(13) 10 મરી (14) $\frac{1}{2}$ ટી સ્પૂન લીંબુનાં ફૂલ

(15) 1 ટી સ્પૂન ગરમ મસાલો

(16) 200 ગ્રામથી 250 ગ્રામ મેંદો

(17) મીઠું પ્રમાણસર

રીત

(1) ચણાના બંને લોટ લઈ, તેલમાં શેકીને તેમાં મીઠું, મરચું, હળદર, ધાણાજીરું, તલ, ખાંડ, વરિયાળી, ખસખસ, તજ-લવિંગ, મરી, લીંબુનાં ફૂલ (ખાંડીને) અને ગરમ મસાલો નાખવાં.

(2) મેંદાના લોટમાં સપ્રમાણ તેલનું મોણ નાખી લોટ બાંધવો.

(3) પૂરી વણી, તેમાં મસાલો ભરી, કચોરી વાળવી. પૂરી થોડીક જાડી વણવી. મસાલો વધારે ભરવો. ધીમા તાપે ગરમ તેલમાં તળવી.

256. બાજરીનાં વડાં

સામગ્રી

(1) 2 કપ બાજરીનો જાડો લોટ
(2) $\frac{1}{2}$ કપ ઘઉંનો ઝીણો લોટ
(3) 1 ટેબલ સ્પૂન મરચું
(4) $\frac{1}{4}$ ટી સ્પૂન હળદર
(5) 1 ટી સ્પૂન ધાણાજીરું
(6) 2 ટેબલ સ્પૂન ગોળ
(7) 1 ટી સ્પૂન ગરમ મસાલો
(8) $\frac{1}{2}$ કપ ખાટું દહીં (9) 1 ટેબલ સ્પૂન તલ
(10) 1 ટી સ્પૂન અજમો (11) 10 કળી લસણ
(12) 1 ટી સ્પૂન ધાણા (13) અથાણાનો રસો
(14) તેલ પ્રમાણસર
(15) $\frac{1}{4}$ ટી સ્પૂન સાજીનાં ફૂલ (સોડા બાયકાર્બ)
(16) નાનો ટુકડો આદુ
(17) 3થી 4 લીલાં મરચાં
(18) મીઠું પ્રમાણસર

રીત

(1) ગરમ પાણી કરવું. બંને લોટ ભેગા કરી તેમાં બધો મસાલો નાખવો.
(2) આદુ, મરચાં, લસણ વાટીને નાખવાં. 2 ટેબલ સ્પૂન તેલ-પાણી સાજીનાં ફૂલ (સોડા બાયકાર્બ) ગરમ કરી નાખવાં.
(3) ગરમ પાણીથી કઠણ લોટ બાંધવો. નાના લુઆ લઈ, પાણીથી થેપી, વડાં કરવાં અને ગરમ તેલમાં તળવાં.

257. મકાઈનાં વડાં

સામગ્રી

(1) 3 કપ મકાઈનો લોટ
(2) 1 કપ ઘઉંનો ઝીણો લોટ
(3) પ્રમાણસર મોણ (4) 2 ટી સ્પૂન મરચું
(5) $\frac{1}{2}$ ટી સ્પૂન હળદર (6) 2 ટી સ્પૂન તલ
(7) 10 કળી લસણ (નાખવું હોય તો)
(8) 1 ટી સ્પૂન ગરમ મસાલો
(9) 1 ટી સ્પૂન ધાણાજીરું
(10) 2 ટી સ્પૂન મેથીનો મસાલો
(11) 4થી 5 ટેબલ સ્પૂન ગોળ
(12) 1 ટી સ્પૂન અજમો
(13) જરૂર મુજબ ખાટું દહીં
(14) તેલ તળવા માટે

રીત

(1) બન્ને લોટમાં બધો મસાલો નાખી, ખાટા દહીંથી લોટ બાંધવો, પાણી નાખવું નહીં.
(2) 2 કલાક પછી લોટને કેળવવો. 1 કપમાં તેલ લેવું. નાના લુઆ લઈ, ચોંટે એટલે તેલ લઈ થેપીને વડાં કરવાં
(3) વડાં વધારે તાપમાં તેલમાં તળવાં. વચ્ચે ગૅસ ધીમો કરવો.

258. લીલો ચેવડો

સામગ્રી

(1) $\frac{1}{2}$ કપ ચણાની દાળ (150 ગ્રામ)
(2) ચપટી સાજીનાં ફૂલ (સોડા બાયકાર્બ)
(3) 5 નાના બટાકા (250 ગ્રામ)
(4) 5 નંગ લીલાં મરચાં
(5) 2 ટી સ્પૂન તલ
(6) $\frac{1}{4}$ ટી સ્પૂન લીંબુનાં ફૂલ
(7) 1 ટી સ્પૂન આખી ખાંડ
(8) 2 ટી સ્પૂન બૂરું ખાંડ
(9) $\frac{1}{4}$ ટી સ્પૂન હળદર
(10) મીઠું પ્રમાણસર

રીત

(1) ચણાની દાળ 6 કલાક પલાળવી. પલાળતી વખતે તેમાં સહેજ સાજીનાં ફૂલ નાખવાં.
(2) પલળેલી દાળને ચાળણીમાં નિતારી, કપડા ઉપર પહોળી કરવી. બટાકા છોલીને ઝીણી છીણ પાડવી. તેને પાણીમાં થોડી વાર રાખવી. પછી, ચાળણીમાં કાઢી, કપડા પર સૂકવવી.
(3) કાણાવાળા વાડકામાં ચણાની દાળ ફૂણી તળવી. કાતરી પણ ફૂણી તળવી. કાતરી નાખીને વેલણથી હલાવવી.

(4) લીલાં મરચાં તળવાં. તલ શેકીને નાખવા. થોડુંક તળાય એટલે મીઠું, લીંબુનાં ફૂલ, આખી ખાંડ, બૂરું ખાંડ અને સહેજ હળદર નાખી દેવાં અને હલાવતા જવું.

વૅરિએશન

(1) 150 ગ્રામ ખાંડની ઉપર રહે તેમ પાણી નાખી, $1\frac{1}{2}$ તારની ચાસણી કરવી. તેમાં તળેલી બટાકાની છીણ, ચણાની દાળ અને ઉપર પ્રમાણે મસાલો નાખવો. બૂરું ખાંડ ન નાખવી. આખી ખાંડ નાખવી.

(2) ચણાની દાળ 250 ગ્રામ પણ લઈ શકાય.

259. પૌંઆનો ચેવડો

સામગ્રી

(1) 500 ગ્રામ પૌંઆ (2) $\frac{1}{2}$ કપ સીંગ

(3) 10થી 12 કાજુ (4) 10થી 12 દ્રાક્ષ

(5) મીઠો લીમડો (6) 7થી 8 લીલાં મરચાં

(7) 1 ટી સ્પૂન મરચું (8) 1 ટી સ્પૂન હળદર

(9) 2 ટી સ્પૂન બૂરું ખાંડ

(10) 2 ટી સ્પૂન તલ

(11) 1 ટી સ્પૂન વરિયાળી

(12) 2 ટી સ્પૂન આખી ખાંડ

(13) $\frac{1}{2}$ ટી સ્પૂન લીંબુનાં ફૂલ

(14) તેલ પ્રમાણસર (15) મીઠું પ્રમાણસર

રીત

(1) ગૅસ પર એક વાસણમાં તેલ મૂકો, કાણાવાળા વાડકામાં પૌંઆ તળવા. પછી સીંગ તળવી. કાજુ, દ્રાક્ષ ધીમા તાપે તળવાં અને જલદી બહાર કાઢી લેવાં.

(2) મીઠો લીમડો, લીલાં મરચાં (કટકા કરીને) તળવાં. પૌંઆમાં મીઠું, મરચું, હળદર, બૂરું ખાંડ, તલ, વરિયાળી, લીંબુનાં ફૂલ વગેરે નાખવાં.

(3) ચેવડો તૈયાર થઈ જાય પછી 2 ટી સ્પૂન આખી ખાંડ નાખવી. પૌંઆ તળાય એટલે મરચું, હળદર નાખતા જવું જેથી કલર આવી જાય.

260. પૌંઆનો શેકેલો ચેવડો

સામગ્રી

(1) 500 ગ્રામ નાયલૉન પૌંઆ (અથવા હાજીખાની પૌંઆ)

(2) $\frac{1}{2}$ કપ સીંગ (3) $\frac{1}{2}$ કપ દાળિયા

(4) પ્રમાણસર તેલ (5) મીઠો લીમડો

(6) 7થી 8 લીલાં મરચાં

(7) 2 ટી સ્પૂન તલ (8) 1 ટી સ્પૂન મરચું

(9) 1 ટી સ્પૂન હળદર

(10) 3 ટેબલ સ્પૂન બૂરું ખાંડ

(11) કાજુ-દ્રાક્ષ જરૂર મુજબ

(12) $\frac{1}{2}$ ટી સ્પૂન લીંબુનાં ફૂલ

(13) 4થી 5 પાપડ

(14) કાજુ-દ્રાક્ષ પ્રમાણસર (15) મીઠું પ્રમાણસર

રીત

(1) મોટા વાસણમાં પૌંઆને શેકી નાખવા. થોડું તેલ મૂકી સીંગદાણા, દાળિયા અને કાજુ-દ્રાક્ષ તળવાં અને પૌંઆમાં નાખવાં.

(2) ગૅસ પર એક વાસણમાં વઘાર માટે 3 ટેબલ સ્પૂન તેલ મૂકી, તેમાં મીઠો લીમડો, મરચાં (નાનાં સમારીને), તલ, મરચું અને હળદર નાખવાં. તેમાં પૌંઆ, સીંગદાણા અને દાળિયા નાખવા.

(3) તેમાં બૂરું ખાંડ, કાજુ-દ્રાક્ષ, લીંબુનાં ફૂલ તથા પ્રમાણસર મીઠું નાખી બરાબર હલાવવું.

વૅરિએશન

(1) પાપડ-પૌંઆમાં પાપડ શેકીને અથવા તળીને, ભૂકો કરીને નાખવા.

(2) લસણના પાપડનો ભૂકો કરીને નખાય.

(3) દાળિયાને બદલે ચણાની દાળ (તળેલી) નાખી શકાય. મસાલાવાળી તૈયાર ચણાની દાળ પણ નાખી શકાય.

261. કાચાં કેળાંનો ચેવડો

સામગ્રી

(1) 6 કાચાં કેળાં (2) $\frac{1}{2}$ ટી સ્પૂન મરચું

(3) 4 લીલાં મરચાં

(4) 2 ટેબલ સ્પૂન કાજુના ટુકડા

(5) 1 ટેબલ સ્પૂન દ્રાક્ષ

(6) $\frac{1}{2}$ ટી સ્પૂન લીંબુનો પાઉડર

(7) 2 ટી સ્પૂન તલ

(8) 1 ટેબલ સ્પૂન ખાંડ

(9) $\frac{1}{2}$ ટી સ્પૂન ખસખસ

(10) તેલ પ્રમાણસર

(11) મીઠું પ્રમાણસર

રીત

(1) કાચાં કેળાંને છોલી, છીણીને તેલમાં તળી નાખવાં. કાજુ, દ્રાક્ષ તેલમાં તળવાં.

(2) તેમાં પ્રમાણસર મીઠું, મરચું, લીલાં મરચાં, લીંબુનો પાઉડર, તલ, ખાંડ, ખસખસ વગેરે નાખવું.

262. ખરખરીયાં
સામગ્રી

(1) 6 કાચાં કેળાં   (2) તેલ પ્રમાણસર

(3) 2 ટી સ્પૂન લાલ મરચું

(4) $\frac{1}{2}$ ટી સ્પૂન હળદર

(5) 2 ટેબલ સ્પૂન બૂરું ખાંડ

(6) 1 ટી સ્પૂન ધાણાજીરું

(7) 2 ટી સ્પૂન તલ   (8) મીઠું પ્રમાણસર

રીત

(1) જાડાં, ચોરસ, કડક કેળાં પસંદ કરવાં. તેમને ધોઈ, લૂછીને બધી છાલ કાઢી નાખવી. તેનાં પીતાં પાડવાં. તેમને તેલમાં તળવાં.

(2) કેળું તેલવાળું કરી, જેનાથી પીતાં પાડતા હોઈએ તે ગરમ તેલ પર રાખી, સીધાં જ પીતાં પાડવાં.

(3) મીઠું, મરચું, હળદર, બૂરું ખાંડ, ધાણાજીરું ભેગાં કરવાં.

(4) ગરમ તેલમાં તલ અને થોડુંક મરચું નાખી ઉપરના મસાલામાં મેળવવું. તેમાં ખરખરીયાં નાખી હલાવવાં.

નોંધ : ફરાળી ખરખરીયાં બનાવવાં હોય તો હળદર અને ધાણાજીરું ન નાખવાં.

263. બટાકાની ચિપ્સ
સામગ્રી

(1) 2 કાચા બટાકા   (2) $\frac{1}{2}$ ટી સ્પૂન હળદર

(3) તેલ પ્રમાણસર

(4) $\frac{1}{4}$ ટી સ્પૂન મરીનો ભૂકો

(5) મીઠું પ્રમાણસર

રીત

(1) કાચા બટાકાની છાલ ઉતારી તેના ઊભા કાપા કરવા. પાણીમાં મીઠું અને હળદર નાખી તેમાં બટાકાના ટુકડા નાખવા.

(2) ટુકડા પાણીમાંથી કાઢી ગરમ તેલમાં તળી નાખવા. આછા કથ્થાઈ રંગના તળી તેના પર મીઠું-મરી નાખવાં.

નોંધ : ફરાળી ચિપ્સ બનાવવી હોય તો હળદર ન નાખવી.

264. તીખી બુંદી
સામગ્રી

(1) 250 ગ્રામ ચણાનો ઝીણો લોટ

(2) 50 ગ્રામ ચોખાનો લોટ

(3) 1 ટી સ્પૂન મરચું

(4) $\frac{1}{4}$ ટી સ્પૂન હળદર

(5) તેલ પ્રમાણસર

(6) મીઠું પ્રમાણસર

રીત

(1) ચણાના લોટમાં થોડોક ચોખાનો લોટ, મીઠું, મરચું, હળદર નાખી ખીરું કરવું.

(2) ઝારો ઊંચો રાખી, તે પર ખીરું રેડી, બુંદી તેલમાં તળવી.

(3) ખીરું એવું રાખવું કે ઝારામાંથી તરત નીચે ગોળ બુંદી પડે. જાડું ખીરું હોય તો પાણી નાખવું. પાતળું ખીરું હોય તો લોટ નાખવો.

(4) એક વખત બુંદી પાડ્યા પછી તરત ઝારો સાફ કરવો, જેથી ફરીથી સારી બુંદી પડે.

નોંધ : ઝારાને બદલે છીણીમાં ખીરું નાખી બુંદી પાડી શકાય.

265. તીખી સીંગ

સામગ્રી

(1) 250 ગ્રામ ખારી સીંગ

(2) 2 ટેબલ સ્પૂન તેલ

(3) $\frac{1}{2}$ ટી સ્પૂન હળદર

(4) 2 ટી સ્પૂન મરચું

(5) $\frac{1}{2}$ ટી સ્પૂન મરીનો ભૂકો

(6) $\frac{1}{4}$ ટી સ્પૂન સંચળ

(7) 2 ટેબલ સ્પૂન બૂરું ખાંડ

(8) $\frac{1}{4}$ ટી સ્પૂન તજ-લવિંગનો ભૂકો

(9) 1 ટી સ્પૂન આંબોળિયાંનો ભૂકો

(10) મીઠું પ્રમાણસર

રીત

(1) ખારી સીંગનાં ફોતરાં કાઢી ચોખ્ખી કરવી.

(2) ગૅસ પર એક વાસણમાં તેલ મૂકી તેમાં હળદર, મરચું અને સીંગ નાખવી. તેમાં મીઠું, મરીનો ભૂકો, સંચળ, ખાંડ, તજ-લવિંગનો ભૂકો અને આંબોળિયાંનો ભૂકો નાખવાં. બરાબર હલાવવું.

266. મગ

સામગ્રી

(1) 250 મગ

(2) $\frac{1}{2}$ ટી સ્પૂન મરચું

(3) $\frac{1}{4}$ ટી સ્પૂન હળદર

(4) ચપટી હિંગ

(5) $\frac{1}{2}$ ટી સ્પૂન સંચળ

(6) 2 ટી સ્પૂન બૂરું ખાંડ

(7) મીઠું પ્રમાણસર

રીત

(1) મગને 6થી 8 કલાક પલાળવા. પછી પાણીમાંથી કાઢી, ચાળણીમાં રાખવા અને તળી નાખવા.

(2) તેમાં પ્રમાણસર મીઠું, મરચું, હળદર, હિંગ, સંચળ અને બૂરું ખાંડ નાખવાં.

267. દાલમૂઠ

સામગ્રી

(1) 250 ગ્રામ કાળા મસૂર

(2) 1 ટી સ્પૂન સંચળ

(3) 1 ટી સ્પૂન મરીનો ભૂકો

(4) 150 ગ્રામ ઝીણી સેવ

(5) 50 ગ્રામ રંગીન બુંદી

(6) કાજુ, દ્રાક્ષ અને મગજતરીનાં બી જરૂર મુજબ

(7) $\frac{1}{2}$ ટી સ્પૂન તજ-લવિંગનો ભૂકો

(8) 1 ટી સ્પૂન આંબોળિયાંનો ભૂકો

(9) તેલ અથવા ઘી પ્રમાણસર

(10) મીઠું પ્રમાણસર

રીત

(1) મસૂર 6થી 8 કલાક પલાળી, ચાળણીમાં કાઢી, કપડા પર પહોળા કરી, ગરમ તેલ અથવા ઘીમાં તળવા.

(2) તેમાં મીઠું, સંચળ અને મરી નાખવાં. ઝીણી સેવ મેળવવી.

(3) રંગીન બુંદી, કાજુ, દ્રાક્ષ અને મગજતરીનાં બી નાખવાં. તજ-લવિંગનો અને આંબોળિયાંનો ભૂકો નાખવો.

નોંધ : આંબોળિયાંના ભૂકાને બદલે $\frac{1}{2}$ ટી સ્પૂન લીંબુનાં ફૂલ નાખી શકાય.

268. ચણાની દાળ

સામગ્રી

(1) 250 ગ્રામ ચણાની દાળ

(2) ચપટી સાજીનાં ફૂલ (સોડા બાયકાર્બ)

(3) તેલ પ્રમાણસર

(4) 1 ટી સ્પૂન મરચું

(5) $\frac{1}{2}$ ટી સ્પૂન હળદર

(6) $\frac{1}{2}$ ટી સ્પૂન લીંબુનાં ફૂલ

(7) 1 ડુંગળી

(8) 2 ટેબલ સ્પૂન ઝીણી સમારેલી કોથમીર

(9) $\frac{1}{2}$ લીંબુ   (10) મીઠું પ્રમાણસર

રીત

(1) ચણાની દાળ 8 કલાક પલાળવી. પાણી કાઢીને કપડા પર પાથરવી.

(2) કડકડતું તેલ થાય એટલે તેમાં દાળ નાખવી. (દરેક વખતે તેલ વધારે ગરમ થવા દેવું.)

(3) ચણાની દાળમાં મીઠું, મરચું, હળદર અને લીંબુનાં ફૂલ નાખવાં.

(4) ચણાની દાળ પલાળતી વખતે તેમાં થોડાંક સાજીનાં ફૂલ (સોડા બાયકાર્બ) નાખવાં. ચણાની દાળને તળતી વખતે બહુ હલાવવી નહીં. હલાવવાથી તે કઠણ થઈ જશે.

(5) ડુંગળીનું કચુંબર, કોથમીર અને લીંબુનો રસ નાખીને, હલાવીને પીરસવી.

વૅરિએશન

(1) આ જ રીતે મગની દાળ પણ થાય.

(2) **ફુદીનાની ચણાની દાળ :**

1. ફુદીનાને ચૂંટી, ધોઈ, લૂછી, તાવડીમાં તેલ વગર શેકવો. શેકાઈ જાય એટલે ઠંડો પાડવો.
2. પછી મસળી નાખવો અને $\frac{1}{2}$ ટી સ્પૂન તેલ નાખવું.
3. તળેલી ચણાની દાળમાં મેળવવો. ચણાની દાળમાં હળદર સિવાયનો બધો મસાલો નાખવો.

269. ચીઝના સક્કરપારા

સામગ્રી

(1) 6 ટેબલ સ્પૂન મેંદો

(2) 6 ટેબલ સ્પૂન ખમણેલું ચીઝ

(3) 1 ટી સ્પૂન બેકિંગ પાઉડર

(4) 2 ટી સ્પૂન મરીનો ભૂકો

(5) ઘી પ્રમાણસર

(6) મીઠું પ્રમાણસર

રીત

(1) મેંદો, ચીઝ, બેકિંગ પાઉડર, મીઠું અને મરીનો ભૂકો ભેગાં કરી કઠણ કણક બાંધવી.

(2) લોટને ખૂબ મસળીને સુંવાળો બનાવી, તેના રોટલા વણી, સક્કરપારા કાપવા અને ગરમ ઘીમાં તળવા.

270. સક્કરપારા

સામગ્રી

(1) 1 કપ મેંદો

(2) 2 ટેબલ સ્પૂન માખણ

(3) $\frac{1}{2}$ કપ દળેલી ખાંડ

(4) $\frac{3}{4}$ કપ ખમણેલું લીલું કોપરું

(5) 1 ટી સ્પૂન ઇલાયચીનો ભૂકો

(6) 3થી 4 ટેબલ સ્પૂન દૂધ

(7) ઘી પ્રમાણસર

(8) મીઠું પ્રમાણસર

રીત

(1) મેદામાં માખણ, મીઠું, ખાંડ, કોપરું અને ઇલાયચીનો ભૂકો નાખી, દૂધથી લોટ બાંધવો. લોટ થોડોક ઢીલો રાખવો.

(2) લોટનો રોટલો વણી, કાપા કરી ગરમ ઘીમાં તળવા.

271. ઇન્સ્ટન્ટ વેફર

સામગ્રી

(1) બટાકા

(2) તેલ

(3) મીઠું

રીત

(1) બટાકાને છોલીને વેફર પાડવી. તેને પાણીમાં નાખી, ફ્રિજમાં મૂકવી.

(2) 2થી 3 કલાક રાખી, બહાર કાઢી, કપડા પર સૂકવવી.

(3) તરત કરવી હોય તો વેફરમાં બરફના પીસ અને ઠંડું પાણી નાખવાં.

(4) પ્રથમ ખૂબ જ ગરમ તેલમાં વેફર મૂકવી. પછી ગૅસ ધીમો કરવો. તેલમાં મીઠું નાખવું. કડક થાય એટલે ઉતારી લેવી.

3 મકાઈની વાનગીઓ

મકાઈમાંથી દરેક ફરસાણ અને મિષ્ટાન્ન થાય. વટાણાની જગ્યાએ મકાઈ નાખવી. કોઈકમાં મકાઈ આખી બાફી, દાણા કાઢી(વાટી)ને નખાય. કોઈકમાં મકાઈ વાટી, થોડુંક દૂધ નાખી, બાફી નાખવી.

272. કોર્ન કૅપ્સિકમ રિંગ [11થી 12 નંગ]

સામગ્રી

(1) 3 ઊભા અને મોટા કૅપ્સિકમ
(2) 3 બટાકા
(3) 4 ટેબલ સ્પૂન અમેરિકન મકાઈના દાણા
(4) 2થી 3 ટેબલ સ્પૂન દૂધ
(5) તેલ પ્રમાણસર
(6) $\frac{1}{2}$ ટી સ્પૂન રાઈ
(7) 1 ટી સ્પૂન તલ
(8) 1 ટી સ્પૂન વાટેલાં આદુ-મરચાં
(9) 1 ટી સ્પૂન લીંબુનો રસ
(10) 2 ટી સ્પૂન બૂરું ખાંડ
(11) $\frac{1}{4}$ ટી સ્પૂન હળદર
(12) 2 ટેબલ સ્પૂન ઝીણી સમારેલી કોથમીર
(13) 4 ટેબલ સ્પૂન કોર્નફ્લોર
(14) 2 બ્રેડની સ્લાઇસ અથવા બ્રેડક્રમ્સ
(15) $\frac{1}{2}$ ટી સ્પૂન ગરમ મસાલો
(16) મીઠું પ્રમાણસર

રીત

(1) કૅપ્સિકમની જાડી આડી રિંગો કાપવી. વચ્ચેથી બિયાં કાઢી નાખવાં.
(2) મકાઈના દાણાને ક્રશ કરી, તેમાં દૂધ નાખી, કૂકરમાં બાફવા મૂકવા. સાથે બટાકા પણ મૂકવા. 1 વ્હિસલ થાય ત્યારે ગૅસ બંધ કરવો.
(3) ગૅસ પર એક વાસણમાં 2 ટેબલ સ્પૂન તેલ ગરમ કરવા મૂકી, તેમાં રાઈ નાખવી. રાઈ તતડે ત્યારે તલ, આદુ-મરચાં, લીંબુનો રસ, બૂરું ખાંડ, હળદર, કોથમીર, 2 ટેબલ સ્પૂન કોર્નફ્લોર અને ગરમ મસાલો નાખી હલાવવું.
(4) બ્રેડને મિક્સરમાં ક્રશ કરીને નાખવી અથવા બ્રેડક્રમ્સ નાખવા. 5 મિનિટ ધીમા તાપે સાંતળવું.
(5) બાફેલા બટાકા છોલીને, છીણીને નાખવા. બાફેલા મકાઈના દાણા તથા મીઠું નાખી, બરાબર હલાવી, ગૅસ બંધ કરવો.
(6) આ મિશ્રણને ઠંડું થવા દેવું. કૅપ્સિકમની રિંગમાં આ માવો મૂકી, બંને બાજુ ફેરવી દબાવવું.
(7) આ રિંગને કોર્નફ્લોરમાં રગદોળી, વધારાનો કોર્નફ્લોર ખંખેરી, ફાસ્ટ ગૅસે ગરમ તેલમાં બંને બાજુ સોનેરી રંગનું તળવું અથવા નૉન-સ્ટિકમાં તેલ મૂકી બંને બાજુ સાંતળવું.

વૅરિએશન

(1) બટાકાવડાનો કે કેળાંવડાંનો મસાલો પણ મુકાય.
(2) બટાકાવડાના મસાલામાં ચીઝના નાના નાના ટુકડા અને 1 ટેબલ સ્પૂન મેંદો નાખી, બધું મિક્સ કરી, રિંગમાં મૂકી શકાય.
(3) જુદી જુદી જાતનું મનપસંદ સ્ટફીંગ થઈ શકે.

નોંધ : રિંગમાં માવો દબાવીને બરાબર ભરવો, નહીંતર તળતી વખતે રિંગથી છૂટો પડી જશે.

273. સ્વીટ કોર્ન વિથ ચીઝ [2 વ્યક્તિ]

સામગ્રી

(1) 200 ગ્રામ સ્વીટ કોર્ન
(2) 1 ક્યુબ ચીઝ
(3) મરચું પ્રમાણસર
(4) બટર
(5) ચાટ-મસાલો
(6) લીંબુ (7) મીઠું પ્રમાણસર

રીત

(1) ગૅસ પર એક વાસણમાં પાણી ઊકળવા મૂકી, તેમાં સ્વીટ કોર્ન નાખીને બાફવા. બફાઈ જાય એટલે ચાળણીમાં કાઢવા.
(2) પ્લેટમાં બાફેલા સ્વીટ કોર્ન પાથરવા.
(3) તેની ઉપર ચીઝ છીણવું.
(4) તેની ઉપર મીઠું અને મરચું ભભરાવી સર્વ કરવું.

વૅરિએશન

(1) ગરમ બાફેલા દાણા બાઉલમાં લેવા. તેની ઉપર બટર અને મીઠું નાખી, હલાવી સર્વ કરવું.

(2) **મસાલા કોર્ન :** ગરમ કોર્નમાં બટર, મીઠું, મરચું, ચાટ-મસાલો અને લીંબુ નાખી સર્વ કરવું.

274. મકાઈનો ચેવડો [3 વ્યક્તિ]

સામગ્રી

(1) 500 ગ્રામ મકાઈ
(2) 500 મિલિ દૂધ
(3) 2 ટેબલ સ્પૂન તેલ
(4) 2 નંગ લાલ આખાં મરચાં
(5) $\frac{1}{2}$ ટી સ્પૂન રાઈ
(6) 1 ટી સ્પૂન તજ-લવિંગ
(7) ચપટી હિંગ
(8) 1 ટી સ્પૂન તલ
(9) ચપટી હળદર
(10) નાનો ટુકડો આદુ
(11) 4થી 5 લીલાં મરચાં
(12) 1 નંગ લીંબુ
(13) 2 ટી સ્પૂન ખાંડ
(14) 1 ટી સ્પૂન ગરમ મસાલો
(15) 4 ટેબલ સ્પૂન ઝીણી કોથમીર
(16) 2 ટી સ્પૂન કોપરાની છીણ
(17) મીઠું પ્રમાણસર

રીત

(1) મકાઈને છીણી, તેમાં દૂધ નાખી, કૂકરમાં બાફવી. કૂકરમાં દૂધ ઓછું નાખવું. બહાર બાફો તો 500 મિલિ દૂધ નાખવું.

(2) ગૅસ પર એક વાસણમાં તેલ ગરમ કરવા મૂકી આખાં મરચાં, રાઈ, તજ, લવિંગ, હિંગ અને તલનો વઘાર કરવો. સહેજ હળદર નાખી માવો વઘારવો.

(3) તેમાં મીઠું, વાટેલું આદુ, લીલાં મરચાં, લીંબુ અને ખાંડ નાખવાં. ઘટ્ટ થાય એટલે ઉતારી લેવું.

(4) તેમાં ગરમ મસાલો, કોથમીર, કોપરાની છીણ નાખી ગરમ ગરમ પીરસવો.

275. હલવો [6થી 7 વ્યક્તિ]

સામગ્રી

(1) 1 કિલો મકાઈ (2) 600 મિલિ દૂધ
(3) 1 ટેબલ સ્પૂન ઘી (4) 100 ગ્રામ ખાંડ
(5) 1 ટી સ્પૂન ઇલાયચી
(6) પીળો રંગ (7) એસેન્સ
(8) બદામ, પિસ્તા અને દ્રાક્ષ જરૂર મુજબ

રીત

(1) મકાઈને છીણીને દૂધમાં બાફવી. તેને ઘીમાં સાંતળી ખાંડ, ઇલાયચી, રંગ અને એસેન્સ નાખવાં.

(2) હલવો લચકા પડતો થાય એટલે ઉતારી લેવો. તેમાં બદામ, પિસ્તા અને દ્રાક્ષ નાખવાં.

નોંધ : મકાઈનું છીણ ડૂબે એટલું દૂધ લેવું.

276. પેટીસ [18થી 20 નંગ]

સામગ્રી

(1) 500 ગ્રામ મકાઈ (2) $\frac{1}{2}$ કપ દૂધ
(3) 400 ગ્રામ બટાકા
(4) 1 ટી સ્પૂન તજ-લવિંગ
(5) 1 ટી સ્પૂન આખી ખાંડ
(6) $\frac{1}{4}$ ટી સ્પૂન લીંબુનાં ફૂલ
(7) 1 ટી સ્પૂન ગરમ મસાલો
(8) 1 ટી સ્પૂન તલ (9) 6થી 7 મરચાં
(10) નાનો ટુકડો આદુ
(11) 4 ટેબલ સ્પૂન કોપરું (12) દ્રાક્ષ
(13) 4 ટેબલ સ્પૂન કોથમીર
(14) 4 ટી સ્પૂન બ્રેડક્રમ્સ
(15) 2 ટેબલ સ્પૂન ઘઉંનો જાડો લોટ
(16) કણકીનું અટામણ
(17) તેલ પ્રમાણસર (18) મીઠું પ્રમાણસર

રીત

(1) મકાઈને છીણી, તેમાં દૂધ નાખીને કૂકરમાં બાફવી. એક મકાઈનો ડોડો આખો બાફી, દાણા કાઢવા.

(2) બટાકા બાફવા. ગૅસ પર એક વાસણમાં 3 ટેબલ સ્પૂન તેલ મૂકી, તજ-લવિંગનો ભૂકો નાખી, તેમાં મકાઈનો બાફેલો માવો નાખવો.

(3) ઘટ્ટ થાય એટલે બટાકા (છીણીને) તેમજ મકાઈના દાણા નાખવા. બધો મસાલો નાખવો.

(4) તેમાં બ્રેડક્રમ્સ અને ઘઉંનો લોટ નાખવાં. પેટીસનો આકાર આપી, અટામણમાં રગદોળી, ગરમ તેલમાં તળવી.

277. રોલ [18થી 20 નંગ]

સામગ્રી

(1) 500 ગ્રામ મકાઈ (2) $\frac{1}{2}$ કપ દૂધ

(3) 400 ગ્રામ બટાકા (4) 50 ગ્રામ પૌંઆ

(5) કાજુ અને દ્રાક્ષ જરૂર મુજબ

(6) 2 ટેબલ સ્પૂન બ્રેડક્રમ્સ

(7) 1 ટી સ્પૂન તજનો પાઉડર

(8) 1 ટેબલ સ્પૂન આરાલોટ

(9) 2 ટી સ્પૂન વાટેલાં આદુ-મરચાં

(10) 1 લીંબુ (11) 1 ટી સ્પૂન ખાંડ

(12) 50 ગ્રામ વર્મીસેલી સેવ

(13) તેલ પ્રમાણસર (14) મીઠું પ્રમાણસર

રીત

(1) મકાઈને છીણી, $\frac{1}{2}$ કપ દૂધ નાખી, કૂકરમાં બાફી લેવી.

(2) બટાકા બાફવા. પૌંઆ પલાળવા.

(3) બધો મસાલો ભેગો કરી, રોલ વાળી, વર્મીસેલી સેવમાં રગદોળી, ગરમ તેલમાં તળી નાખવા.

278. કટલેટ [20થી 22 નંગ]

સામગ્રી

(1) 750 ગ્રામ બટાકા

(2) 1 ટેબલ સ્પૂન વાટેલાં આદુ-મરચાં

(3) 1 નંગ લીંબુ (4) 500 ગ્રામ મકાઈ

(5) $\frac{1}{2}$ કપ દૂધ

(6) 2 ટેબલ સ્પૂન કોપરાની છીણ

(7) 1 ટી સ્પૂન ગરમ મસાલો

(8) 50 ગ્રામ કોથમીર (9) 2 ટેબલ સ્પૂન તલ

(10) 2 ટી સ્પૂન ખાંડ

(11) તેલ પ્રમાણસર

(12) 50 ગ્રામ ટોસ્ટનો ભૂકો

(13) મીઠું પ્રમાણસર

રીત

(1) બટાકાને બાફી, છોલીને છીણવા. તેમાં પ્રમાણસર મીઠું, $\frac{1}{2}$ ટેબલ સ્પૂન લીલાં આદુ-મરચાં, $\frac{1}{2}$ લીંબુ નાખવાં.

(2) મકાઈના ડોડાને બાફીને દાણા કાઢવા. ગૅસ પર એક વાસણમાં 2 ટેબલ સ્પૂન તેલ મૂકી સાંતળવા. કોપરાની છીણ, વાટેલાં આદુ-મરચાં, $\frac{1}{2}$ લીંબુ, તલ, ગરમ મસાલો, મીઠું અને કોથમીર નાખી માવો તૈયાર કરવો.

(3) બટાકાના માવાનો લુઓ લઈ, ખાડો કરી, તેમાં મકાઈનો મસાલો ભરી, કટલેટનો આકાર આપવો.

(4) તેને ટોસ્ટના ભૂકામાં રગદોળવી. પછી ગરમ તેલમાં ગુલાબી રંગની તળવી.

279. વડાં, ગોટા [18થી 20 નંગ]

સામગ્રી

(1) 3 આખા મકાઈના ડોડા

(2) 1 કપ ચણાનો લોટ

(3) $\frac{1}{2}$ કપ ખાટું દહીં

(4) 1 ટી સ્પૂન વાટેલાં આદુ-મરચાં

(5) $\frac{1}{4}$ ટી સ્પૂન હળદર

(6) 3 ટેબલ સ્પૂન ઝીણી સમારેલી કોથમીર

(7) 2 ટેબલ સ્પૂન કોપરાની છીણ

(8) 2 ટી સ્પૂન ખાંડ

(9) તેલ પ્રમાણસર

(10) મીઠું પ્રમાણસર

રીત

(1) ચણાના લોટમાં મકાઈ છીણીને નાખવી. બધો મસાલો નાખી, ખીરું તૈયાર કરી, હાથ પર થેપી ગરમ તેલમાં વડાં કરવાં.

(2) ગોટા માટે ખીરું ઢીલું કરી, ગોટાનો આકાર આપી, ગરમ તેલમાં ગોટા ઉતારવા.

280. દહીંવડાં [15 થી 18 નંગ]

સામગ્રી

(1) 500 ગ્રામ મકાઈ
(2) 50 ગ્રામ ઘઉંનો લોટ
(3) 4થી 5 લીલાં મરચાં
(4) 1 ટેબલ સ્પૂન ખાંડ
(5) 1 ટેબલ સ્પૂન આંબોળિયાંનો ભૂકો
(6) 1 ટી સ્પૂન તલ
(7) ચપટી હિંગ   (8) દહીં પ્રમાણસર
(9) ગળી ચટણી   (10) મરચું પ્રમાણસર
(11) તેલ પ્રમાણસર   (12) મીઠું પ્રમાણસર

રીત

(1) મકાઈને છીણીને તેમાં ઘઉંનો લોટ તેમજ બધો મસાલો નાખવો. જરૂર પડે તો છાશ નાખવી.
(2) ગરમ તેલમાં આ ખીરાનાં વડાં ઉતારવાં. પછી હૂંફાળા પાણીમાં નાખવાં.
(3) વડાં બહાર કાઢી, તેના પર દહીં, ગળી ચટણી, મીઠું અને મરચું નાખવાં.

281. ઈડલી [24 થી 26 નંગ]

સામગ્રી

(1) 300 ગ્રામ મકાઈ
(2) 1 કપ દૂધ   (3) તેલ પ્રમાણસર
(4) 1 ટી સ્પૂન રાઈ   (5) 1 ટી સ્પૂન તલ
(6) 1 ટી સ્પૂન તજ-લવિંગનો ભૂકો
(7) 4 વાટેલાં લીલાં મરચાં
(8) 1 લીંબુ   (9) 2 ટી સ્પૂન ખાંડ
(10) 1 ટી સ્પૂન ગરમ મસાલો
(11) 2 ટી સ્પૂન કોપરાની છીણ
(12) 500 ગ્રામ ઈડલીનો લોટ
(13) મીઠું પ્રમાણસર

રીત

(1) મકાઈને છીણી, તેમાં દૂધ નાખી, કૂકરમાં બાફવી.
(2) ગૅસ પર એક વાસણમાં 2 ટેબલ સ્પૂન તેલ મૂકી રાઈ-તલનો વઘાર કરવો. તેમાં તજ-લવિંગનો ભૂકો અને લીલાં મરચાં નાખવાં. બાફેલી મકાઈ અને બધો મસાલો નાખી, મકાઈનો ચેવડો (દાણો) (આઇટમ નં. 274 પ્રમાણે) બનાવવો.

(3) ઈડલીનું ખીરું તૈયાર કરી, ઈડલીના વાસણમાં થોડુંક ખીરું મૂકી, વચ્ચે મકાઈનો દાણો પાથરી ઉપર ફરી ખીરું પાથરવું. આ રીતે સેન્ડવીચ ઈડલી ઉતારવી.

(4) ઈડલી સંભાર સાથે, દહીં સાથે કે દહીંની ચટણી સાથે ખાઈ શકાય.

વૅરિએશન

(1) ઈડલીના ખીરામાં મકાઈનો દાણો મિક્સ કરીને પણ ઈડલી ઉતારી શકાય.

(2) ઈડલીના વાસણમાં પ્રથમ મકાઈનું મિશ્રણ મૂકી, તેના ઉપર ખીરું મૂકી, ઈડલી બનાવી શકાય.

282. ભેળ [5 થી 6 વ્યક્તિ]

સામગ્રી

(1) 250 ગ્રામ બાફેલા બટાકા
(2) 2-3 સફેદ મકાઈના ડોડા
(3) 2 ટમેટા
(4) 2 ડુંગળી   (5) તેલ પ્રમાણસર
(6) $\frac{1}{2}$ ટી સ્પૂન ગરમ મસાલો
(7) $\frac{1}{4}$ ટી સ્પૂન હળદર   (8) 1 ટી સ્પૂન મરચું
(9) 1 ટેબલ સ્પૂન સમારેલાં મરચાં
(10) 250 ગ્રામ લીલા બાફેલા વટાણા
(11) 1 કપ ઝીણી સેવ
(12) 4 ટેબલ સ્પૂન ઝીણી સમારેલી કોથમીર
(13) કોથમીર-મરચાંની પાતળી ચટણી બનાવવી
(14) મીઠું પ્રમાણસર

રીત

(1) બટાકા ઝીણા સુધારવા, મકાઈના દાણા કાઢી બાફી લેવા અથવા મકાઈના ડોડા બાફી દાણા કાઢવા. ટમેટા-ડુંગળીની ગોળ રિંગો કાપવી.

(2) ગૅસ પર એક વાસણમાં 1 ટેબલ સ્પૂન તેલ મૂકી, ગરમ મસાલો નાખી, મકાઈના દાણા વઘારવા. તેમાં સહેજ હળદર, મરચું અને મીઠું નાખી નીચે ઉતારવું.

(3) બીજા વાસણમાં 1 ટેબલ સ્પૂન તેલ મૂકી મરચાં તતડાવી, બટાકા વઘારી, ઉપર મુજબ મસાલો કરવો.

(4) આવી રીતે વટાણા પણ વઘારવા.

(5) આ ત્રણેય એક વાસણમાં હલાવીને ભેગું કરવું. બાઉલમાં ભેળ મૂકી, તેના પર ઝીણી સેવ પાથરવી.

(6) તેના પર કોથમીર, તેના પર ટમેટા (સમારેલા), તેના પર ડુંગળીની રિંગો ગોઠવવી. કોથમીરની ચટણી પાથરવી.

283. હાંડવો [5 થી 6 વ્યક્તિ]

સામગ્રી

(1) 400 ગ્રામ ચોખા

(2) 100 ગ્રામ ચણાની દાળ

(3) 100 ગ્રામ તુવેરની દાળ

(4) 150 ગ્રામ ખાટું દહીં

(5) 400 ગ્રામ મકાઈ

(6) 1 ટેબલ સ્પૂન વાટેલાં આદુ-મરચાં

(7) $\frac{1}{2}$ ટી સ્પૂન હળદર (8) 1 ટી સ્પૂન મરચું

(9) 2થી 3 ટેબલ સ્પૂન ખાંડ

(10) તેલ પ્રમાણસર

(11) ચપટી સાજીનાં ફૂલ (સોડા બાયકાર્બ)

(12) $\frac{1}{2}$ ટી સ્પૂન રાઈ   (13) ચપટી હિંગ

(14) 1 ટી સ્પૂન તજ-લવિંગનો ભૂકો

(15) મીઠું પ્રમાણસર

રીત

(1) ચોખા, ચણાની દાળ અને તુવેરની દાળ ધોઈને, સૂકવીને કરકરી દળવી. તેને ખાટા દહીંમાં પલાળી 4થી 6 કલાક રહેવા દેવું.

(2) મકાઈને બાફી, વાટીને તેમાં નાખવી. આદુ, મરચાં, હળદર, મરચું, મીઠું અને ખાંડ પ્રમાણસર નાખવાં.

(3) ગૅસ પર એક વાસણમાં 3 ટેબલ સ્પૂન તેલ ગરમ કરી, તેમાં સહેજ સાજીનાં ફૂલ (સોડા બાયકાર્બ) નાખી, ખીરામાં નાખવું. હાંડવાના વાસણમાં તેલ લગાડી, તેમાં ખીરું નાખવું.

(4) ગૅસ પર એક વાસણમાં 2 ટેબલ સ્પૂન તેલ મૂકી રાઈ, હિંગ, તલ, તજ અને લવિંગનો વઘાર તૈયાર કરી, મકાઈના ખીરામાં નાખીને ઢાંકી દેવું.

(5) હાંડવાના વાસણમાં પ્રથમ 10 મિનિટ ફાસ્ટ ગૅસે અને 25થી 30 મિનિટ ધીમા ગૅસે થવા દેવું.

નોંધ : (1) નૉન-સ્ટિકમાં પણ હાંડવો મૂકી શકાય. તેમાં પ્રથમ નૉન-સ્ટિકમાં વઘાર કરી, તેની ઉપર ખીરું મૂકવું. એક બાજુ થઈ જાય એટલે તેની ઉપર ડિશ સાથે વાસણ ઊંધું કરી, ફરી નૉન-સ્ટિકમાં મૂકી, બીજી બાજુ થવા દેવો. ઓવન, માઇક્રોવેવમાં પણ હાંડવો કરી શકાય.

(2) ચોખા, ચણાની દાળ અને તુવેરની દાળ 5થી 6 કલાક પલાળી, દહીં નાખી, વાટી, 4થી 6 કલાક રહેવા દેવું. આ રીતે પણ ખીરું થાય.

4 ફરાળી વાનગીઓ

284. ફરાળી હાંડવો

સામગ્રી

(1) 2 કપ રાજગરાનો લોટ

(2) $\frac{1}{2}$ કપ દહીં

(3) $\frac{1}{2}$ કપ સાબુદાણા

(4) $\frac{1}{4}$ કપ સીંગદાણા

(5) $\frac{1}{4}$ કપ કોપરાની છીણ

(6) 2 બટાકા

(7) 1 ટી સ્પૂન વાટેલાં આદુ-મરચાં

(8) $\frac{1}{2}$ ટી સ્પૂન લાલ મરચું

(9) 2 ટી સ્પૂન તલ

(10) 2થી 3 ટેબલ સ્પૂન ખાંડ

(11) $\frac{1}{2}$ ટી સ્પૂન તજ-લવિંગનો ભૂકો

(12) તેલ પ્રમાણસર

(13) $\frac{1}{4}$ ટી સ્પૂન સાજીનાં ફૂલ (સોડા બાયકાર્બ)

(14) $\frac{1}{4}$ ટી સ્પૂન જીરું

રીત

(1) રાજગરાના લોટમાં દહીં નાખવું.

(2) સાબુદાણા ધોઈને, 10થી 15 મિનિટ પાણીમાં પલાળીને રાખવા. પાણી નિતારીને રાજગરાના લોટમાં નાખવા.

(3) સીંગદાણા ખાંડીને નાખવા. કોપરાની છીણ નાખવી. બટાકા છોલીને, છીણીને સહેજ તેલ મૂકી સાંતળવા અને રાજગરાના લોટમાં નાખવા.

(4) તેમાં આદુ-મરચાં, લાલ મરચું, 1 ટી સ્પૂન તલ, ખાંડ, તજ-લવિંગનો ભૂકો, મીઠું અને પાણી નાખી, ખીરું તૈયાર કરી, 1 કલાક રહેવા દેવું.

(5) જ્યારે હાંડવો મૂકવો હોય ત્યારે 2 ટેબલ સ્પૂન તેલ, જરૂરી પાણી, સાજીનાં ફૂલ (સોડા બાયકાર્બ) ગરમ કરીને નાખી, બરાબર હલાવવું.

(6) હાંડવાના વાસણમાં તેલ લગાડી ખીરું પાથરવું.

(7) ગૅસ પર એક વાસણમાં વઘાર માટે 2 ટેબલ સ્પૂન તેલ મૂકી, તેમાં જીરું નાખી, તતડે ત્યારે તલ નાખી, વઘાર રેડવો.

(8) પ્રથમ 5 મિનિટ ફાસ્ટ ગૅસ પછી 30 મિનિટ ધીમા તાપે થવા દેવો. હાંડવામાં ચપ્પુ મૂકી જોવું. જો ચોંટે નહીં તો તૈયાર થઈ ગયો કહેવાય. $\frac{1}{2}$ કલાક સુધી સીઝાવા દેવો.

નોંધ : (1) નૉન-સ્ટિકમાં પણ હાંડવો મૂકી શકાય. તેમાં વઘાર કરી, વાસણમાં પહેલાં નાખી, પછી ખીરું રેડવું. નીચેની બાજુ થઈ જાય ત્યારે તેની ઉપર પ્લેટ મૂકી વાસણ ઊંધું કરવું. હાંડવો પ્લેટમાં આવી જશે. પછી તેને નૉન-સ્ટિકમાં સરકાવી, બીજી બાજુ થવા દેવો.

(2) ઓવન, માઇક્રોવેવમાં પણ હાંડવો કરી શકાય.

285. રાજગરાની પૂરી [2થી 3 વ્યક્તિ]

સામગ્રી

(1) 250 ગ્રામ રાજગરાનો લોટ

(2) તેલ પ્રમાણસર

(3) 1 નંગ બટાકું અથવા પાકું કેળું

(4) મીઠું પ્રમાણસર

રીત

(1) રાજગરાના લોટમાં મીઠું અને 1 ટી સ્પૂન તેલ નાખી, એક બટાકું બાફીને છીણીને મેળવવું.

(2) હૂંફાળા પાણીથી લોટ બાંધવો. થોડોક લોટ અટામણ માટે રહેવા દેવો.

(3) પૂરી સહેજ જાડી રાખવી અને ગરમ તેલમાં તળવી.

286. બટાકાનું શાક (સૂકી ભાજી) [5 વ્યક્તિ]

સામગ્રી

(1) 500 ગ્રામ બટાકા

(2) તેલ પ્રમાણસર

(3) $\frac{1}{2}$ ટી સ્પૂન જીરું

(4) 1 ટી સ્પૂન તલ

(5) 3થી 4 લીલાં મરચાં

(6) $\frac{1}{2}$ ટી સ્પૂન તજ-લવિંગનો ભૂકો

(7) 50 ગ્રામ સીંગદાણા

(8) 2 ટેબલ સ્પૂન કોપરાની છીણ

(9) 1 નંગ લીંબુ

(10) 2 ટી સ્પૂન ખાંડ

(11) મીઠું પ્રમાણસર

રીત

(1) બટાકાને બાફી, છોલીને ટુકડા કરવા.

(2) ગૅસ પર એક વાસણમાં 3 ટેબલ સ્પૂન તેલ મૂકી, તેમાં જીરું, તલ, લીલાં મરચાંના ટુકડા અને તજ-લવિંગનો ભૂકો નાખીને બટાકા વઘારવા.

(3) તેમાં સીંગદાણાનો ભૂકો, કોપરાની છીણ, લીંબુ, ખાંડ અને મીઠું નાખવાં. બરાબર હલાવીને ગરમ ગરમ પીરસવું.

વૅરિએશન

(1) આ રીતે શક્કરિયાં-બટાકાનું શાક પણ થાય.

(2) આવી જ રીતે સૂરણનું શાક પણ થાય.

(3) આમાં કાજુ અને દ્રાક્ષ નાખી શકાય.

287. મોરૈયો [3થી 4 વ્યક્તિ]

સામગ્રી

(1) 125 ગ્રામ મોરૈયો (2) 2 નંગ બટાકા
(3) 75 ગ્રામ શેકેલી સીંગ
(4) 2 ટેબલ સ્પૂન તેલ (5) $\frac{1}{2}$ ટી સ્પૂન જીરું
(6) 1 ટી સ્પૂન તજ-લવિંગ
(7) 2 નંગ લાલ મરચાં
(8) $\frac{1}{2}$ ટી સ્પૂન લાલ મરચું
(9) 2 ટી સ્પૂન વાટેલાં આદુ-મરચાં
(10) 2 ટી સ્પૂન ખાંડ
(11) $\frac{1}{2}$ કપ દહીં (12) મીઠું પ્રમાણસર

રીત

(1) મોરૈયાને ધોઈને તારવવો. 2 બટાકાને છીણી નાખવા.

(2) શેકેલી સીંગનાં ફોતરાં કાઢી અધકચરી ખાંડવી. ગૅસ પર એક વાસણમાં તેલનો વઘાર મૂકી, તેમાં જીરું, આખાં મરચાં, તજ, લવિંગ અને સહેજ લાલ મરચું નાખી પાણી રેડવું.

(3) પાણી ઊકળે એટલે મોરૈયો નાખવો. બટાકાની છીણ, સીંગનો ભૂકો, મીઠું, લીલાં મરચાં અને આદુ નાખવાં.

(4) મોરૈયો ચડી જાય એટલે તેમાં ખાંડ અને દહીં નાખવાં. ગરમ ગરમ પીરસવો.

288. સાબુદાણાની ખીચડી [4 વ્યક્તિ]

સામગ્રી

(1) 125 ગ્રામ સાબુદાણા
(2) 125 ગ્રામ બટાકા
(3) 125 ગ્રામ સીંગદાણા
(4) 2 ટેબલ સ્પૂન ઘી (5) 1 ટી સ્પૂન જીરું
(6) $\frac{1}{2}$ ટી સ્પૂન તજ-લવિંગનો ભૂકો
(7) 1 નંગ લીંબુ
(8) 2 ટેબલ સ્પૂન ખાંડ
(9) 3 ટેબલ સ્પૂન કોપરાની છીણ
(10) 1 ટી સ્પૂન વાટેલાં મરચાં
(11) મીઠું પ્રમાણસર

રીત

(1) સાબુદાણા 2થી 3 કલાક પલાળી, ચાળણીમાં નિતારી લેવા. બટાકાના નાના ટુકડા કરીને બાફવા કે તળવા. સીંગદાણાનાં ફોતરાં ઊડાડી અધકચરા ખાંડી નાખવા.

(2) ગૅસ પર એક વાસણમાં ઘી ગરમ કરવા મૂકી, તેમાં જીરું નાખી, સાબુદાણા નાખવા અને હલાવતા જવું.

(3) થોડી વાર રહી બટાકાના ટુકડા, સીંગદાણાનો ભૂકો અને બધો મસાલો નાખવો. બરાબર હલાવીને ઉતારી લેવું.

289. સૂરણની ખીચડી [5થી 6 વ્યક્તિ]

સામગ્રી

(1) 500 ગ્રામ સૂરણ (2) 2 ટેબલ સ્પૂન તેલ
(3) 1 ટી સ્પૂન જીરું (4) 1 ટી સ્પૂન તલ
(5) 1 ટી સ્પૂન તજ-લવિંગનો ભૂકો
(6) 100 ગ્રામ સીંગદાણા
(7) 1 નંગ લીંબુ (8) 2 ટી સ્પૂન ખાંડ
(9) 4 ટી સ્પૂન કોપરાની છીણ
(10) મીઠું પ્રમાણસર

રીત

(1) સૂરણની છાલ કાઢી, છીણી નાખવું. તેમાં મીઠું અને પાણી નાખી રહેવા દેવું. થોડીક વાર પછી ત્રણથી ચાર વખત ધોઈ નાખવું.

(2) ગૅસ પર એક વાસણમાં તેલ ગરમ કરવા મૂકી, તેમાં જીરું, તલ અને તજ-લવિંગનો ભૂકો નાખી, સૂરણની છીણ વઘારી દેવી.

(3) સીંગને અધકચરી ખાંડીને નાખવી અને ધીમા તાપે ચડવા દેવું. મીઠું નાખવું.

(4) ચડી જાય એટલે લીંબુ અને ખાંડ નાખવાં. ખીચડી થઈ જાય એટલે એક વાસણમાં કાઢી, તેના પર કોપરાની છીણ ભભરાવવી.

290. ભજિયાં [5થી 6 વ્યક્તિ]

સામગ્રી

(1) 200 ગ્રામ શિંગોડાંનો લોટ
(2) 1 ટી સ્પૂન મરચું (3) 2 ટી સ્પૂન ખાંડ
(4) બટાકા (5) કેળાં

(6) મરચાં (7) પાકી કેરી
(8) તેલ પ્રમાણસર (9) મીઠું પ્રમાણસર

રીત

(1) લોટમાં મીઠું, મરચું અને ખાંડ નાખી ખીરું બનાવવું.
(2) બટાકા, કેળાં અને કેરીનાં જરૂર મુજબ પીતાં કરવાં. મરચાંના કાપા કરી મીઠું અને ખાંડ ભરવા.
(3) પીતાં ખીરામાં બોળી, ગરમ તેલમાં તળી નાખવાં.

291. સાબુદાણાનાં વડાં [3થી 4 વ્યક્તિ]

સામગ્રી

(1) 2 કપ સાબુદાણા (2) 1 કપ સીંગદાણા
(3) 3 લીલાં મરચાં (4) દ્રાક્ષ
(5) નાનો ટુકડો આદુ (6) દહીં
(7) 1 ટી સ્પૂન તજ-લવિંગનો ભૂકો
(8) 2 ટી સ્પૂન ખાંડ
(9) તેલ પ્રમાણસર
(10) મીઠું પ્રમાણસર

રીત

(1) સાબુદાણાને ધોઈ, પાણી કાઢી, કોરા કરવા.
(2) સીંગદાણા શેકી, ફોતરાં કાઢીને અધકચરા ખાંડી નાખવા.
(3) સાબુદાણામાં સીંગદાણા અને બધો મસાલો નાખી, જરૂર મુજબ દહીં નાખી, ગોળા વાળી, કડકડતા તેલમાં તળવા.

292. બટાકાવડાં [25થી 30 નંગ]

સામગ્રી

(1) 500 ગ્રામ બટાકા (2) 1 ટી સ્પૂન મરચું
(3) $\frac{1}{2}$ નંગ લીંબુ (4) 2 ટી સ્પૂન ખાંડ
(5) 100 ગ્રામ શિંગોડાંનો લોટ
(6) 1 ટી સ્પૂન તજ-લવિંગનો ભૂકો
(7) તેલ પ્રમાણસર
(8) મીઠું પ્રમાણસર

રીત

(1) બટાકાને બાફીને છીણી નાખવા. તેમાં મીઠું, મરચું, લીંબુ, ખાંડ, તજ-લવિંગનો ભૂકો નાખી ગોળ ગોળા કરવા.
(2) શિંગોડાંના લોટમાં મીઠું, મરચું નાખી ખીરું કરવું. પછી ગોળાને ખીરામાં બોળી, ગરમ તેલમાં તળી નાખવા.

293. સાગો પેટીસ [6 વ્યક્તિ]

સામગ્રી

(1) 250 ગ્રામ સાબુદાણા
(2) 500 ગ્રામ બટાકા
(3) 2 ટી સ્પૂન વાટેલાં આદુ-મરચાં
(4) 2 ટી સ્પૂન ખાંડ
(5) 1 લીંબુ
(6) 100 ગ્રામ સીંગદાણા
(7) 1 ટી સ્પૂન તજ-લવિંગનો ભૂકો
(8) 50 ગ્રામ રાજગરાનો કે શિંગોડાંનો લોટ
(9) મીઠું પ્રમાણસર

રીત

(1) સાબુદાણાને 2થી 3 કલાક પલાળી રાખવા. પછી ચાળણીમાં પાણી કાઢી નાખીને એકદમ કોરા કરવા.
(2) બટાકાને બાફી, તેમાં બધો મસાલો, તજ-લવિંગનો ભૂકો, સીંગદાણાનો ભૂકો નાખવો.
(3) તેમાં સાબુદાણા નાખી પેટીસ વાળવી. થોડોક રાજગરાનો લોટ કે શિંગોડાંનો લોટ નાખવો, જેથી કડક થાય.

વૅરિએશન

શક્કરિયાં, સૂરણ, બટાકા અને સાબુદાણા ભેગાં કરીને પણ આ પેટીસ થાય.

294. સૂરણ [2થી 3 વ્યક્તિ]

સામગ્રી

(1) 250 ગ્રામ સૂરણ
(2) 1 ટી સ્પૂન મરીનો ભૂકો
(3) $\frac{1}{2}$ લીંબુ (4) 2 ટી સ્પૂન બૂરું ખાંડ
(5) ઘી પ્રમાણસર (6) મીઠું પ્રમાણસર

રીત

(1) સૂરણના ટુકડા કરી વધારે પાણીમાં બાફવા. પછી ચાળણીમાં કાઢી, બે હાથથી દબાવી, પાણી કાઢવું.

(2) ઘીમાં તળવા. તળ્યા પછી તેના પર મીઠું, મરી, લીંબુ, ખાંડ નાખવાં.

295. કઢી [2 વ્યક્તિ]

સામગ્રી

(1) 2 કપ ખાટી છાશ
(2) 3 ટેબલ સ્પૂન શિંગોડાંનો અથવા રાજગરાનો લોટ
(3) 1 ટી સ્પૂન વાટેલાં આદુ-મરચાં
(4) 2 ટેબલ સ્પૂન ખાંડ
(5) 1 ટેબલ સ્પૂન ઘી (6) 1 ટી સ્પૂન જીરું
(7) 2 નંગ આખાં લાલ મરચાં
(8) 1 ટી સ્પૂન કોપરું (9) મીઠું પ્રમાણસર

રીત

(1) ખાટી છાશમાં શિંગોડાંનો અથવા રાજગરાનો લોટ નાખી રવૈયો ફેરવવો. જરૂરી પાણી નાખવું.

(2) મીઠું, આદુ, મરચાં નાખવાં. ઉકાળવું. ખાંડ નાખવી.

(3) ગૅસ પર એક વાસણમાં ઘી મૂકી, તેમાં જીરું અને આખાં લાલ મરચાંનો વઘાર કરવો. ઉપર કોપરું ભભરાવવું. કઢી ગરમ ગરમ પીરસવી.

296. પાંદડાં [6 વ્યક્તિ]

સામગ્રી

(1) 250 ગ્રામ અળવીનાં પાન
(2) 250 ગ્રામ શિંગોડાંનો લોટ
(3) 1 ટી સ્પૂન મરચું
(4) 2 ટી સ્પૂન વાટેલાં આદુ-મરચાં
(5) 2 ટી સ્પૂન ખાંડ
(6) $\frac{1}{2}$ કપ ખાટું દહીં (7) તેલ પ્રમાણસર
(8) 1 ટી સ્પૂન તજ-લવિંગનો ભૂકો
(9) 1 ટી સ્પૂન જીરું (10) 2 ટી સ્પૂન તલ
(11) 50 ગ્રામ કોપરાની છીણ
(12) મીઠું પ્રમાણસર

રીત

(1) પ્રથમ પાંદડાંની નસો કાઢી, તેમને સારી રીતે ધોઈને લૂછી નાખવાં.

(2) શિંગોડાંનો લોટ ચાળી, તેમાં મીઠું, મરચું, આદુ, મરચાં, ખાંડ, દહીં, 1 ટેબલ સ્પૂન તેલ અને તજ-લવિંગનો ભૂકો નાખી, જાડું ખીરું બનાવવું.

(3) પાંદડાં ઉપર ખીરું પાથરી, વીંટો વાળી, વરાળે બાફવા મૂકવાં.

(4) બફાઈ જાય એટલે ઠંડાં પડવા દેવાં. પછી ટુકડા કરી 4 ટેબલ સ્પૂન તેલમાં જીરું, તલનો વઘાર કરી, પાંદડાં વઘારવાં. કોપરાની છીણ નાખવી.

297. કેળાંનાં પકોડાં [25થી 30 નંગ]

સામગ્રી

(1) 5 પાકાં કેળાં
(2) શિંગોડાંનો લોટ પ્રમાણસર
(3) 1 ટી સ્પૂન વાટેલાં આદુ-મરચાં
(4) 1 ટી સ્પૂન જીરું
(5) દહીં પ્રમાણસર
(6) તેલ પ્રમાણસર (7) મીઠું પ્રમાણસર

રીત

(1) કેળાંને છોલીને છૂંદી નાખવાં. તેમાં પકોડાં મૂકી શકાય એટલો જ શિંગોડાંનો લોટ નાખવો.

(2) તેમાં બધો મસાલો તેમજ અધકચરું ખાંડેલું જીરું નાખી, પકોડાં મૂકી શકાય એટલા દહીંથી ખીરું તૈયાર કરવું.

(3) તેલમાં આછાં ગુલાબી તળવાં.

298. શિંગોડાંના લોટનો શીરો [3થી 4 વ્યક્તિ]

સામગ્રી

(1) $\frac{1}{2}$ કપ ઘી (2) 1 કપ શિંગોડાંનો લોટ
(3) $\frac{3}{4}$ ખાંડ (4) 1 ટી સ્પૂન ઇલાયચીનો ભૂકો

રીત

(1) ગૅસ પર એક વાસણમાં ઘી ગરમ કરવા મૂકવું. ઘી ગરમ થાય એટલે તેમાં શિંગોડાંનો લોટ નાખીને ધીમા તાપે સાંતળવો.

(2) લોટ ગુલાબી પડતો થાય એટલે તેમાં 1 કપ ગરમ પાણી રેડીને હલાવ્યા કરવું.

(3) પછી તેમાં ખાંડ નાખવી. ખાંડનું પાણી બળવા દેવું. તેમાં ઇલાયચીનો ભૂકો નાખવો.

વૅરિએશન

(1) પાણીને બદલે દૂધનો શીરો પણ બની શકે.

(2) બટાકાને બાફીને બટાકાનો શીરો પણ આ જ રીતે થાય.

(3) શિંગોડાંના લોટને બદલે રાજગરાના લોટનો શીરો પણ આ જ રીતે થાય.

5 તડકાની વસ્તુઓ

299. બટાકાની કાતરી, વેફર

સામગ્રી

(1) મોટી સાઇઝના બટાકા

(2) ફટકડી

(3) મરચું (4) દળેલી ખાંડ

(5) લીંબુનાં ફૂલ (6) મીઠું પ્રમાણસર

રીત

(1) બટાકાને સરસ ધોઈને, છોલી નાખવા. પછી સંચામાં કાતરી, છીણ કે વેફર (જે પાડવી હોય તે) પાડવી અને ચોખ્ખા પાણીમાં નાખવી. પાણી ડૂબાડૂબ રાખવું.

(2) બે-ત્રણ વખત સરસ ધોવી. મોટા તપેલામાં અડધું તપેલું પાણી લઈ ગૅસ પર મૂકવું, પાણી ઊકળે એટલે તેમાં થોડુંક મીઠું અને ફટકડીનો નાનો ટુકડો નાખીને હલાવવું.

(3) મીઠાને બદલે સિંધાલૂણ નાખી શકાય. ગરમ પાણીમાં કાતરી છૂટી કરીને નાખવી. અધકચરી બફાય એટલે ઝારાથી નિતારીને કાઢી લેવી.

(4) ફરીથી પાણી ઊકળે એટલે બીજી કાતરી નાખવી. બફાયેલી કાતરીને એકદમ તડકામાં છૂટી સૂકવવી.

(5) સુકાઈ જાય એટલે બૉટલમાં ભરવી. પછી ગરમ તેલમાં તળી, તેના પર મરચું, ખાંડ અને લીંબુનાં ફૂલ નાખવાં. (વેફરના સંચાથી બટાકાની વેફર પાડવી.)

300. બટાકા-સાબુદાણાની સેવ, ચકરી

સામગ્રી

(1) 250 ગ્રામ સાબુદાણા

(2) 5 કિલો બટાકા

(3) સફેદ મરચું

(4) જીરું

(5) લીંબુનાં ફૂલ (6) મીઠું પ્રમાણસર

રીત

(1) સાબુદાણાને સવારે 3 કલાક પાણીમાં પલાળી રાખવા.

(2) બટાકાને બાફી, છાલ ઉતારી, માવો બનાવવો.

(3) સાબુદાણાનું પાણી નિતારી વાટી લેવા કે હાથથી મસળવા. વાટેલા સાબુદાણા, મીઠું, મરચું, વાટેલું જીરું તથા સહેજ લીંબુનાં ફૂલ બટાકાના માવામાં નાખવાં. બધું બરાબર મેળવવું.

(4) સેવ પાડવાના સંચામાં ઝીણી અથવા મોટી જાળીથી તડકામાં સેવ પાડવી. સુકાઈ જાય એટલે બૉટલમાં ભરવી.

(5) **ચકરી માટે :** 1 કિલો બટાકા માટે 500 ગ્રામ સાબુદાણા રાત્રે પલાળવા. સવારે બટાકા અને સાબુદાણા ભેગા કરી, ઉપર મુજબ મસાલો કરી, ચકરી પાડવી.

નોંધ : બટાકા-સાબુદાણાની સેવમાં બટાકા, સાબુદાણા સરખા પણ લઈ શકાય.

301. સાબુદાણાની પાપડી, સેવો

સામગ્રી

(1) સાબુદાણા (2) સિંધાલૂણ
(3) ખાંડેલું જીરું (4) લાલ મરચું
(5) લીંબુનાં ફૂલ

રીત

(1) આગલે દિવસે સાંજે 6 વાગે સાબુદાણા, $1\frac{1}{2}$ વેઢા જેટલું પાણી ઉપર રહે તે રીતે પલાળવા.

(2) રાત્રે 9 વાગે, 1 તપેલી સાબુદાણા હોય તો $1\frac{1}{2}$ તપેલીથી સહેજ ઓછું પાણી લઈ ગૅસ પર મૂકવું.

(3) પાણી બરાબર ઊકળે એટલે તેમાં સાબુદાણા નાખી, થોડીક વાર હલાવી, ઢાંકી દેવું. સાબુદાણા બરાબર ચડે ત્યાં સુધી ખદખદાવવું. તાવેથો ઊભો રહે ત્યાં સુધી થવા દેવું.

(4) સાબુદાણા 3 કલાકથી વધારે પલાળવા નહીં. ચડી ગયા પછી 1 કલાકે વેલણથી હલાવી દેવું.

(5) પાણી વધારે લાગે તો થોડાક સાબુદાણા પાણીમાં પલાળી નાખવા. સવારે પણ ઢીલું લાગે તો બટાકા બાફીને, છોલીને, છીણીને તેમાં નાખવા.

(6) બટાકા નાખવાથી પાપડી વધારે સફેદ થાય છે.

(7) સવારે સિંધાલૂણ, લીંબુનાં ફૂલ, ખાંડેલું જીરું, લાલ મરચું નાખવું અને સેવ પાડવાના સંચાથી તડકામાં સેવો પાડવી. સુકાઈ જાય એટલે બૉટલમાં ભરવી.

302. સાબુદાણાની ખારાવડી

સામગ્રી

(1) સાબુદાણા (2) જીરું (3) મીઠું

રીત

(1) 1 કપ સાબુદાણાએ $2\frac{1}{2}$ કપ પાણી લેવું. રાત્રે અથવા સવારે સાબુદાણા પલાળવા. સવારે માપનું પાણી લઈ, પાણી ઊકળે એટલે તેમાં સાબુદાણા નાખવા.

(2) જાડું થાય એટલે મીઠું અને જીરું નાખવું. સાબુદાણા બરાબર ચડવા જોઈએ.

(3) જરૂર જણાય તો થોડું વધારે પાણી નાખવું. પછી ચમચાથી પ્લાસ્ટિક ઉપર મૂકવું. સુકાઈ જાય એટલે બૉટલમાં ભરવી.

303. સાબુદાણાના ઢાંકણા

સામગ્રી

(1) સાબુદાણા (2) કલર
(3) તેલ (4) મીઠું પ્રમાણસર

રીત

(1) રાત્રે સાબુદાણા ધોઈ, ઉપર પાણી ન રહે તેમ પલાળવા. સવારે સાબુદાણામાં મીઠું અને લાલ, લીલો, પીળો કલર જુદા જુદા વાસણમાં નાખી મિક્સ કરવા.

(2) ઢાંકણામાં તેલ લગાવી સાબુદાણા બરાબર પાથરવા. જો ઓછા સાબુદાણા નાખશો તો ઢાંકણા સરસ નહીં ઊખડે અને જો વધારે સાબુદાણા નાખશો તો સરસ નહીં ફૂલે. એટલે ઢાંકણામાં બરાબર પાથરવા.

(3) તપેલામાં ચાળણો મૂકી, તેના પર ઢાંકણા ચડતા-ઊતરતા ગોઠવવા અથવા ઈડલીના વાસણમાં મૂકવા.

(4) 7થી 8 મિનિટમાં થઈ જશે. પછી પ્લાસ્ટિક પર પછાડીને પાથરવા. ન ઊખડે તો ચપ્પાથી ઉખાડવા. સુકાઈ જાય એટલે બૉટલમાં ભરવા.

304. સારેવડાં

સામગ્રી

(1) 1 કિલો ચોખાનો સહેજ જાડો લોટ
(2) 15 ગ્રામ મુંબઈનો ખારો
(3) સાબુદાણા
(4) 20 ગ્રામ મીઠું

રીત

(1) 1 કિલો લોટ લેવો. તે લોટનું તપેલીનું માપ ભરવું. 1 તપેલી લોટ હોય તો 1થી $1\frac{1}{4}$ તપેલી પાણી ગરમ કરવા મૂકવું.

(2) પાણીમાં મીઠું, ખારો અને મૂઠી સાબુદાણા નાખવા. પાણી ઊકળે એટલે લોટ નાખવો.

(3) લોટ અટામણથી સહેજ જાડો હોવો જોઈએ. થોડીક વાર રહી હલાવવું. પછી જીરું અને અજમો નાખવો, જેથી લોટ પીળો ન પડે.

(4) પછી વેલણથી બરાબર હલાવી ગૅસ બંધ કરી દેવો.

(5) બીજા તપેલામાં પાણી મૂકી, કાંઠલો મૂકી, તેની ઉપર ચાળણો ઊંધો પાડવો અને તેની પર જાડું કપડું મૂકી તેમાં લોટના ગોળા કરીને મૂકવા.

(6) ચડી જાય એટલે ગૅસ બંધ કરી દેવો. એક-એક ગોળો લઈ મસળી, લુઆ પાડી વણવું કે મશીનમાં દબાવવું.

(7) વણેલાં સારેવડાં પ્લાસ્ટિક ઉપર તડકે સૂકવવાં.

નોંધ : (1) પહેલાં મસળીને પછી બાફવા મૂકી શકાય.

(2) ચોખા નવા હોય તો પાણી ઓછું જોઈશે.

(3) 1 તપેલી લોટ હોય તો 2 તપેલી પાણી લઈ શકાય. સારેવડાં વધારે પાતળા થશે.

305. અડદના પાપડ

સામગ્રી

(1) 1 કિલો અડદનો લોટ

(2) 25થી 30 ગ્રામ પાપડિયો ખારો

(3) $\frac{1}{4}$ ટી સ્પૂન હિંગ

(4) 50 ગ્રામ મરીની દાળ

(5) તેલ પ્રમાણસર

(6) 35 ગ્રામ મીઠું

રીત

(1) એક વાસણમાં થોડુંક પાણી લેવું. તેમાં મીઠું અને પાપડિયો ખારો નાખી હૂંફાળું ગરમ કરવું. પાણી ગાળી નાખવું.

(2) અડદના લોટમાં હિંગ અને મરીની દાળ નાખી, ગરમ કરેલા પાણીથી કઠણ લોટ બાંધવો. પછી તેને ટીપવો અને નરમ કરવો.

(3) લોટનો મોટો લુઓ લઈ, તેલવાળો હાથ કરી, બંને હાથથી લોટને ખૂબ ખેંચી, તાણીને સુંવાળો બનાવવો. (જેટલો વધારે ખેંચશો, એટલા પાપડ પોચા અને સફેદ થશે.)

(4) તેના લાંબા વાટા કરી, દોરી વડે નાનાં ગુલ્લાં કાપવાં. બધાં ગુલ્લાં તેલ લગાડીને ઢાંકી દેવાં.

(5) આરસની આડણી કે પાપડ વણવાના ડબ્બા ઉપર તેલ લગાડી પાતળા પાપડ વણવા.

(6) પાપડને તડકે સૂકવવા. પાપડ થોડાક લીલા હોય ત્યારે ભેગા કરી, કપડાથી લૂછી નાખવા. 10થી 12 પાપડ ભેગા કરી તેની ઉપર વેલણ ફેરવવું.

વૅરિએશન

(1) આ જ રીતે મગના લોટના પાપડ થઈ શકે.

(2) અડદ અને મગ ભેગા કરીને પણ પાપડ થઈ શકે.

(3) મઠના લોટના પાપડ પણ થઈ શકે.

(4) અડદના લોટનું કચરિયું સરસ થાય. બાંધેલા લોટમાં વધારે તલ અને તેલ નાખી વેલણથી ડબ્બા ઉપર કચરવું. લોટ ભેગો કરતા જવું અને વાકુંચૂકું વણવું.

306. બટાકાના પાપડ

સામગ્રી

(1) 250 ગ્રામ સાબુદાણા

(2) $1\frac{1}{2}$ કિલો બટાકા

(3) મરીનો ભૂકો (4) લાલ મરચું

(5) જીરું (6) મીઠું પ્રમાણસર

રીત

1. (1) સાબુદાણા જે તપેલીમાં ભરાય તે તપેલી બાજુ પર રાખવી. રાત્રે સાબુદાણા ધોઈ સહેજ ઉપર પાણી રહે તેમ પલાળવા.

(2) સવારે તે તપેલી પાણી લેવું અને ગૅસ પર ઊકળે એટલે તેમાં સાબુદાણા નાખવા. હલાવ્યા કરવું. પારદર્શક થાય ત્યાં સુધી ગરમ કરવું.

(3) ઠંડું પડે એટલે ચાળણાથી ચાળી નાખવું. તેમાં બટાકા બાફી, છોલી, છીણીને નાખવા.

(4) બટાકા અને સાબુદાણા મેળવી તેમાં મીઠું, લાલ મરચું, સહેજ મરીનો ભૂકો તથા જીરું નાખવાં.

(5) સારેવડાં કરવાના સાધનમાં દબાવી પ્લાસ્ટિક પર સૂકવવા મૂકવાં.

2. (1) સાબુદાણા ધોઈ, સહેજ ઉપર પાણી રહે તેમ રાત્રે પલાળવા.

(2) બીજે દિવસે થાળીમાં તેલ લગાડી, સાબુદાણા પાથરી, 10થી 15 મિનિટ બાફવા.

(3) ગરમ બટાકા અને સાબુદાણા ભેગા કરી, લોટ ચાળવાના ચાળણાથી ચાળી, રીત 1 પ્રમાણે મસાલો નાખી, સારેવડાં કરવાં અને પ્લાસ્ટિક પર સૂકવવા મૂકવાં.

307. ચોળાની દાળની વડી

સામગ્રી

(1) 1 કપ ચોળાની દાળ

(2) 1 ટી સ્પૂન વાટેલાં આદુ-મરચાં

(3) $\frac{1}{4}$ ટી સ્પૂન હિંગ

(4) મીઠું પ્રમાણસર

રીત

(1) રાત્રે ચોળાની દાળ પલાળવી, સવારે ધોઈને મિક્સરમાં વાટવી. મીઠું નાખવું.

(2) કથરોટમાં ચોળાની દાળનું થોડું થોડું ખીરું લઈને તેમાં આદુ, મરચાં, હિંગ નાખીને ખૂબ ફીણવું.

(3) જેમ ખીરું ફીણીએ તેમ હલકું પડે. પ્લાસ્ટિક પર નાની નાની વડીઓ તડકે મૂકવી.

(4) બધા જ ખીરામાં સામટાં આદુ, મરચાં, હિંગ ન નાખવાં. વડી મૂકતા જાઓ તેમ મસાલો કરીને ફીણતા જવું.

(5) સરસ સુકાઈ જાય એટલે વડી બરણીમાં ભરવી.

308. પૌંઆની ચકરી

સામગ્રી

(1) 1 કપ નાયલૉન પૌંઆ

(2) 1 ટી સ્પૂન જીરું

(3) 4થી 5 મરચાં   (4) મીઠું પ્રમાણસર

રીત

(1) પૌંઆને કાણાવાળા વાડકામાં ધોવા. પાણી નીતરી જાય એટલે એક વાસણમાં કાઢી, તેમાં મીઠું, જીરું અને લીલાં મરચાં વાટીને નાખવાં.

(2) મસળીને લોટ બાંધવો.

(3) સેવના સંચાથી તડકે પ્લાસ્ટિક ઉપર ગોળ ચકરી પાડવી (સેવો સીધી પાડવી).

(4) સુકાઈ જાય એટલે બરણીમાં ભરવી.

6 અથાણાં

309. ખજૂરનું અથાણું

સામગ્રી

(1) 250 ગ્રામ ખજૂર

(2) $\frac{1}{2}$ કપ લીંબુનો રસ

(3) $\frac{3}{4}$ કપથી થોડુંક ઓછું પાણી

(4) $\frac{3}{4}$ કપ ખાંડ

(5) $\frac{1}{2}$ ટી સ્પૂન લાલ મરચું

(6) મીઠું પ્રમાણસર

રીત

(1) ખજૂરના 8 ટુકડા કરી, ઠળિયા કાઢી નાખવા. તેને ધોઈને તરત લૂછી નાખવા.

(2) ખાંડમાં તે ડૂબે એટલું પાણી ($\frac{3}{4}$ કપથી ઓછું) નાખી 2 તારની ચાસણી કરવી.

(3) તેમાં લીંબુનો રસ, મીઠું અને મરચું નાખવાં.

(4) ખજૂરના ટુકડા નાખવાં. હલાવતા રહેવું. 5 મિનિટ પછી ગૅસ બંધ કરવો.

નોંધ : (1) ઠંડી વધારે હોય તો અથાણું બહાર રાખી શકાય, નહીંતર ફ્રિજમાં મૂકવું.

(2) રસો ઠરી જાય તો થોડુંક પાણી નાખી ગરમ કરી શકાય.

(3) ખજૂરનું અથાણું વધારે રસાવાળું સારું લાગે છે.

310. છૂંદો

સામગ્રી

(1) 1 કિલો કેરી

(2) 1થી $1\frac{1}{4}$ કિલો ખાંડ

(3) 5 તજ, 15 લવિંગ

(4) 1 ટી સ્પૂન જીરું

(5) 2 ટેબલ સ્પૂન મરચું

(6) 2 ટેબલ સ્પૂન મીઠું

રીત

(1) કેરીને ધોઈ, લૂછીને છીણવી. તેમાં જે જાતની કેરી હોય તે પ્રમાણે ખાંડ નાખવી.

(2) રાજાપુરી કેરી હોય તો 1 કિલો કેરીમાં 1 કિલો ખાંડ અને દેશી કેરી હોય તો 1 કિલો કેરીમાં $1\frac{1}{4}$ કિલો ખાંડ નાખવી.

(3) છૂંદામાં મીઠું નાખી સ્ટીલના તપેલામાં મૂકવો. ઉપર કપડું બાંધી તપેલું તડકે મૂકવું.

(4) બરાબર તડકો હોય તો 6થી 7 દિવસમાં છૂંદો તૈયાર થઈ જશે.

(5) રોજ વેલણથી હલાવી પાછો તડકે મૂકવો. ચાસણી જેવો તાર થાય એટલે છૂંદો થઈ ગયો કહેવાય.

(6) તેમાં તજ, લવિંગ અને જીરું ખાંડીને નાખવાં. લાલ નવું મરચું નાખવું.

(7) થોડોક વખત તડકે રાખવું. ઠંડું પડે એટલે બરણીમાં ભરવું.

નોંધ : જે દિવસે કેરીમાં ખાંડ ભેળવી હોય તે દિવસે તડકે ન મૂકતાં બીજે દિવસે તડકે મૂકવું.

311. વઘારેલો છૂંદો

સામગ્રી

(1) 1 કિલો કેરી (2) 100 ગ્રામ સરસિયું

(3) 4 આખાં મરચાં (4) 1 ટી સ્પૂન રાઈ

(5) $1\frac{1}{2}$ ટી સ્પૂન મરચું

(6) $\frac{1}{2}$ ટી સ્પૂન હળદર

(7) $\frac{1}{4}$ ટી સ્પૂન હિંગ

(8) 1 કિલો ગોળ અથવા ખાંડ

(9) મીઠું પ્રમાણસર

રીત

(1) કેરીને ધોઈને છીણી નાખવી. ગૅસ પર એક વાસણમાં સરસિયું વઘાર માટે મૂકી, તેમાં આખાં મરચાં અને રાઈ નાખી, વઘાર તૈયાર થાય એટલે મરચું, હળદર અને હિંગ નાખવાં.

(2) છીણ નાખવી. તેમાં મીઠું નાખવું. 10 મિનિટ રહીને ગોળ નાખવો. (જેટલી કેરી હોય એટલો જ ગોળ નાખવો.)

(3) કેરીની છીણ ચડી જાય, ઊભરો આવે અને રસો સહેજ પાતળો રહે એટલે ઉતારી લેવું. (પછીથી રસો ઠરી જાય છે.)

312. વઘારિયાં

સામગ્રી

(1) 1 કિલો કેરી (2) 100 ગ્રામ તેલ

(3) 4 આખાં મરચાં (4) 1 ટી સ્પૂન રાઈ

(5) $1\frac{1}{2}$ ટી સ્પૂન મરચું

(6) $\frac{1}{4}$ ટી સ્પૂન હળદર (7) 1 કિલો ખાંડ

(8) $1\frac{1}{4}$ ટી સ્પૂન મેથીનો મસાલો

(9) હિંગ (10) મીઠું પ્રમાણસર

રીત

(1) કેરીને ધોઈ, છોલીને નાના ટુકડા કરવા.

(2) ગૅસ પર એક વાસણમાં તેલ ગરમ કરવા મૂકવું, તેલમાં આખાં મરચાં, રાઈ, થોડુંક મરચું, હળદર અને હિંગ નાખવાં.

(3) તેમાં કેરીના ટુકડા નાખવા અને ચડવા દેવા. પોચા પડે પછી તેમાં મીઠું અને ખાંડ નાખવાં.

(4) રસો પાતળો હોય ત્યારે જ ઉતારી લેવું, જેથી ઠર્યા પછી જાડો ન થાય.

(5) મેથીનો મસાલો નાખવો. વઘારાનું બાકીનું મરચું નાખવું.

નોંધ : મરચું પહેલાં નાખવાથી કાળું પડી જાય છે.

313. સુંદર કેરી

સામગ્રી

(1) 1 કિલો કેરી
(2) હળદર (3) 2 ટી સ્પૂન તેલ
(4) 2 ટી સ્પૂન મેથીની દાળ
(5) મરચું (6) હિંગ
(7) 750 ગ્રામ ખાંડ (8) મીઠું પ્રમાણસર

રીત

(1) કેરીને છોલીને ટુકડા કરવા. તેમાં મીઠું અને હળદર લગાડીને એક દિવસ રહેવા દેવા.
(2) બીજે દિવસે ગરમ તેલમાં મેથીની દાળ, 2 ટી સ્પૂન મરચું, થોડીક હળદર તથા હિંગ નાખી હલાવવું અને ઠંડું થવા દેવું.
(3) પછી ખાંડમાં $1\frac{1}{4}$ કપ પાણી નાખી ચાસણી કરવી. બપોરે ટુકડા ચાળણીમાં કાઢી પાણી નીતરી જાય એટલે કપડામાં છૂટા કરી 2 કલાક છાંયડામાં રહેવા દેવા.
(4) 1 તારની ચાસણી થાય એટલે તેમાં ટુકડા નાખવા અને હલાવ્યા કરવું. ટુકડા ચડી જાય એટલે મેથીનો મસાલો નાખવો. મીઠું ઓછું હોય તો બીજું નાખવું.

નોંધ : સુંદર કેરી જ્યારે નીચે ઉતારીએ ત્યારે રસો બરાબર હોય છે. પછી ઠરીને જાડો થઈ જાય છે. તેથી જ્યારે નીચે ઉતારીએ ત્યારે જેવો રસો હોય તેવો રાખવા માટે કેરીની તપેલી નીચે તાંસળામાં ઠંડું પાણી મૂકી બે-ત્રણ વખત બદલવું અને હલાવતા જવું, જેથી રસો જાડો ન થાય, ચાસણી જાડી ન થાય.

314. બાફેલું અથાણું

સામગ્રી

(1) 1 કિલો કેરી (2) તેલ પ્રમાણસર
(3) ચપટી હિંગ (4) 1 કિલો ગોળ
(5) 2 ટી સ્પૂન મરચું (6) $\frac{1}{2}$ હળદર
(7) 2 ટી સ્પૂન મેથીની દાળ
(8) 2 ટી સ્પૂન રાઈની દાળ
(9) 1 ટી સ્પૂન રાઈ (10) મીઠું પ્રમાણસર

રીત

(1) કેરીને છોલીને ટુકડા કરવા. કેરીની છાલ કાઢ્યા વગર પણ ટુકડા થાય.
(2) ગૅસ પર એક વાસણમાં પાણી ગરમ કરવા મૂકી, તેમાં કેરીના ટુકડા બાફવા. ટુકડા સહેજ કડક રહેવા જોઈએ.
(3) ગૅસ પર એક વાસણમાં તેલ મૂકી, સહેજ હિંગ, ગોળ અને થોડું પાણી નાખવું.
(4) બરાબર પાયો થાય એટલે તેમાં બાફેલા ટુકડા નાખવા અને થવા દેવા. ટપકું પાડવું. ખસે નહીં ત્યારે તેને નીચે ઉતારી દેવું.
(5) પછી તેમાં મીઠું, મરચું, હળદર, મેથીની દાળ અને રાઈની દાળ નાખવી.
(6) તેલ-રાઈનો વઘાર, લાલ મરચું નાખીને તેની ઉપર રેડવો, જેથી કલર આવી જાય.

315. ખાટિયું

સામગ્રી

(1) 1 કિલો કેરી
(2) 175 ગ્રામ મેથીની દાળ
(3) મરચું (4) હળદર
(5) હિંગ (6) દિવેલ
(7) સરસિયું (8) મીઠું પ્રમાણસર

રીત

(1) **મેથીનો મસાલો :** મેથીની દાળ 1 કપમાં ભરવી. જે કપમાં મેથીની દાળ લીધી હોય તે જ કપમાં થોડુંક ઓછું દેશી મીઠું લેવું અને તે જ 1 કપ મરચું લેવું. મેથીની દાળમાં સહેજ દિવેલ નાખી હલાવી લેવું.
(2) તેમાં મરચું, હળદર, હિંગ અને મીઠું નાખી, સરસિયું ગરમ કરી નાખવું અને મેળવીને મેથીનો મસાલો કરવો. મીઠું-મરચું સ્વાદ પ્રમાણે ઓછું-વત્તું કરવું.
(3) કેરીને ધોઈ, ટુકડા કરી, ગોટલી કાઢી નાખવી. પછી મસાલો નાખતા જઈ, ભેગું કરી, બરણીમાં ભરી લેવું.
(4) બીજે દિવસે બરણીમાં મસાલા ઉપર રહે તેટલું તેલ કે સરસિયું નાખવું.

316. ગળ્યું અથાણું (1)

સામગ્રી

(1) 3 કિલો કેરી (2) 1 ટી સ્પૂન હળદર
(3) 100 ગ્રામ મેથીની દાળ
(4) 200 ગ્રામ રાઈની દાળ
(5) 3 ટેબલ સ્પૂન મરચું
(6) $\frac{1}{2}$ ટી સ્પૂન હિંગ (7) 400 મિલિ સરસિયું
(8) 2 કિલો ગોળ (9) 1 કિલો ખાંડ
(10) 250 ગ્રામ ખારેક (11) મીઠું પ્રમાણસર

રીત

(1) રાજાપુરી કેરીને ધોઈને છાલ સાથે ટુકડા કરવા. ગોટલાથી નજીક ચારે બાજુ કાપવી.

(2) તેમાં મીઠું અને હળદર નાખી બે દિવસ રહેવા દેવું. પછી ટુકડા કપડા ઉપર પહોળા કરવા.

(3) એક કથરોટમાં વચ્ચે મીઠું, તેના ફરતે મેથીની દાળ, પછી રાઈની દાળ, તેને ફરતે સહેજ મરચું, હળદર, હિંગ નાખવાં. સરસિયું ગરમ કરી કથરોટમાં વચ્ચે નાખવું. બધો મસાલો ભેગો કરવો.

(4) મસાલો ઠંડો પડે એટલે ગોળનો ભૂકો, ખાંડ, મરચું અને કેરીના ટુકડા નાખવા. અઠવાડિયા સુધી હલાવી, પછી બરણીમાં ભરવું.

(5) મીઠા અને હળદરનું જે પાણી રહે તેમાં ખારેકને ડીંટાં કાઢીને નાખવી. બરાબર ફુલી જાય એટલે ઠળિયા કાઢી ઊભી ચીરી કરી અથાણામાં નાખવી.

317. ગળ્યું અથાણું (2)

સામગ્રી

(1) 1 કિલો રાજાપુરી કેરી (2) હળદર
(3) 100 ગ્રામ ખારેક
(4) 100 ગ્રામ મેથીની દાળ (5) મરચું
(6) 100 મિલિ દિવેલ (7) હિંગ
(8) 700 ગ્રામ ગોળ
(9) 100 મિલિ તલનું તેલ
(10) મીઠું પ્રમાણસર

રીત

(1) રાજાપુરી કેરીને ધોઈને છાલ સાથે ટુકડા કરવા. ગોટલાથી નજીક ચારેબાજુ કાપવી. તેમાં મીઠું અને હળદર નાખવાં. બે-ત્રણ વખત ઉછાળવું.

(2) આજે સવારે ટુકડા નાખ્યા હોય તો બીજે દિવસે સવારે 12 વાગે ટુકડા પાણીમાંથી નિતારી, કપડા ઉપર પહોળા કરવા.

(3) તે પાણીમાં ડીંટું કાઢી ખારેક નાખવી. હલાવતા રહેવું. ફુલી જાય એટલે ઠળિયા કાઢી, બે ચીરીઓ ઊભી કરી, અથાણામાં નાખવી.

(4) મેથીની દાળ 1 કપ થાય તો $\frac{1}{4}$ કપ મરચું અને $\frac{1}{4}$ કપથી થોડુંક ઓછું મીઠું લેવું. ગૅસ પર એક વાસણમાં દિવેલ ગરમ કરવા મૂકી, વરાળ નીકળે એટલે મેથીની દાળ નાખી, ગૅસ બંધ કરી દેવો.

(5) તેને બરાબર સાંતળવું. મેથીની દાળમાં હિંગ નાખી દેવી. સાંતળાઈ જાય પછી તે કથરોટમાં કાઢી તેમાં મરચું, મીઠું, ચપટી હળદર નાખવી.

(6) મસાલો ભેગો કરીને ચાખી જોવો. મીઠું, મરચું ઓછું લાગે તો બીજું નાખવું. ગોળ નાખવો.

(7) એક વાસણમાં તલનું તેલ મૂકી તેમાં ટુકડા રગદોળવા. પછી તેમાં મસાલો નાખી, ભેગું કરી કથરોટ ઢાંકી દેવી. અઠવાડિયા સુધી હલાવ્યા કરવું. પછી જ બરણીમાં ભરવું.

નોંધ : (1) તલના તેલવાળું વાસણ ગરમ ન કરવું.
(2) ટુકડા બહુ પીળા ન થયા હોય તો 2 દિવસ મીઠા-હળદરમાં રાખવા.

318. મુરબ્બો

સામગ્રી

(1) 1 કિલો કેરી
(2) $1\frac{1}{2}$ કિલો ખાંડ (3) તજ-લવિંગ
(4) કેસર (5) ઇલાયચી

રીત

(1) કેરીને ધોઈ, છોલીને છીણી નાખવી. છીણમાં ખાંડ ભેળવવી.

(2) બીજે દિવસે તડકે મૂકવો. 5થી 6 દિવસમાં ચાસણી જેવા તાર થાય ત્યારે મુરબ્બો થઈ ગયો કહેવાય. તેમાં તજ-લવિંગ, ઇલાયચીનો ભૂકો અને કેસર (ઓગાળીને) નાખવું.

(3) તડકે ન મૂકવો હોય તો કેરીની છીણ અને ખાંડ તપેલામાં ભેગી કરી, ગૅસ પર મૂકીને હલાવતા જવું.

(4) ચાસણી થયેલી લાગે એટલે ઉતારી, તેમાં તજ-લવિંગ, ઇલાયચીનો ભૂકો અને કેસર ઓગાળીને નાખવું.

319. લીલાં મરચાંનું અથાણું

સામગ્રી

(1) 1 કિલો મરચાં (2) તેલ
(3) થોડીક મેથી (4) રાઈ
(5) 200 ગ્રામ રાઈની દાળ
(6) 4 લીંબુ (7) દેશી મીઠું

રીત

(1) મરચાંને ધોઈ, ઊભા ચીરા કરી, નાના નાના ટુકડા કરવા અને પ્લાસ્ટિકના મોટા કાણાવાળા વાડકામાં નાખવા. હલાવીને બધાં બિયાં કાઢવાં.

(2) વઘારિયામાં 5 મોટા ટેબલ સ્પૂન તેલ લઈ, તેની અંદર ગળણી મૂકવી અને ગળણીમાં મૂઠી મેથી નાખવી. મેથી ધીમા તાપે શેકવી. ગુલાબી શેકાઈ જાય એટલે ગળણી લઈ લેવી અને તે તેલમાં રાઈ નાખી સહેજ હિંગ નાખી ગૅસ બંધ કરી દેવો.

(3) મેથી ઠંડી પડે એટલે ઝીણી ખાંડી નાખવી. રાઈની દાળ એક કપમાં લેવી. તે જ કપમાં તેનાથી ઓછું મીઠું લેવું અને ભેગું કરવું.

(4) તેમાં ખાંડેલી મેથી નાખવી. ત્રણેય વસ્તુ ભેળવવી.

(5) કાચના બાઉલમાં કે સ્ટીલની તપેલીમાં પહેલા રાઈનો મસાલો અને પછી મરચાં ભભરાવવાં. પછી રાઈ પછી મરચાં. છેલ્લે ઉપર રાઈનો મસાલો આવે.

(6) તેની ઉપર લીંબુ નીચોવવું. તેના પર ઠંડો પડેલો રાઈનો વઘાર રેડવો. હલાવવું નહીં.

(7) બીજે દિવસે હલાવીને કાચની બૉટલમાં ભરવા. ફ્રિજ વગર 15 દિવસ રહે છે. પછી મરચાંનો કલર અને સ્વાદ બદલાઈ જાય છે. ફ્રિજમાં 1 વર્ષ સુધી રહે છે.

320. લાલ કાશમીરી મરચાંની ચટણી

સામગ્રી

(1) 1 કિલો મરચાં (2) 1 કિલો ખાંડ
(3) તજ (4) લવિંગ
(5) હળદર (6) મીઠું પ્રમાણસર

રીત

(1) મરચાંનાં ડીંટાં અને બિયાં કાઢીને સમારવાં. 5થી 6 કલાક મીઠા-હળદરમાં રાખવાં.

(2) પછી મરચાં ચાળણીમાં કાઢી નાખવાં. મરચાં અને ખાંડ ભેગી કરી મિક્સરમાં ફેરવવું. જો મીઠું ઓછું લાગે તો બીજું નાખવું.

(3) 3 દિવસ તડકે મૂક્યા પછી તેમાં તજ-લવિંગ વાટીને નાખવાં.

321. લીંબુનું અથાણું

સામગ્રી

(1) 1 કિલો લીંબુ
(2) $1\frac{1}{2}$ કિલો ખાંડ
(3) હળદર
(4) 1 ટેબલ સ્પૂન લાલ મરચું
(5) મીઠું પ્રમાણસર

રીત

(1) લીંબુના 4 ટુકડા કરી, મીઠા અને હળદરમાં 15 દિવસ રાખવા. (લીંબુની છાલ પોચી પડે ત્યાં સુધી રાખવા.) રોજ ઉછાળવા.

(2) પછી લીંબુના નાના ટુકડા કરવા. બિયાં કાઢી નાખવાં. થાળીમાં છૂટા કરવા.

(3) ખાંડ ડૂબે એટલું પાણી લઈ 2 તારની ચાસણી કરવી. ચાસણીને ઠંડી પાડવી. તેમાં મીઠું અને નવું લાલ મરચું નાખી લીંબુના ટુકડા નાખવા.

(4) બરાબર હલાવી બરણીમાં ભરવા.

322. વેજિટેબલ અથાણું

સામગ્રી

(1) 1 કિલો કેરી (2) 250 ગ્રામ લીંબુ
(3) 100 ગ્રામ ગાજર (4) 100 ગ્રામ ફણસી
(5) 100 ગ્રામ ટીંડોળાં
(6) 100 ગ્રામ લીલાં મરચાં
(7) 100 ગ્રામ આદુ
(8) 50 ગ્રામ લીલી હળદર
(9) 50 ગ્રામ આંબાહળદર
(10) 100 ગ્રામ કેરડા
(11) 100 ગ્રામ બેડેકરનો મસાલો
(12) 50 ગ્રામ રાઈનાં કુરિયાં
(13) તેલ પ્રમાણસર
(14) 100 ગ્રામ દેશી મીઠું

રીત

(1) બધાં જ શાક પાણીથી ધોઈ, લૂછી છાપા પર 1 કલાક પહોળાં કરવાં, પછી ઝીણાં ઝીણાં સમારવાં.

(2) સમારેલાં શાક તપેલામાં મૂકી, તેમાં મીઠું નાખી, હલાવવું. ત્રણ દિવસ રહેવા દેવું. સવાર-સાંજ હલાવવું.

(3) શાકમાં બેડેકરનો (અચારનો) મસાલો અને રાઈનાં કુરિયાં નાખી હલાવવું.

(4) 2થી 3 દિવસ તપેલામાં રાખવું. પછી બરણીમાં ભરવું.

(5) તેલ ગરમ કરી ઠંડું પાડી રેડવું. અથાણું તેલથી ડૂબાડૂબ રાખવું.

323. ગૂંદાંનું અથાણું

સામગ્રી

(1) 250 ગ્રામ ગૂંદાં
(2) 2 ટેબલ સ્પૂન મેથીનો મસાલો
(3) 100 ગ્રામ તેલ (4) 1 કેરી

રીત

(1) (આઇટમ નં. 315 પ્રમાણે) મેથીના મસાલામાં 1 કેરી છીણીને નાખવી. ગૂંદાંના ઠળિયા કાઢવા અને મસાલો ભરવો.

(2) તેલમાં ગૂંદાં વઘારવાં. ધીમા તાપે થવા દેવાં. ચડી જાય એટલે ઉતારી લેવું. અથાણું દસેક દિવસ રહે છે.

(3) વધારે સમય રાખવું હોય તો ભરેલાં ગૂંદાં બરણીમાં મૂકી, તેમાં ગરમ કરીને ઠંડું કરેલું તેલ નાખવું. અથાણું ડૂબેલું રહે એટલું તેલ રાખવું.

નોંધ : મેથીનો મસાલો તૈયાર પણ વાપરી શકાય.

324. ગાજરનું અથાણું

સામગ્રી

(1) 1 કિલો ગાજર (2) 50 ગ્રામ આંબલી
(3) 50 ગ્રામ રાઈની દાળ
(4) 250 ગ્રામ ખાંડ (5) 250 ગ્રામ તેલ
(6) 50 ગ્રામ લાલ મરચું
(7) 50 ગ્રામ લીલું મરચું
(8) 50 ગ્રામ આદુ (9) 50 ગ્રામ મીઠું

રીત

(1) આંબલી ડૂબે તેટલું પાણી નાખી, આંબલી પલાળવી. ગાજરની ઊભી પાતળી ચીરી કરવી.

(2) કપડામાં ગાજર મૂકી, પોટલી વાળી, ગરમ પાણીમાં બે-ત્રણ વાર ઝબકોળવી. ત્યારબાદ ગાજરને એક કપડા પર પહોળાં કરવાં.

(3) એક થાળીમાં રાઈની દાળ, મીઠું, ખાંડ, તેલ, લાલ મરચું, લીલાં મરચાં અને આદુની ઊભી ચીરી આ બધાનું મિશ્રણ કરવું.

(4) આંબલી બરાબર મસળી, ગાળીને તેમાં ગાજરની ચીરીઓ તથા મસાલો ભેળવી, એક દિવસ તપેલીમાં રાખી, બીજે દિવસે બરણીમાં ભરી લેવું.

325. પંજાબી અથાણું

સામગ્રી

(1) 1 કિલો દેશી કેરી
(2) 100 ગ્રામ લીલાં મરચાં
(3) 125 ગ્રામ ગાજર (4) 125 ગ્રામ આદુ
(5) હળદર (6) 700 ગ્રામ લીંબુ

(7) 200 ગ્રામ રાઈની દાળ

(8) 50 ગ્રામ મેથીનો લોટ

(9) લાલ મરચું

(10) $\frac{1}{2}$ ટી સ્પૂન હિંગ

(11) $\frac{3}{4}$ ટી સ્પૂન સોડિયમ બેન્ઝોએટ

(12) દેશી મીઠું પ્રમાણસર

રીત

(1) કેરીના નાના ટુકડા કરવા. મરચાંની, ગાજરની અને આદુની ઊભી ચીરીઓ કરવી. હળદર ગોળ સમારવી. 4 લીંબુના કટકા કરવા.

(2) મેથી અને રાઈની દાળનો લોટ કરવો. રાઈ અને મેથીનો લોટ એક તપેલીમાં ભરવો. જેટલો લોટ હોય તેટલું જ શેકેલું દેશી મીઠું અને તેટલું જ લાલ મરચું નાખવું. હિંગ નાખવી. લીંબુ અને સોડિયમ બેન્ઝોએટ સિવાય બધું ભેગું કરી દબાવી દેવું.

(3) ત્યારબાદ તેમાં 4 લીંબુનો રસ નીચોવવો. એક દિવસ પછી $\frac{3}{4}$ ટી સ્પૂન સોડિયમ બેન્ઝોએટ નાખી, બરાબર મેળવી, બરણીમાં ભરી લેવું.

નોંધ : સોડિયમ બેન્ઝોએટને લીધે આ અથાણું મહિના સુધી તાજું રહે છે.

7 સાઉથ ઈન્ડિયન વાનગીઓ

326. ઉપમા [2 વ્યક્તિ]

સામગ્રી

(1) 1 કપ રવો (સોજી) (2) 2 ટેબલ સ્પૂન ઘી

(3) 1 ટેબલ સ્પૂન અડદની દાળ

(4) $\frac{1}{2}$ ટી સ્પૂન રાઈ (5) 1 ટી સ્પૂન તલ

(6) 1 નંગ ઝીણી સમારેલી ડુંગળી

(7) મીઠો લીમડો

(8) 2થી 3 લીલાં મરચાં

(9) ચપટી હિંગ

(10) 1 નંગ લીંબુ

(11) 1 ટી સ્પૂન તજ-લવિંગનો ભૂકો

(12) 2 ટી સ્પૂન ખાંડ

(13) 1 નંગ ટમેટું

(14) 3 ટેબલ સ્પૂન ઝીણી સમારેલી કોથમીર

(15) મીઠું પ્રમાણસર

રીત

(1) પ્રથમ ઘી મૂકી અડદની દાળ શેકવી. દાળ ગુલાબી થાય એટલે તેમાં રાઈ, તલ, ડુંગળી, મીઠો લીમડો, લીલાં મરચાં અને હિંગ નાખવાં.

(2) બધું સાંતળાઈ જાય એટલે રવો નાખવો. ધીમા તાપે શીરાની માફક શેકવો.

(3) ગુલાબી રંગનો થાય એટલે ગરમ પાણી નાખવું. 1 કપ રવો હોય તો 3 કપ પાણી લેવું.

(4) પાણી બળી જાય એટલે તેમાં મીઠું, લીંબુનો રસ, તજ-લવિંગનો ભૂકો અને ખાંડ નાખવાં. ટમેટા નાના સમારીને નાખવા. કોથમીર ભભરાવવી.

વૅરિએશન

(1) વટાણા, લીલવા, મકાઈના દાણા બાફી, સાંતળીને ઉપમામાં નાખી શકાય.

(2) દહીં નાખવું હોય તો ડુંગળી ન નાખવી. $2\frac{1}{2}$ કપ પાણી + $\frac{1}{2}$ કપ દહીં નાખવું.

327. ઓનીયન ઉત્તપા [20થી 22 નંગ]

સામગ્રી

(1) 1 કપ અડદની દાળ

(2) 3 કપ રવો (સોજી) (3) $\frac{1}{2}$ કપ દહીં

(4) તેલ પ્રમાણસર (5) $\frac{1}{2}$ ટી સ્પૂન રાઈ

(6) મીઠો લીમડો

(7) 3થી 4 ઝીણાં સમારેલાં મરચાં

(8) 2 નંગ ડુંગળી

(9) 2 નંગ ટમેટા (10) મીઠું પ્રમાણસર

રીત

(1) દાળને 3-4 કલાક પલાળી, વાટી તેમાં રવો અને મીઠું નાખવાં. વાટતી વખતે જ દહીં નાખવું, જેથી આથો સારો આવે.

(2) ગૅસ પર એક વાસણમાં 2 ટેબલ સ્પૂન તેલ મૂકી, તેમાં રાઈ, મરચાં, લીમડો અને ઊભી સળીઓ કાપેલી ડુંગળી નાખી, બ્રાઉન સાંતળવું.

(3) તેને ખીરામાં નાખી, હલાવી, નૉન-સ્ટિકમાં પાથરવું. તેની પર ઝીણા સમારેલા પાકા ટમેટા પાથરવા. ઉપર ડબ્બો ઢાંકવો. બીજી બાજુ ફેરવીને દબાવવું.

(4) કોપરા અને કોથમીરની લીલી ચટણી સાથે પીરસવું.

વૅરિએશન

1. ઈડલી કે ઢોંસાના ખીરામાં ઢોંસાનો મસાલો પીસીને નાખવો. જાડો ઉત્તપમ પાથરવો. તેના પર ટમેટા, ડુંગળી, કૅપ્સિકમ, કોથમીર નાખવાં. બીજી બાજુ ફેરવીને દબાવવું.

2. (1) 1 કપ રવો અડધા કલાક પહેલાં $\frac{1}{2}$ કપ દહીંમાં પલાળવો.

(2) તેમાં આદુ, મરચાં, કોથમીર, $\frac{1}{2}$ લીંબુ, 1 નંગ ડુંગળી, 1 નંગ ટમેટું, 1 નંગ કૅપ્સિકમ અને મીઠું નાખવાં.

(3) નૉન-સ્ટિકમાં પુલ્લા ઉતારવા.

(4) ખીરું વધે તો બ્રેડને ત્રિકોણ કાપી, તેના ઉપર ખીરું પાથરી, લોઢીમાં સાંતળવું.

328. ઈડલી [36 નંગ]

સામગ્રી

(1) 3 કપ ચોખા (2) 1 કપ અડદની દાળ
(3) $\frac{1}{2}$ કપ દહીં
(4) 1 ટી સ્પૂન સાજીનાં ફૂલ (સોડા બાયકાર્બ)
(5) 2 ટેબલ સ્પૂન તેલ
(6) મીઠું પ્રમાણસર

રીત

(1) જો ઈડલીના લોટની ઈડલી કરવી હોય તો હૂંફાળા ગરમ પાણીમાં થોડુંક મીઠું અને દહીં નાખીને સવારે લોટ પલાળવો અને સાંજે ઈડલી કરવી.

(2) જો વાટીને ઈડલી કરવી હોય તો દાળ અને ચોખા ધોઈ, રાત્રે પલાળી, સવારે કરકરા વાટીને સાંજે ઈડલી કરવી.

(3) ઈડલી ઉતારતી વખતે તેલ, જોઈતા પ્રમાણમાં પાણી અને સાજીનાં ફૂલ (સોડા બાયકાર્બ) ભેગાં કરી, ગરમ કરી, તેમાં નાખવાં.

(4) ખીરું માપસર ઢીલું કરી, ઈડલીના વાસણમાં પ્રથમ તેલ લગાડી, ઈડલી ઉતારવી. ચમચીથી ઈડલી જલદી ઊખડશે.

(5) સંભાર અને ચટણી સાથે ઈડલી પીરસવી.

વૅરિએશન

(1) $2\frac{1}{2}$ કપ ચોખા અને 1 કપ અડદની દાળ પણ લઈ શકાય.

(2) ઈડલીના ખીરા ઉપર મરીનો ભૂકો, લાલ મરચું અને કોથમીર ભભરાવી ઈડલી ઉતારવી.

(3) **છોલે ટકાટક :** છોલેમાં પૂરીને બદલે નાની નાની ઈડલીઓ મૂકો તો છોલે ટકાટક થશે.

(4) **ભાજી ટકાટક :** ભાજીપાંઉની ભાજી બનાવી નાની ઈડલી મૂકવી.

(5) ઈડલીના ચાર ટુકડા કરી, તેની ઉપર સેઝવાન સોસ નાખી શકાય.

(6) ઈડલીના ચાર ટુકડા કરી, તેની ઉપર પીઝાની ગ્રેવી પણ મૂકી શકાય.

329. રવા ઈડલી [16 થી 18 નંગ]

સામગ્રી

(1) 1 કપ અડદની દાળ
(2) 2 કપ રવો (સોજી)
(3) 1 કપ ખાટું દહીં
(4) ચપટી સાજીનાં ફૂલ (સોડા બાયકાર્બ)
(5) 1 ટેબલ સ્પૂન તેલ
(6) મીઠું પ્રમાણસર

રીત

(1) અડદની દાળને 4થી 5 કલાક પલાળવી. તેને એકદમ ઝીણી વાટવી.

(2) ગૅસ પર એક વાસણમાં તેલ ગરમ કરવા મૂકી તેમાં રવો (સોજી) શેકવો. આછો ગુલાબી થાય એટલે ઉતારી લેવો. ઠંડો પડે એટલે તેમાં દહીં નાખી પલાળી દેવો.

(3) તેમાં અડદની વાટેલી દાળ તથા મીઠું નાખી બરાબર હલાવીને ઢાંકી દેવું. 5થી 6 કલાક રાખવું. આથો આવવા દેવો. પછી સાજીનાં ફૂલ (સોડા બાયકાર્બ) નાખી હલાવવું.

(4) ગૅસ પર એક વાસણમાં પાણી ગરમ કરવા મૂકી, ઈડલીના વાસણમાં તેલ લગાડી, તેમાં ખીરું પાથરવું અને ઈડલી ઉતારવી.

330. રવાની વેજિટેબલ ઈડલી [10 નંગ]

સામગ્રી

(1) 1 કપ રવો (સોજી)
(2) 1 કપ મોળું દહીં
(3) 1 ટી સ્પૂન ફ્રૂટ સોલ્ટ
(4) $\frac{1}{2}$ ગાજર ખમણેલું
(5) $\frac{1}{4}$ કપ કોબીજ છીણેલી
(6) 2 ટેબલ સ્પૂન ઝીણી સમારેલી કોથમીર
(7) મીઠું પ્રમાણસર

રીત

(1) રવાને એક વાસણમાં શેકવો. દહીં અને ફ્રૂટ સોલ્ટ ભેગાં કરી રવામાં નાખવાં. તેમાં મીઠું અને પાણી નાખી, ઈડલીનું ખીરું તૈયાર કરી, $\frac{1}{2}$ કલાક રહેવા દેવું.

(2) કોબીજ, ગાજર અને કોથમીર ખીરામાં નાખવાં. ઈડલી-સ્ટૅન્ડમાં ખીરું ભરી, વરાળથી બાફવું.

નોંધ : (1) ગરમ ગરમ ઈડલી કોપરાની ચટણી અને સંભાર સાથે પીરસવી.
(2) વેજિટેબલ ન નાખવા હોય તો એકલા રવાની ઈડલી આ રીતે થાય.
(3) માઇક્રોમાં ઈડલી-મેકરમાં પણ 4 મિનિટમાં 8 ઈડલી થઈ શકે.

331. ઈડલીની ચટણી

સામગ્રી

(1) 1 લીલું નારિયેળ (2) 1 નંગ લીંબુ
(3) 2 ટી સ્પૂન ખાંડ (4) 3થી 4 લીલાં મરચાં
(5) $\frac{1}{2}$ કપ દહીં (6) 1 ટી સ્પૂન તેલ
(7) $\frac{1}{2}$ ટી સ્પૂન રાઈ (8) ચપટી હિંગ
(9) મીઠો લીમડો (10) મીઠું પ્રમાણસર

રીત

(1) લીલું નારિયેળ ખમણી, ક્રશરમાં નાખી, તેમાં મીઠું, લીંબુ, ખાંડ, મરચાં નાખવાં અને ક્રશ કરવાં.

(2) પછી તેમાં થોડુંક દહીં ભેળવી પાતળું કરવું.

(3) ગૅસ પર એક વાસણમાં 1 ટી સ્પૂન તેલમાં રાઈ મૂકી હિંગ, મીઠો લીમડો નાખી વઘાર કરવો.

વૅરિએશન

(1) સૂકા કોપરાની છીણની પણ ચટણી થાય. અડદની દાળ શેકીને વાટવી. તેમાં કોપરાની છીણ, મીઠું, લીંબુ, ખાંડ, લીલાં મરચાં, આદુ, થોડીક કોથમીર, દહીં નાખીને વઘાર કરવો.

(2) દાળિયાની અને કોપરાની છીણની ચટણી પણ થાય. સીંગ, દાળિયા, અડદની દાળ વાટીને, બધું ભેગું કરીને ચટણી કરવી.

(3) કોથમીરની ચટણી સાથે ઈડલી પીરસી શકાય.

332. સંભાર [6થી 8 વ્યક્તિ]

સામગ્રી

(1) 2 કપ તુવેરની દાળ
(2) 2 નંગ ડુંગળી
(3) 2 ટેબલ સ્પૂન આંબોળિયાંનો ભૂકો કે આંબલી
(4) 1 ટેબલ સ્પૂન ધાણાજીરું
(5) તેલ પ્રમાણસર
(6) 1 ટી સ્પૂન રાઈ
(7) 2 ટી સ્પૂન લાલ મરચું
(8) $\frac{1}{2}$ ટી સ્પૂન હળદર
(9) 1 બાફેલું બટાકું (10) 4 આખાં મરચાં
(11) 1 ટી સ્પૂન જીરું (12) મીઠો લીમડો

(13) $\frac{1}{4}$ ટી સ્પૂન હિંગ (14) 1 ટેબલ સ્પૂન ગોળ
(15) 1 ટી સ્પૂન ગરમ મસાલો
(16) 2 ટી સ્પૂન એમ.ટી.આર.નો સંભારનો મસાલો
(17) 1 ટી સ્પૂન વાટેલાં આદુ-મરચાં
(18) 4 ટેબલ સ્પૂન ઝીણી સમારેલી કોથમીર
(19) મીઠું પ્રમાણસર

રીત

(1) દાળને કૂકરમાં બાફવા મૂકવી. ડુંગળી ઝીણી સમારીને કે છીણીને દાળ સાથે બાફવા મૂકવી. ડુંગળીવાળી દાળમાં વલોણું ફેરવવું.

(2) તેમાં બધો મસાલો નાખવો. બટાકાને સમારીને 1 ટી સ્પૂન તેલમાં $\frac{1}{2}$ ટી સ્પૂન રાઈ, $\frac{1}{2}$ ટી સ્પૂન મરચું, $\frac{1}{4}$ ટી સ્પૂન હળદર નાખી, વઘારીને નાખવા.

(3) વઘાર માટે ગૅસ પર એક વાસણમાં વઘારે તેલ મૂકી, તેમાં આખાં મરચાં, $\frac{1}{2}$ ટી સ્પૂન રાઈ, જીરું, મીઠો લીમડો, $1\frac{1}{2}$ ટી સ્પૂન લાલ મરચું, $\frac{1}{4}$ ટી સ્પૂન હળદર અને હિંગ નાખી સરસ વઘાર કરવો. તેમાં ગરમ મસાલો, 2 ટી સ્પૂન એમ.ટી.આર.નો સંભારનો મસાલો અને કોથમીર નાખવી.

(4) દાળને બરાબર ઉકાળવી.

નોંધ : (1) રીંગણ, સરગવાની શિંગ, ટમેટા, સૂરણનો ટુકડો, દૂધીનો ટુકડો વગેરે જે અનુકૂળ હોય તે બાફીને નાખી શકાય.

(2) બટાકાને દાળ સાથે બાફી, હેન્ડ મિક્સર ફેરવી, એકરસ કરી શકાય.

333. મસાલા ઢોંસા [6થી 8 વ્યક્તિ]

સામગ્રી

(1) $3\frac{1}{2}$ કપ ચોખા
(2) $1\frac{1}{2}$ કપ અડદની દાળ
(3) 100 ગ્રામ વટાણા (4) 1 કિલો બટાકા
(5) 500 ગ્રામ ડુંગળી (6) તેલ પ્રમાણસર
(7) 1 ટી સ્પૂન રાઈ
(8) 10થી 12 લીલાં મરચાં
(9) મીઠો લીમડો
(10) $1\frac{1}{2}$ ટી સ્પૂન હળદર
(11) 2 નંગ લીંબુ (12) 2 ટી સ્પૂન ખાંડ
(13) 1 ટી સ્પૂન ગરમ મસાલો
(14) કોથમીર (15) $\frac{1}{2}$ ટી સ્પૂન જીરું
(16) મીઠું પ્રમાણસર

રીત

(1) રાત્રે ચોખા અને દાળને ધોઈ, ભેગાં જ પલાળવાં. બીજે દિવસે સવારે ઝીણા વાટવા. તેમાં સહેજ મીઠું નાખવું. (ગરમી હોય તો ન નાખવું.) ઢોંસા રાત્રે બનાવવા.

(2) સવારે વટાણાને પલાળીને બાફવા. બટાકા બાફી, છાલ કાઢી, ઊભા સમારવા. ડુંગળી ઊભી સમારવી.

(3) ગૅસ પર એક વાસણમાં વઘારે તેલ મૂકી, તેમાં રાઈ નાખી, ઝીણાં સમારેલાં લીલાં મરચાં, મીઠો લીમડો, હળદર અને ડુંગળી નાખવાં. સાંતળાઈ જાય એટલે બટાકા અને વટાણા નાખવા.

(4) ડુંગળી સાંતળતી વખતે ડુંગળી જેટલું જ મીઠું નાખવું. બીજું મીઠું પછી નાખવાં. લીંબુ, ખાંડ અને ગરમ મસાલો નાખવાં. કોથમીર નાખવી.

(5) મોટી તવી કે નૉન-સ્ટિક ગૅસ પર મૂકી, થોડુંક તેલ લગાડવું. ખીરામાં મીઠું, જીરું અને પાણી નાખી સરખું ખીરું કરવું.

(6) વાડકીમાં ખીરું લેવું અને તવી ઉપર વચ્ચે મૂકી, એ જ વાડકીથી અંદરથી બહારની બાજુએ ગોળ ગોળ ફેરવી, પાતળો ઢોંસો પાથરવો.

(7) ઢોંસાની ચારે બાજુ તેલ નાખવું. તાવેથાથી ઢોંસો ઉખાડી, વચ્ચે મસાલો મૂકી, ત્રિકોણ ઢોંસાનો આકાર આપી, પીરસવો.

(8) એક વાડકીમાં પાણી લેવું. તેમાં $\frac{1}{2}$ ટી સ્પૂન તેલ નાખી, તેમાં નાનું કપડું બોળી તવી ઉપર ફેરવવું. પછી બીજો ઢોંસો ઉતારવો.

નોંધ : (1) ચોખા અને દાળ સવારે વહેલા પલાળી, બપોરે વાટી, સાંજે ઢોંસા બનાવી શકાય.

(2) ચોખા અને દાળ પલાળતી વખતે તેમાં 8થી 10 દાણા મેથીના નાખવા.

(3) 4 ભાગ ચોખા અને 1 ભાગ અડદની દાળનું અથવા 3 ભાગ ચોખા અને 1 ભાગ અડદની દાળનું માપ પણ લઈ શકાય.

વૅરિએશન

ઢોંસારોલ : મસાલાના રોલ કરી, ઢોંસાના ખીરામાં બોળીને તળવા.

334. ઈદડાં [8 વ્યક્તિ]

સામગ્રી

(1) 3 કપ ચોખા (2) 1 કપ અડદની દાળ
(3) 2 ટેબલ સ્પૂન દહીં
(4) 2 ટેબલ સ્પૂન તેલ
(5) 1 ટી સ્પૂન સાજીનાં ફૂલ (સોડા બાયકાર્બ)
(6) મરચું, મરીનો ભૂકો પ્રમાણસર
(7) મીઠું પ્રમાણસર

રીત

(1) ચોખા અને દાળને ધોઈ, સૂકવીને લોટ બનાવવો. ઈદડાં સાંજે કરવાં હોય તો સવારે લોટ પલાળવો.
(2) ઈદડાં ઉતારવાના 2 કલાક પહેલાં મીઠું નાખવું. દહીં પણ નખાય. શિયાળો હોય તો સવારથી મીઠું નખાય.
(3) ઈદડાં ઉતારતી વખતે થોડું થોડું ખીરું લઈ, તેમાં તેલ, સાજીનાં ફૂલ (સોડા બાયકાર્બ) નાખી, બરાબર ફીણી, ઢીલું ખીરું રાખી, પાતળી થાળી ઉતારવી.
(4) થાળી ઉપર મરચું, મરી જે નાખવું હોય તે નાખી શકાય.
(5) કાપા કરી, ગરમ ગરમ પીરસવું.

335. રવા ઢોકળાં [2 વ્યક્તિ]

સામગ્રી

(1) 1 કપ રવો (સોજી)
(2) $\frac{1}{2}$ કપ દહીં
(3) $\frac{1}{2}$ ટી સ્પૂન સાજીનાં ફૂલ (સોડા બાયકાર્બ)
(4) ચપટી હિંગ (5) 1 ટેબલ સ્પૂન તેલ
(6) $\frac{1}{2}$ ટી સ્પૂન રાઈ (7) 1 ટી સ્પૂન તલ
(8) મીઠો લીમડો (9) 3 લીલાં મરચાં
(10) 2 ટેબલ સ્પૂન કોપરાની છીણ
(11) 3 ટેબલ સ્પૂન કોથમીર
(12) મીઠું પ્રમાણસર

રીત

(1) રવામાં મીઠું, દહીં, સાજીનાં ફૂલ (સોડા બાયકાર્બ) અને હિંગ નાખી લોટ પલાળવો. તરત ઢોકળાં ઉતારવાં.
(2) ગૅસ પર એક વાસણમાં 1 ટેબલ સ્પૂન તેલ નાખી, તેમાં રાઈ, તલ, મીઠો લીમડો, લીલાં મરચાં (નાનાં સમારીને) નાખવાં અને થાળીમાં વઘાર રેડવો.
(3) તેના પર કોપરાની છીણ અને કોથમીર પાથરવી.

નોંધ : ઢોકળાં પોચાં ના થાય તો સાજીનાં ફૂલ (સોડા બાયકાર્બ) સહેજ વધારે નાખવાં.

336. ત્રિરંગી ઢોકળાં [5થી 6 વ્યક્તિ]

સામગ્રી

(1) 250 ગ્રામ ઢોકળાંનો લોટ
(2) દહીં પ્રમાણસર
(3) 250 ગ્રામ ચણાનો ઝીણો લોટ
(4) કોથમીરની ચટણી
(5) આંબોળિયાં-ખજૂરની ચટણી
(6) તેલ પ્રમાણસર
(7) 1 ટી સ્પૂન સાજીનાં ફૂલ (સોડા બાયકાર્બ)
(8) 1 ટી સ્પૂન રાઈ
(9) 1 ટી સ્પૂન તલ
(10) 4 ટેબલ સ્પૂન ઝીણી સમારેલી કોથમીર
(11) મીઠું પ્રમાણસર

રીત

(1) સાંજે ઢોકળાં બનાવવાં હોય તો સવારે ઢોકળાંનો લોટ દહીં નાખીને પલાળવો.
(2) બીજા વાસણમાં ચણાનો ઝીણો લોટ દહીં નાખીને પલાળવો.
(3) કોથમીરની ચટણી તૈયાર કરવી. તેમાં 1 ટેબલ સ્પૂન ચણાનો લોટ નાખવો. બહુ ઢીલી ન રાખવી.
(4) આંબોળિયાંની તથા ખજૂરની ચટણી બનાવવી.
(5) સાંજે ગૅસ પર એક વાસણમાં 2 ટેબલ સ્પૂન તેલ ગરમ કરી, તેમાં સાજીનાં ફૂલ (સોડા બાયકાર્બ) નાખી, હલાવી, બંને લોટમાં નાખવાં. મીઠું નાખવું.

(6) થાળી તેલવાળી કરવી. તેમાં ઢોકળાંનું ખીરાનું જાડું પડ પાથરવું અને ઢાંકીને થવા દેવું.

(7) સહેજ સીઝે એટલે ઉઘાડી, તેમાં (આખી થાળીમાં) કોથમીરની ચટણી અને તેની ઉપર ખમણનું પડ પાથરીને થવા દેવું. ચડી જાય એટલે કાપા પાડી વઘારી દેવું. કોથમીર ભભરાવવી. ખજૂરની ચટણી જોડે સરસ લાગે છે.

નોંધ : (1) **ઢોકળાંનો લોટ :** 3 કપ ચોખા, 1 કપ અડદની દાળ.

(2) ઉપરની રીત ન ફાવે તો આ રીતે ત્રિરંગી ઢોકળાં થઈ શકે : બે સરખી થાળી લઈ, એકમાં ઢોકળાનું ખીરું પાથરી, ઢોકળાં ઉતારવાં. બીજીમાં ખમણનું ખીરું પાથરી, ખમણ ઉતારવાં. પછી ઢોકળાની થાળી તાવેથાથી ઉખાડી બીજી થાળીમાં ઊંધી કરવી. તેના પર ચટણી પાથરવી. તેના પર ખમણની થાળી તાવેથાથી ઉખાડીને સીધી મૂકવી. વઘાર કરવો. કાપા કરવા.

337. મેંદુવડાં [50થી 60 નંગ]

સામગ્રી

(1) 3 કપ અડદની દાળ (2) 1 કપ ચોખા

(3) તેલ પ્રમાણસર (4) મીઠું

રીત

(1) દાળ-ચોખા 6 કલાક પલાળવા. પછી વાટવા.

(2) તેમાં મીઠું નાખી, બરાબર ફીણીને મશીનથી મેંદુવડાં ગરમ તેલમાં ઉતારવાં અને સંભાર સાથે પીરસવાં.

નોંધ : (1) 2 ટેબલ સ્પૂન વાટેલાં આદુ-મરચાં અને 4 ટેબલ સ્પૂન ઝીણી સમારેલી કોથમીર નાખીને મેંદુવડાં બનાવી શકાય.

(2) મેંદુવડાં પોચાં ન થાય તો સહેજ સાજીનાં ફૂલ (સોડા બાયકાર્બ) નાખવાં.

(3) હાથથી મેંદુવડાં કરવાં હોય તો આંગળીઓ પાણીવાળી કરી, તેના પર ખીરું મૂકી, વચ્ચે કાણું પાડી, તરત ગરમ તેલમાં મૂકવું.

(4) ખીરામાં છીણેલી ડુંગળી અને વાટેલું લસણ નાખી, મેંદુવડાં બનાવી શકાય.

(5) ખીરું ઢીલું થયું હોય તો સહેજ ચણાનો લોટ નાખવો.

338. સંભારવડાં (1) [15થી 20 નંગ]

સામગ્રી

(1) 250 ગ્રામ બટાકાના બટાકાવડાંનો મસાલો

(2) 100 ગ્રામ ઈડલીનું ખીરું

(3) સંભાર

(4) તેલ પ્રમાણસર

રીત

બટાકાવડાંના ગોળા વાળી, ઈડલીના ખીરામાં બોળીને ગરમ તેલમાં તળવા અને ડુંગળીવાળા સંભાર સાથે પીરસવાં.

339. સંભારવડાં (2) [40થી 50 નંગ]

સામગ્રી

(1) 4 કપ ચણાની દાળ

(2) 1 કપ અડદની દાળ

(3) 200 ગ્રામ કોબીજ

(4) 3 નંગ ડુંગળી

(5) 2 ટી સ્પૂન વાટેલાં આદુ-મરચાં

(6) તેલ પ્રમાણસર

રીત

(1) બંને દાળ 8થી 10 કલાક જુદી જુદી પલાળી રાખવી.

(2) પછી વાટી તેમાં કોબીજ અને ડુંગળી છીણીને નાખવી. મીઠું, આદુ અને મરચાં નાખવાં.

(3) ખીરું કઠણ રાખવું, જેથી મેંદુવડાં કાણું પાડીને કે મશીનમાં ગરમ તેલમાં ઉતારી શકાય.

નોંધ : સંભાર સાથે કે કોથમીરની ચટણી કે કોપરાની ચટણી સાથે પીરસવાં.

340. ઢોકળાં [5થી 6 વ્યક્તિ]

સામગ્રી

(1) 2 કપ મગની દાળ
(2) 1 કપ અડદની દાળ
(3) 2 ટી સ્પૂન વાટેલાં આદુ-મરચાં
(4) 2 ટેબલ સ્પૂન તેલ (5) $\frac{1}{2}$ ટી સ્પૂન રાઈ
(6) 1 ટી સ્પૂન તલ (7) મીઠું પ્રમાણસર

રીત

(1) બંને દાળ 4થી 6 કલાક પલાળીને વાટવી.
(2) આથો આવે એટલે સહેજ મીઠું, આદુ અને મરચાં નાખી, જાડાં ઢોકળાં ઉતારવાં. કાપા કરવા.
(3) ગૅસ પર એક વાસણમાં તેલ ગરમ કરવા મૂકી, તેમાં રાઈ અને તલ નાખી, ઢોકળાં વઘારવાં.
(4) ગરમ ગરમ પીરસવાં.

341. વેજિટેબલ ઢોકળાં [8થી 10 વ્યક્તિ]

સામગ્રી

(1) 1 કપ ચોખા (2) 1 કપ અદડની દાળ
(3) 1 કપ ચણાની દાળ
(4) 1 કપ મગની દાળ (5) નાનો ટુકડો આદુ
(6) 8થી 10 લીલાં મરચાં
(7) 8 કળી લસણ
(8) 100 ગ્રામ વટાણા (9) 100 ગ્રામ ગાજર
(10) 100 ગ્રામ ફણસી (11) તેલ પ્રમાણસર
(12) 1 ટી સ્પૂન રાઈ (13) 1 ટી સ્પૂન તલ
(14) 4 ટેબલ સ્પૂન ઝીણી સમારેલી કોથમીર
(15) મીઠું પ્રમાણસર

રીત

(1) ચોખા અને ત્રણેય દાળ 5થી 6 કલાક પલાળીને વાટવી. તેમાં આદુ, મરચાં અને લસણ પીસીને નાખવાં. મીઠું નાખવું.
(2) ગૅસ પર એક વાસણમાં 1 ટેબલ સ્પૂન તેલ મૂકી, વટાણા તથા ગાજર અને ફણસીના નાના ટુકડા કરી સાંતળવા. સહેજ પાણી નાખી ચડવા દેવાં. ચડી જાય એટલે ખીરામાં નાખવાં.
(3) ખીરામાં 1 ટેબલ સ્પૂન તેલ નાખવું અને ઢોકળાં સહેજ જાડાં ઉતારવાં. કાપા કરવા.
(4) ગૅસ પર એક વાસણમાં 3થી 4 ટેબલ સ્પૂન તેલ મૂકી, તેમાં રાઈ અને તલનો વઘાર તૈયાર કરી, ઢોકળાં વઘારવાં. કોથમીર ભભરાવવી.
(5) ગરમ ગરમ પીરસવાં.

નોંધ : વેજિટેબલ ન નાખવા હોય તો ચોખા અને દાળનાં ઢોકળાં પણ થઈ શકે.

342. સીંગની ચટણી

સામગ્રી અને રીત

(1) 100 ગ્રામ શેકેલા સીંગદાણામાં મીઠું, નાનો ટુકડો આદુ, 4 લીલાં મરચાં, 6 કળી લસણ, 4 ટેબલ સ્પૂન કોથમીર અને પાણી નાખી પીસવું.
(2) ગૅસ પર એક વાસણમાં વઘાર માટે તેલ ગરમ મૂકી, તેમાં 1 ટી સ્પૂન અડદની દાળ સાંતળવી. સાંતળાય એટલે રાઈ અને લીમડો નાખી ચટણીમાં ભેળવવું.

343. દમણી ઢોકળાં [10થી 12 વ્યક્તિ]

સામગ્રી

(1) 3 કપ ચોખા
(2) 1 કપ અડદની દાળ (3) 250 ગ્રામ દહીં
(4) 100 ગ્રામ લીલા વટાણા
(5) 100 ગ્રામ ફણસીના ટુકડા
(6) 100 ગ્રામ ગાજરના ટુકડા
(7) 1 લાલ દાડમ
(8) 1 ટી સ્પૂન સાજીનાં ફૂલ (સોડા બાયકાર્બ)
(9) 1 ટી સ્પૂન લીંબુનાં ફૂલ
(10) $\frac{1}{2}$ કપ તેલ
(11) લીલી ચટણી (12) મીઠું પ્રમાણસર

રીત

(1) ચોખા અને અડદની દાળ ભેગાં કરી, ધોઈ, સૂકવી, સહેજ કરકરો લોટ દળાવી, દહીંમાં પલાળવો.
(2) 4 કલાક આથો આવવા દેવો. પછી તેમાં વટાણા, ફણસી અને ગાજર બાફીને તેમજ દાડમ, મીઠું, સાજીનાં ફૂલ (સોડા બાયકાર્બ), લીંબુનાં ફૂલ તથા તેલ નાખવાં.
(3) બિસ્કિટના બીબામાં ઈડલીની જેમ ઉતારવાં, લીલી ચટણી સાથે પીરસવાં.

344. ઈડલી બોન્ડા [3થી 4 વ્યક્તિ]

સામગ્રી

(1) 500 ગ્રામ જીરાસર ચોખાની કણકી
(2) 250 ગ્રામ અડદની દાળ
(3) 250 ગ્રામ દહીં
(4) 1 ટી સ્પૂન ખાવાનો સોડા (સોડા બાયકાર્બ)
(5) 1 ટી સ્પૂન લીંબુનાં ફૂલ
(6) લીલી ચટણી પ્રમાણસર
(7) 100 ગ્રામ ચોખાનો લોટ
(8) સોસ
(9) તેલ પ્રમાણસર
(10) મીઠું પ્રમાણસર

રીત

(1) ચોખાની કણકી અને અડદની દાળ લઈ, સહેજ કરકરો લોટ દળવો. દહીં નાખી લોટ પલાળવો.

(2) ઈડલી ઉતારતી વખતે તેમાં મીઠું, ખાવાનો સોડા (સોડા બાયકાર્બ), લીંબુનાં ફૂલ નાખવાં.

(3) પછી વાડકીમાં ઈડલી ઉતારવી. તેના આડા બે ભાગ કરવાના, વચ્ચે લીલી ચટણી ચોપડવી.

(4) ચોખાના લોટનું પાતળું ખીરું કરવું. તેમાં મીઠું નાખવું.

(5) ઈડલી ખીરામાં બોળી, તેલમાં ગુલાબી રંગની તળવી. બહાર કાઢીને ઊભા ચાર ટુકડા કરી, સોસ સાથે પીરસવી.

8 નાન, પરોઠા, રોટી

345. બટર નાન [15 નંગ]

સામગ્રી

(1) 4 કપ મેંદો
(2) 1 ટી સ્પૂન બેકિંગ પાઉડર
(3) $\frac{1}{4}$ કપ દૂધ
(4) 2 ટેબલ સ્પૂન દહીં (5) 1 ટી સ્પૂન ખાંડ
(6) 1 ટી સ્પૂન ડ્રાય યીસ્ટ, $\frac{3}{4}$ કપ નવશેકું પાણી
(7) 2 ટી સ્પૂન ગરમ કરેલું ઘી
(8) માખણ પ્રમાણસર (9) મીઠું પ્રમાણસર

રીત

(1) લોટ, બેકિંગ પાઉડર તથા મીઠું ભેગાં કરી ચાળી લેવાં.

(2) દૂધને ગરમ કરી, તેમાં ખાંડ તથા યીસ્ટ ઓગાળી, લોટમાં મેળવવું. પાણીથી નરમ કણક બાંધવી.

(3) દહીં નાખી લોટને મસળવો. ઘી નાખી લોટને વધારે મસળવો. કણક સુંવાળી થવી જોઈએ. કણક ઉપર ભીનો નૅપ્કિન ઢાંકવો. તેના પર ઢાંકણ ઢાંકી 4થી 5 કલાક રાખવું.

(4) આ કણકમાંથી લીંબુ કરતાં મોટા લુઆ કરવા. હાથે ઘી લગાડી લુઆ પર લગાડવું. લુઆ 15થી 20 મિનિટ ઢાંકી રાખવા.

(5) વેલણ પર ઘી લગાડી, ત્રિકોણ આકારની જાડી નાન વણવી. નાનની એક બાજુએ પાણી લગાડી લોઢી ઉપર મૂકવી અને લોઢી ગૅસ પર ઊંધી મૂકવી.

(6) નાન ફૂલશે એટલે લોઢીથી ઊખડી જશે. બીજી બાજુ શેકવી. માખણ લગાડવું.

નોંધ: નાન વણી તેના ઉપર ક્લોંજી (શાહજીરું) ભભરાવાય.

346. મીસી રોટી [3થી 4 વ્યક્તિ]

સામગ્રી

(1) 2 કપ પાલક (2) સહેજ હિંગ
(3) ચપટી હળદર (4) 1 કપ મેંદો
(5) 1 કપ ઘઉંનો લોટ
(6) 1 કપ ચણાનો લોટ
(7) $\frac{1}{4}$ કપ મેથીની ભાજી
(8) 4 ટેબલ સ્પૂન ઘી
(9) $\frac{1}{4}$ કપ સુવાની ભાજી
(10) $\frac{1}{4}$ કપ કોથમીર (ઝીણી સમારેલી)
(11) નાનો ટુકડો આદુ (12) 5 લીલાં મરચાં
(13) 1 ઝીણી સમારેલી ડુંગળી
(14) બટર પ્રમાણસર (15) મીઠું પ્રમાણસર

રીત

(1) પાલકને ઝીણી સુધારી, પાણીમાં 2 મિનિટ ઉકાળી, ઠંડી કરીને પીસવી. તેમાં હિંગ, મીઠું, હળદર નાખી ચટણી બનાવવી.

(2) ત્રણે લોટ ભેગા કરી, ઘીનું મોણ અને પ્રમાણસર મીઠું નાખી, તેમાં બધી ભાજી ઝીણી સમારી, ધોઈને નાખવી.

(3) પાલકની ચટણી, આદુ, મરચાં (વાટીને) અને ડુંગળી નાખવાં.

(4) પરોઠાથી થોડોક ઢીલો લોટ બાંધી, થોડીક વાર ઢાંકીને રહેવા દેવો. લોટને કેળવી, પરોઠાથી પાતળી રોટલી વણવી, શેકી બટર લગાડીને પીરસવી.

નોંધ : થેપલાની જેમ ઘી કે તેલ લગાડીને શેકી શકાય.

347. હરી પૂરી કુલ્યા [20થી 25 નંગ]

સામગ્રી

(1) 100 ગ્રામ લીલવા
(2) 1 ટી સ્પૂન તલ
(3) $\frac{1}{2}$ ટી સ્પૂન રાઈ
(4) 1 ટી સ્પૂન વાટેલાં આદુ-મરચાં
(5) $\frac{1}{2}$ ટી સ્પૂન લીંબુનાં ફૂલ
(6) 2 ટી સ્પૂન ખાંડ
(7) 1 ટી સ્પૂન ગરમ મસાલો
(8) 4 ટેબલ સ્પૂન ઝીણી સમારેલી કોથમીર
(9) 3 ટેબલ સ્પૂન કોપરાની છીણ
(10) 250 ગ્રામ પાલક
(11) $2\frac{1}{2}$ કપ ઘઉંનો લોટ
(12) તેલ પ્રમાણસર
(13) મીઠું પ્રમાણસર

રીત

(1) લીલવા વાટવા. ગૅસ પર એક વાસણમાં 2 ટેબલ સ્પૂન તેલ મૂકી, તલ-રાઈનો વઘાર કરીને લીલવા સાંતળવા. તેમાં મીઠું નાખવું.

(2) કચોરીની જેમ બધો મસાલો કરવો. કોથમીર અને કોપરાની છીણ નાખવી. કાજુ-દ્રાક્ષ નાખવાં નહીં.

(3) પાલકને સાફ કરી, ધોઈ, પાણીમાં 2 મિનિટ બાફવી. ઠંડી કરી, પાણી કાઢી, મિક્સરમાં વાટવી.

(4) ઘઉંનો લોટ લઈ તેમાં મીઠું, 2 ટેબલ સ્પૂન મોણ, પાલકની પેસ્ટ અને કચોરીનો મસાલો નાખી, પૂરી જેવો લોટ બાંધવો. મોટો લુઓ લઈ, જાડી અને મોટી પૂરી વણી, ગરમ તેલમાં તળવી.

નોંધ : ગરમ ગરમ સરસ લાગે છે.

348. પાલક પૂરી – ગ્રીન પૂરી [35થી 40 નંગ]

સામગ્રી

(1) 200 ગ્રામ પાલક (2) લીલાં મરચાં
(3) 2 કપ ઘઉંનો લોટ (4) 2 ટેબલ સ્પૂન ઘી
(5) તેલ પ્રમાણસર (6) મીઠું પ્રમાણસર

રીત

(1) પાલકનાં પત્તાં સાફ કરી, ધોઈ, સહેજ પાણીમાં મીઠું નાખી, 2 મિનિટ ચડવવાં.

(2) પાલક બહુ ચડી જાય તે પહેલાં તેને ઠંડા પાણીમાં નાખી નીચોવી, મિક્સરમાં પીસવી. 2થી 3 લીલાં મરચાં નાખવાં.

(3) લોટમાં થોડુંક મીઠું અને ઘી નાખવું.

(4) પેસ્ટથી લોટ બાંધવો. જરૂર પડે તો પાણી નાખવું. કઠણ લોટ બાંધવો.

(5) નાના લુઆ કરી પૂરી વણવી અને ગરમ તેલમાં તળવી.

નોંધ : 2 ટેબલ સ્પૂન રવો (સોજી) પણ લોટમાં નાખી શકાય.

349. પનીર ચિલ્લા [12થી 15 નંગ]

સામગ્રી

(1) 1 કપ મગની ફોતરાંવાળી દાળ
(2) મોટો ટુકડો આદુ
(3) 7થી 8 લીલાં મરચાં
(4) 3 ટેબલ સ્પૂન ઝીણી સમારેલી કોથમીર
(5) 2 નંગ ડુંગળી (6) 4 કળી લસણ

(7) પનીર (બહારનું) પ્રમાણસર

(8) ખજૂરની ગળી ચટણી

(9) કોથમીરની ચટણી

(10) લસણની ચટણી   (11) મીઠું પ્રમાણસર

રીત

(1) મગની દાળ 2 કલાક પલાળી, મધ્યમસર વાટવી. તેમાં આદુ, મરચાં, કોથમીર અને મીઠું નાખવાં. લસણ વાટીને નાખવું અને ડુંગળી છીણીને નાખવી.

(2) તવામાં નાનો પુલ્લો ઉતારવો. તેના પર મરચાં (સમારેલાં), આદુ (મોટું છીણેલું) તથા પનીર (મોટું છીણેલું) નાખવું અને ફેરવીને તેલ મૂકવું. દબાવવું.

(3) ચિલ્લો ફેરવીને એટલે કે પનીર અને આદુ ઉપર રહે તેમ રાખીને તેના પર કોથમીરની અને લસણની ચટણી મૂકીને પીરસવું. ખજૂરની ગળી ચટણી પણ નાખી શકાય.

* **કોથમીરની ચટણી :** આદુ, મરચાં, કોથમીર, લીલું કોપરું (સૂકી છીણ), મીઠું, ખાંડ અને લીંબુ નાખી ચટણી બનાવવી.

* **લસણની ચટણી :** લસણ, મીઠું અને લાલ મરચું નાખી ચટણી બનાવવી.

350. બટાકાના સ્ટફ પરોઠા [6 થી 7 વ્યક્તિ]

સામગ્રી

(1) 500 ગ્રામ બટાકા

(2) 2 ટી સ્પૂન વાટેલાં આદુ-મરચાં

(3) 4 ટેબલ સ્પૂન ઝીણી સમારેલી કોથમીર

(4) $\frac{1}{2}$ ટી સ્પૂન લીંબુનાં ફૂલ

(5) 2 ટી સ્પૂન ખાંડ

(6) 1 ટી સ્પૂન ગરમ મસાલો

(7) 250 ગ્રામ ડુંગળી   (8) કણકીનો લોટ

(9) 200 ગ્રામ ઘઉંનો લોટ

(10) તેલ   (11) મીઠું પ્રમાણસર

રીત

(1) બટાકા બાફી-છોલીને છીણવા. તેમાં બધો મસાલો નાખવો. ડુંગળી છીણી, પાણી કાઢી, બટાકાના માવામાં મેળવવી.

(2) ઘઉંના લોટમાં મીઠું અને 2 ટેબલ સ્પૂન મોણ નાખી, રોટલી કરતાં સહેજ કઠણ લોટ બાંધવો.

(3) થોડુંક વણી, તેમાં મસાલો ભરી, વાળીને ફરીથી વણવું. પરોઠા અટામણથી વણવા. તવા ઉપર તેલ મૂકીને પરોઠા સાંતળવા.

351. લીલવાના પરોઠા [3 વ્યક્તિ]

સામગ્રી

(1) 250 ગ્રામ લીલવા (2) 2 બટાકા

(3) 2 ટી સ્પૂન વાટેલાં આદુ-મરચાં

(4) $\frac{1}{2}$ કપ ઝીણી સમારેલી કોથમીર

(5) 4 ટેબલ સ્પૂન કોપરાની છીણ

(6) 1 ટી સ્પૂન ગરમ મસાલો

(7) 1 નંગ લીંબુ   (8) 2 ટી સ્પૂન ખાંડ

(9) 1 ટી સ્પૂન તલ

(10) 125 ગ્રામ ઘઉંનો લોટ

(11) મીઠું પ્રમાણસર

રીત

(1) કચોરીની જેમ લીલવાને વાટી, સાંતળી, બધો મસાલો કરવો. બટાકાને બાફી-છોલી, છીણી, લીલવાના મસાલામાં નાખી, ભેળવવા.

(2) લોટમાં મીઠું અને $1\frac{1}{2}$ ટેબલ સ્પૂન મોણ નાખી, લોટ બાંધી, થોડુંક વણી, પૂરણપોળીની જેમ મસાલો ભરી, ફરી વણવું અને તવામાં તેલ મૂકી બેય બાજુ સાંતળવું.

352. મૂળાના પરોઠા [3 થી 4 વ્યક્તિ]

સામગ્રી

(1) 200 ગ્રામ મૂળાની ભાજી

(2) 1 મૂળો (લગભગ 200 ગ્રામ)

(3) 100 ગ્રામ બટાકા   (4) લીલાં મરચાં

(5) $\frac{1}{2}$ ટી સ્પૂન હળદર   (6) 1 નંગ લીંબુ

(7) 1 ટી સ્પૂન ગરમ મસાલો

(8) 1 ટી સ્પૂન ખાંડ

(9) 200 ગ્રામથી 250 ગ્રામ ઘઉંનો લોટ

(10) તેલ પ્રમાણસર

(11) મીઠું પ્રમાણસર

રીત

(1) મૂળાની ભાજીને સમારવી. મૂળાને છીણી નાખવો.

(2) બટાકાને બાફીને માવો કરવો અને મૂળાની ભાજી સાથે મેળવવો.

(3) તેમાં મીઠું, લીલાં મરચાં, હળદર, લીંબુ, ગરમ મસાલો અને ખાંડ નાખવાં.

(4) લોટમાં મીઠું અને 2 ટેબલ સ્પૂન મોણ નાખી ઢીલો લોટ બાંધવો. મોટો લુઓ કરી, વણી, તેમાં મૂળાનો માવો ભરવો. લુઆને બંધ કરી ફરી વણવું. પછી તવા ઉપર તેલ મૂકી સાંતળવું.

353. પાલકના પરોઠા [8થી 10 નંગ]

સામગ્રી

(1) 1 કપ પાલકની ભાજી
(2) 1 ડુંગળી
(3) 2 કપ ઘઉંનો લોટ
(4) 1 ટી સ્પૂન વાટેલાં આદુ-મરચાં
(5) 4 ટેબલ સ્પૂન ઝીણી સમારેલી કોથમીર
(6) તેલ પ્રમાણસર
(7) મીઠું પ્રમાણસર

રીત

(1) ભાજીને બારીક સમારી 2 મિનિટ બાફવી. ડુંગળીને બારીક સમારી જરા તેલ મૂકી સાંતળવી.

(2) લોટમાં બાફેલી ભાજી, ડુંગળી, આદુ, મરચાં, કોથમીર, મરચું, મીઠું, 1 ટેબલ સ્પૂન તેલ નાખી પરોઠાનો લોટ બાંધવો. લોટ બાફેલી ભાજીના પાણીથી બાંધવો.

(3) મોટા લુઆ કરી, પરોઠા વણી, તવી પર તેલથી સાંતળવા. દહીં સાથે પીરસવા.

વૅરિએશન

પરોઠામાં કોપરાની છીણ અને સીંગનો ભૂકો પણ નાખી શકાય.

નોંધ : ડુંગળીના બદલે 1 બાફેલું બટાકું નાખી શકાય.

354. ફ્લાવરના પરોઠા [3 વ્યક્તિ]

સામગ્રી

(1) 250 ગ્રામ ફ્લાવર
(2) 125 ગ્રામ ઘઉંનો લોટ
(3) તેલ પ્રમાણસર
(4) $\frac{1}{2}$ ટી સ્પૂન રાઈ (5) 1 ટી સ્પૂન તલ
(6) 1 ટી સ્પૂન વાટેલાં આદુ-મરચાં
(7) $\frac{1}{2}$ કપ ઝીણી સમારેલી કોથમીર
(8) 1 લીંબુ (9) 2 ટી સ્પૂન ખાંડ
(10) 1 ટી સ્પૂન ગરમ મસાલો
(11) 2 નંગ બટાકા (12) મીઠું પ્રમાણસર

રીત

(1) ફ્લાવરને છીણવું. ગૅસ પર એક વાસણમાં તેલ મૂકી, તેમાં રાઈ અને તલ નાખી વઘારવું-સાંતળવું. તેમાં મીઠું અને બધો મસાલો નાખવો.

(2) બટાકા બાફી, છોલી, છીણી, ફ્લાવર જોડે ભેળવવા.

(3) ઘઉંના લોટમાં મીઠું અને $1\frac{1}{2}$ ટેબલ સ્પૂન તેલનું મોણ નાખી, ઢીલો લોટ બાંધવો. તેને વણીને તેમાં ફ્લાવર બટાકાનું પૂરણ ભરવું. ફરીથી વણી, તવી ઉપર તેલ મૂકી સાંતળવું.

વૅરિએશન

(1) આ જ રીતે ગાજર, બટાકા-ડુંગળીના પરોઠા થાય.

(2) બટાકા, કોબીજ, ડુંગળીના પરોઠા થાય.

(3) બટાકા, વટાણાના પરોઠા થાય.

355. ચણાના લોટના પુલ્લા [5થી 6 વ્યક્તિ]

સામગ્રી

(1) 250 ગ્રામ ચણાનો ઝીણો લોટ
(2) લીલાં મરચાં (3) ચપટી હિંગ
(4) 100 ગ્રામ મેથીની ભાજી
(5) 1 ટી સ્પૂન વાટેલું આદુ
(6) 2 નંગ ડુંગળી (7) 6 કળી લસણ
(8) 4 ટેબલ સ્પૂન ઝીણી સમારેલી કોથમીર
(9) $\frac{1}{2}$ કપ દહીં
(10) તેલ પ્રમાણસર (11) મીઠું પ્રમાણસર

રીત

(1) ચણાના લોટમાં દહીં, મીઠું, વાટેલાં આદુ-મરચાં, કોથમીર અને હિંગ નાખવાં. ડુંગળી છીણીને, લસણ વાટીને અને મેથીની ભાજી ઝીણી સમારીને નાખવી.

(2) તવા પર પુલ્લાનું પાતળું ખીરું પાથરી, બંને બાજુએ તેલથી સાંતળવું.

356. મકાઈની ચાનકી [6થી 7 વ્યક્તિ]

સામગ્રી

(1) 3 કપ મકાઈનો લોટ
(2) 1 કપથી ઓછો ઘઉંનો લોટ
(3) 250 ગ્રામ દૂધી
(4) 1 ટી સ્પૂન વાટેલું મરચું
(5) $\frac{1}{2}$ ટી સ્પૂન હળદર
(6) 2 ટેબલ સ્પૂન ગોળ
(7) તેલ પ્રમાણસર
(8) 1 ટી સ્પૂન અજમો
(9) દહીં પ્રમાણસર
(10) 1 ટી સ્પૂન વાટેલું લસણ
(11) મીઠું પ્રમાણસર

રીત

(1) મકાઈ અને ઘઉંનો લોટ ભેગો કરી, તેમાં દૂધી છીણીને નાખવી. મોણ વધારે નાખવું. દહીંથી લોટ બાંધવો. દહીં ખાટું જોઈએ.

(2) તેમાં બધો મસાલો નાખવો. લોટ કઠણ રાખવો. પ્લાસ્ટિકની કોથળીમાં મૂકી વણવું. અથવા ઘઉંના લોટનું અટામણ લેવું. લોટ બાંધી, 2 કલાક રાખી, પછી ચાનકી કરવી.

(3) મોળા દહીંમાં મીઠું, મરચું નાખી તેની સાથે ચાનકી પીરસવી.

357. બાજરીનાં ઢેબરાં [4થી 5 વ્યક્તિ]

સામગ્રી

(1) 50 ગ્રામ ઘઉંનો લોટ
(2) 250 ગ્રામ બાજરીનો લોટ
(3) તેલ પ્રમાણસર
(4) 1 ટી સ્પૂન મરચું
(5) $\frac{1}{2}$ ટી સ્પૂન હળદર
(6) 2 ટેબલ સ્પૂન ગોળ
(7) 1 ટેબલ સ્પૂન તલ
(8) $\frac{1}{2}$ ટી સ્પૂન અજમો (9) 1 કપ દહીં
(10) 8 કળી વાટેલું લસણ
(11) અથાણાનો રસો
(12) 4 વાટેલાં લીલાં મરચાં
(13) નાનો ટુકડો આદુ
(14) $\frac{1}{2}$ ટી સ્પૂન હિંગ
(15) મીઠું પ્રમાણસર

રીત

(1) ઘઉંનો અને બાજરીનો લોટ લઈ, તેમાં 2 ટેબલ સ્પૂન મોણ, બધો મસાલો અને તલ નાખી લોટ બાંધવો.

(2) લુઆ કરી, ગોળાકાર વણી, તવા પર શેકવા અને બંને બાજુ તેલ મૂકી સાંતળવા.

358. મેથીની ભાજીનાં ઢેબરાં [5થી 6 વ્યક્તિ]

સામગ્રી

(1) બાજરીનાં ઢેબરાંનો મસાલો
(2) 250 ગ્રામ મેથીની ભાજી
(3) $\frac{1}{2}$ કપ ઝીણી સમારેલી કોથમીર
(4) 50 ગ્રામ લસણ
(5) 2 ટેબલ સ્પૂન તલ

રીત

(1) ઢેબરાંનો બધો મસાલો ભેગો કરી, તેમાં મેથીની ભાજી ઝીણી સમારી, સરસ રીતે ધોઈને નાખવી. તલ, લસણ અને કોથમીર નાખવાં.

(2) બધી સામગ્રીને ભેગી કરી, લોટ બાંધી, લુઆ કરી, ગોળાકાર વણવું.

(3) તવા પર બંને બાજુ શેકી, તેલ મૂકી સાંતળવું.

વૅરિએશન

250 ગ્રામ ઘઉંનો લોટ અને 50 ગ્રામ ચણાનો લોટ તથા બીજો બધો મસાલો બાજરીનાં ઢેબરાં પ્રમાણે અને મેથીની ભાજીનાં ઢેબરાં પ્રમાણે. મેથીની ભાજી, કોથમીર લઈ પાતળાં ઢેબરાં કરવાં.

359. કોથમીરનાં ઢેબરાં [5થી 6 વ્યક્તિ]

રીત

250 ગ્રામ ઘઉંના લોટમાં 250 ગ્રામ કોથમીર ઝીણી સમારી, સરસ રીતે ધોઈને નાખવી. બધો મસાલો બાજરીનાં ઢેબરાં પ્રમાણે નાખવો અને ઢેબરાં કરવાં.

નોંધ : બાજરીનો લોટ નાખવો હોય તો 50 ગ્રામ નંખાય.

360. દૂધીનાં ઢેબરાં [5થી 6 વ્યક્તિ]

સામગ્રી અને રીત

(1) લગભગ 500 ગ્રામ ઘઉંનો લોટ લેવો. 500 ગ્રામ દૂધી લેવી. તેને છીણવી.

(2) 50 ગ્રામ લસણ વાટીને નાખવું. મીઠું, મરચાં, કોથમીર, લીંબુ કે દહીં, ખાંડ કે ગોળ, તેલ અને હળદર પ્રમાણસર નાખી, લોટ બાંધી, ઘઉંના લોટનું અટામણ લઈ, ઢેબરાં કરવાં.

નોંધ : દૂધીમાં સમાય તેટલો લોટ નાખવો. કૂણી દૂધી હોય તો લોટ વધારે જોઈએ.

361. ચોળીના પરોઠા [3 વ્યક્તિ]

સામગ્રી

(1) 250 ગ્રામ ચોળી (2) તેલ પ્રમાણસર

(3) $\frac{1}{2}$ ટી સ્પૂન રાઈ (4) 1 ટી સ્પૂન તલ

(5) 2 નંગ બટાકા

(6) 2 ટી સ્પૂન વાટેલાં લીલાં મરચાં

(7) $\frac{1}{2}$ ટી સ્પૂન લીંબુનાં ફૂલ

(8) 2 ટી સ્પૂન ખાંડ

(9) 1 ટી સ્પૂન ગરમ મસાલો

(10) 4 ટેબલ સ્પૂન ઝીણી સમારેલી કોથમીર

(11) 150 ગ્રામ ઘઉંનો લોટ

(12) મીઠું પ્રમાણસર

રીત

(1) ચોળીને કાપી, ક્રશરમાં વાટવી. ગૅસ પર એક વાસણમાં તેલ મૂકી, તેમાં રાઈ અને તલ નાખીને વઘારવી, સાંતળવી.

(2) બટાકા બાફી-છોલીને છીણવા. ચોળી ચડી જાય એટલે તેમાં બટાકા તથા બધો મસાલો નાખવો.

(3) ઘઉંના લોટમાં $1\frac{1}{2}$ ટેબલ સ્પૂન મોણ અને મીઠું નાખી, રોટલી જેવો લોટ બાંધવો. ચોળીનો માવો ભરી, પરોઠા વણવા. તેલ મૂકી સાંતળવા.

362. બીટની પૂરી [2 વ્યક્તિ]

સામગ્રી અને રીત

(1) 100 ગ્રામ ઘઉંના લોટમાં મીઠું અને તેલ નાખી, 100 ગ્રામ લાલ બીટ છોલી, વાટીને તેનાથી લોટ બાંધવો.

(2) જાડી પૂરી વણીને ગરમ તેલમાં તળવી.

9 દેશી શાક

363. ઊંધિયું [5થી 7 વ્યક્તિ]

સામગ્રી

(1) 500 ગ્રામ બટાકા

(2) 500 ગ્રામ શક્કરિયાં

(3) 150 ગ્રામ કંદ (રતાળુ)

(4) તેલ પ્રમાણસર

(5) 100 ગ્રામ ચણાનો જાડો લોટ

(6) 2 ટેબલ સ્પૂન ઘઉંનો જાડો લોટ

(7) 1 ટી સ્પૂન લાલ મરચું

(8) 1 ટી સ્પૂન હળદર

(9) 2 ટેબલ સ્પૂન ધાણાજીરું

(10) 1 ટેબલ સ્પૂન બૂરું ખાંડ

(11) 150 ગ્રામ મેથીની ભાજી

(12) 150 ગ્રામ સુરતી રવૈયા

(13) 25 ગ્રામ આદુ

(14) 100 ગ્રામ લીલાં મરચાં

(15) 1 મોટી ઝૂડી કોથમીર

(16) 2 ટેબલ સ્પૂન ખાંડ

(17) $\frac{1}{2}$ ટી સ્પૂન સાજીનાં ફૂલ (સોડા બાયકાર્બ)

(18) 1 ટી સ્પૂન ગરમ મસાલો
(19) 2 ટી સ્પૂન તલ
(20) $\frac{1}{4}$ ટી સ્પૂન હિંગ
(21) $\frac{1}{2}$ પાણીવાળું કોપરું
(22) 75 ગ્રામ લસણ
(23) 4 આખાં લાલ મરચાં
(24) 1 ટી સ્પૂન અજમો
(25) 500 ગ્રામ (ફોલવાની) પાપડી
(26) 150 ગ્રામ દાણા વગરની પાપડી
(27) 350 ગ્રામ તુવેર
(28) મીઠું પ્રમાણસર

રીત

(1) બટાકા, શક્કરિયાં અને કંદને છોલી, ધોઈ, લૂછીને ટુકડા કરવા. ત્રણેય વસ્તુ તેલમાં તળી નાખવી.

(2) ચણાના જાડા લોટમાં ઘઉંનો જાડો લોટ, મીઠું, $\frac{1}{2}$ ટી સ્પૂન મરચું, $\frac{1}{2}$ ટી સ્પૂન હળદર, $\frac{1}{2}$ ટેબલ સ્પૂન ધાણાજીરું, 1 ટેબલ સ્પૂન બૂરું ખાંડ નાખવાં. તેમાં વધારે મોણ નાખવું.

(3) મેથીની ભાજીને સમારી, ધોઈને ચાળણીમાં કાઢવી. તેમાં મીઠું નાખી મસળવી અને પાણી કાઢી નાખવું, જેથી કડવાશ જતી રહે.

(4) ભાજી લોટમાં નાખી લોટને મસળવો. કઠણ લોટ રાખી, મૂઠિયાં વાળી, ગરમ તેલમાં તળવાં.

(5) રવૈયાંને ધોઈને બે સાઇડે કાપા કરવા. વાટેલાં આદુ-મરચાં, કોથમીર, ખાંડ, મીઠું, ધાણાજીરું, સહેજ સાજીનાં ફૂલ (સોડા બાયકાર્બ), ગરમ મસાલો, તલ ભેગાં કરી મસાલો રવૈયામાં ભરવો. લીલવા વાટીને પણ નખાય.

(6) ગૅસ પર એક વાસણમાં તેલ મૂકી, હિંગ નાખી, રવૈયાં વઘારવાં અને ચડવવાં.

(7) કોથમીરને ઝીણી સમારી, ધોઈને થાળીમાં મૂકવી. તેમાં વાટેલું આદુ અને વાટેલાં મરચાં નાખવાં. તલ, કોપરાની છીણ, વાટેલું લસણ, ખાંડ, મીઠું અને ધાણાજીરું નાખવાં. બધું ભેગું કરી, મસાલો તૈયાર કરવો.

(8) વધારે તેલ મૂકી તેમાં આખાં લાલ મરચાં, અજમો, મરચું, હળદર અને હિંગ નાખી પાપડી, વાલના દાણા અને લીલવા નાખવા.

(9) થોડુંક મીઠું અને સાજીનાં ફૂલ (સોડા બાયકાર્બ) પાણીમાં ઓગાળીને નાખવાં. ઢાંકીને ચડવા દેવું. કૂકરમાં એક વ્હિસલ વગાડીને પણ બાફી શકાય.

(10) કોથમીરમાં જે મસાલો નાખ્યો હોય તેમાં ગરમ મસાલો નાખવો. બટાકા, શક્કરિયાં, રતાળુ તળીને નાખવાં. પછી બધું ભેળવવું. તેમાં મૂઠિયાં અને ચડેલાં રવૈયાં નાખવાં.

(11) દાણા ચડી જાય એટલે આ બધું તેમાં નાખી દેવું. બરાબર મિશ્રણ કરવું.

(12) ઊંધિયા પર કોથમીર અને કોપરાની છીણ ભભરાવી, ગરમ ગરમ પીરસવું.

નોંધ : (1) લીલાં મરચાં તીખાશ પ્રમાણે લેવાં.

(2) બટાકા, શક્કરિયાં અને કંદને ન તળવાં હોય તો કૂકરમાં 1 વ્હિસલ વાગે તેવી રીતે બાફી શકાય. ચાળણીમાં ટુકડા મૂકવા જેથી વધારે ન બફાય.

364. લીલવાનાં રવૈયાં [5થી 7 વ્યક્તિ]

સામગ્રી

(1) 200 ગ્રામ લીલવા
(2) 8થી 10 લીલાં મરચાં
(3) 1 મોટી ઝૂડી કોથમીર
(4) 50 ગ્રામ કોપરાની છીણ
(5) 4 ટી સ્પૂન ખાંડ
(6) 2 ટી સ્પૂન ગરમ મસાલો
(7) 4 ટેબલ સ્પૂન ધાણાજીરું
(8) તેલ પ્રમાણસર (9) $\frac{1}{2}$ ટી સ્પૂન રાઈ
(10) 1 ટી સ્પૂન તલ (11) $\frac{1}{2}$ ટી સ્પૂન મરચું
(12) $\frac{1}{4}$ ટી સ્પૂન હળદર (13) ચપટી હિંગ
(14) $\frac{1}{4}$ ટી સ્પૂન સાજીનાં ફૂલ (સોડા બાયકાર્બ)
(15) 250 ગ્રામ રવૈયાં (રીંગણ)
(16) 4 નંગ મોટા બટાકા
(17) 3 નંગ કૅપ્સિકમ
(18) 1 નંગ લીંબુ (19) મીઠું પ્રમાણસર

રીત

(1) લીલવાને ધોઈને વાટવા. મરચાંને ક્રશ કરવાં (પીસવા). કોથમીર (વધારે) લઈ, ઝીણી સમારી, સરસ રીતે ધોઈ નાખવી. બધો મસાલો ભેગો કરવો.

(2) રવૈયાંને ધોઈ બે બાજુથી કાપા કરવા. બટાકાને છોલીને ઊભા ચીરા કરવા. કૅપ્સિકમના ઊભા ચીરા કરી બિયાં કાઢવાં. રવૈયામાં મસાલો ભરવો.

(3) ગૅસ પર એક વાસણમાં વધારે તેલ મૂકી રાઈ, તલ, મરચું, સહેજ હળદર અને હિંગ નાખી, સાજીનાં ફૂલ(સોડા બાયકાર્બ)નું પાણી નાખી ઉકાળવું. પછી રવૈયાં, બટાકાં, કૅપ્સિકમ અને વધારાનો મસાલો નાખવો.

(4) તેમને ધીમા તાપે ચડવા દેવાં. ચડી જાય એટલે લીંબુ નીચોવવું.

365. ભીંડાનાં રવૈયાં [6 વ્યક્તિ]

સામગ્રી

(1) 500 ગ્રામ ભીંડા (2) તેલ પ્રમાણસર
(3) 1 ટી સ્પૂન જીરું (4) ચપટી હિંગ
(5) 2 ટી સ્પૂન વાટેલાં આદુ-મરચાં
(6) 50 ગ્રામ કોપરાની છીણ
(7) 100 ગ્રામ કોથમીર (8) 1 નંગ લીંબુ
(9) 2 ટી સ્પૂન ગરમ મસાલો
(10) મીઠું પ્રમાણસર

રીત

(1) ભીંડાને ધોઈ, લૂછીને ઊભો કાપો કરવો. પછી ગૅસ તેજ કરી, તેલમાં તળવા.

(2) ગૅસ પર એક વાસણમાં તેલનો વઘાર મૂકી, તેમાં જીરું, હિંગ, આદુ, મરચાં, કોપરાની છીણ, મીઠું, કોથમીર, લીંબુ અને ગરમ મસાલો નાખવાં. તેમાં તળેલા ભીંડા નાખવા. હલાવીને ઉતારી લેવા.

366. ભીંડાનું ભરેલું શાક [4 વ્યક્તિ]

સામગ્રી

(1) 250 ગ્રામ ભીંડા
(2) 150 ગ્રામ ચણાનો લોટ
(3) 2 ટી સ્પૂન મરચું
(4) 1 ટી સ્પૂન હળદર
(5) 3 ટી સ્પૂન ધાણાજીરું
(6) 1 ટી સ્પૂન ગરમ મસાલો
(7) 3 ટી સ્પૂન ખાંડ
(8) 1 લીંબુ
(9) તેલ પ્રમાણસર
(10) 1 ટી સ્પૂન જીરું
(11) 2 ટેબલ સ્પૂન કોથમીર
(12) મીઠું પ્રમાણસર

રીત

(1) ભીંડાને ધોઈ, ડીંટું કાઢી, કાપો મૂકવો.

(2) ચણાના લોટમાં બધો મસાલો નાખી ભીંડામાં ભરવો.

(3) ગૅસ પર એક વાસણમાં વધારે તેલ મૂકી, જીરું નાખી, ભીંડા વઘારીને ઢાંકી દેવા. હલાવતા જવું. વધારાનો મસાલો પણ સાથે નાખી દેવો, જેથી ચડી જાય. ઉપર કોથમીર ભભરાવવી.

367. પાપડ-ડુંગળીનું શાક [2 વ્યક્તિ]

સામગ્રી

(1) 4 પાપડ (2) 2 ટેબલ સ્પૂન તેલ
(3) $\frac{1}{2}$ ટી સ્પૂન જીરું (4) ચપટી હિંગ
(5) 100 ગ્રામ લીલી ડુંગળી
(6) 1 ટી સ્પૂન ધાણાજીરું
(7) 1 ટી સ્પૂન મરચું
(8) $\frac{1}{2}$ ટી સ્પૂન હળદર
(9) મીઠું પ્રમાણસર

રીત

(1) પાપડના ટુકડા કરવા. ગૅસ પર એક વાસણમાં તેલનો વઘાર મૂકી, તેમાં જીરું અને હિંગ નાખી, પાપડ વઘારવા.

(2) લીલી ડુંગળી અને તેનાં પાન કાપીને રાખવાં. 1 કપ પાણી નાખી, તરત લીલી ડુંગળી ધોઈને નાખવી. 5થી 7 મિનિટમાં ચડી જશે.

(3) તેમાં મીઠું, ધાણાજીરું, મરચું, હળદર નાખવાં.

નોંધ: લીલી ડુંગળી ન હોય તો સૂકી ડુંગળી ચાલે.

368. મેથી-પાપડનું શાક [4 વ્યક્તિ]

સામગ્રી

(1) 100 ગ્રામ મેથી (2) 2 ટેબલ સ્પૂન તેલ

(3) $\frac{1}{2}$ ટી સ્પૂન હળદર

(4) 1 ટી સ્પૂન મરચું

(5) 3 ટેબલ સ્પૂન ગોળ

(6) 3થી 4 નંગ પાપડ

(7) 1 ટી સ્પૂન ધાણાજીરું

(8) 1 ટી સ્પૂન ગરમ મસાલો

(9) $\frac{1}{2}$ નંગ લીંબુ   (10) મીઠું પ્રમાણસર

રીત

(1) મેથીને થોડીક વાર પલાળી, પાણી સાથે બાફવા મૂકવી.

(2) ગૅસ પર એક વાસણમાં તેલ મૂકી, હળદર-મરચું નાખી મેથી વઘારવી. કડવાશ ન ગમે તો તે પાણી કાઢી બીજું પાણી નાખવું. મીઠું નાખવું. ગોળ નાખવો.

(3) પાણી ઊકળે એટલે તેમાં પાપડના ટુકડા કરીને નાખવા. ધાણાજીરું અને ગરમ મસાલો નાખવાં. ખટાશમાં લીંબુ કે આંબોળિયાંનો ભૂકો નાખવો.

369. તુરિયાં-પાંદડાંનું શાક [4 વ્યક્તિ]

સામગ્રી

(1) 150 ગ્રામ પાંદડાં બાફેલાં

(2) 150 ગ્રામ કૂણાં તુરિયાં

(3) 2 ટેબલ સ્પૂન તેલ (4) 1 ટી સ્પૂન જીરું

(5) ચપટી હિંગ

(6) $\frac{1}{2}$ ટી સ્પૂન હળદર (7) 1 ટી સ્પૂન મરચું

(8) 1 ટી સ્પૂન ધાણાજીરું

(9) 1 ટી સ્પૂન ગરમ મસાલો

(10) 1 ટી સ્પૂન ખાંડ (11) 1 નંગ લીંબુ

(12) 3 ટેબલ સ્પૂન ઝીણી સમારેલી કોથમીર

(13) 100 ગ્રામ પાલક. (14) મીઠું પ્રમાણસર

રીત

(1) (આઇટમ નં. 138 પ્રમાણે) પાંદડાંને સાફ કરી, નસો કાઢી, મસાલો ચોપડી, બાફી લેવાં.

(2) તુરિયાં છોલીને ટુકડા કરવા.

(3) ગૅસ પર એક વાસણમાં તેલ મૂકી જીરું, હિંગ, મરચું, હળદર નાખી, તુરિયાં વઘારવાં. થોડુંક પાણી અને મીઠું નાખવાં.

(4) તુરિયાં ચડી જાય એટલે તેમાં પાંદડાંના ટુકડા કરીને નાખવા. બધો મસાલો નાખવો. થોડો રસો રાખવો. કોથમીર ભભરાવવી. પાલકની ભાજી ધોઈ, સમારી, વાટીને રસામાં નાખવી.

નોંધ : આ રીતે દૂધી-પાંદડાંનું શાક પણ થઈ શકે.

370. ડુંગળી-બટાકાનું શાક [5 વ્યક્તિ]

સામગ્રી

(1) 250 ગ્રામ બટાકા (2) 300 ગ્રામ ડુંગળી

(3) 3 ટેબલ સ્પૂન તેલ

(4) $\frac{1}{2}$ ટી સ્પૂન રાઈ (5) ચપટી હિંગ

(6) 2 ટી સ્પૂન મરચું (7) 1 નંગ લીંબુ

(8) 1 ટી સ્પૂન ધાણાજીરું

(9) મીઠું પ્રમાણસર

રીત

(1) બટાકાને બાફીને ઊભા સમારવા. ડુંગળીને ઊભી પાતળી કાપવી.

(2) ગૅસ પર એક વાસણમાં તેલ મૂકી રાઈ, હિંગ, મરચું નાખી, ડુંગળી વઘારવી. બ્રાઉન થવા આવે એટલે બટાકા નાખવા.

(3) તેમાં મીઠું, લીંબુ, ધાણાજીરું અને લાલ મરચું નાખવાં. લાલ અને તીખું શાક થશે.

371. ગવારનું શાક [2થી 3 વ્યક્તિ]

સામગ્રી

(1) 250 ગ્રામ ગવાર (2) 2 ટેબલ સ્પૂન તેલ

(3) 1 નંગ ડુંગળી   (4) $\frac{1}{2}$ ટી સ્પૂન જીરું

(5) $\frac{1}{2}$ કપ દહીં   (6) 1 ટી સ્પૂન મરચું

(7) $\frac{1}{2}$ ટી સ્પૂન હળદર

(8) 1 ટી સ્પૂન ધાણાજીરું

(9) 1 ટી સ્પૂન ખાંડ

(10) 2 ટેબલ સ્પૂન ઝીણી સમારેલી કોથમીર

(11) મીઠું પ્રમાણસર

રીત

(1) ગૅસ પર એક વાસણમાં તેલ મૂકી, જીરું અને ઝીણી સમારેલી ડુંગળી નાખી, બ્રાઉન થવા દેવી.

(2) દહીંમાં મીઠું, મરચું, હળદર, ધાણાજીરું અને થોડુંક પાણી નાખી, બધું ભેગું કરવું.

(3) બ્રાઉન થયેલી ડુંગળીમાં દહીં નાખવું. હલાવતા રહેવું. બાફેલી ગવારના ટુકડા નાખવા. થઈ જાય એટલે કોથમીર નાખવી. ગળપણ નાખવું હોય તો થોડીક ખાંડ નાખવી.

372. પપૈયાની છીણ [4 વ્યક્તિ]

સામગ્રી

(1) 400 ગ્રામ કાચું પપૈયું
(2) 1 લીંબુનો રસ (3) 2 ટેબલ સ્પૂન તેલ
(4) $\frac{1}{2}$ ટી સ્પૂન રાઈ (5) 3થી 4 લીલાં મરચાં
(6) ચપટી હિંગ (7) મીઠું પ્રમાણસર

રીત

(1) કાચા પપૈયાને છોલી-છીણીને તેમાં મીઠું નાખી રહેવા દેવું. પછી તેમાંથી પાણી નીચોવી દેવું. છીણમાં જરૂર જેટલું મીઠું અને લીંબુનો રસ નાખવો.

(2) તેલમાં રાઈ, ઊભા ચીરા કરેલાં લીલાં મરચાં અને હિંગ નાખી વઘાર તૈયાર કરીને છીણમાં નાખવો, બરાબર મેળવવું.

373. રીંગણ-બટાકાનું શાક [5થી 6 વ્યક્તિ]

સામગ્રી

(1) 3 નંગ રીંગણ (2) 2 નંગ બટાકા
(3) 3 ટેબલ સ્પૂન તેલ
(4) $\frac{1}{2}$ ટી સ્પૂન રાઈ (5) $\frac{1}{2}$ ટી સ્પૂન જીરું
(6) ચપટી હિંગ
(7) 100 ગ્રામ ચણાનો લોટ
(8) 1 ટી સ્પૂન મરચું
(9) $\frac{1}{2}$ ટી સ્પૂન હળદર
(10) 1 ટી સ્પૂન ધાણાજીરું
(11) 1 ટી સ્પૂન ગરમ મસાલો
(12) 1 ટી સ્પૂન ખાંડ (13) 6 કળી લસણ
(14) 50 ગ્રામ સીંગદાણા (15) મીઠું પ્રમાણસર

રીત

(1) ગૅસ પર એક વાસણમાં તેલ મૂકી, તેમાં રાઈ, જીરું અને હિંગનો વઘાર કરી, સમારેલાં રીંગણ અને બટાકા નાખવા. મીઠું અને થોડુંક પાણી નાખી ચડવા દેવાં.

(2) ચણાના લોટમાં બધો મસાલો નાખી, સહેજ તેલથી મોયીને શાકમાં નાખવું. લસણ વાટીને નાખવું.

(3) જાડા રસાવાળું શાક તૈયાર થાય એટલે સીંગદાણા ખાંડીને નાખવા. ગરમ ગરમ પીરસવું.

374. રીંગણનું ભડથું [4 વ્યક્તિ]

સામગ્રી

(1) 250 ગ્રામ રીંગણના ભુટ્ટા
(2) 2 ટેબલ સ્પૂન તેલ (3) 1 ટેબલ સ્પૂન ઘી
(4) 1 ટી સ્પૂન જીરું (5) ચપટી હિંગ
(6) $\frac{1}{4}$ ટી સ્પૂન હળદર
(7) 1 ટી સ્પૂન લાલ મરચું
(8) 200 ગ્રામ ડુંગળી (9) 10 કળી લસણ
(10) 100 ગ્રામ ટમેટા
(11) 1 નંગ લીંબુ
(12) 1 ટેબલ સ્પૂન વાટેલાં આદુ-મરચાં
(13) 1 ટી સ્પૂન ગરમ મસાલો
(14) 1 ટી સ્પૂન કોથમીર (15) મીઠું પ્રમાણસર

રીત

(1) ભુટ્ટાને સહેજ તેલ લગાડી ગૅસ પર શેકવા. ફેરવતા જવું. શેકાઈ જાય એટલે નીચે ઉતારી, છાલ કાઢવી અને છૂંદવા.

(2) ગૅસ પર એક વાસણમાં ઘી, તેલ મૂકી, જીરું નાખી, હિંગ, હળદર, મરચું, લીલી ડુંગળી (ઝીણી સમારેલી) અને લસણ (ઝીણું સમારેલું) નાખવાં. સાંતળવું.

(3) સાંતળાઈ જાય પછી સમારેલા ટમેટા, ભુટ્ટાનો માવો, મીઠું, લીંબુ, મરચાં, આદુ, ગરમ મસાલો, કોથમીર નાખવાં. 10 મિનિટ પછી ગૅસ પરથી ઉતારી લેવું.

375. બટાકાનું ઘટ્ટ રસાવાળું શાક [3 વ્યક્તિ]

સામગ્રી

(1) 250 ગ્રામ બટાકા
(2) 2 ટેબલ સ્પૂન તેલ
(3) $\frac{1}{2}$ ટી સ્પૂન રાઈ
(4) ચપટી હિંગ
(5) $\frac{1}{2}$ ટી સ્પૂન હળદર
(6) 1 ટી સ્પૂન મરચું
(7) 2 ટી સ્પૂન ધાણાજીરું
(8) 1 ટી સ્પૂન ગરમ મસાલો
(9) 2 ટેબલ સ્પૂન ગોળ
(10) 1 ટી સ્પૂન આંબોળિયાંનો ભૂકો
(11) મીઠું પ્રમાણસર

રીત

(1) બટાકાની છાલવાળું શાક પસંદ હોય તો છાલ સાથે સમારવું, નહીંતર છાલ કાઢીને સમારવું.

(2) ગૅસ પર એક વાસણમાં વઘારનું તેલ મૂકી, તેમાં રાઈ, હિંગ, $\frac{1}{4}$ ટી સ્પૂન હળદર અને $\frac{1}{2}$ ટી સ્પૂન લાલ મરચું નાખી બટાકા વઘારવા. મીઠું અને પાણી નાખી ચડવા દેવું.

(3) એક કપમાં $\frac{1}{2}$ ટી સ્પૂન મરચું, $\frac{1}{4}$ ટી સ્પૂન હળદર, ધાણાજીરું, ગરમ મસાલો, ગોળ, આંબોળિયાંનો ભૂકો અને થોડુંક પાણી નાખી, બધું ભેગું કરી, બટાકા ચડી જાય એટલે આ મસાલો તેમાં નાખવો.

(4) રસો ઘટ્ટ થાય એટલે ઉતારી લેવું.

376. મગની દાળ-પાલકનું શાક [3 વ્યક્તિ]

સામગ્રી

(1) $\frac{1}{2}$ કપ મગની દાળ (2) 1 ઝૂડી પાલક
(3) 2 ટેબલ સ્પૂન તેલ (4) $\frac{1}{2}$ ટી સ્પૂન જીરું
(5) ચપટી હિંગ (6) $\frac{1}{2}$ ટી સ્પૂન હળદર
(7) 1 ટી સ્પૂન મરચું (8) 2 ટમેટા
(9) 1 ટી સ્પૂન ખાંડ
(10) 1 ટી સ્પૂન ગરમ મસાલો
(11) મીઠું પ્રમાણસર

રીત

(1) મગની દાળ કલાક પહેલાં પલાળવી. પાલકને ચૂંટીને ઝીણી સમારવી અને સરસ રીતે ધોઈ નાખવી.

(2) ગૅસ પર એક વાસણમાં તેલ ગરમ કરવા મૂકી, તેમાં જીરું, હિંગ, હળદર, મરચું નાખી, મગની દાળ ધોઈને વઘારવી. તેના ઉપર પાલક નાખી, ચડવા દેવી.

(3) પછી તેમાં મીઠું, ટમેટા (નાના સમારીને), ખાંડ અને ગરમ મસાલો નાખવાં.

377. મગની દાળ-તાંદળજાનું શાક [3 વ્યક્તિ]

સામગ્રી અને રીત

આઇટમ નં. 376 મુજબ, પરંતુ પાલકની ભાજીને બદલે તાંદળજાની ભાજી લેવી.

378. ગૂંદાંનાં રવૈયાં [2 વ્યક્તિ]

સામગ્રી

(1) 200 ગ્રામ પીળાં ગૂંદાં
(2) 100 ગ્રામ ચણાનો લોટ
(3) 1 ટી સ્પૂન મરચું
(4) $\frac{1}{2}$ ટી સ્પૂન હળદર
(5) 1 ટી સ્પૂન ગરમ મસાલો
(6) તેલ પ્રમાણસર
(7) 2 ટી સ્પૂન ખાંડ (8) મીઠું પ્રમાણસર

રીત

(1) પીળાં ગૂંદાંને ધોઈ તેમાંથી ઠળિયા કાઢવા.

(2) ચણાના લોટમાં મીઠું, મરચું, હળદર, ગરમ મસાલો, 2 ટેબલ સ્પૂન તેલ અને ખાંડ નાખી, મિશ્રણ કરી, ગૂંદાંમાં ભરવું.

(3) ગૅસ પર એક વાસણમાં 3 ટેબલ સ્પૂન તેલ મૂકી, ગૂંદાં વઘારવાં અને ચડવા દેવાં.

નોંધ : (1) ગૂંદાં કૂકરમાં બાફીને પણ વઘારી શકાય.
(2) લીલાં ગૂંદાં લઈ શકાય.

379. સેવ-ટમેટાનું શાક [3થી 4 વ્યક્તિ]

સામગ્રી

(1) 250 ગ્રામ લાલ ટમેટા

(2) 2 ટેબલ સ્પૂન તેલ (3) $\frac{1}{2}$ ટી સ્પૂન જીરું

(4) $\frac{1}{2}$ ટી સ્પૂન રાઈ　(5) 1 ટી સ્પૂન મરચું

(6) 1 ટેબલ સ્પૂન ગોળ

(7) $\frac{1}{2}$ ટી સ્પૂન હળદર

(8) 1 ટી સ્પૂન ધાણાજીરું

(9) 1 ટી સ્પૂન ગરમ મસાલો

(10) 100 ગ્રામ જાડી સેવ

(11) મીઠું પ્રમાણસર

રીત

(1) લાલ ટમેટાને મોટા સમારવા. ગૅસ પર એક વાસણમાં તેલ ગરમ કરવા મૂકી, તેમાં જીરું અને રાઈ નાખી, તેમાં ટમેટા નાખવા.

(2) તેમાં મીઠું, મરચું, ગોળ, હળદર, ધાણાજીરું અને ગરમ મસાલો નાખવાં. થોડુંક પાણી નાખવું. ઊકળે એટલે સેવ નાખવી.

380. બટાકા-મેથીનું શાક [4થી 5 વ્યક્તિ]

સામગ્રી

(1) 250 ગ્રામ બટાકા

(2) 2 ટેબલ સ્પૂન તેલ

(3) $\frac{1}{2}$ ટી સ્પૂન રાઈ　(4) ચપટી હિંગ

(5) 1 ટી સ્પૂન વાટેલાં આદુ-મરચાં

(6) $\frac{1}{2}$ ટી સ્પૂન હળદર

(7) 1 ટી સ્પૂન ધાણાજીરું

(8) ગોળ પ્રમાણસર

(9) 250 ગ્રામ મેથીની ભાજી

(10) 1 ટી સ્પૂન ગરમ મસાલો

(11) 1 નંગ લીંબુ　　　(12) મીઠું પ્રમાણસર

રીત

(1) બટાકા છોલીને ટુકડા કરવા. ગૅસ પર એક વાસણમાં તેલ ગરમ કરવા મૂકી, તેમાં રાઈ અને હિંગ નાખી, બટાકા વઘારવા.

(2) તેમાં આદુ, મરચાં, મીઠું, હળદર, ધાણાજીરું અને ગોળ નાખવાં.

(3) મેથીની ભાજીને ઝીણી સમારી, સરસ રીતે ધોઈને અંદર નાખવી. ચડી જાય એટલે ગરમ મસાલો અને લીંબુ નાખવાં.

381. પંચરત્ન કારેલાં [4થી 5 વ્યક્તિ]

સામગ્રી

(1) 250 ગ્રામ કારેલાં　(2) 2 નંગ કાચાં કેળાં

(3) તેલ પ્રમાણસર　　(4) 50 ગ્રામ સીંગ

(5) 50 ગ્રામ કાજુ　　(6) 50 ગ્રામ દ્રાક્ષ

(7) 50 ગ્રામ કાળી દ્રાક્ષ (8) 25 ગ્રામ તલ

(9) $\frac{1}{2}$ ટી સ્પૂન હળદર

(10) 2 ટી સ્પૂન ધાણાજીરું

(11) 50 ગ્રામ બૂરું ખાંડ

(12) 25 ગ્રામ કોપરાની છીણ

(13) 1 ટી સ્પૂન ગરમ મસાલો

(14) 1 ટી સ્પૂન વાટેલું આદુ

(15) 1 ટી સ્પૂન વાટેલાં લીલાં મરચાં

(16) 1 ટી સ્પૂન મરચું　(17) મીઠું પ્રમાણસર

રીત

(1) કારેલાં છોલીને લાંબી ચીરી કરવી. તેમાં મીઠું ચોળવું. કેળાંને છોલીને કારેલાં જેવાં ચીરીયાં કરવાં.

(2) કારેલાં અને કેળાં ગરમ તેલમાં તળવાં, સીંગદાણા પલાળવા.

(3) ગૅસ પર એક વાસણમાં વધારે તેલ મૂકો, તેમાં કાજુ, દ્રાક્ષ, સીંગદાણા, કાળી દ્રાક્ષ અને તલ નાખી સાંતળવું. તેમાં હળદર, ધાણાજીરું, બૂરું ખાંડ, કોપરાની છીણ અને ગરમ મસાલો નાખી હલાવવું. આદુ, લીલાં મરચાં, મરચું અને મીઠું નાખી બધાનું મિશ્રણ કરવું.

(4) તેમાં કારેલાં અને કેળાં નાખી બરાબર હલાવવું.

382. રતાળુ-વાલના લીલવાનું શાક [5થી 6 વ્યક્તિ]

સામગ્રી

(1) 250 ગ્રામ વાલના લીલવા

(2) 500 ગ્રામ રતાળુ

(3) 3 ટેબલ સ્પૂન તેલ

(4) 1 ટી સ્પૂન અજમો

(5) ચપટી હિંગ

(6) 2 ટી સ્પૂન વાટેલાં આદુ-મરચાં

(7) $\frac{1}{4}$ ટી સ્પૂન હળદર

(8) 2 લીંબુ

(9) 4 ટી સ્પૂન ખાંડ

(10) 200 ગ્રામ ઝીણી સમારેલી કોથમીર

(11) 50 ગ્રામ કોપરાની છીણ

(12) 2 ટી સ્પૂન ધાણાજીરું

(13) 1 ટી સ્પૂન ગરમ મસાલો

(14) મીઠું પ્રમાણસર

રીત

(1) વાલના લીલવાને બાફવા. રતાળુને છોલી નાના ટુકડા કરી તળવા.

(2) ગૅસ પર એક વાસણમાં તેલ ગરમ કરવા મૂકી, તેમાં અજમો, હિંગનો વઘાર તૈયાર કરી, આદુ, મરચાં, હળદર, લીંબુ, ખાંડ, કોથમીર, મીઠું, કોપરાની છીણ, ધાણાજીરું, ગરમ મસાલો, વાલના લીલવા અને રતાળુ નાખવાં.

(3) 5 મિનિટ ગૅસ પર રાખી ઉતારી લેવું.

383. લીલા બટાકા ચિપ્સનું શાક
[4થી 5 વ્યક્તિ]

સામગ્રી

(1) 500 ગ્રામ બટાકા

(2) 250 ગ્રામ પાલકની ભાજી

(3) 25 ગ્રામ લીલું લસણ

(4) તેલ પ્રમાણસર

(5) $\frac{1}{2}$ ટી સ્પૂન જીરું

(6) ચપટી હિંગ

(7) 1 ટી સ્પૂન વાટેલાં આદુ-મરચાં

(8) $\frac{1}{2}$ ટી સ્પૂન હળદર

(9) 1 ટેબલ સ્પૂન ધાણાજીરું

(10) 50 ગ્રામ કોથમીર

(11) 1 લીંબુનો રસ

(12) મીઠું પ્રમાણસર

રીત

(1) બટાકા છોલી, ચિપ્સ કરી, ગરમ તેલમાં તળી લેવી.

(2) પાલકને ધોઈ, ઝીણી કાપી, પીસવી. લીલું લસણ વાટવું.

(3) ગૅસ પર એક વાસણમાં 3 ટેબલ સ્પૂન તેલનો વઘાર મૂકી, તેમાં જીરું, હિંગ, આદુ અને મરચાં નાખવાં. વઘાર તૈયાર થાય એટલે પાલક, મીઠું, હળદર, ધાણાજીરું, કોથમીર (ઝીણી સમારીને) તથા લીંબુ નાખી બટાકાની ચિપ્સ નાખવી. બરાબર હલાવવું.

384. ભીંડા વિથ કૅપ્સિકમ [5 વ્યક્તિ]

સામગ્રી

(1) 300 ગ્રામ ભીંડા

(2) 300 ગ્રામ કૅપ્સિકમ

(3) તેલ પ્રમાણસર

(4) $\frac{1}{2}$ ટી સ્પૂન જીરું

(5) ચપટી હિંગ

(6) 1 ટી સ્પૂન વાટેલાં આદુ-મરચાં

(7) $\frac{1}{4}$ ટી સ્પૂન હળદર

(8) 2 ટેબલ સ્પૂન ધાણાજીરું

(9) 50 ગ્રામ કોપરાની છીણ

(10) 200 ગ્રામ કોથમીર

(11) મીઠું પ્રમાણસર

રીત

(1) ભીંડાના લાંબા ટુકડા કરીને તળવા. ભીંડાની જેમ જ કૅપ્સિકમની પણ લાંબી ચીરી કરીને તળવી.

(2) ગૅસ પર એક વાસણમાં 2 ટેબલ સ્પૂન તેલ મૂકી, તેમાં જીરા, હિંગનો વઘાર તૈયાર કરી, આદુ, મરચાં, હળદર, મીઠું, ધાણાજીરું, કોપરાની છીણ, કોથમીર (ઝીણી સમારીને) નાખવાં.

(3) તેમાં ભીંડા અને મરચાં નાખી બધું મેળવવું.

385. ભીંડા સાથે ટમેટા [4થી 5 વ્યક્તિ]

સામગ્રી

(1) 300 ગ્રામ ભીંડા
(2) તેલ પ્રમાણસર
(3) $\frac{1}{2}$ ટી સ્પૂન જીરું
(4) ચપટી હિંગ
(5) $\frac{1}{4}$ ટી સ્પૂન હળદર
(6) 3 ટેબલ સ્પૂન ધાણાજીરું
(7) 50 ગ્રામ કોપરાની છીણ
(8) 300 ગ્રામ ટમેટા
(9) 1 ટી સ્પૂન લાલ મરચું
(10) 100 ગ્રામ કોથમીર (11) મીઠું પ્રમાણસર

રીત

(1) ભીંડાના લાંબા ટુકડા કરી તળવા.

(2) ગૅસ પર એક વાસણમાં તેલ મૂકી જીરા, હિંગનો વઘાર કરી, તેમાં હળદર, ધાણાજીરું નાખી સાંતળવાં.

(3) તેમાં કોપરાની છીણ, ટમેટા (ઝીણા સમારીને), મીઠું, લાલ મરચું, ભીંડા નાખી કોથમીર ભભરાવવી.

10 દાળ, ભાત, ખીચડી

386. મગની દાળ [4 વ્યક્તિ]

સામગ્રી

(1) 1 કપ મગની દાળ (2) 2 ટેબલ સ્પૂન તેલ
(3) 1 ટી સ્પૂન જીરું (4) ચપટી હિંગ
(5) 1 ટી સ્પૂન મરચું
(6) 1 ટી સ્પૂન વાટેલાં આદુ-મરચાં
(7) 2 ટી સ્પૂન ખાંડ
(8) $\frac{1}{2}$ ટી સ્પૂન હળદર
(9) 8 કળી લસણ
(10) 2 ટેબલ સ્પૂન કોથમીર
(11) મીઠું પ્રમાણસર

રીત

(1) મગની દાળને ધોઈને 2 કલાક પાણીમાં પલાળવી. ગૅસ પર એક વાસણમાં તેલ ગરમ કરવા મૂકી જીરા-હિંગનો વઘાર કરી, મગની દાળ ઉપર પાણી રહે તેટલું પાણી રાખી, દાળ વઘારવી.

(2) તેમાં મરચું, લીલાં મરચાં, આદુ, ખાંડ, હળદર નાખવાં. દાણો આખો રહે તેમ દાળ ચડવા દેવી.

(3) લસણ નાખવું હોય તો વાટીને વઘારમાં નાખવું. કોથમીર નાખવી. દાળ રસાવાળી રાખવી.

387. ચણાની દાળ [4 વ્યક્તિ]

સામગ્રી

(1) 1 કપ ચણાની દાળ
(2) 2 ટેબલ સ્પૂન તેલ
(3) $\frac{1}{2}$ ટી સ્પૂન રાઈ (4) ચપટી હિંગ
(5) $\frac{1}{4}$ ટી સ્પૂન હળદર
(6) $\frac{1}{2}$ ટી સ્પૂન વાટેલાં લીલાં મરચાં
(7) 1 ટી સ્પૂન મરચું
(8) 1 ટેબલ સ્પૂન ગોળ
(9) મીઠું પ્રમાણસર

રીત

(1) ચણાની દાળને 2 કલાક પલાળવી.

(2) ગૅસ પર એક વાસણમાં તેલ મૂકી, તેમાં રાઈ, હિંગ, હળદર, મરચાંનો વઘાર તૈયાર કરી, દાળ પાણી સાથે વઘારવી. મીઠું, મરચું, ગોળ નાખવાં. રસાવાળી દાળ કરવી.

વૅરિએશન

(1) આ દાળમાં બાફેલી દૂધી નાખવાથી દૂધી-ચણાની દાળનું શાક થાય. કોળું, ગલકાં પણ નાખી શકાય.

(2) પંજાબી દૂધી-ચણાની દાળનું શાક કરવું હોય તો ડુંગળી, લસણ, ટમેટાની ગ્રેવી કરવી.

388. વાલની દાળ [4 વ્યક્તિ]

સામગ્રી

(1) 1 કપ વાલની દાળ
(2) 2 ટેબલ સ્પૂન તેલ
(3) 1 ટી સ્પૂન અજમો
(4) ચપટી હિંગ
(5) $\frac{1}{2}$ ટી સ્પૂન હળદર
(6) 1 ટી સ્પૂન મરચું
(7) ચપટી સાજીનાં ફૂલ (સોડા બાયકાર્બ)
(8) 2 ટી સ્પૂન ખાંડ (9) મીઠું પ્રમાણસર

રીત

(1) વાલની દાળને રાત્રે પલાળવી. સવારે ધોઈ, ગૅસ પર એક વાસણમાં તેલ અને અજમાનો વઘાર મૂકી, તેમાં હિંગ, હળદર અને મરચું નાખી, દાળ પાણી સાથે વઘારવી. સહેજ સાજીનાં ફૂલ (સોડા બાયકાર્બ) નાખવાં.

(2) તેમાં મીઠું અને ખાંડ નાખી, ધીમા તાપે થવા દેવી. દાળનો દાણો આખો રહે તે માટે વારંવાર હલાવવી નહીં.

નોંધ : લસણ પણ નાખી શકાય. પાણી ઓછું પડે તો બીજું પાણી ગરમ કરીને નાખવું.

389. અડદની દાળ [4 વ્યક્તિ]

સામગ્રી

(1) 1 કપ અડદની દાળ
(2) 1 ટી સ્પૂન વાટેલાં આદુ-મરચાં
(3) 1 નંગ લીંબુ
(4) 2 ટી સ્પૂન ખાંડ
(5) 1 ટેબલ સ્પૂન ઘી
(6) $\frac{1}{2}$ ટી સ્પૂન જીરું
(7) ચપટી હિંગ
(8) 4 ટેબલ સ્પૂન ઝીણી સમારેલી કોથમીર
(9) મીઠું પ્રમાણસર

રીત

(1) ગૅસ પર એક વાસણમાં પાણી ગરમ કરવા મૂકવું. તેમાં દાળ નાખવી. ઊભરા આવે ત્યારે જે ફીણ થાય તેને કાઢી નાખવું.

(2) દાળ ચડી જાય એટલે તેમાં મીઠું, આદુ, મરચાં, લીંબુ અને ખાંડ નાખવાં. બહુ ચડવા ન દેવી, નહીંતર ચીકણી પડશે.

(3) તેમાં ઘી, જીરા અને હિંગનો વઘાર કરવો. ઉપર કોથમીર ભભરાવવી.

નોંધ : (1) દાળને 1 કલાક પલાળી, કૂકરમાં 1 વ્હિસલ થાય ત્યાં સુધી થવા દેવી. પછી બધો મસાલો અને વઘાર કરવો.
(2) લસણ વાટીને નાખી શકાય.

390. ભાત [3થી 4 વ્યક્તિ]

સામગ્રી

(1) 1 કપ ચોખા
(2) 2 કપમાં સહેજ ઓછું પાણી
(3) 2 ટીપાં ઘી
(4) 2 ટીપાં લીંબુનો રસ

રીત

(1) ચોખાને ધોઈને અડધો કલાક રહેવા દેવા.

(2) ચોખામાંથી પાણી નિતારીને માપનું પાણી નાખી, તેમાં ઘી તથા લીંબુનો રસ નાખવો.

(3) કૂકરમાં પાણી મૂકી, ચોખાનું વાસણ મૂકી, 1 વ્હિસલ વાગે ત્યારે બંધ કરવું. દાળ સાથે મૂકી હોય તો 2 કે 3 વ્હિસલ થવા દેવી.

(4) છૂટો ભાત તૈયાર થશે.

નોંધ : વધારે ચડેલો ભાત જોઈએ તો 2 કપ પાણી મૂકવું.

વૅરિએશન

વઘારેલો ભાત

(1) ગૅસ પર એક વાસણમાં 1 ટેબલ સ્પૂન તેલ ગરમ કરવા મૂકી, રાઈ-જીરાનો વઘાર કરી, વધારે હળદર, મરચું, હિંગ નાખી, ઝીણી સમારેલી ડુંગળી વઘારવી. 2 મિનિટ સાંતળવી.

(2) તેમાં ભાત નાખી, મીઠું, મરચું, ખાંડ અને સહેજ ગરમ મસાલો નાખી, હલાવી, ઉતારી લેવું. કોથમીર ભભરાવવી.

નોંધ : ડુંગળી ન નાખવી હોય તો ચાલે.

391. ખીચડી વિથ કઢી [3 વ્યક્તિ]

સામગ્રી

(1) 1 કપ ચોખા
(2) $\frac{1}{2}$ કપ મગની દાળ (મોગર)
(3) ઘી પ્રમાણસર, તેલ પ્રમાણસર
(4) $\frac{1}{2}$ ટી સ્પૂન રાઈ (5) 2 લાલ બોરિયાં મરચાં
(6) 2 તજ (7) 6 લવિંગ
(8) 2 એલચી (ઇલાયચી નાખો તો ચાલે)
(9) ચપટી હિંગ (10) $\frac{1}{2}$ ટી સ્પૂન હળદર
(11) 1 ટી સ્પૂન લાલ મરચું
(12) 1 ટી સ્પૂન ગોળ (13) મીઠું પ્રમાણસર

રીત

(1) ચોખા અને મગની દાળ ધોઈને અડધો કલાક પાણીમાં પલાળવાં.

(2) ગૅસ પર એક વાસણમાં 2 ટેબલ સ્પૂન ઘી મૂકવું. તેમાં રાઈ, લાલ બોરિયાં મરચાં, તજ, લવિંગ, એલચા, હિંગ, હળદર અને લાલ મરચું નાખી, ચોખા અને મગની દાળ પાણીમાંથી નિતારીને નાખવાં.

(3) 3 કપ પાણી (ડબલ), મીઠું તથા ગોળ નાખી, બરાબર હલાવી, કૂકરમાં મૂકી, 3 વ્હિસલ થવા દેવી. ઘી નાખી, ગરમ ગરમ પીરસવી. સાથે પાપડ શેકીને આપવો.

વૅરિએશન

(1) મગની દાળને બદલે ચણાની દાળ કે તુવેરની દાળ લઈ શકાય.

(2) 1 કપ ચોખા અને 1 કપ તુવેરની દાળ લઈ શકાય.

(3) 1 ડુંગળી, 1 બટાકો છોલીને, ઊભી ચીરી કરી, વઘારમાં નાખી, ખીચડીમાં નાખી શકાય.

(4) તુવેરના દાણા, વટાણા, વાલના દાણા નાખી શકાય.

(5) લીલું લસણ પણ નાખી શકાય.

(6) ફણસી, રીંગણ, ફ્લાવર કે બીજા કોઈ પણ મનપસંદ શાક સમારીને નાખી શકાય.

(7) ખીચડી સહેજ ઢીલી પસંદ હોય તો પાણી $2\frac{1}{2}$ ગણું લેવું અને વધારે ઢીલી પસંદ હોય તો 3 ગણું લેવું.

(8) દાળ-ચોખા વધારે પલળ્યા હોય તો પાણી ઓછું જોઈએ અને તરત ધોઈને તરત કરવાના હોય તો પાણી $2\frac{1}{2}$ ગણું લેવું.

કઢી – 1 [5 વ્યક્તિ]

સામગ્રી

(1) 1 કપ ખાટું દહીં
(2) 4 ટેબલ સ્પૂન ચણાનો લોટ
(3) $4\frac{1}{2}$ કપ પાણી
(4) $\frac{1}{2}$ ટી સ્પૂન વાટેલું આદુ
(5) 1 ટી સ્પૂન વાટેલાં મરચાં
(6) 4થી 5 ટેબલ સ્પૂન ખાંડ
(7) 1 ટેબલ સ્પૂન ઘી
(8) 2 આખાં લાલ મરચાં
(9) $\frac{1}{4}$ ટી સ્પૂન મેથી (10) $\frac{1}{2}$ ટી સ્પૂન જીરું
(11) 5થી 6 સળી મીઠો લીમડો
(12) $\frac{1}{4}$ ટી સ્પૂન આખા ધાણા
(13) 2 ટી સ્પૂન ઝીણી સમારેલી કોથમીર
(14) મીઠું પ્રમાણસર

રીત

(1) દહીંમાં ચણાનો લોટ તથા થોડુંક પાણી નાખી હેન્ડ મિક્સરથી મિક્સ કરવું. પછી બાકીનું પાણી નાખવું.

(2) તેમાં મીઠું નાખી ઊકળવા મૂકવું.

(3) આદુ-મરચાં નાખવાં. હલાવતા રહેવું.

(4) ગૅસ પર એક વાસણમાં વઘાર માટે ઘી ગરમ કરવા મૂકી, તેમાં લાલ મરચાં અને મેથી નાખવાં. તતડે એટલે જીરું, મીઠો લીમડો તથા ધાણા નાખી આ વઘાર કઢીમાં રેડવો.

(5) ખાંડ નાખવી. ઊકળે એટલે કોથમીર નાખી ગૅસ બંધ કરવો.

ડપકા કઢી – 2 [5થી 6 વ્યક્તિ]

સામગ્રી

(1) 1 કપ દહીં (2) $\frac{1}{2}$ કપ ચણાનો લોટ
(3) 1 ટી સ્પૂન લાલ મરચું
(4) $\frac{1}{4}$ ટી સ્પૂન હળદર
(5) 2 ટેબલ સ્પૂન તેલ

(6) $\frac{1}{4}$ ટી સ્પૂન મેથી
(7) 2 નંગ લાલ આખાં મરચાં
(8) 2 નંગ ડુંગળી
(9) 2 નંગ બટાકા
(10) 4 નંગ મરચાં
(11) $\frac{1}{2}$ ટી સ્પૂન બેકિંગ પાઉડર
(12) તેલ પ્રમાણસર (13) મીઠું પ્રમાણસર

રીત

(1) દહીં અને 2 ટેબલ સ્પૂન લોટ ભેગાં કરી, પાણી નાખી, હલાવવું.

(2) તેમાં મીઠું, મરચું અને હળદર નાખવાં.

(3) વઘારમાં તેલ મૂકી મેથી અને લાલ આખાં મરચાં નાખી, છાશ વઘારીને ઉકાળવી. પકોડાં નાખવાં.

પકોડાં : ડુંગળી અને બટાકાને ઝીણાં સમારવાં. તેમાં મીઠું, બાકીનો ચણાનો લોટ, મરચાં, હળદર, બેકિંગ પાઉડર અને થોડુંક પાણી નાખી, ગરમ તેલમાં નાનાં પકોડાં ઉતારી, કઢીમાં નાખવાં. (પકોડાં વધારે કરવાં.)

વૅરિએશન

નવરત્ન કઢી : સાદી કઢી બનાવી તેમાં લાલ, લીલી, કેસરી અને સાદી એમ અલગ અલગ બુંદી પાડીને નાખવી.

11 પંજાબી વાનગીઓ

ધ્યાનમાં રાખવા જેવા મુદ્દા :

1. પરોઠા, નાન, શાક, પુલાવ, દાળ – આ મુખ્ય પંજાબી વાનગીઓ છે.

2. જાડી ગ્રેવી બનાવવા માટે કોળું વાપરવું. તેને છોલી, છીણીને ઉપયોગમાં લેવું. તેનો સ્વાદ હોતો નથી. ડુંગળી ન ખાતા હો તો ડુંગળીને બદલે કોળું, દૂધી, કોબીજ ઝીણી છીણીને કે મિક્સરમાં વાટીને નાખી શકાય.

3. પંજાબી શાક, પુલાવ, બીરયાની ડાલડા ઘીમાં બનાવવાથી સ્વાદ વધારે સારો લાગે છે. વાનગી થઈ જાય ત્યારે થોડુંક ચોખ્ખું ઘી નાખવું. ડાલડા ઘી ન ફાવે તો ચોખ્ખા ઘીમાં થોડુંક તેલ નાખી વાનગી બનાવવી. એકલું ચોખ્ખું ઘી કે માખણ વધુ ગરમ થતાં સ્વાદ બળેલો લાગશે.

4. કોર્નફ્લોર પાણીમાં ઓગાળીને નાખવો, નહીંતર ગાંગડી પડી જશે. કોર્નફ્લોરની જગ્યાએ માવો છીણીને નાખી શકાય. ગ્રેવી જાડી થશે.

5. પાલક સમારી, થોડું પાણી ગરમ કરી, તેમાં મીઠું, સહેજ સાજીનાં ફૂલ (સોડા બાયકાર્બ) નાખી, 2 મિનિટ ઉકાળી, ચાળણીમાં કાઢી, તેના ઉપર ઠંડું પાણી રેડવું. પછી પેસ્ટ બનાવવી. કલર લીલો જ રહેશે.

6. **ટોમેટો પ્યુરી :** તપેલીમાં પાણી ગરમ કરવા મૂકી તેમાં ટમેટા મૂકવા અને 10 મિનિટ ઉકાળવા. છાલ નીકળે તેવા થાય એટલે થાળીમાં કાઢી ઠંડા કરવા. છાલ કાઢી, ટુકડા કરી, મિક્સરમાં પીસવા.

7. **વેજિટેબલ સ્ટૉક :** $\frac{1}{2}$ કપ બટાકા, $\frac{1}{2}$ કપ ગાજર, $\frac{1}{2}$ કપ દૂધી, $\frac{1}{2}$ કપ કોબીજ, $\frac{1}{2}$ કપ ડુંગળી, $\frac{1}{2}$ કપ પાલકનાં પાંદડાં. આ દરેકના નાના નાના ટુકડા કરવા. ગૅસ પર એક વાસણમાં 3 કપ પાણી ગરમ કરવા મૂકી, તેમાં આ બધા શાકના ટુકડા ધોઈને નાખવા. 10 મિનિટ ફાસ્ટ ગૅસ રાખી, ઊકળે એટલે ગૅસ બંધ કરવો. 1થી $1\frac{1}{2}$ કલાક ઢાંકી રાખવું. પછી તેને ગાળી લેવું. વેજિટેબલ સ્ટૉક તૈયાર થશે. બાફેલા શાકનું મિક્સ શાક બનાવાય.

8. **વેજિટેબલ સ્ટૉક ક્યુબ :** વેજિટેબલ અને નૉન-વેજિટેબલ બંને જાતના સ્ટૉક તૈયાર મળે છે તેથી જોઈને લેવા. 2 કપ પાણીમાં 1 ક્યુબ નાખી ઉકાળવું. સ્ટૉક ઠંડો થાય એટલે ઉપયોગમાં લેવું.

9. **શાક કેવી રીતે બાફશો? :** એક વાસણમાં 1 કપ પાણી લેવું. તેમાં ચપટી મીઠું, ચપટી સોડા અને 1 ટી સ્પૂન ખાંડ નાખીને ગરમ

કરવું. તેમાં પ્રથમ ફણસી અને ફ્લાવરને 5 મિનિટ ઉકાળવાં. ગૅસ ફાસ્ટ રાખવો. પછી વટાણા અને ગાજર 4 મિનિટ ઉકાળવાં. વાસણ ઉપર કંઈ ઢાંકવું નહીં. પછી બધાં શાક ચાળણીમાં નિતારી લેવાં. ઠંડાં કરી ઉપયોગમાં લેવાં. મીઠું નાખવાથી શાક ફિક્કાં નહીં લાગે. સોડાથી શાક લીલાં રહેશે અને ખાંડથી શાકમાં કુદરતી મીઠાશ લાગશે.

10. **ચોખા કેવી રીતે બનાવશો ? :** 1 કપ બાસમતી ચોખા ધોઈને 2 કલાક પલાળી રાખવા. 5 કપ પાણી ગરમ મૂકી, ઊકળે એટલે તેમાં ચોખા પાણી નિતારીને નાખવા. ચોખા ચડી જાય અને દાણો સહેજ કડક રહે કે તરત જ ભાત ચાળણીમાં ઓસાવવા. તેની ઉપર 4થી 5 કપ ઠંડું પાણી રેડવું. જેથી ચોખા વધારે ન ચડે અને છૂટા રહે. તપેલીમાં ભાત મૂકી, તેમાં 2 ટી સ્પૂન ઘી નાખવું.

11. **પંજાબી દહીં :** 500 મિલિ દૂધને ગરમ કરવા મૂકવું. થોડુંક દૂધ પહેલાં કાઢી લેવું. તેમાં 1 ટી સ્પૂન કોર્નફ્લોર ઓગાળવો. દૂધ ગરમ થાય એટલે કોર્નફ્લોર નાખી, થોડુંક દૂધ જાડું થાય એટલે નીચે ઉતારી, હૂંફાળું કરવું. પછી તેમાં 1 ટી સ્પૂન મોળું દહીં નાખવું અને બરાબર હલાવી ઢાંકી દેવું. તૈયાર થઈ જાય એટલે ફ્રિજમાં મૂકવું.

12. **ગુલાબી ડુંગળી :** નાની ડુંગળીને છોલી લેવી. 1 બાઉલમાં $\frac{1}{2}$ કપ વિનેગર અને થોડું બીટ છીણીને નાખવું. મીઠું નાખવું. તેમાં ડુંગળી નાખી 2થી 3 કલાક રાખવી. પીરસતી વખતે ડુંગળી બહાર કાઢવી.

13. **વાઇટ સોસ :** 2 ટેબલ સ્પૂન ઘી ગરમ કરીને તેમાં $\frac{1}{2}$ કપ મેંદો 2 મિનિટ શેકવો. તેમાં 1 કપ દૂધ અને $\frac{1}{2}$ કપ પાણી નાખીને હલાવવું. સોસ જેટલું જાડું રાખવું. તેમાં મીઠું અને મરી નાખવાં. સોસ પાતળો બનાવવો હોય તો મેંદો 2 ટેબલ સ્પૂન લેવો.

14. પંજાબી શાક તૈયાર થઈ જાય ત્યારે કસૂરી મેથી ભભરાવવાથી ટેસ્ટ સારો આવે છે.

15. પંજાબી શાક બનાવવા માટે લાંબો સમય મહેનત કરવી પડે છે. જો ગ્રેવી તૈયાર હોય તો જલદી બની જાય. ગ્રેવી તૈયાર કરીને ફ્રિજમાં રાખી શકાય.

16. **ડુંગળીની ગ્રેવી (વાઇટ ગ્રેવી) :** ડુંગળીના મોટા ટુકડા કરી મિક્સરમાં વાટવા. લસણ વાટીને તેમાં સહેજ પાણી નાખવું. ખસખસ, કાજુ અને મગજતરીનાં બી 1 કલાક પાણીમાં પલાળી, 2 ઊભરા આવે ત્યાં સુધી ઉકાળવું. ઠંડું પડે પછી મિક્સરમાં પેસ્ટ બનાવવી. ગૅસ પર એક વાસણમાં તેલ + ઘી ગરમ કરવા મૂકી, તેમાં તજ, લવિંગ અને તમાલપત્ર આખાં શેકવાં. જીરું, હિંગ નાખી, આદુ, મરચાં અને લસણની પેસ્ટ નાખવી. તેમાં ડુંગળીની પેસ્ટ નાખવી. સાંતળાઈ જાય અને ઘી ઉપર આવે ત્યારે ટમેટાનો પલ્પ નાખવો. પછી ખસખસ, મગજતરીનાં બી અને કાજુની પેસ્ટ નાખવાં. મીઠું, મરચું, હળદર, ગરમ મસાલો અને થોડુંક ધાણાજીરું નાખી, 5 મિનિટ હલાવી, ક્રીમ, મલાઈ, દૂધ કે માવો જે જરૂરી હોય તે નાખી નીચે ઉતારી લેવું.

17. **ટમેટાની ચટણી :** ટમેટાની ઊભી ચીરી કરી, મિક્સરમાં ક્રશ કરી, ચાળણીથી ગાળવું. ગૅસ પર એક વાસણમાં ઘી મૂકી, તજ, લવિંગ અને જીરું નાખી, ટમેટાનો પલ્પ વઘારવો. તેમાં મીઠું, મરચું, સહેજ ખાંડ, ચપટી લીંબુનાં ફૂલ, કસૂરી મેથી, સહેજ લીલાં મરચાં, આદુની પેસ્ટ અને ધાણાજીરું નાખી હલાવી, ઉતારી લેવું.

નોંધ : (1) આપણને જે ગ્રેવી પસંદ હોય તે ગ્રેવીમાં બધી આઇટમ બની શકે.

(2) પનીરની આઇટમ હોય તો તે કેસરી, વાઇટ, રેડ અને બ્રાઉન બધી ગ્રેવીમાં બની શકે. તેવી જ રીતે બધાં વેજિટેબલ બની શકે. ખોયા કાજુ વાઇટ ગ્રેવીમાં બને અને રેડ ગ્રેવીમાં પણ બને.

(3) કોરમા એટલે કોરું શાક. કરી એટલે રસાવાળું શાક.

(4) મેથી મટર મલાઈ કે મેથી મટર પનીરમાં મેથીને ઝીણી સમારીને સરસ ધોવી. તેમાં મીઠું નાખી 10 મિનિટ રહેવા દઈ, તેમાંથી દબાવીને પાણી કાઢી નાખવું. 1 ટેબલ સ્પૂન તેલ મૂકી તેને સાંતળવી. છેલ્લે શાકમાં નાખવી.

ગ્રેવી બનાવતાં ફાવી જાય પછી કયું શાક કઈ ગ્રેવીમાં થાય તે જાણી લઈએ:

(1) કેસરી ગ્રેવી : (1) મલાઈ કોફતા (2) નરગીસ કોફતા (3) પનીર પસંદા

(2) વાઇટ ગ્રેવી : (1) નવરત્ન કોરમા (2) નવરત્ન કરી (3) ખોયા કાજુ (4) મેથી મટર મલાઈ (5) પનીર કોરમા (6) શાહી કોરમા

(3) રેડ ગ્રેવી : (1) દમ આલુ (2) પનીર મખ્ખની (3) બટર પનીર મસાલા (4) પનીર પસંદા (5) પનીર ટીકા મસાલા (6) શાહી પનીર

(4) બ્રાઉન ગ્રેવી : (1) વેજિટેબલ હાંડી જયપુરી (2) વેજિટેબલ કોલ્હાપુરી (3) વેજિટેબલ સિંગાપુરી

18\. (1) ઉપર પ્રમાણે ડુંગળીની ગ્રેવી (વાઇટ ગ્રેવી) અને ટમેટાની ચટણી બનાવી રાખવી. જે શાક બનાવવું હોય તે શાક અને ગ્રેવી નાખવી. દા.ત., વાઇટ ગ્રેવીનું ખોયા કાજુ બનાવવું હોય તો એક વાસણમાં ઘી મૂકી કાજુ સાંતળવા. કાજુ બહાર કાઢી માવો સાંતળવો. તેમાં દૂધ અને ક્રીમ નાખી, ડુંગળીની વાઇટ ગ્રેવી નાખવી. કાજુ નાખી, હલાવીને પીરસવું.

(2) રેડ ગ્રેવીનું આલુ મટર બનાવવું હોય તો એક વાસણમાં ઘી ગરમ મૂકી, લાલ મરચું નાખી, ડુંગળીની ગ્રેવી વઘારવી. તેમાં ટમેટાની ચટણી નાખવી. બાફેલા વટાણા, બટાકાને છોલી, ચોરસ ટુકડા કરી તળીને નાખવા. જરૂરી મીઠું નાખી ગરમ ગરમ પીરસવું.

(3) કેસરી ગ્રેવી બનાવવી હોય તો ટમેટાની ચટણી ઓછી નાખવી. વાઇટ ગ્રેવી વધારે નાખવી.

(4) બ્રાઉન ગ્રેવી બનાવવી હોય તો વાઇટ ગ્રેવીમાં ડુંગળી વધારે નાખવી. ડુંગળી અને લસણ વધારે બ્રાઉન કલરના સાંતળવાં. (ડુંગળી ઊભી સમારી તેલમાં કડક, બ્રાઉન કલરની તળીને પણ લઈ શકાય.) ધાણાજીરું અને શેકેલા જીરાંનો ભૂકો વધારે નાખવો. ટમેટાની ચટણી ઓછી નાખવી. વેજિટેબલ કોલ્હાપુરી બ્રાઉન કલરની ગ્રેવીથી બનાવવું.

392. છોલે ભટુરે, પૂરી [5 વ્યક્તિ]

સામગ્રી

(1) 250 ગ્રામ કાબુલી ચણા (છોલે)
(2) $\frac{1}{2}$ ટી સ્પૂન સાજીનાં ફૂલ (સોડા બાયકાર્બ)
(3) 2 ટેબલ સ્પૂન ચણાની દાળ
(4) 1 ટી સ્પૂન ચાની પત્તી
(5) 5થી 6 કોકમ
(6) 3 ડુંગળી
(7) 8 કળી લસણ
(8) 2 ટમેટાં
(9) 2 તજ
(10) 8થી 10 લવિંગ
(11) 15થી 20 મરી
(12) 4 મોટા એલચા અથવા 6 નાની ઇલાયચી
(13) 1 ટેબલ સ્પૂન અનાર દાણા
(14) 3 ટેબલ સ્પૂન મગજતરીનાં બી
(15) 3 ટેબલ સ્પૂન કોપરાની છીણ
(16) 1 ટી સ્પૂન ગરમ મસાલો
(17) 1 ટી સ્પૂન લાલ મરચું
(18) $\frac{1}{2}$ ટી સ્પૂન હળદર
(19) 1 ટી સ્પૂન ધાણાજીરું
(20) 1 ટેબલ સ્પૂન છોલે મસાલો
(21) નાનો ટુકડો આદુ
(22) 5 વાટેલાં લીલાં મરચાં
(23) 2 ટેબલ સ્પૂન ઘી
(24) 1 ટેબલ સ્પૂન તેલ + તળવા માટે તેલ
(25) 3 ટેબલ સ્પૂન ઝીણી સમારેલી કોથમીર
(26) 1 ટી સ્પૂન કસૂરી મેથી
(27) મીઠું પ્રમાણસર

છોલે બનાવવાની રીત

(1) છોલે 6થી 7 કલાક ગરમ પાણીમાં પલાળી, સહેજ સાજીનાં ફૂલ (સોડા બાયકાર્બ) નાખી, બાફવાં. બાફવામાં થોડીક ચણાની દાળ નાખવી. ચાની પત્તી અને કોકમ એક કપડાની પોટલીમાં મૂકી બાફવા મૂકવી.

(2) મિક્સરમાં ડુંગળી, લસણ અને ટમેટા જુદા જુદા ક્રશ કરવા. તજ, લવિંગ, મરી, એલચા વાટવા. અનાર દાણા જુદા વાટવા. મગજતરીનાં બી થોડી વાર પાણીમાં પલાળી ક્રશ કરવાં.

(3) એક વાડકામાં પાણી લઈ, તેમાં મગજતરીનાં ક્રશ કરેલાં બી, કોપરાની છીણ, ગરમ મસાલો, કસૂરી મેથી, મીઠું, મરચું, હળદર, ધાણાજીરું, છોલે મસાલો, ક્રશ કરેલું આદુ અને ક્રશ કરેલાં મરચાં નાખવાં. આ બધો મસાલો અડધો કલાક પલળવા દેવો.

(4) ગૅસ પર એક વાસણમાં ઘી અને તેલ મૂકી, તેમાં ક્રશ કરેલી ડુંગળી અને લસણ નાખવાં. ડુંગળી ગુલાબી રંગની થાય ત્યાં સુધી સાંતળવી.

(5) ઘી છૂટું પડે એટલે તેમાં પલાળેલો મસાલો નાખવો. મસાલો સાંતળાઈ જાય પછી ટમેટા (ક્રશ કરેલા) નાખવા.

(6) બાફેલા છોલેમાંથી પોટલી નીચોવીને કાઢી લેવી. ખદખદ થાય એટલે છોલેમાં સહેજ પાણી રાખીને છોલે તથા ચણાની દાળ નાખવી. જરૂર પડે તો પાણી નાખવું.

(7) ઉપર કોથમીર ભભરાવવી. કસૂરી મેથી મસળીને નાખવી. 1 ડુંગળી ઊભી સમારવી. 10 લીલાં મરચાં કાપો કરીને તેલમાં તળવાં. ડુંગળી અને મરચાંમાં મીઠું નાખી પીરસવું.

નોંધ: મસાલા પાણીમાં પલાળ્યા વગર કોરા પણ નખાય. ડુંગળી સાંતળાઈ જાય પછી મસાલા નાખી સાંતળવા.

પૂરી બનાવવાની રીત

200 ગ્રામ મેદામાં 2 ટેબલ સ્પૂન ઘઉંનો લોટ, મીઠું, 2 ટેબલ સ્પૂન તેલનું મોણ અને 1 ટેબલ સ્પૂન દહીં નાખી, સહેજ ઢીલો લોટ બાંધી, વેલણથી આરસની આડણી પર ખેંચીને પૂરી વણવી અને તળવી.

ભટુરા બનાવવાની રીત

(1) મેંદામાં થોડોક ઘઉંનો લોટ, મીઠું, મોણ અને દહીં નાખી કઠણ પૂરી જેવો લોટ બાંધવો.

(2) ગોળ વણી કાપવું. બે પૂરી થાય. પૂરીને તળવી. એક અર્ધચંદ્રાકાર અને એક લંબગોળ પૂરી થશે.

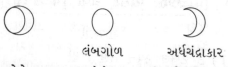

લંબગોળ
અર્ધચંદ્રાકાર

છોલે ટકાટક : છોલેમાં નાની ઈડલી મૂકીએ તો છોલે ટકાટક થાય.

393. આલુમટર, મટર પનીર [5 થી 6 વ્યક્તિ]

સામગ્રી

(1) 200 ગ્રામ બટાકા (2) 400 ગ્રામ વટાણા
(3) 2 નંગ ડુંગળી (4) 4 નંગ બદામ
(5) 3 નંગ તજ (6) 5 નંગ લવિંગ
(7) 1 ટેબલ સ્પૂન ખસખસ
(8) 1 ટેબલ સ્પૂન આખા ધાણા
(9) 10 નંગ મરી (10) 6 નંગ ઇલાયચી
(11) 3 ટેબલ સ્પૂન તેલ (12) 1 ટેબલ સ્પૂન ઘી
(13) 150 ગ્રામ ટમેટા
(14) 1 ટી સ્પૂન ગરમ મસાલો
(15) 1 ટી સ્પૂન લાલ મરચું
(16) $\frac{1}{2}$ કપ કોથમીર
(17) 200 ગ્રામ પનીર (18) મીઠું પ્રમાણસર

રીત

(1) બટાકાને છોલી, ચોરસ ટુકડા કરી, તળી નાખવા. વટાણાને છૂટા બાફી નાખવા. ડુંગળી ઝીણી સમારવી.

(2) બદામ, તજ, લવિંગ, ખસખસ, ધાણા, મરી, ઇલાયચી વાટી નાખવાં.

(3) ગૅસ પર એક વાસણમાં તેલ ગરમ કરી, તેમાં ઘી નાખી, ડુંગળી સાંતળવી. ડુંગળીને મશીનમાં ક્રશ પણ કરી શકાય.

(4) તેમાં ટમેટાની ગ્રેવી નાખવી. ખદખદ થાય એટલે સૂકા મેવાની પેસ્ટ નાખવી. બાકીનો મસાલો નાખવો. થોડું સાંતળવું.

(5) તેમાં વટાણા અને બટાકા નાખવા. પાણી નાખવું. છેલ્લે મીઠું નાખવું. રસો જાડો રહે એટલે ઉતારી લેવું. કોથમીર ભભરાવવી.

(6) મટર પનીરમાં બટાકાની જગ્યાએ પનીર તળીને નાખવું.

394. દમઆલુ [4 થી 5 વ્યક્તિ]

સામગ્રી

(1) આઇટમ નં. 395 પ્રમાણે $1\frac{1}{2}$ કપ રેડ ગ્રેવી
(2) 200 ગ્રામ નાની બટાકી
(3) તેલ પ્રમાણસર
(4) $\frac{1}{4}$ ટી સ્પૂન હળદર
(5) 1 ટી સ્પૂન કસૂરી મેથી

(6) 2 ટેબલ સ્પૂન ઝીણી સમારેલી કોથમીર
(7) 2 ટેબલ સ્પૂન ક્રીમ (8) મીઠું પ્રમાણસર

રીત

(1) નાની બટાકી છોલી, કાંટાથી કાણા પાડી, $\frac{1}{2}$ કલાક મીઠા-હળદરના પાણીમાં રાખવી. પછી ગરમ તેલમાં તળી નાખવી. મોટા બટાકામાં કટરથી ગોળ બટાકી થાય.

(2) રેડ ગ્રેવી ગરમ કરવા મૂકી, તેમાં તળેલી બટાકી, કસૂરી મેથી તથા જરૂરી પાણી નાખી, 10 મિનિટ ગરમ કરવું. તેની ઉપર કોથમીર તથા ક્રીમ ભભરાવી, પીરસવું.

395. રેડ ગ્રેવી [3 કપ]

સામગ્રી

(1) 3 ટેબલ સ્પૂન તેલ + ઘી
(2) $\frac{1}{4}$ ટી સ્પૂન જીરું (3) $\frac{1}{4}$ ટી સ્પૂન હિંગ
(4) 5 લાલ કાશ્મીરી મરચાં
(5) 3 તજ (6) 3 લવિંગ
(7) $\frac{1}{4}$ ટી સ્પૂન ધાણા
(8) 1 ટી સ્પૂન આદુની પેસ્ટ
(9) 10 નંગ લસણની પેસ્ટ
(10) 1 ડુંગળીની પેસ્ટ (11) 2 ટમેટાનો પલ્પ
(12) $\frac{1}{2}$ ટી સ્પૂન લાલ મરચું
(13) $\frac{1}{4}$ ટી સ્પૂન હળદર
(14) 1 ટેબલ સ્પૂન ધાણાજીરું
(15) 1 ટી સ્પૂન ગરમ મસાલો
(16) $\frac{1}{2}$ ટી સ્પૂન ચાટ-મસાલો
(17) 1 ટેબલ સ્પૂન કાજુ, મગજતરીનાં બી અને ખસખસની પેસ્ટ
(18) 1 ટેબલ સ્પૂન માખણ
(19) 1 ટેબલ સ્પૂન દહીં
(20) 5થી 6 ટેબલ સ્પૂન ટોમેટો કેચપ
(21) રેડ કલર
(22) 3 ટેબલ સ્પૂન ઝીણી સમારેલી કોથમીર
(23) 1 ટી સ્પૂન કસૂરી મેથી
(24) 1 ટેબલ સ્પૂન ક્રીમ (25) મીઠું પ્રમાણસર

રીત

(1) ગૅસ પર એક વાસણમાં તેલ + ઘી ગરમ કરવા મૂકી, તેમાં જીરું નાખી, તતડે એટલે હિંગ નાખવી.

(2) લાલ મરચાંને પાણીમાં થોડીક વાર પલાળી મિક્સરમાં નાખવાં. તેમાં તજ-લવિંગ-ધાણા નાખી, વાટી, પેસ્ટ કરવી.

(3) પેસ્ટ તથા આદુ-લસણની પેસ્ટ નાખી હલાવવું.

(4) ડુંગળીની પેસ્ટ નાખી, તેલ છૂટે પછી ટમેટાનો પલ્પ નાખી, મીઠું, મરચું, હળદર, ધાણાજીરું, ગરમ મસાલો, ચાટ-મસાલો તથા થોડું પાણી નાખી હલાવવું.

(5) કાજુ-મગજતરીનાં બી-ખસખસની પેસ્ટ નાખી હલાવવું.

(6) માખણ, દહીં, ટોમેટો કેચપ નાખવાં. લાલ કલર ન આવે તો લાલ કલર નાખવો.

(7) કોથમીર, કસૂરી મેથી અને સહેજ ગરમ મસાલો નાખી ફ્રેશ ક્રીમનું ગોળાકાર ફેરવવું.

નોંધ : (1) 50 ગ્રામ કાજુ – 3 ટેબલ સ્પૂન, 50 ગ્રામ મગજતરીનાં બી – 3 ટેબલ સ્પૂન, ખસખસ – 1 ટી સ્પૂન, 2 કલાક પાણીમાં પલાળવાં. 2 ઊભરા આવે ત્યાં સુધી ઉકાળવું. ઠંડું પડે પછી મિક્સરમાં પેસ્ટ બનાવવી.

(2) લાલ કાશ્મીરી મરચાં થોડાક પાણીમાં $\frac{1}{2}$ કલાક પલાળવાં. પછી વાટવાં. તેનાથી લાલ કલર સારો આવશે.

વૅરિએશન

1. આછી પીળી ગ્રેવી:

(1) લાલ કાશ્મીરી મરચાંને બદલે 1 ટી સ્પૂન લાલ મરચું નાખવું.
(2) $\frac{1}{2}$ ટી સ્પૂન હળદર નાખવી.
(3) રેડ કલર ન નાખવો.

2. કેસરી ગ્રેવી:

(1) લાલ કાશ્મીરી મરચાંને બદલે 1 ટી સ્પૂન લાલ મરચું નાખવું.
(2) દહીંને બદલે 1 કપ દૂધ + $\frac{1}{4}$ કપ પાણી નાખવું.
(3) ટોમેટો કેચપ અને રેડ કલર ન નાખવો.

396. વાઇટ ગ્રેવી [4 કપ]

સામગ્રી

(1) 3 ટેબલ સ્પૂન તેલ + ઘી
(2) $\frac{1}{4}$ ટી સ્પૂન જીરું (3) $\frac{1}{4}$ ટી સ્પૂન હિંગ

(4) 1 ટી સ્પૂન આદુની પેસ્ટ
(5) 1 ટી સ્પૂન લીલાં મરચાંની પેસ્ટ
(6) 1 ટી સ્પૂન લસણની પેસ્ટ
(7) 2 ડુંગળીની પેસ્ટ
(8) 1 ટમેટાનો પલ્પ
(9) $\frac{1}{2}$ ટી સ્પૂન લાલ મરચું
(10) $\frac{1}{4}$ ટી સ્પૂન હળદર
(11) 1 ટેબલ સ્પૂન ધાણાજીરું
(12) 1 ટી સ્પૂન ગરમ મસાલો
(13) 3 ટેબલ સ્પૂન કાજુ-મગજતરીનાં બી અને ખસખસની પેસ્ટ
(14) 2 ટેબલ સ્પૂન ક્રીમ
(15) 2 ટેબલ સ્પૂન માખણ
(16) 1 કપ દૂધ (17) $\frac{1}{4}$ કપ પાણી
(18) 1 ટી સ્પૂન ખાંડ (19) 3 ટેબલ સ્પૂન માવો
(20) 3 ટેબલ સ્પૂન તાજું ક્રીમ
(21) 3 ટેબલ સ્પૂન ઝીણી સમારેલી કોથમીર
(22) મીઠું પ્રમાણસર

રીત

(1) ગૅસ પર એક વાસણમાં તેલ + ઘી ગરમ કરવા મૂકી, તેમાં જીરું નાખી, તતડે એટલે હિંગ, આદુ, મરચાં અને લસણની પેસ્ટ નાખી બ્રાઉન કલરની થવા દેવી.
(2) તેમાં ડુંગળીની પેસ્ટ નાખી, બ્રાઉન થાય અને તેલ છુટે પછી ટમેટાનો પલ્પ નાખી હલાવવું.
(3) મીઠું, મરચું, હળદર, ધાણાજીરું અને ગરમ મસાલો નાખી હલાવવું.
(4) તેમાં કાજું, મગજતરીની પેસ્ટ, ક્રીમ, માખણ નાખી હલાવવું.
(5) દૂધ, પાણી, ખાંડ, માવો અને તાજું ક્રીમ નાખી હલાવવું.
(6) ઝીણી સમારેલી કોથમીર ભભરાવી ગૅસ બંધ કરવો.

397. નવરત્ન કરી [5થી 6 વ્યક્તિ]

સામગ્રી

(1) 50 ગ્રામ પનીર (2) ઘી પ્રમાણસર
(3) 10 નંગ કાજુ (4) 50 ગ્રામ બટાકા
(5) $\frac{1}{2}$ કપ કોપરું (6) 1 ટી સ્પૂન દાળિયા
(7) નાનો ટુકડો આદુ (8) 2 નંગ લીલાં મરચાં
(9) 4 ટેબલ સ્પૂન કોથમીર
(10) 1 ટેબલ સ્પૂન ધાણાજીરું
(11) 8થી 10 ફુદીનાનાં પાન
(12) $\frac{1}{2}$ ટેબલ સ્પૂન ખસખસ
(13) 1 ટી સ્પૂન જીરું (14) તેલ પ્રમાણસર
(15) 2 વાટેલી ડુંગળી
(16) 7થી 8 કળી વાટેલું લસણ
(17) 150 ગ્રામ ટમેટા (18) 50 ગ્રામ ફ્લાવર
(19) 50 ગ્રામ ફણસી (20) 50 ગ્રામ ગાજર
(21) 50 ગ્રામ વટાણા (22) 50 ગ્રામ કૅપ્સિકમ
(23) 3 સ્લાઇસ પાઇનેપલ, 3 ટેબલ સ્પૂન ખાંડ
(24) 1 સફરજન (25) 2 ચીકુ
(26) 25 ગ્રામ ચેરી (27) 1 કપ દૂધ
(28) 1 ટેબલ સ્પૂન કોર્નફ્લોર
(29) થોડુંક બટર
(30) 10 નંગ દ્રાક્ષ (31) 5 નંગ બદામ
(32) $\frac{1}{2}$ કપ પાઇનેપલ સિરપ
(33) મલાઈ અથવા $\frac{1}{2}$ કપ ક્રીમ
(34) મીઠું પ્રમાણસર

રીત

(1) પનીરના ચોરસ ટુકડા કરી, ઘીમાં તળી, પાણીમાં નાખવા. કાજુ તથા બટાકાના ચોરસ ટુકડા કરી, ઘી કે તેલમાં તળી લેવા.
(2) કોપરું, દાળિયા, આદુ, મરચાં, કોથમીર, ધાણાજીરું, ફુદીનાનાં પાન, ખસખસ અને જીરું વાટીને પેસ્ટ કરવી.
(3) ગૅસ પર એક વાસણમાં 4 ટેબલ સ્પૂન તેલ મૂકી, તેમાં પેસ્ટ સાંતળવી. તેમાં ડુંગળી અને લસણની પેસ્ટ નાખવી.
(4) ટમેટાને 5 મિનિટ બાફી, છાલ કાઢી, મિક્સરમાં ક્રશ કરી, પલ્પ કાઢી તેમાં નાખવું.
(5) ઉપર જણાવેલી વસ્તુઓમાંથી અનુકૂળ હોય તે શાક, ડ્રાયફ્રૂટ, નવ પ્રકારનાં લેવાં.
(6) ફ્લાવર, ફણસી, ગાજર, વટાણા પાણીમાં છૂટાં બાફવાં. કૅપ્સિકમ હોય તો સાંતળવાં. ફ્રૂટ સમારવું.
(7) પાઇનેપલના ટુકડા કરી, ખાંડ અને થોડુંક પાણી નાખી, કૂકરમાં 1 વ્હિસલ વાગે ત્યાં સુધી બાફવાં. અથવા સમય હોય તો પાઇનેપલના ટુકડા અને ખાંડ ભેગાં કરી 1 દિવસ રહેવા દેવું. ચાસણી થઈ જશે. સિરપ થશે.

(8) હવે ગ્રેવીમાં શાક નાખવાં. દૂધમાં કોર્નફ્લોર હલાવી, થોડું પાણી નાખી, અંદર નાખવું. તેમાં ફ્રૂટ, ડ્રાયફ્રૂટ નાખવાં. ઊભરો આવે એટલે મીઠું અને પાઇનેપલ સિરપ નાખી નીચે ઉતારી લેવું. પીરસતી વખતે બટર અને ક્રીમ નાખવું.

નોંધ : બટાકા, પનીર, વટાણા, ગાજર, સફરજન, પાઇનેપલ, કાજુ, દ્રાક્ષ, કૅપ્સિકમ – આ નવ વસ્તુની નવરત્ન કરી સારી થાય છે.

398. ખોયા કાજુ [4થી 5 વ્યક્તિ]

સામગ્રી

(1) આઇટમ નં. 396 પ્રમાણે વાઇટ ગ્રેવી 2 કપ
(2) 100 ગ્રામ કાજુ ફાડા (3) 50 ગ્રામ પનીર
(4) ઘી પ્રમાણસર (5) 1 કપ મલાઈ

રીત

(1) ગૅસ પર એક વાસણમાં ઘી મૂકી, કાજુના ફાડા અને પનીરને ચોરસ કાપીને આછા ગુલાબી તળવા.

(2) વાઇટ ગ્રેવીમાં કાજુ અને પનીર નાખી દેવાં. પીરસતી વખતે મલાઈ બીટ કરી પાથરવી.

399. ખોયા મખાના [5થી 6 વ્યક્તિ]

સામગ્રી

(1) 50 ગ્રામ માવો (2) 3 ટેબલ સ્પૂન ઘી
(3) 50 ગ્રામ મખાના (4) તેલ પ્રમાણસર
(5) 2 છીણેલી ડુંગળી
(6) 100 ગ્રામ કાજુના ટુકડા
(7) 1 કપ ટોમેટો પ્યુરી
(8) મોટો ટુકડો વાટેલું આદું
(9) 2 ટી સ્પૂન ગરમ મસાલો
(10) 5 વાટેલાં લીલાં મરચાં
(11) 1 ટેબલ સ્પૂન ધાણાજીરું
(12) 1 કપ મોળું દહીં
(13) $\frac{1}{2}$ કપ ઝીણી સમારેલી કોથમીર
(14) મીઠું પ્રમાણસર

રીત

(1) માવાને 2 ટેબલ સ્પૂન ઘી મૂકી, 5 મિનિટ ધીમા ગૅસે શેકવો, મખાનાને તેલમાં તળી લેવા.

(2) ગૅસ પર એક વાસણમાં 3 ટેબલ સ્પૂન ઘી ગરમ કરી તેમાં 5 મિનિટ ડુંગળી સાંતળવી.

(3) પછી કાજુ નાખવાં, ગુલાબી થાય ત્યાં સુધી સાંતળવું. પછી ટોમેટો પ્યુરી નાખી, 5 મિનિટ સાંતળવું. માવો, બધો મસાલો, કોથમીર નાખવાં.

(4) તેમાં દહીં અને 1 કપ પાણી નાખી, 10 મિનિટ ઊકળવા દેવું. પીરસતી વખતે કોથમીર અને મખાના ગ્રેવીમાં મેળવવા.

400. વેજિટેબલ જયપુરી [5થી 6 વ્યક્તિ]

સામગ્રી

(1) 2 ગાજર (2) 250 ગ્રામ કોબીજ
(3) 2 બાફેલા બટાકા
(4) 100 ગ્રામ બાફેલા લીલા વટાણા
(5) 2 ટેબલ સ્પૂન ઘી (6) 3 ટમેટા
(7) 3 લીલાં મરચાં (8) $\frac{1}{2}$ ટી સ્પૂન ખાંડ
(9) $\frac{1}{2}$ ટી સ્પૂન લાલ મરચું
(10) $\frac{1}{2}$ કપ ઝીણી સમારેલી કોથમીર
(11) મીઠું પ્રમાણસર

વાટવાનો મસાલો

(1) 2 ટી સ્પૂન કોપરાની છીણ
(2) 1 ટી સ્પૂન ધાણા (3) $\frac{1}{4}$ ટેબલ સ્પૂન હળદર
(4) 1 ડુંગળી (5) 5 કળી લસણ
બધું ભેગું કરીને વાટવું.

સૂકો મસાલો

(1) 5 તજ (2) 5 લવિંગ (3) 7 મરી
(4) $\frac{1}{2}$ ટી સ્પૂન જીરું
ખાંડીને મસાલો બનાવવો.

રીત

(1) ગાજરને ધોઈ, છોલી, વચ્ચેનો ભાગ કાઢી, નાના ટુકડા કરવા. કોબીજને ઝીણી સમારવી.

(2) બાફેલા બટાકાને છોલીને નાના ટુકડા કરવા. વટાણા વરાળથી બાફવા.

(3) ગૅસ પર એક વાસણમાં ઘી ગરમ કરવા મૂકી, વાટેલો મસાલો સાંતળવો. સુગંધી આવે એટલે કોબીજ નાખી હલાવવું.

(4) થોડુંક પાણી છાંટી, ઢાંકણ ઢાંકી, થોડી વાર ચડવા દેવું. ત્યારબાદ બટાકા, વટાણા, ગાજર, ટમેટાના ટુકડા અને સૂકો મસાલો નાખી સાંતળવું.

(5) થોડું થોડું પાણી છાંટતા જવું. લીલાં મરચાંના કટકા, મીઠું, ખાંડ અને લાલ મરચું નાખી, ઉકાળી, નીચે ઉતારવું.

(6) પીરસતી વખતે કોથમીર અને 1 ટી સ્પૂન ઘી નાખવું.

નોંધ : ઘીને બદલે બટર કે ક્રીમ નાખી શકાય.

401. વેજિટેબલ સિંગાપુરી [3થી 4 વ્યક્તિ]

સામગ્રી

(1) 100 ગ્રામ વટાણા
(2) 200 ગ્રામ ફ્લાવરના મોટા ટુકડા
(3) 50 ગ્રામ બટાકા કાપેલા
(4) 50 ગ્રામ ગાજર (લાંબી ચીરીઓ કરવી.)
(5) ચપટી સોડા (સોડા બાયકાર્બ) (સાજીનાં ફૂલ)
(6) 2 ટેબલ સ્પૂન ઘી
(7) 2 ટેબલ સ્પૂન ખમણેલું ચીઝ
(8) મીઠું પ્રમાણસર

આ સિવાય બીજાં શાક પણ નખાય.

વાટવાનો મસાલો

(1) 25 ગ્રામ કાજુ (2) 1 ટુકડો આદુ
(3) 2 ડુંગળી (4) 6 કળી લસણ
(5) 4 ટેબલ સ્પૂન ટમેટા સોસ
(6) 1 ટેબલ સ્પૂન ચીલીસોસ
(7) 6 કાશ્મીરી મરચાં
(8) $\frac{1}{2}$ ટેબલ સ્પૂન ધાણા
(9) 1 ટી સ્પૂન જીરું (10) 4 ઇલાયચી
(11) 2 તજ (12) 4 લવિંગ

(તજ, લવિંગ, ઇલાયચી, ધાણા અને જીરું શેકી, બધું મેળવી, મિક્સરમાં પેસ્ટ બનાવવી.)

(13) 50 ગ્રામ માવો
(14) 50 ગ્રામ ક્રીમ (15) મીઠું પ્રમાણસર

રીત

(1) બધું શાક સમારી, સોડા બાયકાર્બ અને મીઠાવાળો હાથ લગાડી, વરાળથી બાફવું.

(2) ગૅસ પર એક વાસણમાં ઘી ગરમ કરી મસાલો શેકવો. ઘી છૂટું પડે ત્યારે બાફેલાં શાક અને મીઠું નાખવાં.

(3) દૂધ અથવા પાણી જરૂર મુજબ નાખવું. ઘટ્ટ થાય ત્યારે ગૅસ ઉપરથી ઉતારી, ખમણેલું ચીઝ ભભરાવી, પીરસવું.

નોંધ : ક્રીમ અને માવો પેસ્ટ બનાવતી વખતે સાથે ન નાખવાં. પેસ્ટ તૈયાર થાય ત્યારે માવો નાખવો અને માવો એકરસ થાય ત્યારે ક્રીમ નાખવું.

402. કાશ્મીરી ફ્રૂટ કોફતા કરી [5થી 6 વ્યક્તિ]

કોફતા માટેની સામગ્રી

(1) 100 ગ્રામ બટાકા
(2) 100 ગ્રામ રતાળુ (અથવા શક્કરિયાં)
(3) 1 મધ્યમ બીટ
(4) 1 ટેબલ સ્પૂન કોર્નફ્લોર
(5) તેલ પ્રમાણસર (6) મીઠું પ્રમાણસર

પૂરણ માટેની સામગ્રી

(1) 2 સ્લાઇસ પાઇનેપલ
(2) 1 નાનું સફરજન (3) 25 ગ્રામ માવો
(4) 2 લીલાં મરચાં (5) 4થી 6 કાજુ ટુકડા
(6) મીઠું પ્રમાણસર

પેસ્ટ માટેનો મસાલો

(1) 1 ટી સ્પૂન ધાણા (2) 1 ટી સ્પૂન જીરું
(3) 4 ઇલાયચી (4) 3 તજ
(5) 3 લવિંગ (6) 1 ટેબલ સ્પૂન કાજુ
(7) 3 લીલાં મરચાં (8) 1 ટુકડો આદુ
(9) $\frac{1}{4}$ કપ ફુદીનો (10) $\frac{1}{4}$ કપ કોથમીર
(11) 1 નાની ડુંગળી

સૂકો મસાલો શેકી, બધું મેળવી, થોડુંક પાણી નાખી, મિક્સરમાં પેસ્ટ બનાવવી.

કરી માટેની સામગ્રી

(1) 200 ગ્રામ ટમેટા
(2) 100 ગ્રામ લીલા વટાણા
(3) $\frac{1}{2}$ કપ દહીં (4) 2 ટેબલ સ્પૂન ઘી
(5) 1 કપ પાણી (6) 1 ટી સ્પૂન કોર્નફ્લોર
(7) 2 ટી સ્પૂન ખાંડ
(8) 2 ટેબલ સ્પૂન ક્રીમ અથવા મલાઈ
(9) મીઠું પ્રમાણસર

રીત

(1) બટાકા, રતાળુ અને બીટ કૂકરમાં બાફી, છોલીને મસળી નાખવાં.

(2) તેમાં મીઠું અને કોર્નફ્લોર નાખી, બરાબર મિશ્રણ કરી, કોફતાનો માવો કરવો.

(3) પાઇનેપલ અને સફરજનના નાના ટુકડા કરી માવા સાથે મેળવવા. તેમાં મીઠું, મરચાં અને કાજુ ટુકડા નાખવાં. આ પૂરણ કોફતામાં ભરીને ગરમ તેલમાં તળી લેવાં.

કરી બનાવવા માટેની રીત

(1) ટમેટાને ગરમ પાણીમાં રાખી, છોલીને એકરસ કરવા. વટાણાને મીઠા અને સાજીનાં ફૂલ(સોડા બાયકાર્બ)વાળો હાથ લગાડી વરાળથી બાફવા.

(2) ગૅસ પર એક વાસણમાં ઘી ગરમ કરી, પેસ્ટનો મસાલો સાંતળવો. તેમાં ટમેટાનો રસ નાખવો.

(3) તેમાં દહીં અને કોર્નફ્લોર ભેગું કરીને નાખવું. 2-3 મિનિટ બાદ તેમાં પાણી નાખવું. મીઠું, ખાંડ અને વધારાનું પૂરણ (વધ્યું હોય તો) નાખવું. વટાણા નાખવા.

(4) તેને ઉકાળવું. આ ગરમ ગ્રેવી કોફતા ઉપર નાખી તેના ઉપર ક્રીમ નાખીને પીરસવું.

403. ચીઝ રોગન જોશ [4 વ્યક્તિ]

સામગ્રી

(1) 395 પ્રમાણે $1\frac{1}{2}$ કપ રેડ ગ્રેવી
(2) 100 ગ્રામ બટાકા (3) $\frac{1}{2}$ કપ વટાણા
(4) 50 ગ્રામ ફણસી (5) 100 ગ્રામ ગાજર
(6) $\frac{1}{4}$ કપ મલાઈ (7) 1 ચીઝ ક્યુબ
(8) તેલ પ્રમાણસર (9) મીઠું પ્રમાણસર

રીત

(1) બટાકાના ટુકડા કરી, ગરમ તેલમાં તળવા. ફણસી અને ગાજરના ટુકડા કરી વટાણા સાથે બાફવા.

(2) રેડ ગ્રેવીમાં મિક્સ કરી જરૂરી મીઠું, મલાઈ અને 1 ચીઝ ક્યુબ છીણીને નાખવાં.

404. મિક્સ વેજિટેબલ કરી [4 વ્યક્તિ]

(1) ચીઝ રોગન જોશમાં મલાઈ અને ચીઝ ન નાખીએ તો મિક્સ વેજિટેબલ કરી થાય.

(2) સામગ્રી અને રીત ચીઝ રોગન જોશ પ્રમાણે.

405. વેજિટેબલ મખ્ખનવાલા [3થી 4 વ્યક્તિ]

સામગ્રી

(1) 2 ટેબલ સ્પૂન મેંદો
(2) 2 ટેબલ સ્પૂન ઘી
(3) $\frac{1}{2}$ કપ દૂધ
(4) 1 ટી સ્પૂન મરીનો ભૂકો
(5) 2 નાની ડુંગળી (6) 2 ટમેટા
(7) 2 ટેબલ સ્પૂન તેલ અથવા ઘી
(8) 1 ટી સ્પૂન લાલ મરચું
(9) 1 ટી સ્પૂન ગરમ મસાલો
(10) 1 નંગ બટાકો (11) 50 ગ્રામ વટાણા
(12) 50 ગ્રામ ગાજર (13) 50 ગ્રામ ફણસી
(14) 1 ટી સ્પૂન ખાંડ
(15) $\frac{1}{2}$ કપ ટોમેટો કેચપ
(16) 4 ટેબલ સ્પૂન ફ્રેશ મલાઈ અથવા ક્રીમ
(17) 2 ટેબલ સ્પૂન માખણ
(18) $1\frac{1}{2}$ ટેબલ સ્પૂન કસૂરી મેથી
(19) મીઠું પ્રમાણસર

રીત

(1) 1 કપ વાઇટ સોસ માટે 2 ટેબલ સ્પૂન મેંદો અને 2 ટેબલ સ્પૂન ઘી મેળવી, એક વાસણમાં ગરમ કરવા મૂકવું.

(2) તેને હલાવતા રહેવું. સહેજ સાંતળાય એટલે દૂધની ધાર કરવી. થોડુંક દૂધ નાખી પેસ્ટ જેવું કરવું. પછી બીજું બધું દૂધ નાખી દેવું. ગઠ્ઠા પડે તો હૅન્ડ મિક્સર ફેરવવું.

(3) બહુ જ ઉકાળવું. ઘટ્ટ થાય ત્યારે મીઠું, મરી અને ખાંડ નાખવાં. આમ વાઇટ સોસ તૈયાર થશે.

(4) ડુંગળી અને ટમેટા મિક્સરમાં ક્રશ કરવાં. ગૅસ પર એક વાસણમાં તેલ અથવા ઘી ગરમ કરવા મૂકી, ડુંગળી સાંતળવી. સાંતળાઈ જાય એટલે ટમેટા, લાલ મરચું અને ગરમ મસાલો નાખવાં. વાઇટ સોસ નાખવો. હલાવતા રહેવું.

(5) બધાં શાક નાખવાં. ગાજર અને ફણસી સમારી-બાફીને, વટાણા બાફીને, બટાકા સમારી-તળીને નાખવા.

(6) તેમાં મીઠું અને ખાંડ નાખવાં. $\frac{1}{2}$ કપ કેચપ નાખી ખદખદાવવું.

(7) ક્રીમ, માખણ અને કસૂરી મેથી નાખી બરાબર હલાવી પીરસવું.

406. વેજિટેબલ કોલ્હાપુરી [5થી 7 વ્યક્તિ]

સામગ્રી

(1) 100 ગ્રામ વટાણા (2) 100 ગ્રામ ગાજર
(3) 50 ગ્રામ ફણસી (4) 150 ગ્રામ ફ્લાવર
(5) ચપટી સાજીનાં ફૂલ (સોડા બાયકાર્બ)
(6) 4 ટી સ્પૂન ખાંડ
(7) 250 ગ્રામ ડુંગળી (8) 150 ગ્રામ કોળું
(9) 3 ટેબલ સ્પૂન ઘી (10) 3 તમાલપત્ર
(11) 4 લાલ આખાં મરચાં
(12) $\frac{1}{2}$ કપ ટોમેટો પ્યુરી
(13) 2 તજ (14) 5 લવિંગ
(15) 5 મરી (16) 2 ઇલાયચી
(17) $\frac{1}{4}$ ટી સ્પૂન જીરું
(18) $\frac{1}{4}$ ટી સ્પૂન વરિયાળી
(19) $\frac{1}{4}$ ટી સ્પૂન ધાણા
(20) 1 ટેબલ સ્પૂન ગરમ મસાલો
(21) $\frac{1}{2}$ કપ દહીં (22) 50 ગ્રામ માવો
(23) $\frac{1}{2}$ કપ વાઇટ સોસ
(24) 1 ટેબલ સ્પૂન લાલ મરચું
(25) $\frac{1}{2}$ કપ ઝીણી સમારેલી કોથમીર
(26) $\frac{1}{2}$ ટી સ્પૂન વાઇટ વિનેગર
(27) મીઠું પ્રમાણસર

રીત

(1) વટાણા, ગાજર, ફણસી અને ફ્લાવરના નાના ટુકડા કરવા.

(2) ગૅસ પર એક વાસણમાં 2 કપ પાણી મૂકવું. તેમાં ચપટી સાજીનાં ફૂલ (સોડા બાયકાર્બ), 1 ટી સ્પૂન મીઠું અને 4 ટી સ્પૂન ખાંડ નાખી ઉકાળવું. તેમાં વટાણા, ગાજર, ફણસી અને ફ્લાવર નાખવાં. ગૅસ ફાસ્ટ રાખવો. પછી ચાળણીમાં નિતારી લેવાં. શાક બરાબર ચડી જવાં જોઈએ.

(3) 50 ગ્રામ ડુંગળી ઝીણી સમારવી, 200 ગ્રામ ડુંગળી લાંબી સમારી તેલમાં સાંતળવી. ઠંડી થાય એટલે મિક્સરમાં પાણી નાખી પીસવી.

(4) કોળું છાલ કાઢીને છીણવું.

(5) ગૅસ પર એક વાસણમાં ઘી મૂકી, ઘી ગરમ થાય એટલે તેમાં તમાલપત્ર અને આખાં મરચાં નાખવાં. તેમાં ઝીણી સમારેલ ડુંગળી નાખવી. 5 મિનિટ સાંતળવું.

(6) તેમાં કોળું નાખી 5 મિનિટ સાંતળવું. પીસેલી ડુંગળી સાંતળવી, ટોમેટો પ્યુરી નાખી 5 મિનિટ સાંતળવું, 1 કપ પાણી નાખવું.

(7) તજ, લવિંગ, મરી, ઇલાયચી, જીરું, વરિયાળી અને ધાણા વાટીને તેમાં નાખવા. ગરમ મસાલો, દહીં, માવો, વાઇટ સોસ, $\frac{1}{2}$ કપ પાણી નાખી 5 મિનિટ ઉકાળવું. તમાલપત્ર બહાર કાઢી નાખવાં.

(8) પછી બધાં શાક, મીઠું, મરચું, કોથમીર, વિનેગર નાખવાં. પ્રમાણસર ગ્રેવી કરવી. જોઈતું પાણી ઉમેરવું.

407. સરસવનું સાગ [3થી 4 વ્યક્તિ]

સામગ્રી

(1) 250 ગ્રામ સરસવની ભાજી
(2) 150 ગ્રામ પાલક (3) 50 ગ્રામ ગાજર
(4) $\frac{1}{2}$ કપ મકાઈ દાણા
(5) 100 ગ્રામ ટમેટા
(6) 3 ટી સ્પૂન મકાઈનો લોટ
(7) 3 ટેબલ સ્પૂન ઘી
(8) 1 ટેબલ સ્પૂન જીરું
(9) ચપટી હિંગ
(10) 5 કળી લસણ (ઝીણું સમારેલું)
(11) 100 ગ્રામ ઝીણી સમારેલી ડુંગળી
(12) 4 લીલાં મરચાં
(13) $\frac{1}{2}$ કપ ઝીણી સમારેલી કોથમીર
(14) 1 ટી સ્પૂન ખાંડ
(15) 2 ટેબલ સ્પૂન બટર
(16) મીઠું પ્રમાણસર

રીત

(1) સરસવની ભાજી અને પાલકને ઝીણી સમારી, પાણીમાં 2 મિનિટ ઉકાળવી. ઠંડી કરીને મિક્સરમાં પીસવી.

(2) ગાજરને છીણવું. મકાઈના દાણા બાફીને અધકચરા વાટવા. ટમેટા નાના સમારવા. મકાઈનો લોટ પાણીમાં ઓગાળી પીસેલી ભાજીમાં નાખવો.

(3) ગૅસ પર એક વાસણમાં ઘી મૂકી, જીરું અને હિંગ નાખી તેમાં લસણ, ડુંગળી, ગાજર નાખી સાંતળવાં.

(4) મકાઈના દાણા, લીલાં મરચાં, કોથમીર, ટમેટાના ટુકડા, મીઠું, ખાંડ, નાખી, 5 મિનિટ હલાવીને તેમાં ભાજી નાખવી.

(5) તેને 5 મિનિટ ઉકાળવું. પછી બટર નાખવું. ગરમ ગરમ પીરસવું.

નોંધ : મકાઈના દાણા, ગાજર અને ટમેટા ન નાખીએ તો પણ ચાલે.

408. રાજમા [4થી 6 વ્યક્તિ]

સામગ્રી

(1) 150 ગ્રામ રાજમા

(2) $1\frac{1}{2}$ કપ રેડ ગ્રેવી (આઇટમ નં. 395 પ્રમાણે)

રીત

(1) રાજમા 5થી 6 કલાક પલાળીને બાફવા. થોડાક રાજમાનો ભૂકો કરવો.

(2) રેડ ગ્રેવી બનાવી તેમાં રાજમા અને રાજમાનો ભૂકો નાખવો. આ રાજમાનું ટૉપિંગ પણ થાય.

409. રાજસ્થાની બટાકી [4થી 5 વ્યક્તિ]

સામગ્રી

(1) 250 ગ્રામ નાની બટાકી

(2) 25 ગ્રામ સૂકું લસણ

(3) 4 નંગ લાલ રેશમપટ્ટી મરચાં

(4) $\frac{1}{2}$ ટેબલ સ્પૂન ધાણા

(5) 2 તજ (6) 5 લવિંગ

(7) 2 તમાલપત્ર (8) 2 ટેબલ સ્પૂન ઘી

(9) $\frac{1}{2}$ ટી સ્પૂન જીરું (10) ચપટી હિંગ

(11) 1 ટી સ્પૂન વાટેલાં આદુ-મરચાં

(12) 250 ગ્રામ મોળું દહીં

(13) $\frac{1}{2}$ શ્રીફળ (નારિયેળ)

(14) 1 ટી સ્પૂન ધાણાજીરું

(15) મીઠું પ્રમાણસર

રીત

(1) નાની બટાકી બાફી, છાલ કાઢી, બે ટુકડા કરવા. લસણને પીસવું.

(2) મરચું, ધાણા, તજ, લવિંગ અને તમાલપત્ર પલાળીને ઝીણાં વાટવાં.

(3) ગૅસ પર એક વાસણમાં ઘી મૂકી, જીરા-હિંગનો વઘાર કરી, તેમાં લસણ નાખવું. પછી વાટેલો મસાલો નાખવો.

(4) તેમાં આદુ, મરચાં, મોળું દહીં, કોપરું (છીણીને), મીઠું અને ધાણાજીરું નાખવાં. મસાલો તૈયાર થાય એટલે બટાકી અંદર નાખવી.

410. પનીર ટીકા [15 નંગ]

સામગ્રી

(1) 200 ગ્રામ પનીર

(2) 100 ગ્રામ કૅપ્સિકમ (3) 100 ગ્રામ ડુંગળી

(4) 2 ટમેટા (5) $1\frac{1}{4}$ કપ કોથમીર

(6) મોટો ટુકડો આદુ (7) 6 કળી લસણ

(8) લાલ કલર

(9) 1 ટી સ્પૂન વાઇટ વિનેગર

(10) 1 ટી સ્પૂન લાલ મરચું

(11) 2 ટી સ્પૂન કોર્નફ્લોર

(12) 1 ટી સ્પૂન ગરમ મસાલો

(13) 1 ટી સ્પૂન હળદર

(14) 1 ટી સ્પૂન મરી પાઉડર

(15) થોડુંક સંચળ

(16) 2 ટી સ્પૂન શાહજીરું

(17) 1 કપ દહીં

(18) 6 ટેબલ સ્પૂન બટર

(19) ચાટ-મસાલો પ્રમાણસર

(20) 1 લીંબુનો રસ (21) મીઠું પ્રમાણસર

રીત

(1) પનીર અને કૅપ્સિકમના 2"ના ચોરસ ટુકડા કરવા, ડુંગળી 2"ની સ્લાઇસ કરવી, ટમેટા ઠંડા પાણીમાં પલાળી 3"ના ચોરસ ટુકડા કરવા. તેનો ગર બાજુ પર કાઢી લેવો.

(2) કોથમીર ઝીણી સમારવી. આદુ અને લસણ પીસવું. એક વાસણમાં બટર સિવાય બધો મસાલો અને દહીં નાખી મેળવવું. કૅપ્સિકમ, પનીર, ટમેટા, ડુંગળી નાખીને $1\frac{1}{2}$ થી 2 કલાક પલાળી રાખવું.

(3) ઓવનમાં ગ્રીલિંગ માટે સોયા ઉપર ડુંગળીની, ટમેટાની, કૅપ્સિકમની અને પનીરની એક-એક સ્લાઇસ ટાઇટ ભરાવવી. જગ્યા હોય તો ફરીથી બીજી વાર સ્લાઇસ ભરાવવી. ઉપર બટર લગાડવું.

(4) 10 મિનિટ માટે 200° C પર બેક કરવું. સોયો ન હોય તો પ્લેટમાં બેક કરવા મૂકવું. ઓવનમાંથી કાઢી, ટુથપીકમાં લગાડી, પ્લેટમાં મૂકવું.

(5) તેની ઉપર ચાટ-મસાલો અને લીંબુનો રસ છાંટી પીરસવું. પાઇનેપલના ટુકડા પણ મૂકી શકાય.

411. પનીર ટીકા મસાલા [3 થી 4 વ્યક્તિ]

સામગ્રી

(1) 100 + 50 ગ્રામ પનીર
(2) 150 ગ્રામ ડુંગળી (3) 5 નંગ લસણ
(4) 3 ટેબલ સ્પૂન ઘી
(5) 50 ગ્રામ ટોમેટો કેચપ
(6) 250 ગ્રામ ટમેટાની ગ્રેવી
(7) 1 ટેબલ સ્પૂન ખસખસ
(8) 1 ટેબલ સ્પૂન મગજતરીનાં બી
(9) 2 નંગ જાવંત્રી
(10) 1 ટી સ્પૂન વરિયાળી
(11) $\frac{1}{2}$ ટેબલ સ્પૂન ધાણા
(12) થોડુંક નાગકેસર (13) 2 નંગ તમાલપત્ર
(14) 1 ટી સ્પૂન લાલ મરચું (15) નાનો ટુકડો આદુ
(16) 50 ગ્રામ સફેદ માવો (17) મીઠું પ્રમાણસર

રીત

(1) 100 ગ્રામ પનીરના ત્રિકોણ ટુકડા કરી, તળીને પાણીમાં નાખવા.

(2) ડુંગળી, લસણને પીસીને ગ્રેવી કરવી.

(3) ગૅસ પર એક વાસણમાં ઘી મૂકી ગ્રેવી સાંતળવી. તેમાં ટોમેટોનો કેચપ અને ટમેટાની ગ્રેવી નાખવી. બીજો બધો મસાલો વાટીને નાખવો. લાલ મરચું અને મીઠું નાખવું.

(4) તેમાં આદુ (છીણીને), માવો અને 50 ગ્રામ પનીર (છીણીને) નાખવાં.

(5) પનીરના ટુકડા નાખી, પાણી નાખવું. ગ્રેવીનો લાલ રંગ થશે. ગરમ ગરમ પીરસવું.

412. પનીર પસંદા [5 થી 6 વ્યક્તિ]

સામગ્રી

(1) 200 ગ્રામ પનીર (2) તેલ પ્રમાણસર
(3) 3 ડુંગળી (4) 2 ટમેટા
(5) 100 ગ્રામ મગજતરીનાં બી
(6) $\frac{1}{2}$ કપ ઝીણી સમારેલી કોથમીર
(7) $\frac{1}{2}$ ટી સ્પૂન મરચું (8) $\frac{1}{2}$ ટી સ્પૂન હળદર
(9) 1 ટી સ્પૂન ગરમ મસાલો
(10) 20 ગ્રામ આદુ (11) 5 કળી લસણ
(12) 1 ચપટી આજીનોમોટો
(13) 2 ટેબલ સ્પૂન ક્રીમ અથવા મલાઈ
(14) $\frac{1}{4}$ ટી સ્પૂન જાયફળનો ભૂકો
(15) મીઠું પ્રમાણસર

રીત

(1) પનીરના $1\frac{1}{2}$" જાડાઈના ટુકડા કરી, ગરમ તેલમાં બદામી તળી, ઠંડા પાણીમાં નાખવા, જેથી નરમ થઈ જાય.

(2) ડુંગળી અને ટમેટા મિક્સરમાં ક્રશ કરવા. મગજતરીનાં બી ગરમ પાણીમાં પલાળીને મિક્સરમાં પીસવાં.

(3) ગૅસ પર એક વાસણમાં 2 ટેબલ સ્પૂન તેલ ગરમ કરવા મૂકી, ડુંગળી સાંતળવી તેમાં મગજતરીનાં બી અને કોથમીર નાખવાં. મરચું, હળદર, ગરમ મસાલો, વાટેલાં આદુ-લસણનું પાણી, મીઠું અને આજીનોમોટો નાખી બરાબર હલાવવું.

(4) તેમાં ક્રશ કરેલા ટમેટા નાખવા. 1 ગ્લાસ પાણી રેડવું. ઊકળે એટલે ક્રીમ અથવા મલાઈ અને પનીર નાખવાં.

(5) પીરસતી વખતે જાયફળનો ભૂકો નાખવો.

વૅરિએશન

પનીરના 2 ટુકડાની વચ્ચે કોથમીરની ચટણી મૂકી, ચણાના લોટમાં મીઠું નાખી, ઘટ્ટ ખીરું કરી, તેમાં પનીર મૂકી તળવાં.

413. પનીર ભુરજી [4થી 5 વ્યક્તિ]

સામગ્રી અને રીત

(1) દૂધ ગૅસ પર મૂકી, ઊકળે એટલે તેમાં ધીમે ધીમે લીંબુ નીચોવવું. 1 લિટર દૂધમાં 1 લીંબુ જોઈએ.

(2) ધીમે ધીમે હલાવતા જવું. દૂધ ફાટે એટલે તેને કપડાથી ગાળી લેવું.

(3) પછી પાણીથી ધોઈ, જો પીસ પાડવા હોય તો આડણી પર કપડામાં પનીર પાથરી, તેના પર ખાયણી જેવો કોઈ ભાર મૂકવો. આ રીતે પનીર સરસ તૈયાર થશે. પનીર મેકરમાં પણ પનીર બનાવી શકાય.

(4) પનીર પસંદાની ગ્રેવી તૈયાર કરી, 150 ગ્રામથી 200 ગ્રામ પનીર છીણીને નાખવું. આ રીતે પનીર ભુરજી તૈયાર થશે. 10 મિનિટ ગરમ કરવું.

414. પનીર મખ્ખની [5થી 6 વ્યક્તિ]

સામગ્રી

(1) 200 ગ્રામ પનીર (2) તેલ પ્રમાણસર
(3) 8 બદામ
(4) $1\frac{1}{2}$ કપ નારિયેળનું દૂધ
(5) 2 ટેબલ સ્પૂન ઘી (6) 3 ડુંગળી
(7) 2 લીલાં મરચાં (8) 50 ગ્રામ માવો
(9) 1 ટી સ્પૂન કરી પાઉડર
(10) 1 ટી સ્પૂન ગરમ મસાલો
(11) 1 ટી સ્પૂન ધાણાજીરું
(12) 6 કાજુ (13) 10 દ્રાક્ષ
(14) $\frac{1}{4}$ ટી સ્પૂન હળદર (15) $\frac{1}{2}$ લીંબુનો રસ
(16) 2 ટેબલ સ્પૂન માખણ
(17) 2 ટેબલ સ્પૂન ઝીણી સમારેલી કોથમીર
(18) 2 ટેબલ સ્પૂન ક્રીમ કે મલાઈ
(19) મીઠું પ્રમાણસર

વાટવાનો મસાલો

(1) 4 કળી લસણ
(2) 4 લાલ મરચાં
(3) 1 ટી સ્પૂન જીરું
(4) $1\frac{1}{2}$ ટેબલ સ્પૂન નારિયેળનું ખમણ
(5) $\frac{1}{2}$ ટેબલ સ્પૂન ખસખસ
(6) $\frac{1}{2}$ ટેબલ સ્પૂન ધાણા
(7) $\frac{1}{4}$ ટી સ્પૂન હળદર
(8) 6 લવિંગ (9) 3 ઇલાયચી
(10) 2 કટકા તજ (11) 5 મરી

રીત

(1) વાટવાનો મસાલો ભેગો કરી, વાટી, તેમાં સહેજ પાણી નાખવું.

(2) પનીરના ટુકડાને તેલમાં ધીમા તાપે તળી, પાણીમાં નાખવા. બદામ પાણીમાં પલાળી, છોલી, વાટીને લૂગદી બનાવવી.

(3) નારિયેળનું સફેદ કોપરું ખમણી, તેમાં $\frac{1}{2}$ કપ ગરમ પાણી નાખી, મિક્સરમાં પીસી, ગળણીથી દાબીને દૂધ કાઢી લેવું. બીજી વાર ફરીથી $\frac{1}{2}$ કપ ગરમ પાણી નાખીને મિક્સરમાં પીસી, ગળણીથી દાબીને દૂધ કાઢી લેવું.

(4) નારિયેળના દૂધમાં બદામની પેસ્ટનું મિશ્રણ કરવું.

(5) ગૅસ પર એક વાસણમાં ઘી મૂકી, તેમાં ડુંગળી, લીલાં મરચાં (વાટીને) નાખવાં. બદામી રંગનો થાય એટલે વાટેલો મસાલો નાખવો અને સાંતળવો.

(6) ઘી છૂટું પડે એટલે માવો છીણીને નાખવો. નારિયેળ અને બદામની લૂગદીનું મિશ્રણ નાખી, તેમાં મીઠું અને પનીરના ટુકડા નાખવા.

(7) 5 મિનિટ પછી કરી પાઉડર, ગરમ મસાલો, ધાણાજીરું, કાજુ, દ્રાક્ષ, સહેજ હળદર અને લીંબુનો રસ નાખી, નીચે ઉતારી, માખણ કે ઘીનો વઘાર કરવો.

(8) કોથમીર અને ક્રીમ કે મલાઈ નાખવી.

415. પાલક પનીર [4 વ્યક્તિ]

સામગ્રી

(1) 250 ગ્રામ પાલક
(2) ચપટી સાજીનાં ફૂલ (સોડા બાયકાર્બ)
(3) નાનો ટુકડો આદુ (4) 4 નંગ લીલાં મરચાં
(5) 3 નંગ ડુંગળી (6) 2 ટેબલ સ્પૂન ઘી
(7) 6 કળી લસણ (8) 100 ગ્રામ કોથમીર
(9) 1 ટી સ્પૂન ગરમ મસાલો
(10) 100 ગ્રામ પનીર (11) તેલ પ્રમાણસર
(12) 3 ટેબલ સ્પૂન દહીં અથવા ક્રીમ
(13) મીઠું પ્રમાણસર

રીત

(1) પાલકને ધોઈ, ઊકળતા પાણીમાં મીઠું અને ચપટી સાજીનાં ફૂલ (સોડા બાયકાર્બ) નાખી, 2 મિનિટ બાફી, ઠંડા પાણીમાં નાખવી.
(2) તેને આદુ અને મરચાં સાથે વાટવી. ડુંગળી ક્રશ કરી ઘીમાં સાંતળવી. તેમાં લસણ, મીઠું, કોથમીર (વાટીને) અને ગરમ મસાલો નાખવાં.
(3) પનીરના 1"ના ચોરસ ટુકડા કરી, ગરમ તેલમાં તળી, હૂંફાળા પાણીમાં નાખી, 2 મિનિટમાં બહાર કાઢવા અને ગ્રેવીમાં નાખવા.
(4) પાલકને ગ્રેવીમાં નાખી, ગૅસ બંધ કરી દેવો. દહીં વલોવીને કે ક્રીમ નાખવું. લીંબુ પણ નાખી શકાય.

નોંધ : (1) દહીં અથવા ક્રીમ ન નાખો તો ચાલે.
(2) દહીં અને ક્રીમને બદલે દૂધ નાખી શકાય.

416. કોર્ન, કૅપ્સિકમ, મટર, પનીર [4થી 6 વ્યક્તિ]

સામગ્રી

(1) આઇટમ નં. 396 પ્રમાણે 2 કપ વાઇટ ગ્રેવી
(2) 250 ગ્રામ મકાઈના દાણા
(3) 200 ગ્રામ મટર (વટાણા)
(4) 100 ગ્રામ પનીર (5) તેલ પ્રમાણસર
(6) 100 ગ્રામ કૅપ્સિકમ (7) મીઠું પ્રમાણસર

રીત

(1) વાઇટ ગ્રેવી બનાવવી. મકાઈના દાણા અને મટર બાફવાં.
(2) પનીરના ચોરસ ટુકડા કરી, ગરમ તેલમાં તળીને પાણીમાં નાખવા.
(3) કૅપ્સિકમના નાના ટુકડા કરવા.
(4) વાઇટ ગ્રેવી ગરમ કરી, તેમાં ચારેય વસ્તુ નાખવી. જરૂર મુજબ મીઠું નાખવું.

417. ગ્રીન બટાકી [3થી 4 વ્યક્તિ]

સામગ્રી

(1) 250 ગ્રામ નાની બટાકી
(2) તેલ પ્રમાણસર
(3) 250 ગ્રામ પાલકની ભાજી
(4) 25 ગ્રામ લીલું લસણ
(5) 1 ટેબલ સ્પૂન ઘી (6) $\frac{1}{2}$ ટી સ્પૂન જીરું
(7) ચપટી હિંગ (8) નાનો ટુકડો આદુ
(9) 4થી 5 લીલાં મરચાં
(10) 4 ટેબલ સ્પૂન ઝીણી સમારેલી કોથમીર
(11) $\frac{1}{2}$ ટી સ્પૂન હળદર
(12) 1 ટી સ્પૂન ધાણાજીરું
(13) 1 ટી સ્પૂન ગરમ મસાલો
(14) મીઠું પ્રમાણસર

રીત

(1) બટાકી છોલીને, સહેજ બાફીને તળવી.
(2) પાલકની ભાજી ઝીણી કાપી, ધોઈ, પાણીમાં બાફીને વાટવી. લીલું લસણ કાપીને વાટવું.
(3) ગૅસ પર એક વાસણમાં 1 ટેબલ સ્પૂન તેલ અને 1 ટેબલ સ્પૂન ઘી મૂકી, જીરા-હિંગનો વઘાર તૈયાર કરી, તેમાં પાલકની ભાજી અને વાટેલું લસણ નાખવાં.
(4) તેમાં મીઠું, આદુ અને મરચાં વાટેલાં નાખવાં. તેમાં કોથમીર, હળદર, ધાણાજીરું અને ગરમ મસાલો નાખવાં.
(5) ગ્રેવી ખદખદ થાય એટલે બટાકી નાખવી.

418. મલાઈ કોફતા [4થી 6 વ્યક્તિ]

સામગ્રી

(1) 250 ગ્રામ બટાકા

(2) 1 ટી સ્પૂન વાટેલાં લીલાં મરચાં

(3) 1 ટેબલ સ્પૂન કોર્નફ્લોર

(4) 1 ટેબલ સ્પૂન આરાલોટ કે ટોસ્ટનો ભૂકો

(5) 100 ગ્રામ પનીર

(6) 15 નંગ બદામ   (7) 15 નંગ પિસ્તા

(8) જરાક કેસર   (9) તેલ પ્રમાણસર

(10) 2 કપ વાઇટ ગ્રેવી (આઇટમ નં. 396 પ્રમાણે)

(11) 2 ટેબલ સ્પૂન મલાઈ અથવા માવો

(12) 2થી 3 ટી સ્પૂન ક્રીમ

(13) મીઠું પ્રમાણસર

રીત

(1) બટાકા બાફી તેમાં મીઠું, લીલાં મરચાં, થોડોક કોર્નફ્લોર, આરાલોટ કે ટોસ્ટનો ભૂકો નાખવાં.

(2) પનીરને છીણી, મસળીને લીસું કરવું. તેમાં બદામ, પિસ્તાની કાતરી, કેસર (વાટીને) અને મીઠું નાખવાં.

(3) બટાકાના માવામાં પનીરની પેસ્ટ મૂકી, ગોળ વાળી, ગરમ તેલમાં તળી લેવું.

(4) વાઇટ ગ્રેવીમાં માવો અથવા મલાઈ (વધારે) નાખવી. કોફતા પીરસતી વખતે જ મૂકવા. તેના પર ક્રીમ 2થી 3 ટી સ્પૂન નાખી પીરસવું.

વૅરિએશન

રેડ ગ્રેવીમાં કોફતા નાખી શકાય.

419. પનીર કોફતા [4 વ્યક્તિ]

રીત

(1) 100 ગ્રામ પનીર છીણી, તેમાં 3 લીલાં મરચાં અને મીઠું નાખી, મિક્સ કરી, ગોળ ગોળીઓ વાળી, તળી દેવી.

(2) ફાટે તો 1 ટેબલ સ્પૂન કોર્નફ્લોર કે આરા-લોટ નાખવો.

(3) પીરસતી વખતે 1 કપ રેડ ગ્રેવીમાં નાખવા.

420. દૂધીના કોફતા કરી [4થી 5 વ્યક્તિ]

સામગ્રી

(1) 250 ગ્રામ દૂધી   (2) 3 બટાકા

(3) 1 ટી સ્પૂન મરચું   (4) $\frac{1}{2}$ ટી સ્પૂન હળદર

(5) 1 ટી સ્પૂન પાણીપૂરીનો મસાલો (કોરો)

(6) 1 ટી સ્પૂન ગરમ મસાલો

(7) 1થી $1\frac{1}{2}$ કપ ઘઉંનો જાડો લોટ

(8) 2થી 3 ટેબલ સ્પૂન મલાઈ

(9) તેલ પ્રમાણસર

(10) $1\frac{1}{2}$ કપ રેડ ગ્રેવી (આઇટમ નં. 395 પ્રમાણે)

(11) મીઠું પ્રમાણસર

રીત

(1) દૂધીના ટુકડા કરીને બાફવા. બટાકા બાફવા. બંનેને છીણવા.

(2) તેમાં મીઠું, મરચું, હળદર, પાણીપૂરીનો મસાલો, ગરમ મસાલો અને ઘઉંનો લોટ જરૂર મુજબ નાખવાં. મલાઈ વધારે નાખવી.

(3) લોટ ઢીલો રાખવો. ભાત પણ નાખી શકાય.

(4) ગોળા વાળીને ગરમ તેલમાં તળી નાખવા. પીરસતી વખતે રેડ ગ્રેવીમાં નાખવા.

નોંધ : પાણીપૂરીનો કાળો મસાલો (જે બહાર મળે છે તે) નાખવો.

421. કોફતા નૂરજહાની [3થી 4 વ્યક્તિ]

સામગ્રી

(1) 250 ગ્રામ બટાકા   (2) 50 ગ્રામ પનીર

(3) 1 ટી સ્પૂન કોર્નફ્લોર

(4) નાનો ટુકડો વાટેલું આદુ

(5) $\frac{1}{2}$ ટી સ્પૂન વાટેલાં લીલાં મરચાં

(6) $\frac{1}{2}$ ગાજર

(7) 2 ટેબલ સ્પૂન કાજુને પલાળીને બનાવેલી લૂગદી

(8) તેલ પ્રમાણસર   (9) 2 ડુંગળી

(10) 6 નંગ લસણ   (11) $\frac{1}{2}$ ટી સ્પૂન હળદર

(12) 1 ટી સ્પૂન લાલ મરચું

(13) 1 ટી સ્પૂન ગરમ મસાલો

(14) મીઠું પ્રમાણસર

કોફતા બનાવવાની રીત

(1) બટાકાને બાફી, છોલીને છીણવા. પનીર છીણીને તેમાં નાખવું. કોર્નફ્લોર, આદુ, મરચાં અને મીઠું નાખી, મિક્સ કરી, ગોળા બનાવવા.

(2) ગાજર છીણી, તેમાં કાજુની લૂગદી નાખી, ભેગું કરી, ગોળામાં ભરી દેવું. ફીલિંગમાં બીજું કશું નાખવું નહીં, કોર્નફ્લોરમાં રગદોળી, તળી નાખવું.

ગ્રેવી બનાવવાની રીત

(1) ગૅસ પર એક વાસણમાં 2 ટેબલ સ્પૂન તેલ મૂકી, તેમાં ડુંગળી સાંતળવી.

(2) ડુંગળી બદામી થાય એટલે તેમાં આદુ-લસણની પેસ્ટ નાખવી. તેમાં હળદર, મરચું અને પાણી નાખી, 10 મિનિટ ઉકાળવું.

(3) તેમાં મીઠું, ગરમ મસાલો અને કોફતા નાખી પીરસવું.

422. પાલકના કોફતા [4 વ્યક્તિ]

સામગ્રી

(1) 250 ગ્રામ પાલક (2) 4 ટી સ્પૂન મેંદો
(3) 4 ટેબલ સ્પૂન કોર્નફ્લોર
(4) 100 ગ્રામ પનીર (5) 4 નંગ લીલાં મરચાં
(6) 3 ટેબલ સ્પૂન કોથમીર
(7) 2 ટેબલ સ્પૂન કોપરાની છીણ
(8) 2 ટેબલ સ્પૂન સીંગનો ભૂકો
(9) $\frac{1}{2}$ લીંબુ (10) 2 ટી સ્પૂન ખાંડ
(11) તેલ પ્રમાણસર (12) મલાઈ પ્રમાણસર
(13) $1\frac{1}{2}$ કપ રેડ ગ્રેવી (14) મીઠું પ્રમાણસર

રીત

(1) પાલકને ઝીણી સમારી, બાફીને ઠંડી કરવી.

(2) તેમાં થોડોક મેંદો, કોર્નફ્લોર, મીઠું, 1 ટી સ્પૂન તેલ, થોડીક મલાઈ નાખીને લુઆ કરવા.

(3) પનીરમાં મીઠું, લીલાં મરચાં, કોથમીર, કોપરાની છીણ, સીંગનો ભૂકો, લીંબુ અને ખાંડ નાખી, ભેગું કરવું.

(4) પાલકનો લુઓ લઈ તેમાં પનીરનો માવો ભરવો અને કોફતા ગરમ તેલમાં તળવા. કોફતા પોચા ન થાય તો મોણ કે મલાઈ વધારે નાખવાં. છૂટા પડે તો મેંદો કે કોર્નફ્લોર નાખવા.

(5) રેડ ગ્રેવી કરી તેમાં કોફતા નાખવા.

423. નરગીસી કોફતા [4થી 6 વ્યક્તિ]

સામગ્રી

(1) 300 ગ્રામ બટાકા
(2) 200 ગ્રામ લીલા વટાણા
(3) 6 લીલાં મરચાં (4) 4 ઇલાયચીનો ભૂકો
(5) 4 ટેબલ સ્પૂન કોર્નફ્લોર
(6) 200 ગ્રામ પનીર
(7) 3 ટેબલ સ્પૂન દૂધનો પાઉડર
(8) $\frac{1}{4}$ ટી સ્પૂન બેકિંગ પાઉડર
(9) 1 ટી સ્પૂન બૂરું ખાંડ
(10) તેલ પ્રમાણસર
(11) 4 ડુંગળી (12) $2\frac{1}{2}$ કપ દૂધ
(13) 2 ટેબલ સ્પૂન ઘી (14) 3 તમાલપત્ર
(15) ચપટી સાજીનાં ફૂલ (સોડા બાયકાર્બ)
(16) 2 ટી સ્પૂન મરચું (17) $\frac{1}{4}$ ટી સ્પૂન હળદર
(18) 1 ટી સ્પૂન ગરમ મસાલો
(19) 1 કપ ક્રીમ (20) મીઠું પ્રમાણસર

સૂકો મસાલો

1. (1) 4 ટી સ્પૂન ખસખસ
(2) 4 ઇલાયચી (3) 4 જાવંત્રી
(4) $\frac{1}{2}$ ટી સ્પૂન શાહજીરું

2. (1) 2 કળી લસણ (2) 6 કાજુ
(3) 3 ટી સ્પૂન કોપરાની છીણ
(4) 3 ટમેટાના ટુકડા
(5) નાનો ટુકડો આદુ

રીત

(1) બાફેલા બટાકાની છાલ કાઢી, ગરમ ગરમ છીણવા. મિક્સરમાં વટાણાની લૂગદી કરવી, મરચાં વાટવાં.

(2) બટાકાના માવામાં વટાણાની લૂગદી, મરચાં, ઇલાયચી, કોર્નફ્લોર, પનીર, દૂધનો પાઉડર, મીઠું, બેકિંગ પાઉડર, બૂરું ખાંડ નાખીને મિશ્રણ કરવું.

(3) નાના ચપટા ગોળા બનાવી, તેલમાં ગુલાબી રંગના તળવા. છૂટા પડે તો કોર્નફ્લોર વધારે નાખવો.

(4) ડુંગળી પાતળી સમારી, તેલમાં ધીમા ગૅસે લાલ રંગની તળવી. ઠંડી થાય પછી તેમાં $\frac{1}{2}$ કપ દૂધ નાખી, મિક્સરમાં વાટવી.

(5) 1 અને 2માં સૂચવાયેલા સૂકા મસાલા જુદા જુદા વાટવા અને બંનેનું ડુંગળી સાથે મિશ્રણ કરવું.

(6) ગૅસ પર એક વાસણમાં ઘી ગરમ કરવા મૂકી, તમાલપત્ર નાખી, ઉપરનો બધો મસાલો સાંતળવો.

(7) તેમાં ચપટી સાજીનાં ફૂલ (સોડા બાયકાર્બ), બાકીનું દૂધ, મરચું અને હળદર નાખી ઉકાળવું. 1 કપ પાણી નાખી હલાવતા રહેવું.

(8) ગ્રેવી ઊકળે એટલે મીઠું અને ગરમ મસાલો નાખવાં.

(9) છેલ્લે ક્રીમ નાખી ગૅસ બંધ કરી દેવો. કોફતા નાખી, 5 મિનિટ રહેવા દઈ, ગરમ ગરમ પીરસવું.

424. મોગલાઈ કોબીજ ફ્લાવર [4થી 5 વ્યક્તિ]

સામગ્રી

(1) 250 ગ્રામ કોબીજ (2) 250 ગ્રામ ફ્લાવર
(3) 150 ગ્રામ વટાણા (4) 6 કળી લસણ
(5) 2 ડુંગળી (6) 250 ગ્રામ ટમેટા
(7) 2 ટેબલ સ્પૂન ઘી (8) 2 ટેબલ સ્પૂન તેલ
(9) ચપટી હિંગ (10) $\frac{1}{2}$ ટી સ્પૂન હળદર
(11) 2 ટેબલ સ્પૂન ખાંડ
(12) ચપટી સાજીનાં ફૂલ (સોડા બાયકાર્બ)
(13) મીઠું પ્રમાણસર

વાટવાનો મસાલો

(1) 2 ટેબલ સ્પૂન સૂકા ધાણા
(2) 1 ટેબલ સ્પૂન જીરું (3) 8 દાણા મરી
(4) 2 નંગ તજ (5) 5 નંગ લવિંગ
(6) $\frac{1}{4}$ કપ કાજુના ટુકડા અથવા સીંગદાણા અથવા $\frac{1}{2}$ કપ મગજતરીનાં બી
(7) 1 ટી સ્પૂન તલ (8) નાનો ટુકડો આદુ
(9) 5થી 6 ઇલાયચી
(10) 5થી 6 લીલાં મરચાં

આ બધો મસાલો વાટવો.

રીત

(1) ખુલ્લા પાણીમાં મીઠું, ચપટી સાજીનાં ફૂલ (સોડા બાયકાર્બ) અને 1 ટી સ્પૂન ખાંડ નાખી મોટું સમારેલું ફ્લાવર અને કોબીજ બાફવાં. વટાણા બાફવા.

(2) લસણ અને ડુંગળી વાટવાં. ટમેટાને બાફી, છાલ કાઢી, પલ્પ તૈયાર કરવો.

(3) ગૅસ પર એક વાસણમાં વઘાર માટે ઘી-તેલ મૂકી, ગરમ થાય એટલે તેમાં હિંગ, હળદર, લસણ અને ડુંગળી નાખવાં.

(4) તેમાં વાટેલો મસાલો નાખવો. સાંતળાઈ જાય એટલે ટમેટાનો પલ્પ નાખવો. મીઠું અને ખાંડ નાખવાં. ખટાશ લાગે તો વધારે ખાંડ નાખવી. તીખું જોઈતું હોય તો લાલ મરચું નાખવું.

(5) તેમાં બાફેલાં કોબીજ, ફ્લાવર અને વટાણા નાખવાં.

425. ગાર્ડન સરપ્રાઇઝ [4થી 5 વ્યક્તિ]

સામગ્રી

(1) 50 ગ્રામ ફણસી
(2) 100 ગ્રામ નાની બટાકી
(3) 100 ગ્રામ વટાણા
(4) 100 ગ્રામ નાની ડુંગળી
(5) 50 ગ્રામ ગાજર
(6) મોગલાઈ કોબીજ-ફ્લાવરની ગ્રેવી
(7) ચપટી સાજીનાં ફૂલ (સોડા બાયકાર્બ)
(8) 1 ટી સ્પૂન ખાંડ (9) મીઠું પ્રમાણસર

રીત

(1) એક વાસણમાં 2 કપ પાણી લેવું. તેમાં ચપટી સાજીનાં ફૂલ (સોડા બાયકાર્બ), 1 ટી સ્પૂન મીઠું, 1 ટી સ્પૂન ખાંડ નાખીને ગરમ કરવું.

(2) તેમાં ફણસી (ઝીણી સમારીને), બટાકા અને વટાણા બાફવા. ઉપર ચાળણીમાં ડુંગળી તેમજ ઊભી ચીરી કરીને ગાજર બાફવા મૂકવાં.

(3) બફાઈ જાય એટલે ઠંડાં કરવાં. મોગલાઈ ગ્રેવીમાં આ બધાં શાક નાખવાં. બહુ તીખું થાય તો ક્રીમ, મલાઈ કે દહીં નાખી શકાય.

(4) નાની ડુંગળી લાલ કરવી હોય તો વિનેગરમાં લાલ રંગ અને મીઠું નાખી તેમાં ડુંગળી નાખવી.

426. મસાલા મસૂર [4 થી 6 વ્યક્તિ]

સામગ્રી

(1) 1 કપ આખા મસૂર
(2) 200 ગ્રામ નાની ડુંગળી
(3) 4 ટેબલ સ્પૂન ઘી
(4) 2 સ્લાઇસ કરેલી ડુંગળી
(5) 100 ગ્રામ ટમેટા

પેસ્ટ

(1) 4 લાલ મરચાં   (2) 7-8 કળી લસણ
(3) 1 ટી સ્પૂન જીરું (4) નાનો ટુકડો આદુ
(5) 4 ટેબલ સ્પૂન કોથમીર
(6) મીઠું પ્રમાણસર

રીત

(1) મસૂર ધોઈ, તેમાં 2 કપ જેટલું પાણી અને ડુંગળી નાખી, પ્રેસરકૂકરમાં બાફી લેવા.

(2) ગૅસ પર એક વાસણમાં ઘી ગરમ કરી ડુંગળીની સ્લાઇસ તળી લેવી.

(3) તેમાં પેસ્ટ સાંતળી, મસૂર નાખવા.

(4) તેમાં ટમેટાનો પલ્પ નાખી 15 મિનિટ થવા દેવું. છેલ્લે કોથમીર ઝીણી સમારીને નાખવી.

427. માખણ વટાણા પનીર [3 થી 4 વ્યક્તિ]

સામગ્રી

(1) 100 ગ્રામ પનીર
(2) 100 ગ્રામ લીલા વટાણા
(3) 20 ગ્રામ ખસખસ
(4) 50 ગ્રામ મગજતરીનાં બી

(5) 2 ટેબલ સ્પૂન ઘી (6) 1 ટેબલ સ્પૂન તેલ
(7) $\frac{1}{2}$ ટી સ્પૂન જીરું (8) ચપટી હિંગ
(9) 1 ટી સ્પૂન વાટેલાં આદુ-મરચાં
(10) 100 ગ્રામ ડુંગળી
(11) 10 કળી લસણ
(12) 250 ગ્રામ ટમેટા
(13) 1 ટી સ્પૂન હળદર
(14) 2 ટેબલ સ્પૂન કોપરાની છીણ
(15) 2 ટી સ્પૂન ગરમ મસાલો
(16) 30 ગ્રામ માખણ
(17) મીઠું પ્રમાણસર

રીત

(1) પનીરના ટુકડા કરી, તળીને પાણીમાં પલાળવા.

(2) પાણીમાં મીઠું નાખી વટાણા બાફવા.

(3) ખસખસ અને મગજતરીનાં બી 1 કલાક થોડાંક પાણીમાં પલાળી પીસવાં.

(4) ગૅસ પર એક વાસણમાં ઘી-તેલ મૂકી, જીરા અને હિંગનો વઘાર તૈયાર કરી, તેમાં આદુ, મરચાં, ડુંગળી તથા લસણ (વાટેલાં) નાખવાં. પછી ટમેટાનો પલ્પ, ખસખસનો માવો, હળદર, કોપરાની છીણ, ગરમ મસાલો અને મીઠું નાખવાં.

(5) ઘી છૂટું પડે એટલે માખણ, વટાણા અને પનીર નાખવાં. 5 મિનિટ પછી ગૅસ બંધ કરવો.

428. સ્ટફડ ટોમેટો ઇન ગ્રેવી [5 વ્યક્તિ]

સામગ્રી

(1) 500 ગ્રામ કઠણ અને લાંબા એકસરખા ટમેટા
(2) 1 ટેબલ સ્પૂન માખણ
(3) 2 ટેબલ સ્પૂન કાજુ ટુકડા
(4) 2 ટી સ્પૂન વાટેલાં આદુ-મરચાં
(5) 3 મધ્યમ સાઇઝના બાફેલા બટાકા
(6) ખાંડ સ્વાદ પ્રમાણે
(7) 1 ટી સ્પૂન ગરમ મસાલો
(8) મીઠું પ્રમાણસર

ગ્રેવી માટે

(1) 1 ટેબલ સ્પૂન માખણ
(2) ટમેટાને કોતરીને કાઢેલો રસ
(3) 50 ગ્રામ ટમેટાનો રસ
(4) 2 ટેબલ સ્પૂન ખાંડ (5) મીઠું પ્રમાણસર

વાટવાનો મસાલો

(1) 3 કાશ્મીરી મરચાં (2) 1 ટી સ્પૂન જીરું
(3) 1 ટેબલ સ્પૂન ધાણા
(4) 1 ટુકડો તજ (5) 3 લવિંગ
(6) 2 મધ્યમ ડુંગળી (7) 1 ટુકડો આદુ
(8) 4 કળી લસણ

સૂકા મસાલા શેકી, ડુંગળી, આદુ અને લસણ ભેગાં કરી, થોડું પાણી નાખીને મિક્સરમાં વાટવા.

રીત

ટમેટાને મધ્યમ તાપે સાધારણ તળી લેવા. તેની ઉપરની છાલ કાઢી નાખવી. વચ્ચેથી બે ટુકડા કરવા. ટમેટાની વચ્ચેનો રસ કાઢી લેવો. આ રસ મિક્સરમાં ક્રશ કરી, ગ્રેવી માટે રાખી મૂકવો.

ટમેટામાં ભરવા માટે

(1) એક વાસણમાં માખણ ગરમ કરી, તેમાં કાજુ નાખવાં. તેમાં આદુ-મરચાં વાટીને નાખવાં. બાફી-છોલીને છીણેલા બટાકા, મીઠું, ખાંડ, ગરમ મસાલો નાખવાં.
(2) બરાબર મિશ્રણ કરી, આ મસાલો ટમેટામાં ભરવો.

ગ્રેવી

(1) એક વાસણમાં માખણ ગરમ કરીને વાટેલો મસાલો શેકવો. તેમાં ટમેટાનો રસ, મીઠું અને ખાંડ નાખી, બે મિનિટ ઉકાળી, ગૅસ ઉપરથી નીચે ઉતારવો.
(2) ટોમેટો ગ્રીઝ કરેલી ઍલ્યુમિનિયમની ટ્રેમાં ગોઠવી, ઉપર ગ્રેવી રેડી, 180° C પર 20 મિનિટ બેક કરવું. ગરમ ગરમ પીરસવું.

નોંધ : ધીમા તાપે નૉન-સ્ટિકમાં પણ ઢાંકણું ઢાંકીને થઈ શકે.

429. વેજિટેબલ પુલાવ [5 વ્યક્તિ]

સામગ્રી

(1) 1 કપ બાસમતી ચોખા
(2) $\frac{1}{2}$ નંગ લીંબુ
(3) તેલ પ્રમાણસર (4) 100 ગ્રામ બટાકા
(5) 100 ગ્રામ ફણસી (6) 100 ગ્રામ ગાજર
(7) 100 ગ્રામ વટાણા (8) 2 ટેબલ સ્પૂન ઘી
(9) 1 ટી સ્પૂન જીરું (10) 4 નંગ તજ
(11) 6 નંગ લવિંગ (12) 4 નંગ લીલાં મરચાં
(13) 1 નાનો ટુકડો આદુ
(14) $\frac{1}{4}$ ટી સ્પૂન હળદર
(15) 10 નંગ કાજુ (16) 15 નંગ દ્રાક્ષ
(17) 1 ટી સ્પૂન ગરમ મસાલો
(18) મીઠું પ્રમાણસર

રીત

(1) ચોખાને 2થી 3 કલાક પહેલાં પલાળવા. પાણી ઊકળવા મૂકી, તેમાં લીંબુ નીચોવવું.
(2) તેમાં 1 ટી સ્પૂન તેલ નાખવું. ચોખા નાખી, અધકચરા રહે ત્યારે ચાળણીમાં કાઢી લેવા.
(3) બટાકા, ફણસી, ગાજર નાનાં સમારીને બાફવાં. વટાણા બાફવા.
(4) ગૅસ પર એક વાસણમાં ઘી, 1 ટેબલ સ્પૂન તેલ મૂકી, તેમાં જીરું, તજ-લવિંગ, લીલાં મરચાં, આદુ, હળદર, બટાકા, વટાણા, ફણસી અને ગાજર નાખી સાંતળવું.
(5) તેમાં મીઠું, કાજુ, દ્રાક્ષ, ગરમ મસાલો અને ચોખા નાખી સાચવીને હલાવવું.
(6) જો થર કરવા હોય તો કાચના બાઉલમાં પ્રથમ થોડાક ચોખા પાથરવા. ઉપર શાક પાથરવાં. ફરી ચોખા પાથરવા. તેની ઉપર શાક પાથરવાં. ફરી ત્રીજી વખત ચોખા પાથરવા. ઉપર શાક, તેની ઉપર કોથમીર, લીલું કોપરું છીણીને નાખી શકાય.
(7) સાઇડથી ઊભું ભાતિયું રાખી પુલાવ કાઢીને પીરસવો.

વૅરિએશન

ડુંગળી, બટાકા, વટાણા અને ટમેટા નાખીને પણ ઉપરની રીત પ્રમાણે પુલાવ થઈ શકે.

430. વેજિટેબલ બીરયાની [4થી 5 વ્યક્તિ]

સામગ્રી

(1) 50 ગ્રામ કોબીજ (2) 50 ગ્રામ ગાજર
(3) 25 ગ્રામ ફણસી (4) 50 ગ્રામ ફ્લાવર
(5) 50 ગ્રામ વટાણા
(6) $\frac{1}{2}$ કપ રેડ ગ્રેવી (આઇટમ નં. 395 પ્રમાણે)
(7) 1 કપ બાસમતી ચોખા
(8) 1 ટી સ્પૂન મરચું
(9) $\frac{1}{2}$ ટી સ્પૂન હળદર
(10) 1 ટી સ્પૂન ગરમ મસાલો
(11) 6 નંગ કાજુ (12) 4 નંગ બદામ
(13) 15 ગ્રામ સીંગ (14) 4 તાંતણા કેસર
(15) 2 ટેબલ સ્પૂન ઝીણી સમારેલી કોથમીર
(16) 2 ટેબલ સ્પૂન ઘી (17) મીઠું પ્રમાણસર

રીત

(1) કોબીજ, ગાજર, ફણસી, ફ્લાવર કાપીને બાફવાં. વટાણા બાફવા.
(2) રેડ ગ્રેવીમાં નાખીને હલાવવું.
(3) બાસમતી ચોખા 1 કલાક પાણીમાં પલાળી છૂટા બાફવા. તેમાં મરચું, હળદર, કેસર અને ગરમ મસાલો નાખવાં.
(4) ભાત તથા મસાલાનાં પડ કરવાં. મસાલો ઉપર રહે તેમ પડ કરવાં.
(5) 2 ટેબલ સ્પૂન ઘી ગરમ કરી તેમાં કાજુ, બદામ, સીંગ સાંતળવાં અને બીરયાની ઉપર પાથરવાં. તેની ઉપર કોથમીર ભભરાવવી.

નોંધ : ભાતના પડ ઉપર દહીં નાખી શકાય.

431. શાહી બીરયાની [4થી 5 વ્યક્તિ]

સામગ્રી

(1) (આઇટમ નં. 395 પ્રમાણે) $\frac{1}{2}$ કપ રેડ ગ્રેવીમાં રસો બહુ ન કરવો. 1 કપ ભાત મેળવવો. મસાલો આગળ પડતો કરી મેળવવો.
(2) 10 નંગ કાજુ, 15 નંગ દ્રાક્ષ, 6 નંગ બદામ, 10 નંગ સીંગ, કેસર (વધારે) નાખવું.

નોંધ : ભાતમાં દહીં નાખી શકાય.

432. ગ્રીન પુલાવ [4થી 5 વ્યક્તિ]

સામગ્રી

(1) 1 કપ બાસમતી ચોખા
(2) 2 ટેબલ સ્પૂન ઘી (3) 1 ટેબલ સ્પૂન તેલ
(4) $\frac{1}{2}$ ટી સ્પૂન જીરું (5) 2 નંગ કૅપ્સિકમ
(6) 4 ટેબલ સ્પૂન લીલી ચટણી
(7) 100 ગ્રામ ફણસી (8) 100 ગ્રામ વટાણા
(9) 1 ટી સ્પૂન ગરમ મસાલો
(10) 10 નંગ કાજુ (11) 15 નંગ દ્રાક્ષ
(12) 250 ગ્રામ પાલક (13) મીઠું પ્રમાણસર

રીત

(1) ગૅસ પર એક વાસણમાં ઘી-તેલ મૂકી, તેમાં જીરું નાખી, કૅપ્સિકમની ઊભી, પાતળી અને લાંબી ચીરીઓ કરીને નાખવી.
(2) તેમાં મીઠું નાખવું. થોડી વાર પછી લીલી ચટણી નાખવી. પાલક સહેજ બાફી, મિક્સરમાં ક્રશ કરીને નાખવી. ફણસી ઝીણી સમારીને બાફવી. વટાણા, મીઠું નાખીને છૂટા બાફવા.
(3) ચોખા 1 કલાક પાણીમાં પલાળી સહેજ કાચા રહે તેમ બાફીને ઓસાવવા.
(4) વાસણમાં લીલી ચટણી, પાલક ઉપર વટાણા, ફણસી, ચોખા અને ગરમ મસાલો નાખવો. કાજુ, દ્રાક્ષ પણ નાખી શકાય. સાચવીને હલાવવું.

433. બ્લૅક દાલ [6 વ્યક્તિ]

સામગ્રી

(1) 100 ગ્રામ મસૂર (2) 100 ગ્રામ રાજમા
(3) 2 ટેબલ સ્પૂન ઘી (4) 2 નંગ ડુંગળી
(5) 6 કળી લસણ (6) 4 નંગ ટમેટા
(7) 2 ટી સ્પૂન ગરમ મસાલો
(8) મીઠું પ્રમાણસર

રીત

(1) મસૂર અને રાજમા 6થી 7 કલાક પલાળવાં. મસૂર અને રાજમાને ભેગાં બાફવાં.

(2) ગૅસ પર એક વાસણમાં ઘી ગરમ કરવા મૂકી, તેમાં ડુંગળી વાટેલી નાખવી. લસણ નાખવું. 5 મિનિટ પછી ટમેટા છીણીને નાખવા. આ રીતે રેડ ગ્રેવી કરી, તેમાં બાફેલાં કઠોળ નાખવાં. મીઠું અને ગરમ મસાલો નાખવો.

434. દાલ ફ્રાય [4થી 5 વ્યક્તિ]

સામગ્રી

(1) $\frac{1}{2}$ કપ તુવેરની દાળ
(2) $\frac{1}{2}$ કપ ચણાની દાળ
(3) $\frac{1}{2}$ કપ મસૂરની દાળ
(4) $\frac{1}{2}$ કપ મગની દાળ
(5) $\frac{1}{4}$ કપ અડદની દાળ
(6) 2 ટેબલ સ્પૂન ઘી કે બટર
(7) ચપટી હિંગ (8) 1 ટી સ્પૂન જીરું
(9) 4 ઝીણી સમારેલી ડુંગળી
(10) 10 કળી લસણ (11) નાનો ટુકડો આદુ
(12) 5 લીલાં મરચાં (13) 4 ટમેટા
(14) 1 ટી સ્પૂન મરચું
(15) 1 ટી સ્પૂન ધાણાજીરું
(16) 1 ટી સ્પૂન ગરમ મસાલો
(17) 1 ટી સ્પૂન તજ-લવિંગનો ભૂકો
(18) 50 ગ્રામ બટર (ઉપર નાખવા માટે)
(19) મીઠું પ્રમાણસર

રીત

(1) પાંચે દાળ ધોઈને કૂકરમાં બાફવા મૂકવી. ઠંડી થાય પછી હલાવવી નહીં.

(2) ગૅસ પર એક વાસણમાં ઘી કે બટર મૂકી, તેમાં હિંગ, જીરું નાખી, ઝીણી ડુંગળી સાંતળવી.

(3) લસણ, આદુ, મરચાંની પેસ્ટ કરી તેમાં નાખવું અને સાંતળવું.

(4) તેમાં ટમેટાનો પલ્પ કરીને નાખવો. બાફેલી દાળ નાખવી.

(5) તેમાં મીઠું, મરચું, ધાણાજીરું, ગરમ મસાલો તજ-લવિંગનો ભૂકો નાખવાં. છેલ્લે બટર નાખી ગૅસ બંધ કરવો.

નોંધ : તેમાં 1 ટી સ્પૂન કસૂરી મેથી નાખી શકાય.

વૅરિએશન

દાલ તડકા :

(1) 200 ગ્રામ તુવેરની દાળ, 50 ગ્રામ ચણાની દાળ અને બીજી બધી સામગ્રી. રીત ઉપર પ્રમાણે.

(2) ગૅસ પર એક વાસણમાં વઘાર માટે ઘી-તેલ ગરમ કરવા મૂકી, તેમાં જીરું, લવિંગ, રાઈ, તમાલપત્ર, મીઠો લીમડો, હિંગ, લાલ આખાં મરચાં અને ડુંગળી નાખી સાંતળવું.

(3) દાળમાં મીઠું તથા હળદર નાખી કૂકરમાં બાફવી.

(4) છેલ્લે કસૂરી મેથી નાખવી.

નોંધ : મસૂરની, મગની અને અડદની દાળ ન લેવી.

435. ધાનશાક [3થી 4 વ્યક્તિ]

સામગ્રી

(1) 2 ટેબલ સ્પૂન મગની દાળ
(2) 2 ટેબલ સ્પૂન ચણાની દાળ
(3) 1 ટેબલ સ્પૂન વાલની દાળ
(4) 4 ટેબલ સ્પૂન તુવેરની દાળ
(5) 2 ટેબલ સ્પૂન મસૂરની દાળ
(6) 1 બટાકો (7) 100 ગ્રામ કોળું
(8) 1 નાનું રીંગણ (9) 1 દૂધીનો ટુકડો
(10) 50 ગ્રામ શક્કરિયાં
(11) 1 કપ મેથીની ભાજી
(12) 2 ટેબલ સ્પૂન ફુદીનો
(13) 50 ગ્રામ ટમેટા
(14) 2 ડુંગળી (15) 2 ટેબલ સ્પૂન ઘી
(16) 5 કળી લસણ (17) 2 તજ
(18) 3 લવિંગ (19) 2 ઇલાયચી
(20) 5 મરી (21) 1 ટી સ્પૂન જીરું
(22) 1 ટી સ્પૂન ધાણાજીરું
(23) 1 ટી સ્પૂન કોપરાની છીણ
(24) નાનો ટુકડો આદુ (25) 5 મરચાં
(26) $\frac{1}{2}$ ટી સ્પૂન હળદર
(27) 4 ટી સ્પૂન કોથમીર (28) 1 લીંબુ
(29) 1 ટી સ્પૂન ગરમ મસાલો
(30) મીઠું પ્રમાણસર

રીત

(1) બધી દાળ, શાક, ભાજી, ટમેટા અને 1 ડુંગળી બાફી નાખવાં. પછી સંચાથી ભાંગી નાખવાં.

(2) ગૅસ પર એક વાસણમાં 2 ટેબલ સ્પૂન ઘી મૂકી, તેમાં 1 છીણેલી ડુંગળી અને વાટેલું લસણ નાખવાં.

(3) તજ, લવિંગ, ઇલાયચી, મરી જીરું, ધાણાજીરું અને કોપરાની છીણ – આ બધા મસાલાને વાટીને તેમાં નાખવો.

(4) તેમાં વાટેલાં આદુ-મરચાં, હળદર તથા કોથમીર નાખવી.

(5) બાફેલાં દાળ, શાકભાજી તેમાં નાખવાં. થોડું પાણી નાખવું.

(6) તેમાં મીઠું, લીંબુ, ગરમ મસાલો નાખી ઉકાળવું. 5 મિનિટ પછી નીચે ઉતારી લેવું.

436. જીરા રાઇસ [4 વ્યક્તિ]

સામગ્રી

(1) 1 કપ બાસમતી ચોખા
(2) 2 ટેબલ સ્પૂન ઘી
(3) 2 ટી સ્પૂન જીરું
(4) 1 ડુંગળી
(5) 1 ટી સ્પૂન ગરમ મસાલો
(6) 10થી 12 કાજુ
(7) 15 દ્રાક્ષ
(8) 2 ટી સ્પૂન ઝીણી સમારેલી કોથમીર
(9) મીઠું પ્રમાણસર

રીત

(1) ચોખાને 2 કલાક પહેલાં ધોઈને પલાળવા. છૂટો ભાત કરવો.

(2) ગૅસ પર એક વાસણમાં ઘી મૂકી, તેમાં જીરું નાખી, ડુંગળી (ઊભી સળી કાપેલી) સાંતળવી.

(3) તેમાં ભાત, મીઠું, ગરમ મસાલો નાખી હલાવવો. કાજુ-દ્રાક્ષ ઘીમાં તળીને નાખવા. કોથમીર ઝીણી સમારીને નાખવી.

નોંધ: જીરું વધારે સાંતળવું.

437. પુલાવ [4થી 6 વ્યક્તિ]

સામગ્રી

(1) 1 નંગ બટાકો (2) 100 ગ્રામ ગાજર
(3) 1 કપ ચોખા (4) 100 ગ્રામ વટાણા
(5) 2 ટેબલ સ્પૂન ઘી (6) 1 ટેબલ સ્પૂન તેલ
(7) 1 ટી સ્પૂન તજ-લવિંગ
(8) 2 નંગ ડુંગળી (9) 10 નંગ કાજુ
(10) 15 નંગ દ્રાક્ષ (11) 1 નંગ ટમેટું
(12) 1 ટી સ્પૂન ગરમ મસાલો
(13) $\frac{1}{4}$ ટી સ્પૂન હળદર (14) $\frac{1}{2}$ ટી સ્પૂન મરચું
(15) 2 ટી સ્પૂન ઝીણી સમારેલી કોથમીર
(16) $\frac{1}{2}$ નંગ લીંબુ (17) મીઠું પ્રમાણસર

રીત

(1) બટાકા અને ગાજરને ઝીણાં સમારવાં. ચોખા 2 કલાક પલાળવા.

(2) ગૅસ પર એક વાસણમાં પાણી મૂકી, ઊકળે એટલે ચોખા નાખવા. તેમાં બટાકા, વટાણા, ગાજર નાખવાં.

(3) ચોખા તથા શાક ચડી જાય એટલે ઓસાવી, 1 કલાક છૂટા કરી રહેવા દેવા.

(4) ગૅસ પર એક વાસણમાં ઘી-તેલ મૂકી, તેમાં તજ-લવિંગ, સમારેલી ડુંગળી નાખી, સાંતળાય એટલે કાજુ, દ્રાક્ષ, ટમેટું (ઝીણાં સમારીને) નાખવાં.

(5) તેમાં ગરમ મસાલો, હળદર, મીઠું, લાલ મરચું, કોથમીર, લીંબુ નાખવાં. લીંબુને બદલે લીંબુનાં ફૂલ પણ ચાલે. પછી તેમાં ભાત મેળવવો. બરાબર હલાવવું.

438. છોલે પુલાવ [5થી 6 વ્યક્તિ]

સામગ્રી

(1) 150 ગ્રામ બાફેલા છોલે
(2) 1 ટેબલ સ્પૂન તેલ (3) 1 ટેબલ સ્પૂન ઘી
(4) 1 ટી સ્પૂન જીરું (5) 2 તમાલપત્ર
(6) મીઠો લીમડો (7) 1 નંગ ડુંગળી
(8) 1 ટમેટું
(9) 1 ટી સ્પૂન લાલ મરચું

(10) ચપટી હિંગ
(11) $\frac{1}{2}$ ટી સ્પૂન હળદર
(12) 1 ટી સ્પૂન ગરમ મસાલો
(13) 1 કપ ચોખા (14) મીઠું પ્રમાણસર

રીત

(1) છોલે બાફવા. ગૅસ પર એક વાસણમાં તેલ, ઘી મૂકી, તેમાં જીરું નાખવું. તમાલપત્ર, મીઠો લીમડો અને ડુંગળી (ઝીણી સમારેલી) નાખીને સાંતળવી.
(2) તેમાં ટમેટું સમારીને નાખવું. મીઠું, લાલ મરચું, હિંગ, હળદર, ગરમ મસાલો નાખી છોલે નાખવા.
(3) બાસમતી ચોખા 2 કલાક પલાળી, છૂટો ભાત (ઓસાવીને) કરવો અને છોલે સાથે મેળવવો.

439. કાજુ કરી [4 થી 5 વ્યક્તિ]

સામગ્રી

(1) 125 ગ્રામ કાજુ ફાડા
(2) 150 ગ્રામ ડુંગળી
(3) 25 ગ્રામ લસણ (4) 50 ગ્રામ ખસખસ
(5) 80 ગ્રામ મગજતરીનાં બી
(6) 3 ટેબલ સ્પૂન ડાલડા ઘી
(7) $\frac{1}{2}$ ટી સ્પૂન જીરું (8) ચપટી હિંગ
(9) 1 ટી સ્પૂન મરચું (10) 1 ટી સ્પૂન હળદર
(11) 100 ગ્રામ ટમેટા સોસ
(12) 25 ગ્રામ ગરમ મસાલો
(13) મીઠું પ્રમાણસર

રીત

(1) કાજુ પલાળવા, ડુંગળીને છોલી, ટુકડા કરી, બાફીને વાટવી. લસણ વાટવું.
(2) ખસખસ, મગજતરીનાં બી 1 કલાક પાણીમાં પલાળી, ઉકાળીને ઠંડાં કરી, વાટવાં.
(3) ગૅસ પર એક વાસણમાં ડાલડા ઘી મૂકી, તેમાં જીરા-હિંગનો વઘાર તૈયાર કરવો. તેમાં ડુંગળી, લસણ, આદુ, મરચાં, લાલ મરચું, હળદર, મીઠું, ટમેટા સોસ અને ગરમ મસાલો નાખવાં.
(4) ઘી છૂટું પડે એટલે કાજુના ફાડા નાખવા. ગરમ ગરમ પીરસવું.

વૅરિએશન

કાજુ મટર કોફતા : કાજુ કરીમાં 100 ગ્રામ બાફેલા મટર નાખો તો 'કાજુ મટર કોફતા' બને.

440. પંજાબી ફ્લાવર [3 થી 4 વ્યક્તિ]

સામગ્રી

(1) 250 ગ્રામ ફ્લાવર (2) તેલ પ્રમાણસર
(3) 150 ગ્રામ ટમેટા (4) 100 ગ્રામ ડુંગળી
(5) 4 થી 6 કળી લસણ
(6) 1 ટેબલ સ્પૂન ઘી
(7) ચપટી હિંગ (8) નાનો ટુકડો આદુ
(9) 4 લીલાં મરચાં (10) $\frac{1}{4}$ ટી સ્પૂન હળદર
(11) 1 ટી સ્પૂન મરચું
(12) 1 ટી સ્પૂન ગરમ મસાલો
(13) 1 ટી સ્પૂન ધાણાજીરું
(14) મીઠું પ્રમાણસર

રીત

(1) ફ્લાવર સમારીને ધોઈ નાખવું. ગૅસ પર એક વાસણમાં તેલ મૂકી તળી લેવું.
(2) ટમેટા પીસવા. ડુંગળી-લસણ પીસવું. ગૅસ પર એક વાસણમાં 1 ટેબલ સ્પૂન તેલ અને ઘી મૂકી હિંગનો વઘાર કરવો. તેમાં આદુ, મરચાં, લસણ (વાટેલા), ઝીણી છીણેલી ડુંગળી, પીસેલા ટમેટા નાખવા.
(3) તેમાં હળદર, મરચું, મીઠું, ધાણાજીરું, ગરમ મસાલો અને ફ્લાવર નાખવાં.
(4) 5 મિનિટ પછી ગૅસ પરથી ઉતારી લેવું.

441. સિંધી ફ્લાવર [4 થી 6 વ્યક્તિ]

સામગ્રી

(1) 500 ગ્રામ ફ્લાવર (2) 1$\frac{1}{2}$ કપ ફુદીનો
(3) 7 કળી લસણ (4) નાનો ટુકડો આદુ
(5) 8 લીલાં મરચાં (6) 2 કપ કોથમીર
(7) 2 ટી સ્પૂન ધાણા (8) 1 ટી સ્પૂન જીરું
(9) 6 ટેબલ સ્પૂન તેલ
(10) ચપટી હિંગ
(11) 3 ટી સ્પૂન ચાટનો મસાલો

(12) $\frac{1}{2}$ ટી સ્પૂન હળદર
(13) $\frac{1}{4}$ કપ ટોમેટોની પ્યુરી
(14) 2 ટેબલ સ્પૂન ઘી (15) મીઠું પ્રમાણસર

રીત

(1) મિક્સરમાં ફુદીનો, લસણ, આદુ, મરચાં, કોથમીર, ધાણા, જીરુંની પેસ્ટ કરવી.
(2) ગૅસ પર એક વાસણમાં તેલ ગરમ કરવા મૂકી, તેમાં હિંગ નાખી, ચાટનો મસાલો, વાટેલો મસાલો, હળદર, ટોમેટો પ્યુરી નાખીને 5 મિનિટ સાંતળવું.
(3) ફ્લાવરના મોટા ટુકડા કરી, ધોઈ, તેમાં નાખીને સાંતળવું. 1 કપ પાણી નાખી ધીમા ગૅસે ચઢવા દેવું. હલાવતા રહેવું. ફ્લાવર બહુ ચઢી ન જાય તેનું ધ્યાન રાખવું.
(4) તેમાં ઘી નાખી ગૅસ બંધ કરી દેવો.

નોંધ : ફ્લાવરના નાના ટુકડા પણ થઈ શકે.

442. પંજાબી મકાઈ પનીર [4 થી 6 વ્યક્તિ]

સામગ્રી

(1) 200 ગ્રામ પનીર (2) 25 ગ્રામ ખસખસ
(3) 50 ગ્રામ મગજતરીનાં બી
(4) તેલ પ્રમાણસર
(5) 2 ટેબલ સ્પૂન ડાલડા ઘી
(6) $\frac{1}{2}$ ટી સ્પૂન જીરું (7) ચપટી હિંગ
(8) 1 ટી સ્પૂન વાટેલાં આદુ-મરચાં
(9) 1 ટી સ્પૂન હળદર
(10) 1 ટી સ્પૂન ગરમ મસાલો
(11) 100 ગ્રામ વાટેલી ડુંગળી
(12) 10 નંગ વાટેલું લસણ
(13) 100 ગ્રામ ટમેટાનો સોસ
(14) 1 ટી સ્પૂન લાલ મરચું
(15) 100 ગ્રામ મકાઈ (16) મીઠું પ્રમાણસર

રીત

(1) પનીરના ટુકડા કરી, તળી, પાણીમાં નાખવા.
(2) ખસખસ, મગજતરીનાં બી 1 કલાક પહેલાં પલાળી, ઉકાળી, ઠંડા કરી, પછી વાટવાં.
(3) ગૅસ પર એક વાસણમાં 1 ટેબલ સ્પૂન તેલ અને ઘીનો વઘાર મૂકી, જીરું-હિંગ નાખી, તેમાં આદુ, મરચાં, હળદર, ગરમ મસાલો, ડુંગળી અને લસણ નાખી, હલાવવું.
(4) તેમાં ટમેટા સોસ નાખી, ખસખસ, મગજતરીનાં બીનો માવો, લાલ મરચું અને મીઠું નાખવાં.
(5) મસાલો સાંતળાઈ જાય એટલે મકાઈ દાણા બાફીને તેમજ પનીરના ટુકડા નાખવા. 5 મિનિટ ગૅસ પર રાખી ઉતારી લેવું.

વૅરિએશન

પંજાબી મકાઈ ફણસી : પનીરને બદલે 150 ગ્રામ ફણસી લેવી. ફણસીના મોટા ટુકડા કરી બાફી લેવા. પછીની રીત અને સામગ્રી મકાઈ પનીર પ્રમાણે.

443. બેબી કોર્ન કૅપ્સિકમ રેડ મસાલા [4 થી 5 વ્યક્તિ]

સામગ્રી

(1) 2 નંગ ડુંગળી (2) 10 કળી લસણ
(3) 250 ગ્રામ ટમેટા (4) 2 નંગ કૅપ્સિકમ
(5) 100 ગ્રામ બેબી કોર્ન
(6) 2 ટેબલ સ્પૂન ઘી (7) 1 ટેબલ સ્પૂન તેલ
(8) 1 ટી સ્પૂન મરચું (9) $\frac{1}{2}$ ટી સ્પૂન હળદર
(10) 1 ટી સ્પૂન ધાણાજીરું
(11) 1 ટી સ્પૂન ગરમ મસાલો
(12) 1 ટી સ્પૂન ખાંડ
(13) 1 નંગ ઊભી ચીરી કરેલા ટમેટા
(14) મીઠું પ્રમાણસર

પેસ્ટ માટેની સામગ્રી

(1) 1 ટી સ્પૂન જીરું (2) 2 તજ, 3 લવિંગ
(3) 5 મરી
(4) 1 ટેબલ સ્પૂન ધાણા
(5) 5 કાજુ
(6) 25 ગ્રામ મગજતરીનાં બી
(7) 1 ટેબલ સ્પૂન તલ (8) થોડુંક પાણી

રીત

(1) ડુંગળી-લસણની પેસ્ટ કરવી. ટમેટાને છીણીને ગાળી લેવા. કૅપ્સિકમ ઊભી ચીરી સમારવાં. બેબી કોર્ન પાણીમાં છૂટા બાફી સ્લાઇસ કરવી.

(2) ગૅસ પર એક વાસણમાં ઘી-તેલ મૂકી, પહેલાં પેસ્ટ વઘારવી. સાંતળાય એટલે ડુંગળી-લસણની પેસ્ટ નાખવી. તે સાંતળાય એટલે ટમેટાનો રસો નાખવો.

(3) તેમાં મીઠું, મરચું, હળદર, ધાણાજીરું, ગરમ મસાલો, ખાંડ, સમારેલા ટમેટા અને ઊભી ચીરી કરેલ કૅપ્સિકમ નાખવાં.

(4) છેલ્લે બાફેલા, સ્લાઇસ કરેલા બેબી કોર્ન નાખવા. 5 મિનિટ ધીમા તાપે રાખવું.

12 ચાઈનીઝ વાનગીઓ

ધ્યાનમાં રાખવા જેવા મુદ્દાઓ :

1. ચાઇનીઝ વાનગીઓ હંમેશાં છીછરા વાસણમાં, ફાસ્ટ ગૅસ પર થાય છે. મોટા ભાગની વાનગીઓ સાંતળીને બનાવાય છે. આ વાનગીઓ ગરમ ગરમ જ પીરસવાની હોય છે.
2. વટાણા, ફ્લાવર, બેબી કોર્ન ઊકળતા પાણીમાં 5 મિનિટ ઉકાળવાં, જેથી તેમનો રંગ જળવાઈ રહે. મકાઈના દાણા કૂકરમાં બાફવા. સ્વીટ કોર્ન ઊકળતા પાણીમાં બાફી શકાય. લીલી ડુંગળીને બદલે સૂકી ડુંગળી ચાલે.
3. તેલ ગરમ કરી ડુંગળી, લસણ, આદુની પેસ્ટ પહેલાં સાંતળવી. ત્યારબાદ શાક સાંતળવાં. છેલ્લે નુડલ્સ કે ભાત નાખવા.
4. આ વાનગીઓમાં મુખ્યત્વે રેડ ચીલીસોસ, ગ્રીન ચીલીસોસ, સોયાસોસ, આજીનોમોટો, સફેદ મરીનો પાઉડર, ટોમેટો કેચપ, વાઇટ વિનેગર, બ્રાઉન વિનેગર વપરાય છે.
5. આ વાનગીઓમાં જે શાક વાપરવાં હોય તે બધાં એક સાઇઝનાં જ કાપવાં.
6. **ચાઇનીઝ વેજિટેબલ સ્ટૉક :** 100 ગ્રામ કોબીજના મોટા ટુકડા કરવા. 50 ગ્રામ ડુંગળી, 50 ગ્રામ ગાજર, 25 ગ્રામ કૅપ્સિકમ, 50 ગ્રામ ફણસી, નાનો ટુકડો આદુ, 4 ડાળખી કોથમીર, 2 કળી લસણ – આ બધાના નાના નાના ટુકડા કરવા. તપેલીમાં 3 કપ પાણી મૂકી, ઊકળે એટલે તેમાં બધાં શાક નાખવાં. 10 મિનિટ ધીમા ગૅસે ઢાંકીને રાખવું. પછી ગૅસ બંધ કરી 30 મિનિટ રહેવા દેવું. ચાળણીમાં શાક નિતારવું. જે પાણી નીકળે તે વેજિટેબલ સ્ટૉક કહેવાય. શાકમાં બીજો મસાલો નાખી વેજિટેબલ શાક બનાવાય.
7. કોર્નફ્લોર પાણીમાં કે દૂધમાં ઓગાળી નાખવો. કોર્નફ્લોરથી વાનગીનો રસો જાડો થાય છે. કોર્નફ્લોર વાનગીમાં નાખીને હલાવવું, નહીંતર તે નીચે ચોંટશે.
8. શાકમાં લાલ કલર નખાય. લાલ મરચાનું તેલ પણ વાપરી શકાય. $\frac{1}{2}$ કપ તેલ ગરમ કરવું. ખૂબ ગરમ થાય એટલે તેમાં 10થી 12 લાલ કાશ્મીરી મરચાં નાખવાં. ગૅસ બંધ કરી દેવો. તેને 2 કલાક ઢાંકી રાખવું. પછી મરચાં કાઢીને વાપરવું.
9. મશરૂમ ન નાખીએ તો ચાલે.
10. **નુડલ્સ બાફવાની રીત :** નુડલ્સના નાના ટુકડા કરવા. પાણી ઊકળવા મૂકવું. 2 ટેબલ સ્પૂન તેલ નાખી તેમાં નુડલ્સ નાખવા. ગૅસ ફાસ્ટ રાખવો. ચડી જાય એટલે ચાળણીમાં નાખી પાણી કાઢી નાખવું. નુડલ્સ પર ઠંડું પાણી રેડવું. નુડલ્સમાં 2 ટી સ્પૂન તેલ લગાડવું. જેથી તે ચોંટી ન જાય. લગભગ 1 કલાક પછી વાપરવી.

    તળવા માટે : નુડલ્સ બાફી, તેના પર તેલ અને કોર્નફ્લોર લગાડીને કપડા પર પાથરવી. 2 કલાક બાદ તેલ ગરમ કરી, તેમાં કથ્થાઈ રંગની તળી લેવી.
11. **ભાત :** ચોખા જાડા પસંદ કરવા. બાસમતી ચોખા લેવાથી વાનગીની સુગંધ કરતાં ભાતનાં સુગંધ અને સ્વાદ વધુ આવશે. 1 કપ ચોખા

ધોઈને 1 કલાક રહેવા દેવા. 5 કપ પાણી ગરમ કરી, ઊકળે એટલે તેમાં ચોખા નાખવા. બહુ ચડવવા નહીં. 2 ટી સ્પૂન તેલ નાખવું અને ચાળણીમાં કાઢવા. તેના પર ઠંડું પાણી નાખવું. જેથી દાણો વધુ ચડી ન જાય. ભાત 2થી 3 કલાક પહેલાં બનાવવા.

12. **ચીલી વિનેગર:** લીલાં મરચાંની પાતળી ચીરીઓ કરી, વિનેગરમાં 2 કલાક પલાળી, પીરસવી.

444. સ્વીટ ઍન્ડ સાવર વેજિટેબલ સૂપ

[6થી 8 વ્યક્તિ]

સામગ્રી

(1) 50 ગ્રામ ડુંગળી (1 નંગ)
(2) 50 ગ્રામ કૅપ્સિકમ (1 નંગ)
(3) 2 ટેબલ સ્પૂન તેલ (4) 100 ગ્રામ ગાજર
(5) 50 ગ્રામ ફ્લાવર (6) 50 ગ્રામ કોબીજ
(7) ચપટી આજીનોમોટો
(8) $\frac{1}{2}$ ટી સ્પૂન મરી પાઉડર
(9) 1 ટી સ્પૂન વિનેગર
(10) 100 ગ્રામ ટોમેટો કેચપ
(11) $1\frac{1}{2}$ ટેબલ સ્પૂન ખાંડ
(12) 3 ટેબલ સ્પૂન કોર્નફ્લોર
(13) મીઠું પ્રમાણસર

રીત

(1) ડુંગળી અને કૅપ્સિકમના મોટા ટુકડા કરવા. એક વાસણમાં તેલ ગરમ કરી તેમાં ડુંગળી અને કૅપ્સિકમના ટુકડા સાંતળવા.

(2) ગાજર, ફ્લાવર અને કોબીજના મોટા ટુકડા કરી પાણીમાં બાફવા.

(3) ડુંગળી અને કૅપ્સિકમ સાંતળાઈ જાય એટલે તેમાં બાફેલાં શાક નાખવાં. બાફેલાં શાકનું પાણી જરૂર મુજબ નાખવું.

(4) તેમાં આજીનોમોટો, મીઠું, મરી પાઉડર, વિનેગર, ટોમેટો કેચપ અને ખાંડ નાખવાં.

(5) કોર્નફ્લોર પાણીમાં ઓગાળીને નાખવો. ગ્રેવી ઘટ્ટ થાય ત્યાં સુધી ગૅસ પર રાખી, હલાવતા રહેવું.

445. હૉટ ઍન્ડ સાવર સૂપ

[6થી 8 વ્યક્તિ]

સામગ્રી

(1) 1 નંગ લીલી ડુંગળી (2) થોડુંક આદુ
(3) 2 ટી સ્પૂન તેલ (4) 50 ગ્રામ ગાજર
(5) 5 નંગ ફણસી (6) 50 ગ્રામ ફ્લાવર
(7) 50 ગ્રામ કોબીજ (8) 2 કપ પાણી
(9) 2 ટેબલ સ્પૂન રેડ ચીલીસોસ
(10) 2 ટેબલ સ્પૂન સોયાસોસ
(11) 1 ટી સ્પૂન વિનેગર
(12) $\frac{1}{2}$ કૅપ્સિકમ
(13) $\frac{1}{2}$ ઝીણું સમારેલું ટમેટું
(14) સ્ટૉક વૉટર માટે $\frac{1}{2}$ ગાજર, 1 નાનું બટાકુ, 50 ગ્રામ દૂધી
(15) 1 ટેબલ સ્પૂન કોર્નફ્લોર
(16) 4 લવિંગ (17) 2 ઇલાયચી
(18) 2 તમાલપત્ર (19) 1 લીંબુ
(20) 2 ટેબલ સ્પૂન ઝીણી સમારેલી કોથમીર
(21) મીઠું પ્રમાણસર

રીત

(1) ગૅસ પર એક વાસણમાં 1 ટી સ્પૂન તેલ મૂકી, થોડી વાર ડુંગળી અને આદુ (ઝીણાં સમારેલાં) ધીમા તાપે સાંતળવાં.

(2) થોડું તેલ ઉમેરી તેમાં ગાજર, ફણસી, ફ્લાવર, કોબીજ ઝીણું સમારીને નાખવાં. તમાલપત્ર નાખવાં.

(3) તેમાં 2 કપ પાણી નાખવું. ઉકાળવું. તેમાં બધા સોસ નાખવા. પછી કૅપ્સિકમ, ટમેટા ઝીણા સમારીને નાખવા.

(4) $\frac{1}{2}$ ગાજર, 1 બટાકો અને સહેજ દૂધી પાણીમાં બાફી, મિક્સરમાં ફેરવી, ગાળી, સ્ટૉક વૉટર બનાવી તેમાં નાખવું. કોર્નફ્લોર પાણીમાં ઓગાળીને નાખવો.

(5) લવિંગ, ઇલાયચી વાટીને નાખવાં. તમાલપત્ર છેલ્લે કાઢી લેવાં. મીઠું, લીંબુ અને કોથમીર નાખવાં.

446. સ્વીટ કોર્ન સૂપ [5થી 6 વ્યક્તિ]

સામગ્રી

(1) 5 નંગ મકાઈ (2) 3 ટી સ્પૂન ખાંડ
(3) $\frac{3}{4}$ ટી સ્પૂન સોયાસોસ
(4) ચપટી આજીનોમોટો
(5) 1 ટેબલ સ્પૂન ગ્રીન ચીલીસોસ
(6) 1 ટી સ્પૂન કોર્નફ્લોર
(7) 4 કપ પાણી
(8) મીઠું પ્રમાણસર

રીત

(1) 3 મકાઈને છીણીને બાફવી. 2 મકાઈ ડોડાને બાફીને દાણા કાઢવા.

(2) ગૅસ પર એક વાસણમાં ખાંડ, મીઠું, આજીનોમોટો, સોયાસોસ, ચીલીસોસ, કોર્નફ્લોર (ઠંડા પાણીમાં ઓગાળીને) નાખી, ગરમ કરવા મૂકવું. ઊકળે એટલે ગૅસ ઉપરથી નીચે ઉતારી લેવો. પીરસતી વખતે વિનેગરવાળાં મરચાં અને સોયાસોસ નાખવાં.

નોંધ: પીરસતી વખતે થોડુંક દૂધ નાખી શકાય.

વૅરિએશન

1. સ્વીટ કોર્ન વેજિટેબલ સૂપ

ફણસી, ગાજર, કૅપ્સિકમ, ટમેટા ઝીણા સમારીને, સાંતળીને તથા ચીઝ સૂપમાં ઉમેરી શકાય.

2. ચીલી વિનેગર

સામગ્રી

(1) 4 નાનાં કાપેલાં લીલાં મરચાં
(2) $\frac{1}{2}$ કપ વિનેગર (3) $\frac{1}{2}$ ટી સ્પૂન મીઠું

રીત

(1) કાપેલાં મરચાંમાં મીઠું, વિનેગર નાખવાં અને ધીમા તાપે 1 મિનિટ ગરમ કરવું.

447. સ્પ્રિંગ રોલ [25થી 30 નંગ]

બહારના પડ માટેની સામગ્રી

(1) 1 કપ મેંદો
(2) 1 ટેબલ સ્પૂન ઝીણો રવો (સોજી)
(3) $\frac{1}{4}$ ટી સ્પૂન બેકિંગ પાઉડર
(4) 1 ટેબલ સ્પૂન તેલ
(5) ઠંડું પાણી (6) મીઠું પ્રમાણસર

પૂરણ માટેની સામગ્રી

(1) 50 ગ્રામ ફણસી
(2) 50 ગ્રામ ગાજર
(3) 50 ગ્રામ કોબીજ
(4) 50 ગ્રામ કૅપ્સિકમ
(5) 3 ટેબલ સ્પૂન તેલ + તળવા માટે તેલ
(6) $\frac{1}{4}$ ટી સ્પૂન આજીનોમોટો
(7) $\frac{1}{2}$ કપ ફણગાવેલા મગ
(8) 1 ટી સ્પૂન ચીલીસોસ
(9) 1 ટી સ્પૂન સોયાસોસ
(10) 1 ટી સ્પૂન લાલ મરચું
(11) મીઠું પ્રમાણસર

રીત

(1) મેંદાને ચાળીને તેમાં ઝીણો રવો, બેકિંગ પાઉડર અને મીઠું ભેળવી, તેલ નાખીને હલાવવું. ઠંડા પાણીથી પૂરી જેવો લોટ બાંધી, 10 મિનિટ ઢાંકી રાખવો.

(2) **પૂરણ :** ફણસી, ગાજર અને કોબીજ ઊભાં પાતળાં સમારી 2 કલાક ઠંડા પાણીમાં રાખવાં. કૅપ્સિકમની પાતળી ચીરી કરવી.

(3) ગૅસ પર એક વાસણમાં તેલ ગરમ કરવા મૂકવું. તેમાં કૅપ્સિકમ, ફણસી, મગ અને આજીનોમોટો નાખી હલાવવું. 10 મિનિટ ઢાંકી રાખવું. કોબીજ અને ગાજર (પાણી નિતારીને) નાખવાં. મીઠું નાખવું.

(4) પાણી બળી ગયા પછી નીચે ઉતારી ચીલીસોસ, સોયાસોસ અને મરચાંની ભૂકી નાખી બાજુ પર રાખવું.

(5) લોટને બરાબર મસળી, તેના 10 લુઆ કરવા. તેમાંથી 1 લુઓ લઈ, પાતળી રોટલી વણવી. 2 ટેબલ સ્પૂન શાક મૂકી, રોટલીને બંને બાજુથી વાળી, વીંટો વાળવો. ઉપરના ભાગમાં પાણી લગાડી ચોંટાડવું.

(6) આ પ્રમાણે બધા વીંટા (રોલ) તૈયાર કરી, થાળીમાં મેંદો ભભરાવીને મૂકવા. તરત ગરમ તેલમાં ગુલાબી રંગના ધીમા તાપે તળવા.

(7) ગરમ હોય ત્યારે જ વચ્ચેથી બે-ત્રણ કાપા કરી, ગરમ સોસ સાથે પીરસવા. જમવાને વાર હોય તો વીંટા (રોલ) પ્રથમ કાચા-પાકા તળવા અને જમતી વખતે ફરીથી બરાબર તળવા.

નોંધ : (1) વીંટા (રોલ) થોડી વાર રાખીને તળવાથી ફાટી જાય છે.

(2) સ્પ્રિંગ રોલ કડક (ક્રીસ્પી) કરવા હોય તો મેંદામાં થોડોક કોર્નફ્લોર અને મીઠું નાખી, ખીરું કરી, તેમાં રોલ બોળી, ગરમ તેલમાં તળવા.

448. ચાઇનીઝ સમોસા [25થી 30 નંગ]

સામગ્રી

(1) 50 ગ્રામ સ્પેગેટી (2) 4 ટેબલ સ્પૂન તેલ
(3) 100 ગ્રામ કોબીજ (4) 50 ગ્રામ કૅપ્સિકમ
(5) 50 ગ્રામ ફણસી (6) 50 ગ્રામ ગાજર
(7) $\frac{1}{2}$ કપ ફણગાવેલા મગ
(8) 1 ટી સ્પૂન ચીલીસોસ
(9) 1 ટી સ્પૂન સોયાસોસ
(10) 1 ટી સ્પૂન લાલ મરચું
(11) 1 કપ મેંદો (12) $\frac{1}{2}$ લીંબુ
(13) $\frac{1}{4}$ ટી સ્પૂન બેકિંગ પાઉડર
(14) તળવા માટે તેલ
(15) ચપટી આજીનોમોટો (16) મીઠું પ્રમાણસર

રીત

(1) ગૅસ પર એક વાસણમાં અડધું પાણી મૂકવું. તેમાં 1 ટી સ્પૂન તેલ નાખવું. પાણી ઊકળે એટલે તેમાં સ્પેગેટીના ટુકડા કરીને નાખવા. બફાઈ જાય એટલે ચાળણીમાં કાઢી લઈ, તેના પર ઠંડું પાણી રેડવું. તેમાં 2 ટી સ્પૂન તેલ લગાડવું, જેથી ચોંટી ન જાય. (1 કલાક પછી ઉપયોગ કરવો.)

(2) ગૅસ પર એક વાસણમાં 2 ટેબલ સ્પૂન તેલ મૂકી, બધાં જ શાક લાંબાં-પાતળાં કાપીને વઘારવાં. ફણગાવેલા મગ નાખવા. મીઠું, આજીનોમોટો નાખી અધકચરાં ચડવવાં. ચીલીસોસ, સ્પેગેટી, સોયાસોસ, મરચું નાખવાં.

(3) મેંદાના લોટમાં 1 ટેબલ સ્પૂન તેલ, મીઠું, લીંબુ, બેકિંગ પાઉડર નાખી, લોટ બાંધી, પૂરી વણી, વચ્ચે શાક મૂકવું. પોટલી આકારે સમોસા વાળીને તળવા.

(4) સાદી રીતે પણ સમોસા થાય. ઘૂઘરાની રીતે ભરી, વાળી, બંને છેડા ભેગા કરવા.

વૅરિએશન

(1) **ચાઇનીઝ ઘૂઘરા :** ઘૂઘરાની કાંગરી કરીએ તો ચાઇનીઝ ઘૂઘરા થાય.

(2) **વોનટોન :** કમાન ટાઇપ વાળીએ તો વોનટોન કહેવાય.

449. વેજિટેબલ મન્ચુરિયન [5થી 6 વ્યક્તિ]

મન્ચુરિયન માટેની સામગ્રી

(1) 150 ગ્રામ ગાજર (2) 150 ગ્રામ કોબીજ
(3) 50 ગ્રામ કૅપ્સિકમ (4) 1 લીલું મરચું
(5) 200 ગ્રામ મેંદો (6) 50 ગ્રામ કોર્નફ્લોર
(7) 1 ટી સ્પૂન મરીનો ભૂકો
(8) તેલ પ્રમાણસર
(9) સહેજ આજીનોમોટો
(10) મીઠું પ્રમાણસર

ગ્રેવી માટેની સામગ્રી

(1) 10 ગ્રામ આદુ (2) 5 ગ્રામ મરચાં
(3) 10 ગ્રામ લસણ (4) 1 ટેબલ સ્પૂન તેલ
(5) ચપટી આજીનોમોટો
(6) 2 ટેબલ સ્પૂન સોયાસોસ
(7) $\frac{1}{2}$ ટેબલ સ્પૂન ચીલીસોસ
(8) 2 ટેબલ સ્પૂન કેચપ
(9) 1 ટી સ્પૂન મરીનો ભૂકો
(10) 2 ટેબલ સ્પૂન કોર્નફ્લોર
(11) મીઠું પ્રમાણસર

મન્ચુરિયન માટેની રીત

(1) ગાજર અને કોબીજ નાની છીણીથી છીણવાં અથવા ચોપ ઍન્ડ ચર્નમાં ક્રશ કરવાં. ક્રશ કરેલાં ગાજર અને કોબીજમાં કૅપ્સિકમ અને મરચું ઝીણું સમારવું. તેમાં મીઠું, મરી, થોડુંક તેલ, સહેજ આજીનોમોટો, મેંદો અને કોર્નફ્લોર નાખીને બધું ભેગું કરવું.

(2) જરૂર પડે તો સહેજ પાણી ઉમેરી, ગોટા જેવું ખીરું કરી, ગરમ તેલમાં નાના પકોડા તળવા. મન્ચુરિયન પોચા થવા જોઈએ.

ગ્રેવી માટેની રીત

(1) ગ્રેવી માટે આદુ અને લસણ ઝીણાં સમારવાં. મરચાંની પેસ્ટ બનાવવી. તેલ મૂકી સાંતળવું. સાંતળાઈ જાય એટલે 1 ગ્લાસ જેટલું ગરમ પાણી રેડવું.

(2) તેમાં આજીનોમોટો, સોયાસોસ, ચીલીસોસ, કેચપ, મીઠું, મરી નાખવાં. 2 ટેબલ સ્પૂન કોર્નફ્લોર પાણીમાં ઓગાળીને નાખવો. પીરસતી વખતે ગરમ કરી, તેમાં મન્ચુરિયન મૂકવા.

450. ડ્રાય કોબીજ-રાઇસના મન્ચુરિયન [2 વ્યક્તિ]

સામગ્રી

(1) 1 કપ ભાત
(2) 1 કપ કોબીજનું શાક
(3) 4 ટેબલ સ્પૂન મેંદો
(4) 2 ટેબલ સ્પૂન કોર્નફ્લોર
(5) $\frac{1}{2}$ ટી સ્પૂન આદુ-મરચાંની પેસ્ટ
(6) $\frac{1}{4}$ ટી સ્પૂન મરીનો ભૂકો
(7) 2 ચપટી આજીનોમોટો
(8) તેલ પ્રમાણસર
(9) 2 ટી સ્પૂન સોયાસોસ
(10) 1 ટી સ્પૂન ચીલીસોસ
(11) 1 ટી સ્પૂન વિનેગર
(12) 2 ટી સ્પૂન ઝીણી સમારેલી કોથમીર
(13) મીઠું પ્રમાણસર

રીત

(1) ભાત અને કોબીજનું શાક મિક્સ કરી, તેમાં મેંદો, કોર્નફ્લોર, આદુ-મરચાંની પેસ્ટ, મરીનો ભૂકો, 1 ટી સ્પૂન તેલ, ચપટી આજીનોમોટો તથા જરૂરી મીઠું અને જરૂરી પાણી નાખી, ગોટા જેવું ખીરું કરી, ગરમ તેલમાં નાના પકોડા તળવા. આ મન્ચુરિયન પોચા થવા જોઈએ.

(2) ગૅસ પર એક વાસણમાં 1 ટી સ્પૂન તેલ ગરમ કરવા મૂકી, તેમાં સોયાસોસ, ચીલીસોસ, વિનેગર, ચપટી આજીનોમોટો અને કોથમીર નાખી, હલાવવું.

(3) મન્ચુરિયન નાખી, બરાબર મિક્સ કરી, ગરમ ગરમ જ સર્વ કરવું.

451. ફ્રેન્કી [6થી 8 વ્યક્તિ]

રોટલી માટેની સામગ્રી

(1) 250 ગ્રામ મેંદો (2 કપ)
(2) $\frac{1}{2}$ ટી સ્પૂન યીસ્ટ (3) $\frac{1}{2}$ ટી સ્પૂન ખાંડ
(4) 2 ટેબલ સ્પૂન તેલ
(5) 100 ગ્રામ ઘઉંનો લોટ
(6) $\frac{1}{2}$ ટી સ્પૂન સાજીનાં ફૂલ (સોડા બાયકાર્બ)
(7) 1 ટેબલ સ્પૂન દહીં
(8) 1 ટી સ્પૂન મીઠું

રોલ્સ માટેની સામગ્રી

(1) 500 ગ્રામ બટાકા
(2) 3 ઝીણી સમારેલી ડુંગળી
(3) 2 ટમેટા
(4) 8થી 10 કળી લસણ
(5) 1 ઝીણું સમારેલું કૅપ્સિકમ
(6) 1 ટી સ્પૂન લાલ મરચું
(7) 1 ટી સ્પૂન વાટેલાં લીલાં મરચાં
(8) $\frac{1}{2}$ લીંબુનો રસ (9) 2 ટી સ્પૂન ખાંડ
(10) 1 ટી સ્પૂન ગરમ મસાલો
(11) 3 સ્લાઇસ બ્રેડ
(12) ઝીણી સમારેલી કોબીજ, ડુંગળી
(13) લાંબાં સમારેલાં ગાજર
(14) 3 ટી સ્પૂન ચીલીસોસ
(15) $\frac{1}{4}$ ટી સ્પૂન સોયાસોસ
(16) તીખી કોથમીરની ચટણી
(17) ખજૂરની ચટણી
(18) તેલ પ્રમાણસર (19) મીઠું પ્રમાણસર

રોટલી માટેની રીત

(1) ગરમ પાણીમાં યીસ્ટ અને ખાંડ તેમજ 1 ટેબલ સ્પૂન મેંદો નાખી, થોડી વાર ઢાંકીને રહેવા દેવું. મેંદામાં ઘઉંનો લોટ, મોણ, મીઠું

અને યીસ્ટ નાખી, પરોઠાથી સહેજ ઢીલી કણક બાંધવી. કણકને 2થી 3 કલાક મૂકી રાખવી.

(2) યીસ્ટ ન નાખવું હોય તો દહીંથી કણક બાંધવી. દહીંમાં સાજીનાં ફૂલ (સોડા બાયકાર્બ), થોડી ખાંડ અને મેંદો નાખી, ઢીલો લોટ બાંધી, 2થી 3 કલાક રહેવા દેવો.

(3) નાનની કણક અને પીઝાની કણક પણ આ રીતે જ બંધાય. કણક વધે તો નાન કે પીઝા કરી શકાય.

(4) કણકને મસળી, તેના એકસરખા મોટા લુઆ કરવા. તેની મોટી, સહેજ પાતળી રોટલી વણી, તવા પર બે બાજુ શેકવી. કડક ન થાય તે જોવું.

(5) આ રીતે બધી રોટલી તૈયાર કરી, નૅપ્કિનમાં ઢાંકીને મૂકવી.

રોલ્સ માટેની રીત

(1) બટાકા બાફીને માવો કરવો. તેમાં ડુંગળી, કૅપ્સિકમ ચોપ ઍન્ડ ચર્નમાં ઝીણી કરીને નાખવાં. ટમેટા, લસણ ઝીણું સમારવું. બટાકાવડા જેવો મસાલો કરવો. બ્રેડને પાણીમાં પલાળી, નીચોવી, મેળવવું.

(2) તેના લાંબા રોલ્સ કરી, મેંદામાં રગદોળી, ગરમ તેલમાં તળવા. કોથમીરની અને ખજૂરની ચટણી બનાવવી.

પીરસવાની રીત

(1) 1 ટી સ્પૂન તેલ તવા પર મૂકી રોલ મૂકવો. સહેજ ગરમ કરી, બાજુ પર ખસેડી, 1 રોટલી તે જ તેલમાં મૂકી બે બાજુ ફેરવવી.

(2) રોટલીને પ્લેટમાં મૂકી, તેના પર રોલ મૂકી, તેના પર કોથમીરની ચટણી અને ખજૂરની ચટણી મૂકી, તેના પર ઝીણી સમારેલી ડુંગળી નાખી, તેના પર ચાટ-મસાલો ભભરાવી, રોટલીનો રોલ વાળી, ગરમ ગરમ પીરસવું.

ફ્રેન્કી જુદી જુદી રીતે પીરસાય છે :

(1) રોલ ન તળવો હોય તો તવા પર સહેજ સાંતળી, રોટલી સાંતળી તેમાં મુકાય.

(2) રોલ તવા પર મૂકી સાંતળવો. રોટલી સાંતળવી. રોટલીમાં રોલ મૂકી, તેના પર ઝીણી ડુંગળી, કોબીજ લાંબી સમારેલી અને ગાજર લાંબાં સમારેલાં નાખવાં. ચીલીસોસ, સોયાસોસ નાખવો. ઉપર ચાટ-મસાલો નાખવો. ચાટ-મસાલામાં આંબોળિયાંનો ભૂકો મેળવવો.

452. ફ્રાઇડ રાઇસ [5 વ્યક્તિ]

સામગ્રી

(1) 500 ગ્રામ ચોખા (2) તેલ પ્રમાણસર
(3) ચપટી સાજીનાં ફૂલ (સોડા બાયકાર્બ)
(4) 100 ગ્રામ ફણસી
(5) 2 ઝીણી સમારેલી સૂકી ડુંગળી
(6) 100 ગ્રામ ગાજર
(7) 3 લીલી ડુંગળી
(8) ચપટી આજીનોમોટો
(9) 1 નંગ કૅપ્સિકમ (ગાજર અને કૅપ્સિકમ લાંબાં કાપવાં. લીલી ડુંગળી અને ફણસી ઝીણી કાપવી.)
(10) 3 ટેબલ સ્પૂન સોયાસોસ
(11) $\frac{1}{2}$ ટી સ્પૂન મરીનો ભૂકો
(12) 1 ટી સ્પૂન વિનેગર
(13) મીઠું પ્રમાણસર

રીત

(1) ચોખા ધોઈને 2 કલાક પાણીમાં રહેવા દેવા. ગૅસ પર એક વાસણમાં બીજું પાણી ગરમ મૂકી, ઊકળે એટલે તેમાં ચોખા નાખવા. થોડુંક તેલ અને મીઠું નાખવાં. સહેજ કાચા હોય ત્યારે ચાળણીમાં કાઢી નાખવા.

(2) પાણીમાં મીઠું, સાજીનાં ફૂલ (સોડા બાયકાર્બ) નાખી ફણસી બાફવી. એક વાસણમાં થોડુંક તેલ લઈ આકરા તાપે ગરમ કરવું. તેમાં સૂકી ડુંગળી નાખી, લાલ થાય ત્યાં સુધી સાંતળવી. તેમાં ગાજર, લીલી ડુંગળી, મીઠું, આજીનોમોટો, કૅપ્સિકમ, ફણસી નાખવાં.

(3) ચડી જાય એટલે સોયાસોસ, મરીનો ભૂકો, વિનેગર નાખવાં.

(4) ચોખા અને બનાવેલા મસાલાનું મિશ્રણ કરવું. લીલી ડુંગળી ઝીણી સમારી, ઉપર નાખી, પીરસવું.

નોંધ: રાઇસ વધારે બ્રાઉન કરવા હોય તો સોયાસોસ વધારે નાખવો.

453. અમેરિકન ચોપ્સી [5 વ્યક્તિ]

સામગ્રી

(1) 50 ગ્રામ ડુંગળી
(2) 3 નંગ લીલી ડુંગળી
(3) 2 નંગ કૅપ્સિકમ
(4) તેલ પ્રમાણસર (5) 300 ગ્રામ કોબીજ
(6) 100 ગ્રામ ગાજર (7) 50 ગ્રામ ફણસી
(8) 2 ચપટી આજીનોમોટો
(9) 300 મિલિ પાણી
(10) 200 ગ્રામ ટોમેટો કેચપ
(11) 2 ટેબલ સ્પૂન ખાંડ
(12) 1 ટી સ્પૂન મરી પાઉડર
(13) 100 ગ્રામ તાજા ટમેટા
(14) 3 ટેબલ સ્પૂન કોર્નફ્લોર
(15) 1 લીંબુ
(16) 1 ટી સ્પૂન વિનેગર
(17) મીઠું પ્રમાણસર

રીત

(1) ડુંગળી, 2 નંગ લીલી ડુંગળી અને કૅપ્સિકમ ઝીણાં સમારવાં (ચોપ ઍન્ડ ચર્નમાં પણ થાય).

(2) ગૅસ પર એક વાસણમાં 1 ટેબલ સ્પૂન તેલ મૂકી, આકરા તાપે ડુંગળી, લીલી ડુંગળી અને કૅપ્સિકમને 5 મિનિટ સાંતળવું.

(3) તેમાં કોબીજ અને ગાજર લાંબાં કાપીને નાખવાં. ફણસી ઝીણી સમારીને નાખવી. આજીનોમોટો નાખી ચડવા દેવું.

(4) તેમાં પાણી નાખવું. 1 નંગ લીલી ડુંગળી ઝીણી સમારીને નાખવી. ટોમેટો કેચપ, ખાંડ, મીઠું, મરી પાઉડર અને ચપટી આજીનોમોટો નાખવાં.

(5) ટમેટાના મોટા ટુકડા કરી નાખવા. (ફણગાવેલા મગ અને બાફેલા નુડલ્સ નાખવા હોય તો નાખી શકાય.)

(6) આ બધું બરાબર ભેગું થઈ જાય અને ગરમ થાય એટલે તેમાં છેલ્લે કોર્નફ્લોર ઠંડા પાણીમાં ઓગાળીને નાખવો.

(7) ઘટ્ટ થાય એટલે લીંબુ નીચોવવું. છેલ્લે વિનેગર નાખી ઉતારી લેવું. તેના પર તળેલા નુડલ્સ પાથરી પીરસવું.

નોંધ: (1) આ શાક કોરું અને ક્રંચી કરવું હોય તો પાણી ન નાખવું.
(2) ઝીણી સમારેલી લીલી ડુંગળી ભભરાવી શકાય.

નુડલ્સ માટેની સામગ્રી

(1) 2 કપ મેંદો (2) 2 ટેબલ સ્પૂન તેલ
(3) ચપટી બેકિંગ પાઉડર
(4) તેલ પ્રમાણસર (તળવા માટે)
(5) 1 ટી સ્પૂન મીઠું

નુડલ્સ બનાવવાની રીત

(1) મેંદામાં મીઠું, તેલ અને સહેજ બેકિંગ પાઉડર નાખી, ઠંડા પાણીથી કઠણ લોટ બાંધવો.

(2) તેની પાતળી રોટલીઓ વણવી. લાંબી ઊભી પાતળી પટ્ટીઓ (પહોળી નહીં) કાપી, સહેજ મેંદો ભભરાવી, સૂકવવી. પછી ગરમ તેલમાં તળવી.

નોંધ: આ નુડલ્સ વધારે થશે. એકલી નુડલ્સ કે તેના ઉપર કેચપ નાખીને પીરસવાથી સરસ લાગે છે.

454. વેજિટેબલ હાકા નુડલ્સ [5થી 6 વ્યક્તિ]

સામગ્રી

(1) 100 ગ્રામ કૅપ્સિકમ
(2) 100 ગ્રામ ડુંગળી
(3) 5 ટી સ્પૂન તેલ (4) 200 ગ્રામ કોબીજ
(5) 50 ગ્રામ ફણસી (6) 100 ગ્રામ ગાજર
(7) 100 ગ્રામ નુડલ્સ
(8) $\frac{1}{2}$ ટી સ્પૂન મરીનો ભૂકો
(9) ચપટી આજીનોમોટો

(10) 2 ટી સ્પૂન સોયાસોસ

(11) મીઠું પ્રમાણસર

રીત

(1) કૅપ્સિકમ લાંબાં સમારવાં.

(2) ડુંગળીની ભજિયાં જેવી પાતળી સ્લાઇસ કાપવી. પછી એક સાઇડથી કાપવું, જેથી લાંબી સળી થઈ જશે.

(3) ફ્રાઇંગ પૅનમાં 2 ટી સ્પૂન તેલ મૂકી, આકરા તાપે કૅપ્સિકમ અને ડુંગળી સાંતળવાં.

(4) કોબીજ લાંબી સમારવી. ફણસી ઝીણી સમારવી. ગાજર લાંબાં સમારવાં. 5 મિનિટ પછી કોબીજ, ફણસી, ગાજર નાખી સાંતળવાં.

(5) તેમાં બાફેલા નુડલ્સ, મરીનો ભૂકો, આજીનોમોટો, સોયાસોસ અને મીઠું નાખવાં.

(6) બરાબર હલાવી, ગરમ ગરમ પીરસવું.

નુડલ્સ બાફવાની રીત

ગૅસ પર એક વાસણમાં પાણી અને સહેજ તેલ મૂકી 100 ગ્રામ નુડલ્સ બાફવા. બફાઈ જાય એટલે તેને ચાળણીમાં લઈ પાણી કાઢી નાખવું. તેની ઉપર ઠંડું પાણી નાખવું. પછી નુડલ્સમાં 2 ટી સ્પૂન તેલ લગાડવું, જેથી નુડલ્સ ચોંટી ન જાય.

455. સેઝવાન સોસ

સામગ્રી

(1) 8 લાલ આખાં મરચાં (2) 4 કળી લસણ

(3) 4 ટેબલ સ્પૂન તેલ

(4) 3 કળી ઝીણું સમારેલું લસણ

(5) $\frac{1}{2}$ ટી સ્પૂન આદુ (6) 1 કૅપ્સિકમ

(7) 8 ફણસી (8) 2 ડુંગળી

(9) 2 ડાળી સેલરી

(10) 250 ગ્રામ ટમેટા

(11) ચપટી આજીનોમોટો

(12) 3 ટેબલ સ્પૂન વાઇટ વિનેગર

(13) ચપટી કોર્નફ્લોર (પાણીમાં ઓગાળેલ)

(14) 2 ટેબલ સ્પૂન ખાંડ

(15) ચપટી લાલ રંગ

(16) મીઠું પ્રમાણસર

રીત

(1) $\frac{1}{2}$ કપ પાણીમાં લાલ મરચાં અને લસણ ઉકાળવાં. ઠંડું થાય પછી તેને વાટવાં.

(2) ગૅસ પર ફ્રાઇંગ પૅનમાં 4 ટેબલ સ્પૂન તેલ મૂકી લસણ, આદુ, કૅપ્સિકમ, ફણસી, ડુંગળી, સેલરી આ બધું ઝીણું સમારેલું 2 મિનિટ સાંતળવું.

(3) તેમાં ઝીણા સમારેલાં ટમેટા, મરચાં-લસણની પેસ્ટ, આજીનોમોટો નાખી હલાવવું.

(4) 2 મિનિટ પછી મીઠું, વિનેગર અને કોર્નફ્લોર પાણીમાં ઓગાળીને નાખવું.

(5) 3 મિનિટ ઉકાળી, સહેજ લાલ રંગ નાખી, ઉતારી લેવું. ટોમેટો કેચપ જેવું જાડું રાખવું.

નોંધ: આ સોસ ફ્રિજમાં લાંબો સમય સુધી સારો રહે છે.

456. સેઝવાન નુડલ્સ [2 વ્યક્તિ]

હાકા નુડલ્સની રીત પ્રમાણે 100 ગ્રામ બાફેલા નુડલ્સ તૈયાર કરી, 2 કપ સેઝવાન સોસ ઉમેરવાથી સેઝવાન નુડલ્સ તૈયાર થાય છે.

457. પનીર ચીલી ફ્રાય [4થી 5 વ્યક્તિ]

સામગ્રી

(1) 250 ગ્રામ પનીર (2) તેલ પ્રમાણસર

(3) નાનો ટુકડો આદુ (4) 6 કળી લસણ

(5) 4 લીલાં મરચાં (6) 2 ડુંગળી

(7) 2 કૅપ્સિકમ

(8) 2 ટી સ્પૂન ચીલીસોસ

(9) 3 ટેબલ સ્પૂન ટોમેટો સોસ

(10) 1 ટી સ્પૂન મરી પાઉડર

(11) ચપટી આજીનોમોટો

(12) 1 ટી સ્પૂન સોયાસોસ

(13) 200 ગ્રામ મેંદો (14) 50 ગ્રામ કોર્નફ્લોર

(15) 1 ટી સ્પૂન મીઠું

રીત

(1) ગૅસ પર ફ્રાઇંગ પૅનમાં 3 ટેબલ સ્પૂન તેલ મૂકી, તેમાં આદુ, લસણ અને મરચાં લાંબાં કાપી સાંતળવાં.

(2) ડુંગળી અને કૅપ્સિકમ ઝીણાં સમારીને નાખવાં અને સાંતળવાં.

(3) તેમાં ચીલીસોસ, ટોમેટો સોસ, મરી પાઉડર, ચપટી આજીનોમોટો, મીઠું, $\frac{1}{2}$ કપ પાણી અને સોયાસોસ નાખવાં.

(4) પનીર છીણીને તેમાં મેંદો, કોર્નફ્લોર અને મીઠું નાખી, પાણીથી ખીરું બનાવી, પકોડાં ઉતારવાં.

(5) ગ્રેવી ઊકળે એટલે તેમાં પકોડાં નાખવાં.

નોંધ : (1) પકોડાં પોચાં ન થાય તો મલાઈ નાખવી કે મોણ નાખવું.

(2) પનીરનાં પકોડાં બનાવવાનાં અનુકૂળ ન હોય તો પનીરના ટુકડા કરી, તળીને પણ નાખી શકાય.

458. વેજિટેબલ ચાઉં ચાઉં [4 વ્યક્તિ]

સામગ્રી

(1) 100 ગ્રામ કાકડી (2) 100 ગ્રામ કોબીજ
(3) 100 ગ્રામ ફ્લાવર (4) 200 ગ્રામ ફણસી
(5) 2 લીલી ડુંગળી (6) 2 નંગ કૅપ્સિકમ
(7) 2 નંગ ગાજર (8) 3 ડુંગળી
(9) 2 ટેબલ સ્પૂન તેલ
(10) 2 ચપટી આજીનોમોટો
(11) 2 ટેબલ સ્પૂન કોર્નફ્લોર
(12) 1 ટેબલ સ્પૂન વિનેગર
(13) 1 ટેબલ સ્પૂન ચીલીસોસ
(14) 2 ટેબલ સ્પૂન સોયાસોસ
(15) મીઠું પ્રમાણસર

રીત

(1) બધાં શાકભાજી લાંબાં સમારવાં અને ફ્રાઇંગ પૅનમાં તેલ મૂકી વઘારવાં.

(2) તેમાં મીઠું અને આજીનોમોટો નાખી, 5થી 7 મિનિટ વધારે તાપે સાંતળવું.

(3) શાક અડધાં ચડી જવા આવે એટલે તેમાં કોર્નફ્લોર (ઓગાળીને) નાખવો. લગભગ 2 કપ પાણી નાખવું.

(4) રસો ઘટ્ટ થવા આવે એટલે તેમાં વિનેગર, ચીલીસોસ અને સોયાસોસ નાખી 2થી 3 મિનિટ ધીમા તાપે રાખીને ઉતારી લેવું. પીરસતી વખતે ઘટ્ટ લાગે તો પાણી અને મીઠું નાખવું.

નોંધ : (1) કાકડીનો સ્વાદ ન પસંદ હોય તો કાકડીને બદલે 100 ગ્રામ નુડલ્સ બાફીને નાખી શકાય.

(2) 100 ગ્રામ ફણગાવેલા મગ નાખી શકાય.

459. ચાઇનીઝ કોર્ન પકોડાં [5થી 6 વ્યક્તિ]

સામગ્રી

(1) 500 ગ્રામ મકાઈ (2) $\frac{1}{2}$ કપ દૂધ
(3) 1 ટેબલ સ્પૂન કોર્નફ્લોર
(4) $\frac{1}{2}$ ટી સ્પૂન મરીનો ભૂકો
(5) 1 ટી સ્પૂન સોયાસોસ
(6) 1 ટી સ્પૂન ચીલીસોસ
(7) 50 ગ્રામ ડુંગળી (1 નંગ)
(8) 50 ગ્રામ કૅપ્સિકમ (1 નંગ)
(9) $\frac{1}{4}$ કપ મેંદો (10) સેન્ડવીચ બ્રેડ
(11) તેલ પ્રમાણસર (12) મીઠું પ્રમાણસર

રીત

(1) મકાઈના દાણા કાઢીને બાફી લેવા. ઠંડા દૂધમાં કોર્નફ્લોર ઓગાળી વાઇટ સોસ બનાવવો.

(2) તેમાં મકાઈના દાણા, મીઠું, મરીનો ભૂકો, સોયાસોસ, ચીલીસોસ, ડુંગળી (ઝીણી કાપેલી) અને કૅપ્સિકમ (નાનાં સમારેલાં) ઉમેરવાં.

(3) મેંદામાં મીઠું અને પાણી નાખી ખીરું તૈયાર કરવું.

(4) બ્રેડની કિનારી કાઢી, ચોરસ ટુકડા કરવા. બ્રેડ ઉપર માવો મૂકી, માવાવાળી બાજુ ખીરામાં બોળીને તળવા.

(5) જો માવો ઢીલો લાગે તો માવા ઉપર રવો (સોજી) કે ટોસ્ટનો ભૂકો પાથરવો. પછી ખીરામાં બોળીને તળવા.

વૅરિએશન

આ જ માવો ત્રિકોણ બ્રેડ ઉપર પાથરી, તેના ઉપર ટોસ્ટનો ભૂકો મૂકી, ચીઝ ભભરાવી, ઓવનમાં બેક કરવા મુકાય.

13 મેક્સિકન વાનગીઓ

ધ્યાનમાં રાખવા જેવા મુદ્દા :

1. મેક્સિકન વાનગીમાં 'ટોર્ટીલા' મુખ્ય હોય છે. મકાઈ અને મેંદો અથવા ઘઉંનો લોટ ભેગો કરીને ટોર્ટીલા (રોટલી) બનાવાય છે.
2. સફેદ રાજમા અને લાલ રાજમાનો ખાસ ઉપયોગ થાય છે.
3. આ વાનગીમાં ભોજન તીખું તમતમતું હોય છે. મરી કે મરચાંને 'પેપર' કહે છે.
4. કેસરી જેવા કલરની મકાઈને 'અમેરિકન કોર્ન' કહે છે. તેને ગરમ પાણીમાં ફક્ત 5 મિનિટ બાફવી. તેના દાણા મીઠા હોય છે. તેને બદલે સાદી મકાઈ ચાલે.
5. આ વાનગીમાં મુખ્યત્વે રેડ હૉટ સોસ વપરાય છે.
6. લગભગ બધી વાનગીઓ ઓવનમાં થાય છે. વાનગીની તૈયારી કરી, જમતી વખતે જ બેક કરીને ગરમ વાનગી ઉપયોગમાં લેવી.

460. ટાકોઝ [4થી 5 વ્યક્તિ]

પૂરી માટેની સામગ્રી

(1) $\frac{3}{4}$ કપ પીળી મકાઈનો લોટ
(2) $\frac{1}{2}$ કપ મેંદો
(3) તેલ પ્રમાણસર
(4) મીઠું પ્રમાણસર

પૂરણ માટેની સામગ્રી

(1) 100 ગ્રામ રાજમા સફેદ (ગુલાબી, કાળા)
(2) $\frac{1}{4}$ ટી સ્પૂન સાજીનાં ફૂલ (સોડા બાયકાર્બ)
(3) 1 ટેબલ સ્પૂન ઘી
(4) 1 ઝીણી સમારેલી ડુંગળી
(5) 2 ઝીણી સમારેલી લીલી ડુંગળી
(6) 1 ટી સ્પૂન વાટેલું લસણ
(7) 2 ટેબલ સ્પૂન ટમેટાની ગ્રેવી
(8) 1 ટી સ્પૂન લાલ મરચું
(9) 2 ટેબલ સ્પૂન માખણ
(10) 1 ટેબલ સ્પૂન ચીઝ
(11) 1 ટી સ્પૂન ચીલીસોસ (રેડ)
(12) મીઠું પ્રમાણસર

પીરસવા માટે

(1) ઝીણી છીણેલી કોબીજ
(2) ઝીણી સમારેલી લીલી ડુંગળી
(3) છીણેલું ચીઝ

ટાકોઝ માટેની રીત

(1) મકાઈ અને મેંદાના લોટમાં મીઠું નાખી, ચાળી લેવું. તેમાં 2 ટી સ્પૂન મોણ નાખી, મધ્યમસર લોટ બાંધવો.
(2) મેંદાનું અટામણ લઈ, (લગભગ 4") પાતળી પૂરી વણી, કાંટાથી કાપા કરવા, જેથી ફૂલે નહીં.
(3) ગરમ તેલમાં એક બાજુ પૂરી તળી, બીજી બાજુ ફેરવી, વચ્ચે ઝારો મૂકી, ચીપિયાની મદદથી 'યુ' આકાર આપવો. ઠંડી પડે એટલે ડબ્બામાં ભરવી.

પૂરણ માટેની રીત

(1) રાજમાને 6થી 7 કલાક પલાળી, મીઠું અને સાજીનાં ફૂલ (સોડા બાયકાર્બ) નાખી, કૂકરમાં બાફવાં. ચડી જાય એટલે પાણી કાઢી લેવું.
(2) થોડાક રાજમાના ટુકડા કરવા. થોડાક રાજમા વાટવા. ફ્રાઇંગ પૅનમાં ઘી મૂકી, સૂકી ડુંગળી, લસણ અને લીલી ડુંગળી સાંતળવી.
(3) 2 મિનિટ પછી ટમેટાની ગ્રેવી કે કેચપ, લાલ મરચું, મીઠું, રાજમા, થોડુંક માખણ, ચીઝ અને ચીલીસોસ નાખવાં. લચકા પડતું થાય એટલે ઉતારી લેવું.

પીરસવા માટે

ટાકોઝમાં 2 ટી સ્પૂન પૂરણ ભરી, તેના ઉપર કોબીજ, લીલી ડુંગળી, ચીઝ પાથરવાં અને ડિશમાં પીરસવું.

નોંધ : (1) રાજમાને બદલે બેક બીન્સનું ટીન વાપરી શકાય. થોડાક રાજમા, થોડાક બેક બીન્સ – એમ બંને મિક્સ કરી શકાય.

(2) મકાઈ, મેંદાની સીધી નાની પૂરી કરી, એક પૂરી ઉપર પૂરણ, કોબીજ, લીલી ડુંગળી, ચીઝ મૂકી, તેની ઉપર બીજી પૂરી મૂકી, સર્વ કરી શકાય.

461. મેક્સિકન કટલેટ [4થી 5 વ્યક્તિ]

સામગ્રી

(1) 250 ગ્રામ બટાકા
(2) 1 ટેબલ સ્પૂન કોર્નફ્લોર
(3) $\frac{1}{2}$ લીંબુનો રસ
(4) મીઠું પ્રમાણસર

પૂરણ માટેની સામગ્રી

(1) 100 ગ્રામ રાજમા અથવા બેક બીન્સનું ટીન
(2) $\frac{1}{4}$ ટી સ્પૂન સાજીનાં ફૂલ (સોડા બાયકાર્બ)
(3) તેલ પ્રમાણસર
(4) 1 ઝીણી સમારેલી ડુંગળી
(5) 1 ટી સ્પૂન વિનેગર
(6) $\frac{1}{2}$ ટી સ્પૂન મરીનો ભૂકો
(7) 1 ટી સ્પૂન લાલ મરચું
(8) 2 ટેબલ સ્પૂન કેચપ
(9) કોથમીર-ફુદીનાની લીલી ચટણી પ્રમાણસર
(10) મીઠું પ્રમાણસર

રીત

(1) બટાકાને બાફી-છોલી-છીણીને, તેમાં કોર્નફ્લોર, મીઠું, લીંબુનો રસ નાખી, મિશ્રણ કરી, એકસરખા સહેજ પહોળા લુઆ કરવા.

(2) ગૅસ પર ફ્રાઇંગ પૅનમાં 2 ટેબલ સ્પૂન તેલ મૂકી, ડુંગળી સાંતળી, તેમાં સાજીનાં ફૂલ (સોડા બાયકાર્બ) નાખી, બાફેલા રાજમા અથવા બેક બીન્સ નાખવા. બધો મસાલો નાખી લચકા પડતું કરવું.

(3) બટાકાના પહોળા કરેલા દરેક પડમાં એક બાજુ ચટણી લગાવવી. એક પડ પર ચટણી ઉપર 1 ટી સ્પૂન બીન્સ પાથરી, તેની પર ચટણી લગાડેલું પડ મૂકી, સહેજ દબાવી, તવા ઉપર તેલ મૂકીને શેકવું.

(4) બે બાજુ શેકાઈ જાય એટલે ગરમ ગરમ પીરસવું.

વૅરિએશન

બટાકાના માવામાં બાફેલા રાજમાના ટુકડા કરીને નાખવા અને ડુંગળી નાખી બધો મસાલો નાખી શેપ આપી, વર્મીસેલી સેવમાં રગદોળીને તળવું.

462. એન્ચીલાડાઝ [5થી 6 વ્યક્તિ]

રોટલી માટેની સામગ્રી

(1) 1 કપ મકાઈનો લોટ (2) $\frac{1}{2}$ કપ મેંદો
(3) 2 ટી સ્પૂન તેલ (4) મીઠું પ્રમાણસર

પૂરણ માટેની સામગ્રી

(1) 4 ટેબલ સ્પૂન તેલ (2) $\frac{1}{2}$ ટી સ્પૂન અજમો
(3) 2 બારીક સમારેલી ડુંગળી
(4) 3 બારીક સમારેલાં કૅપ્સિકમ
(5) $1\frac{1}{2}$ ટીન બેક બીન્સ અથવા 1 કપ વાઇટ બાફેલા રાજમા
(6) 1 ટી સ્પૂન મરચું (7) 1 કપ ખમણેલું ચીઝ
(8) 1 કપ પનીર (9) મીઠું પ્રમાણસર

ગ્રેવી માટેની સામગ્રી

(1) 2 ટેબલ સ્પૂન તેલ
(2) સહેજ અજમો (3) 5 કળી લસણ
(4) 250 ગ્રામ ડુંગળી (5) 2 ટેબલ સ્પૂન ક્રીમ
(6) 2 ટેબલ સ્પૂન કેચપ
(7) 2 નંગ કૅપ્સિકમ
(8) 1 કિલો ટમેટાનો પલ્પ
(9) 1 ટી સ્પૂન વાટેલું લાલ મરચું
(10) $\frac{1}{2}$ લીંબુનો રસ (11) 1 ટેબલ સ્પૂન મેંદો
(12) 1 ટી સ્પૂન ચીલીસોસ (13) મીઠું પ્રમાણસર

પીરસવા માટે : 1 ક્યુબ ચીઝ, કોબીજ

રોટલી માટેની રીત

(1) મકાઈનો લોટ, મેંદો, મીઠું, તેલ ભેગાં કરી, લોટ બાંધી, કાચી પાકી રોટલી બનાવવી.

(2) એક વાસણમાં 4 ટેબલ સ્પૂન તેલ મૂકી, અજમો નાખી, ડુંગળી અને કૅપ્સિકમ (ઝીણાં સમારેલાં) સાંતળવાં.

(3) બીન્સ કે રાજમા વઘારવા. મીઠું, મરચું નાખી, લચકા પડતું કરી, થોડુંક ઠંડું પડે ત્યારે ચીઝ, પનીર મેળવવું.

ગ્રેવી માટેની રીત

(1) ગૅસ પર એક વાસણમાં તેલ મૂકી, તેમાં અજમાનો વઘાર કરી, લસણ, ડુંગળી, 2 ટેબલ સ્પૂન ક્રીમ, કેચપ, કૅપ્સિકમ સાંતળી, ટમેટાનો પલ્પ નાખવો.

(2) બધો મસાલો નાખી, ગ્રેવી જાડી કરવી.

(3) બેકિંગ ટ્રે ગ્રીઝ કરી, રોટલી પર પૂરણ ભરી, 1 ક્યુબ ચીઝ (ખમણીને) ભભરાવી, વીંટો વાળી, ગોઠવી, ઉપર ગ્રેવી અને ચીઝ મૂકી, બેક કરવું. પીરસતી વખતે કોબીજ ભભરાવવી.

વૅરિએશન

રાજમાને બદલે ફણસી, ગાજર, વટાણા, ફ્લાવર, ડુંગળી, બટાકા વગેરેને માખણ મૂકી, સાંતળી, સોયાસોસ, વાઇટ સોસ, મીઠું અને મરી નાખવાં.

463. અમેરિકન મીન્ટ બર્ગર [6 નંગ]

પેટીસ માટેની સામગ્રી

(1) 500 ગ્રામ બટાકા (કોબીજ નાખવી હોય તો નખાય)
(2) 1 ટી સ્પૂન તજ-લવિંગ
(3) $\frac{1}{2}$ ટી સ્પૂન મરીનો ભૂકો
(4) $\frac{1}{4}$ ટી સ્પૂન ઇલાયચીનો ભૂકો
(5) 4 ટી સ્પૂન વાટેલાં મરચાં
(6) $\frac{1}{2}$ ટી સ્પૂન વાટેલું આદુ
(7) $\frac{1}{2}$ લીંબુ
(8) 2 ટી સ્પૂન ખાંડ (9) $\frac{1}{4}$ કપ આરાલોટ
(10) શેકવા માટે તેલ (11) મીઠું પ્રમાણસર

પૂરણ માટેની સામગ્રી

(1) 6 નંગ બર્ગર બન (2) 100 ગ્રામ બટર
(3) $\frac{1}{2}$ કપ કેચપ (4) 2 નંગ ડુંગળી
(5) $\frac{1}{2}$ કપ ફુદીનાની ચટણી
(6) 1 ટમેટું (7) 1 કાકડી
(8) $\frac{1}{2}$ કપ ખમણેલું ચીઝ

રીત

(1) બટાકા બાફી, બધો મસાલો નાખી, પેટીસ બનાવવી (6 નંગ). તેને આરાલોટમાં રગદોળી, શેકી લેવી.

(2) બનને વચ્ચેથી કાપી, બટર લગાડી, શેકવું. નીચેના બનમાં કેચપ લગાડવો. તેની ઉપર ઝીણી સમારેલી ડુંગળી પાથરવી. તેની ઉપર પેટીસ મૂકવી.

(3) બનના ઉપરના ભાગમાં ફુદીનાની ચટણી લગાડવી. પેટીસ પર સ્લાઇસ કરેલું ટમેટું અને કાકડી મૂકી, ચીઝ ભભરાવવી. બીજું પડ મૂકવું.

(4) બટાકાની વેફર કે ચિપ્સ સાથે પીરસવું.

464. બેઝીક રેડ હૉટ સોસ [3 કપ]

સામગ્રી

(1) 6 સૂકાં લાલ મરચાં (2) 4 લીલાં મરચાં
(3) 3 ડુંગળીની પેસ્ટ (4) 2 ટેબલ સ્પૂન તેલ
(5) 5 કળી લસણ પેસ્ટ
(6) 1 કપ ટોમેટો પ્યુરી
(7) 1 ટેબલ સ્પૂન કોર્નફ્લોર
(8) 1 કપ પાણી (9) 2 ટેબલ સ્પૂન ખાંડ
(10) 1 ટી સ્પૂન જીરું (11) 1 ટી સ્પૂન અજમો
(12) મીઠું પ્રમાણસર

રીત

(1) લાલ મરચાંને 10 મિનિટ $\frac{1}{2}$ કપ ગરમ પાણીમાં પલાળી, પાણી સાથે વાટી લેવાં. લીલાં મરચાંની કાતરી કરવી.

(2) ગૅસ પર એક વાસણમાં તેલ ગરમ કરી, તેમાં ડુંગળી, લસણ, લાલ મરચાંની પેસ્ટ અને લીલાં મરચાંની કાતરી નાખીને સાંતળવું.

(3) તેમાં ટોમેટો પ્યુરી અને કોર્નફ્લોર $\frac{1}{2}$ કપ પાણીમાં હલાવીને નાખવો.

(4) ગરમ થાય એટલે મીઠું, ખાંડ, જીરું અને અજમો નાખવાં. હલાવતા જવું. જાડો સોસ કરવો. ઠંડો કરી વાપરવો.

નોંધ : તૈયાર સોસ બનાવવો હોય તો ચીલી ટોમેટો કેચપમાં 2 ટી સ્પૂન લાલ મરચું અને $\frac{1}{2}$ ટી સ્પૂન અજમો નાખી, થોડોક પાતળો કરો તો રેડ સોસ થાય.

465. કોર્ન ચિપ્સ [5થી 6 વ્યક્તિ]

સામગ્રી

(1) 1 કપ મકાઈનો લોટ

(2) $\frac{1}{2}$ કપ મેંદો

(3) $1\frac{1}{2}$ ટેબલ સ્પૂન તેલ

(4) $\frac{1}{4}$ ટી સ્પૂન હળદર (5) $\frac{1}{4}$ ટી સ્પૂન અજમો

(6) 1 ટી સ્પૂન મરચું (7) $\frac{1}{2}$ ટી સ્પૂન સંચળ

(8) મીઠું પ્રમાણસર

રીત

(1) મકાઈનો લોટ અને મેંદો ભેગાં કરી તેલ, મીઠું, હળદર અને અજમો (શેકીને, વાટીને) નાખી, પૂરીનો લોટ બાંધવો.

(2) થોડીક વાર રહેવા દઈ, પાતળી મોટી 5"ની પૂરી વણવી. કાંટાથી કાણાં પાડવાં. છાપા પર સૂકવવી.

(3) પૂરીના ચાર ભાગ કરવા. ત્રિકોણ આકારની થશે. ગરમ તેલમાં કડક તળવી. તેને 'કોર્ન ચિપ્સ' કહેવાય.

(4) તેના ઉપર મીઠું, મરચું, સંચળ પાઉડર ભભરાવી પીરસવું.

નોંધ : (1) કોર્ન ચિપ્સ બનાવી ઍરટાઇટ ડબ્બામાં ભરવા. 10થી 15 દિવસ રાખી શકાય.

(2) નાના ચોરસ ટુકડા કે લંબચોરસ ટુકડા પણ થઈ શકે.

466. નાચોઝ વિથ વાઇટ ચીઝ સાલ્સા [6થી 7 વ્યક્તિ]

સામગ્રી

(1) 1 કપ દૂધ

(2) 1 ટેબલ સ્પૂન કોર્નફ્લોર

(3) $\frac{1}{2}$ ટી સ્પૂન મરી પાઉડર

(4) 1 કપ ચીઝ (5) 1 ટેબલ સ્પૂન માખણ

(6) આઇટમ નં. 465 પ્રમાણે કોર્ન ચિપ્સ

(7) 2-3 ડુંગળીની રિંગ

(8) 3 કૅપ્સિકમની પાતળી રિંગ

(9) 4 ક્યુબ ચીઝ (10) મીઠું પ્રમાણસર

રીત

(1) 1 કપ દૂધમાં 1 ટેબલ સ્પૂન કોર્નફ્લોર નાખી, ઓગાળીને ગરમ કરવું. હલાવતા રહેવું, જેથી ચોંટે નહીં.

(2) તેમાં $\frac{1}{2}$ ટી સ્પૂન મરી પાઉડર, મીઠું, 1 કપ ખમણેલું ચીઝ અને 1 ટેબલ સ્પૂન માખણ નાખી હલાવવું. ગૅસ બંધ કરવો.

(3) ગ્રીઝ કરેલી બેકિંગ ટ્રેમાં કોર્ન ચિપ્સ પાથરી, તેની ઉપર 2-3 ડુંગળીની રિંગ અને કૅપ્સિકમની રિંગ મૂકી, વાઇટ સોસ રેડી, ઉપર ચીઝ (ખમણેલું) પાથરીને 150° C ઉપર 15 મિનિટ બેક કરવું.

467. નાચોઝ વિથ રેડ સાલ્સા [5થી 6 વ્યક્તિ]

હૉટ રેડ સાલ્સા માટેની સામગ્રી

(1) $\frac{1}{2}$ કપ ગાજર (2) $\frac{1}{2}$ કપ કાકડી

(3) 1 ડુંગળી (4) 50 ગ્રામ કોબી

(5) $\frac{1}{2}$ કપ કોથમીર

(6) 1 ટી સ્પૂન તેલ (7) $\frac{1}{2}$ કપ ટોમેટો કેચપ

(8) 3 ટી સ્પૂન લાલ મરચું

(9) 3 ટી સ્પૂન વિનેગર

(10) $\frac{1}{2}$ ટી સ્પૂન અજમો

(11) $\frac{1}{2}$ ટી સ્પૂન જીરું પાઉડર

(12) 4 કળી લસણ

(13) 2 ટી સ્પૂન ટોબેસ્કો સોસ

(14) સહેજ લાલ કલર

(15) આઇટમ નં. 465 પ્રમાણે કોર્ન ચિપ્સ

(16) મીઠું પ્રમાણસર

ટોબેસ્કો સોસ માટેની સામગ્રી

(1) 1 કપ ટોમેટો કેચપ

(2) $\frac{1}{2}$ કપ વાઇટ વિનેગર

(3) $\frac{1}{2}$ કપ ખાંડ

(4) 1 ટી સ્પૂન કોર્નફ્લોર

(5) 1 ટી સ્પૂન ચીલીસોસ

(6) $\frac{1}{4}$ કપ પાણી

(7) 2 ટેબલ સ્પૂન વુસ્ટર સોસ

હૉટ રેડ સાલ્સા બનાવવાની રીત

(1) ગાજર, કાકડી, ડુંગળી અને કોળું – આ ચારેયને છીણવાં. તેમને નીચોવીને પાણી કાઢવું.

(2) કોથમીરને ઝીણી સમારીને બધાં શાક સાથે ભેળવવી. તેમાં તેલ નાખવું.

(3) $\frac{1}{2}$ કપ ટોમેટો કેચપ, બધા મસાલા, વિનેગર, સોસ ભેગા કરવા અને શાકમાં મિક્સ કરવા એટલે હૉટ રેડ સાલ્સા તૈયાર.

નોંધ : કોર્ન ચિપ્સને હૉટ રેડ સાલ્સા સાથે પીરસવા.

ટોબેસ્કો સોસ બનાવવાની રીત

(1) પાણીમાં કોર્નફ્લોર હલાવી, બધી સામગ્રી મેળવીને ગરમ કરવું. 10 મિનિટ ગરમ કરીને ઠંડું કરી, બૉટલમાં ભરી દેવું.

(2) આ સોસને ફ્રિજમાં રાખવો. આ સોસ ઇટાલિયન, થાઈ ફૂડ, મેક્સિકન વાનગી બનાવવામાં વપરાય છે.

468. ટોર્ટીલા સૂપ [5 થી 6 વ્યક્તિ]

સામગ્રી

(1) 50 ગ્રામ પનીર (2) 1 ક્યુબ ચીઝ
(3) 500 ગ્રામ ટમેટા
(4) 2 ટેબલ સ્પૂન માખણ
(5) 1 ડુંગળી (6) 1 કપ પાણી
(7) 2 ટી સ્પૂન કોર્નફ્લોર
(8) 2 ટેબલ સ્પૂન અમેરિકન કોર્ન (સાદા મકાઈના દાણા ચાલે)
(9) $\frac{1}{2}$ વેજિટેબલ સ્ટૉક ક્યુબ
(10) $\frac{1}{2}$ ટી સ્પૂન ખાંડ
(11) 2 ટેબલ સ્પૂન ફ્રેશ ક્રીમ
(12) 1 કપ કોર્ન ચિપ્સનો ભૂકો
(13) મીઠું પ્રમાણસર

રીત

(1) પનીર અને ચીઝ છીણવું.

(2) ગૅસ પર એક વાસણમાં પાણી મૂકીને ટમેટા 10 મિનિટ ઉકાળવા. ઝારાથી કાઢી, ઠંડા કરી, છાલ કાઢવી. મિક્સરમાં ક્રશ કરી, ગળણીથી ગાળી લેવું.

(3) ગૅસ પર એક વાસણમાં માખણ ગરમ કરવું. તેમાં ડુંગળી ઝીણી છીણીને સાંતળવી. પછી ટમેટાનો પલ્પ નાખવો.

(4) $\frac{1}{2}$ કપ પાણી નાખવું. કોર્નફ્લોર $\frac{1}{2}$ કપ પાણીમાં હલાવીને સૂપમાં નાખવો. હલાવ્યા કરવું. 5 મિનિટ ઊકળવા દેવું.

(5) તેમાં અમેરિકન કોર્ન, પનીર, સ્ટૉક ક્યુબ, ખાંડ અને મીઠું નાખી ઉકાળવું.

(6) બાઉલમાં 1 ટી સ્પૂન ફ્રેશ ક્રીમ, ખમણેલું ચીઝ અને કોર્ન ચિપ્સનો ભૂકો નાખીને ગરમ ગરમ સૂપ પીરસવું.

નોંધ : કોર્ન ચિપ્સને બદલે ભેળની પૂરીનો ભૂકો કરીને પણ નાખી શકાય.

469. કીડની બીન્સ રોલ [5 થી 6 વ્યક્તિ]

રોલ માટેની સામગ્રી

(1) 1$\frac{1}{2}$ કપ રાજમા (2) 3 ટેબલ સ્પૂન તેલ
(3) 2 ડુંગળી (4) 4 કળી લસણ
(5) 2 ટમેટા (6) 2 ટી સ્પૂન લાલ મરચું
(7) $\frac{1}{2}$ ટી સ્પૂન મરી
(8) 1 ટી સ્પૂન કોર્નફ્લોર
(9) મીઠું પ્રમાણસર

પુડલા માટેની સામગ્રી

(1) 1 કપ મકાઈનો લોટ
(2) 1 કપ ઘઉંનો લોટ (3) 1 ટી સ્પૂન તેલ
(4) $\frac{1}{2}$ કપ દૂધ (5) મીઠું પ્રમાણસર

રીત

(1) રાજમાને 6 થી 8 કલાક પલાળવા.

(2) ગૅસ પર એક વાસણમાં 2 ટેબલ સ્પૂન તેલ ગરમ કરીને ઝીણી સમારેલી ડુંગળી સાંતળવી. લસણ ઝીણું સમારીને, ટમેટાના ટુકડા કરીને નાખવા.

(3) તેમાં લાલ મરચું, મરીનો ભૂકો અને મીઠું નાખી, હલાવીને રાજમા નાખવા. 1 કપ પાણી નાખી, કૂકરમાં બાફવા મૂકવા. બફાઈ ગયા પછી મિક્સરમાં પાણી સાથે ક્રશ કરવું.

(4) ગૅસ પર એક વાસણમાં 1 ટેબલ સ્પૂન તેલ ગરમ કરી, રાજમાનું મિક્સર ગરમ કરવું. હલાવતા રહેવું.

(5) કોર્નફ્લોર થોડાક પાણીમાં ઓગાળી તેમાં નાખવો. હલાવતા રહેવું. જાડું થાય એટલે નીચે ઉતારી, ઠંડું કરી, રોલ વાળવા.

(6) મકાઈનો લોટ અને ઘઉંનો લોટ ભેગા કરી તેમાં મીઠું, તેલ અને દૂધ નાખી, પુડલા જેવું ખીરું બનાવવું.

(7) નૉન-સ્ટિક તવી લઈ તેના પર ખીરામાંથી લાંબા લંબગોળ જાડા પુડલા (પૅનકેક) બનાવવા. બંને બાજુ કડક કરવા.

(8) ઠંડા કરી, તેની લાંબી પટ્ટીઓ કાપવી. દરેક પટ્ટી પર રોલ મૂકી, ખાંડવીની જેમ પુડલાનો રોલ વાળવો. ટૂથ પીક ભરાવીને તૈયાર કરવા.

470. ફલાફલ [5થી 6 વ્યક્તિ]

રોટલી માટેની સામગ્રી

(1) 1 કપ મકાઈનો લોટ (2) $\frac{1}{2}$ કપ મેંદો

(3) $\frac{1}{2}$ ટેબલ સ્પૂન ઘી (4) મીઠું પ્રમાણસર

ભજિયાં માટેની સામગ્રી

(1) 150 ગ્રામ મગની દાળ

(2) $\frac{1}{2}$ ટેબલ સ્પૂન લાલ મરચું

(3) 4 લીલાં મરચાં (4) તેલ પ્રમાણસર

(5) આદુનો નાનો ટુકડો

(6) 2 ટેબલ સ્પૂન ઝીણી સમારેલી કોથમીર

(7) ચપટી સોડા (સોડા બાયકાર્બ)

(8) 1 ઝીણી સમારેલી ડુંગળી

(9) $\frac{1}{2}$ ટી સ્પૂન ધાણા

(10) $\frac{1}{2}$ ટી સ્પૂન મરી (11) મીઠું પ્રમાણસર

વાઇટ સોસ માટેની સામગ્રી

(1) $\frac{1}{2}$ કપ મોળું દહીં (2) 1 ટેબલ સ્પૂન તલ

(3) $\frac{1}{2}$ ટી સ્પૂન રાઈ પાઉડર

(4) $\frac{1}{2}$ ટેબલ સ્પૂન સફેદ મરી પાઉડર

(5) 2 ટેબલ સ્પૂન વાઇટ વિનેગર

(6) 1 ટેબલ સ્પૂન તેલ (7) મીઠું પ્રમાણસર

રેડ સોસ માટેની સામગ્રી

(1) $\frac{1}{2}$ કપ ટોમેટો સોસ

(2) 5 કળી લસણની પેસ્ટ

(3) 3 ટી સ્પૂન લાલ મરચું

(4) મીઠું પ્રમાણસર

સલાડ માટેની સામગ્રી

(1) 50 ગ્રામ ઝીણી કાપેલી કાકડી

(2) 50 ગ્રામ ઝીણી કાપેલી કોબીજ

(3) 50 ગ્રામ ઝીણા કાપેલા ટમેટા

(4) 2 ઝીણી કાપેલી ડુંગળી

(5) મરીનો ભૂકો પ્રમાણસર

(6) મીઠું પ્રમાણસર

રોટલી માટેની રીત

(1) મકાઈના લોટમાં મેંદો, મીઠું અને ઘી નાખી રોટલીનો લોટ બાંધવો.

(2) રોટલી વણીને શેકી લેવી અને ગૅસ ઉપર ફૂલાવવી. ફલાફલમાં રોટલી ફૂલેલી હોવી જોઈએ.

ભજિયાં માટેની રીત

(1) મગની દાળને 5થી 6 કલાક પલાળી, અધકચરી વાટવી. મરચાં, આદુ, ધાણા અને મરી વાટવાં.

(2) બધો મસાલો નાખી, કડક મોટાં ભજિયાં તળવાં. (મગની દાળને બદલે ચણાની દાળ લઈ શકાય.)

વાઇટ સોસ માટેની રીત

(1) દહીંને કપડામાં બાંધી $\frac{1}{2}$ કલાક લટકાવવું એટલે મસ્કો તૈયાર થશે.

(2) તલને શેકીને અધકચરા કરવા. તેમાં બધી વસ્તુ ભેગી કરીને ચટણી જેવું બનાવવું.

રેડ સોસ માટેની રીત

ટોમેટો સોસ, લસણની પેસ્ટ, લાલ મરચું અને મીઠું મિક્સ કરવાં.

સલાડ માટેની રીત

કાકડી, કોબીજ, ટમેટા, ડુંગળી, મરીનો ભૂકો અને મીઠું મિક્સ કરવાં.

પીરસવાની રીત

(1) રોટલીની ઉપરના પડના વચ્ચેથી બે ભાગ કરવા. ફૂલેલી રોટલીમાં પહેલાં 2થી 3 ભજિયાં મૂકવાં.

(2) તેના પર વાઇટ સોસ, રેડ સોસ નાખવો.

(3) તેના પર સલાડ મૂકી પીરસવું.

વૅરિએશન

(1) રોટલીની જગ્યાએ ગોળ બન પણ વાપરી શકાય. તેને ઉપરથી કાપી, વચ્ચેથી બધી બ્રેડ કાઢી, થોડુંક બટર મૂકી, કડક શેકી લેવું. પછી અંદર બધું ભરી પીરસવું.

(2) રેડ સોસને બદલે ટમેટાનો હૉટ સોસ પણ વાપરી શકાય.

(3) રોટલીની જગ્યાએ પીઝાના રોટલા પણ ચાલે. તેના આડા બે ભાગ કરવા. કાપેલા ભાગ ઉપર રાખવા. વચમાંથી પોચો ભાગ કોતરી નાખવો. તેમાં ઉપરની વાનગીઓ ભરીને પીરસવું.

471. ચીલી બીન સૂપ [5થી 6 વ્યક્તિ]

સામગ્રી

(1) 500 ગ્રામ ટમેટા (2) 2 ટી સ્પૂન તેલ
(3) 2 ઝીણી સમારેલી લીલી ડુંગળી
(4) 1 ઝીણું સમારેલું કૅપ્સિકમ
(5) 1 ઝીણી સમારેલી ડુંગળી
(6) $\frac{1}{2}$ નાનું ટીન (100 ગ્રામ) બેક બીન્સ
(7) $\frac{1}{4}$ ટી સ્પૂન મરચું (8) ચપટી અજમો
(9) 2 ટી સ્પૂન ખાંડ (10) ચીઝ
(11) મીઠું પ્રમાણસર

રીત

(1) ટમેટા સમારી, 3 કપ પાણીમાં બાફી, ક્રશ કરીને ગાળવા.

(2) તેલ ગરમ કરી, તેમાં લીલી ડુંગળી, કૅપ્સિકમ અને ડુંગળી નાખી સાંતળવું. ત્યારબાદ ટમેટાનો સૂપ નાખવો.

(3) તેમાં બેક બીન્સ, મીઠું, મરચું, અજમો અને ખાંડ નાખીને ઊકળવા દેવું. ચીઝ છીણીને પીરસવું.

472. ચીલી રેલનોઝ [3થી 4 વ્યક્તિ]

સામગ્રી

(1) 100 ગ્રામ પનીર (2) 1 ડુંગળી
(3) 6 મોટાં મરચાં (4) $\frac{1}{2}$ કપ મેંદો
(5) $\frac{1}{2}$ કપ પાણી
(6) 1 ટી સ્પૂન બેકિંગ પાઉડર
(7) તળવા માટે તેલ
(8) આઇટમ નં. 464 પ્રમાણે 1 કપ હૉટ મેક્સિકન સોસ
(9) ચીઝ પ્રમાણસર (10) મીઠું પ્રમાણસર

રીત

(1) પનીરને છીણીથી છીણી લેવું. છીણાય નહીં તો હાથ વડે ભૂકો કરવો.

(2) ડુંગળી ઝીણી સમારવી. તેમાં મીઠું નાખી બરાબર મિક્સ કરવું.

(3) મરચાંને ઉપરથી કાપી, વચ્ચેથી બિયાં કાઢવાં. તેમને ઊકળતા પાણીમાં 2 મિનિટ રાખી, કાઢી લેવાં. તેમાં પનીર ભરવું.

(4) મેંદામાં મીઠું, બેકિંગ પાઉડર અને પાણી નાખી ખીરું બનાવવું. મરચાંને ખીરામાં બોળી તેલમાં તળવાં.

(5) મરચાં પર હૉટ સોસ અને ચીઝ નાખી, ઓવનમાં 10 મિનિટ બેક કરવું અથવા નૉન-સ્ટિક પૅનમાં ધીમા તાપે 10 મિનિટ સુધી રાખવું.

473. મેક્સિકન સ્ટફ્ડ કૅપ્સિકમ [3થી 4 વ્યક્તિ]

સામગ્રી

(1) 200 ગ્રામ બટાકા (2) 100 ગ્રામ વટાણા
(3) $\frac{1}{2}$ કપ કોર્ન (4) $\frac{1}{2}$ કપ રાજમા
(5) 6 કૅપ્સિકમ
(6) 1 ટી સ્પૂન આદુ-મરચાંની પેસ્ટ
(7) 6 ટુથ પીક (8) મીઠું પ્રમાણસર

ગ્રેવી માટેની સામગ્રી

(1) 1 ટેબલ સ્પૂન માખણ
(2) 1 ડુંગળી (3) 1 ટેબલ સ્પૂન મેંદો

(4) 500 ગ્રામ ટમેટા (5) 1 ટેબલ સ્પૂન ખાંડ

(6) 1 ટી સ્પૂન લાલ મરચું

(7) મીઠું પ્રમાણસર

રીત

(1) બટાકાને બાફી-છોલીને છીણવા. વટાણા બાફવા. કોર્ન અને રાજમા બાફવા. ડુંગળી ઝીણી કાપવી.

(2) કૅપ્સિકમનો ઉપરનો ભાગ કાપીને બાજુ ઉપર રાખવો. તેનાં બિયાં કાઢી ઊકળતા પાણીમાં 5 મિનિટ રહેવા દેવાં. પછી હલાવી, પાણી નિતારી, ઊંધા મૂકવાં. ફ્રિજમાં 1 કલાક રાખવાં.

(3) ડુંગળી-બટાકાના માવામાં વટાણા, કોર્ન, રાજમા અને બધો મસાલો નાખવો (મીઠું, આદું, મરચાં). આ માવો કૅપ્સિકમમાં ભરી, ઢાંકણ બંધ કરવું. ઉપરથી ટુથ પીક લગાડવી.

ગ્રેવી માટેની રીત

(1) માખણ ગરમ કરી, ડુંગળી સાંતળી, મેંદો નાખી, હલાવવું.

(2) ટમેટા ગરમ પાણીમાં 5 મિનિટ રાખવાં. તેની છાલ કાઢી પલ્પ બનાવવો. આ પલ્પ ડુંગળીમાં નાખવો. મસાલો નાખવો. 15 મિનિટ ઉકાળવું.

(3) ટ્રેમાં કૅપ્સિકમ ગોઠવી, તેના પર તૈયાર કરેલી ગ્રેવી નાખી, ગરમ ઓવનમાં 15 મિનિટ બેક કરવું. અથવા, નૉન-સ્ટિક પૅનમાં ધીમા તાપે ઢાંકીને 10 મિનિટ ગરમ કરવું.

474. મેક્સિકન હૉટ ચૉકલેટ [4 વ્યક્તિ]

સામગ્રી

(1) 1 ટેબલ સ્પૂન કોકો

(2) $\frac{1}{2}$ ટી સ્પૂન તજનો ભૂકો

(3) 1 ટેબલ સ્પૂન ખાંડ

(4) 4 કપ દૂધ

(5) 4 ટીપાં વેનીલા એસેન્સ

(6) 100 ગ્રામ ફ્રેશ ક્રીમ

રીત

(1) કોકો, તજનો ભૂકો અને ખાંડ એક બાઉલમાં ભેગાં કરવાં.

(2) 1 કપ દૂધ ગરમ કરી, તેમાં કોકો નાખી, બરાબર મિશ્રણ કરવું. હલાવતા રહેવું.

(3) તેમાં બાકીનું દૂધ નાખી, ધીમા તાપે ઊકળવા દેવું. વેનીલા એસેન્સ અને ક્રીમ નાખવાં. બીટરથી બીટ કરી પીરસવું.

475. ટોસ્ટાડોસ [5થી 6 વ્યક્તિ]

સામગ્રી

(1) $\frac{3}{4}$ કપ મકાઈનો લોટ

(2) $\frac{1}{2}$ કપ મેંદો (3) 4 ટેબલ સ્પૂન તેલ

(4) $\frac{1}{4}$ ટી સ્પૂન અજમો (5) મીઠું પ્રમાણસર

પૂરણ માટેની સામગ્રી

(1) 1 કપ લાલ રાજમા (બેકડ બીન્સ પણ ચાલે)

(2) 2 ટેબલ સ્પૂન તેલ

(3) 1 ઝીણી સમારેલી ડુંગળી

(4) 1 બાફેલું બટાકું

(5) $\frac{1}{2}$ કપ ભેગાં બાફેલાં શાક (ફણસી, ગાજર)

(6) 1 ટી સ્પૂન મરચું

(7) 2 ટી સ્પૂન ખાંડ

(8) 1 ટી સ્પૂન વિનેગર

(9) 1 ટેબલ સ્પૂન માખણ

(10) મીઠું પ્રમાણસર

પીરસવા માટે

(1) છીણેલી કોબીજ (2) છીણેલું ગાજર

(3) છીણેલું ચીઝ (4) ઝીણી સમારેલી ડુંગળી

રીત

(1) રાજમા 6 કલાક પલાળવા. કૂકરમાં બાફવા.

(2) બંને લોટ ભેગા કરી, તેલ અને મીઠું નાખી, નરમ લોટ બાંધવો. નાની પૂરી વણી, તેમાં કાંટાથી કાણાં પાડી, તેલમાં કડક તળી લેવી.

(3) ગૅસ પર એક વાસણમાં તેલ ગરમ કરી તેમાં ડુંગળી સાંતળવી. રાજમા, બટાકા અને શાક નાખી, થોડી વાર થવા દેવું. પાણી રહેવું ન જોઈએ.

(4) તળેલી પૂરી પર તૈયાર કરેલો મસાલો મૂકી, ઉપર કોબીજ, ગાજર અને ડુંગળી (છીણેલી) મૂકવી. ચીઝ છીણીને મૂકવું.

વૅરિએશન

મોટી પૂરી વણી, ઊંડા વાડકામાં તેલ લગાડી, તેના પર પૂરી ચોંટાડી, તેલમાં તળવી. વાડકાથી પૂરી છૂટી પડશે ત્યારે વાડકા આકારની થશે. ટોસ્ટાડોસ આ રીતે પણ થઈ શકે છે.

476. મેક્સિકન રાઇસ [4 વ્યક્તિ]

સામગ્રી

(1) 1 કપ ચોખા (2) $\frac{1}{4}$ કપ રાજમા
(3) 6 કળી લસણ (4) 1 ટમેટું
(5) 3 ટેબલ સ્પૂન ઘી (6) 10થી 12 મરી
(7) 2 લાંબી સમારેલી ડુંગળી
(8) 1 ટી સ્પૂન મરચું
(9) 1 ટેબલ સ્પૂન વિનેગર
(10) $\frac{1}{2}$ કપ છીણેલું ગાજર
(11) 1 લાંબું સમારેલું કૅપ્સિકમ
(12) ચપટી આજીનોમોટો
(13) 1 ટેબલ સ્પૂન ચીલીસોસ
(14) 1 ટી સ્પૂન સોયાસોસ
(15) મીઠું પ્રમાણસર

રીત

(1) રાજમા 2 કલાક પાણીમાં પલાળી, કૂકરમાં બાફવા. પાણી કાઢી નાખી થાળીમાં છૂટા કરવા.

(2) ચોખા ધોઈને 2 કલાક પલાળવા. લસણ વાટવું. ટમેટું ઝીણું સમારવું.

(3) ગૅસ પર એક વાસણમાં ઘી ગરમ કરી, તેમાં લસણ, મરી અને 1 ડુંગળી નાખી, 5 મિનિટ સાંતળવું.

(4) તેમાં ધોયેલા ચોખા નાખી, 2 મિનિટ સાંતળવું. જરૂર મુજબ ગરમ પાણી નાખી, ચોખા ચડવા દેવા.

(5) થોડીક વાર રહી તેમાં લાલ મરચું, મીઠું, વિનેગર અને રાજમા નાખવાં. ચડવા દેવું.

(6) ગૅસ પર બીજા વાસણમાં ઘી મૂકી 1 ડુંગળી સાંતળવી. ગાજર, કૅપ્સિકમ, ચપટી આજીનોમોટો, ચીલીસોસ અને સોયાસોસ નાખવાં.

(7) 2 મિનિટ સાંતળીને ભાત મિક્સ કરવો. ઉપર ટમેટાના ટુકડા મૂકી પીરસવું.

14 બર્મિઝ ફૂડ્સ

477. ખાઉસ્વે [4થી 6 વ્યક્તિ]

ફુદીનાની ચટણી માટેની સામગ્રી

(1) $\frac{1}{4}$ કપ ફુદીનો (2) $\frac{1}{2}$ કપ કોથમીર
(3) નાનો ટુકડો આદુ (4) 10 લીલાં મરચાં
(5) $\frac{1}{2}$ લીંબુનો રસ (6) $\frac{1}{2}$ કપ પાણી
(7) મીઠું પ્રમાણસર

આ બધું ભેગું કરી મિક્સરમાં ફુદીનાની ચટણી બનાવવી.

વેજિટેબલ કરી માટેની સામગ્રી

(1) 100 ગ્રામ ફ્લાવર
(2) 100 ગ્રામ ગાજર
(3) 1 ટમેટું (4) 2 ડુંગળી
(5) 2 બટાકા (6) 25 ગ્રામ ફણસી
(7) $\frac{1}{4}$ કપ ઘી
(8) ચપટી સાજીનાં ફૂલ (સોડા બાયકાર્બ)
(9) $1\frac{1}{2}$ ટી સ્પૂન આદુ-મરચાંની પેસ્ટ
(10) 5 કળી લસણની પેસ્ટ
(11) $\frac{1}{2}$ કપ નારિયેળનું દૂધ
(12) 1 ટેબલ સ્પૂન કોર્નફ્લોર
(13) 2 ટેબલ સ્પૂન દાળિયાનો ભૂકો
(14) 1 કપ કટ મેક્રોની (C શેઇપની), ઘઉંના લોટની સ્ટ્રીપ
(15) 1 ટી સ્પૂન સોયાસોસ
(16) 100 ગ્રામ બટાકાની જાળીવાળી કાતરી
(17) તેલ પ્રમાણસર
(18) મીઠું પ્રમાણસર

ઘઉંના લોટની સ્ટ્રીપ બનાવવાની રીત:

(1) 1 કપ લોટમાં મીઠું તથા પ્રમાણસર તેલ નાખી, પૂરી જેવો કઠણ લોટ બાંધવો.

(2) પાતળો અને મોટો રોટલો વણી, લાંબી પટ્ટીઓ કાપી, 2 ઇંચના ટુકડા કરવા અને તળી લેવા.

નારિયેળનું દૂધ: $\frac{1}{2}$ નારિયેળના ખમણમાં 1થી $1\frac{1}{2}$ કપ ગરમ પાણી નાખી, મિક્સરમાં ક્રશ કરી, ગાળી લેવું. આમ, નારિયેળનું દૂધ તૈયાર થશે.

રીત

(1) મેક્રોનીને ગરમ પાણીમાં 1 ટી સ્પૂન તેલ નાખી બાફવી.

(2) બફાઈ જાય એટલે ચાળણીમાં કાઢી, તેના પર ઠંડું પાણી રેડવું. થાળીમાં છૂટી કરી, 1 ટી સ્પૂન તેલ લગાડવું.

(3) ફ્લાવર, ગાજર, ટમેટા, ડુંગળી, છોલેલા બટાકા – આ તમામ સામગ્રીના નાના નાના ટુકડા કરવા. ફણસી ઝીણી સમારવી.

(4) ગૅસ પર એક વાસણમાં ઘી ગરમ કરવા મૂકી, તેમાં પ્રથમ ફણસી નાખી સાંતળવી. 5 મિનિટ પછી ડુંગળી નાખી સાંતળવી.

(5) તેમાં ફ્લાવર, ગાજર, બટાકા અને વટાણા નાખવા. ચપટી સોડા (સોડા બાયકાર્બ) અને મીઠું નાખી 10 મિનિટ સાંતળવું. $\frac{1}{2}$ કપ પાણી નાખી ચડવવું.

(6) તેમાં આદુ, મરચાં, લસણની પેસ્ટ, ટમેટા અને નારિયેળનું દૂધ નાખી હલાવતા રહેવું. ઊકળે એટલે કોર્નફ્લોર પાણીમાં ઓગાળીને નાખવો.

(7) દાળિયાનો ભૂકો નાખવો. ગ્રેવી જાડી થાય એટલે ગૅસ ઉપરથી ઉતારી લેવી.

પીરસવાની રીત

(1) એક ખાડાવાળી ડિશમાં મેક્રોની પાથરી, તેના પર વેજિટેબલ કરી મૂકવી. તેના ઉપર સ્ટ્રીપ પાથરવી. ફુદીનાની ચટણી અને સોયાસોસ નાખવાં.

(2) ડિશની કિનારીએ જાળીવાળી કાતરી ગોઠવવી. ઉપર થોડીક મેક્રોની નાખવી.

478. બર્મિઝ બુડીજો (ભજિયાં)

[3થી 4 વ્યક્તિ]

સામગ્રી

(1) 100 ગ્રામ મેંદો

(2) $\frac{1}{4}$ ટી સ્પૂન મરીનો ભૂકો

(3) 1 ટી સ્પૂન ગરમ મસાલો

(4) 2 ટેબલ સ્પૂન તેલ + તળવા માટે તેલ

(5) 1 ટી સ્પૂન લાલ મરચું

(6) 250 ગ્રામ દૂધી (7) મીઠું પ્રમાણસર

પેસ્ટ માટેની સામગ્રી

(1) 2 ડુંગળીની પેસ્ટ

(2) 1 ટી સ્પૂન આદુ-મરચાંની પેસ્ટ

ચટણી માટેની સામગ્રી

(1) 3 ટેબલ સ્પૂન ટોમેટો કેચપ

(2) 10 કળી લસણ (3) $\frac{1}{2}$ લીંબુ

(4) લાલ મરચું (5) મીઠું પ્રમાણસર

રીત

(1) એક બાઉલમાં મેંદો, મીઠું, મરી, ગરમ મસાલો, આદુ, મરચાં, લાલ મરચું, તેલ, ડુંગળી ભેગાં કરી, પાણી નાખી, ખીરું બનાવવું.

(2) દૂધીની છાલ ઉતારીને લાંબા પાતળા પીસ કરવા. દૂધીના પીસને ખીરામાં બોળી, ગરમ તેલમાં કડક થાય ત્યાં સુધી તળવા. (તળતાં વાર લાગે છે.)

(3) લસણની ચટણી બનાવવી.

નોંધ: બુડીજોને ચટણી સાથે પીરસો.

479. બર્મિઝ પ્યાજો (કોફતા)

[4થી 5 વ્યક્તિ]

કોફતા માટેની સામગ્રી

(1) 100 ગ્રામ ચણાની દાળ

(2) 1 ટી સ્પૂન મરચાંની પેસ્ટ

(3) 1 ડુંગળી

(4) તેલ પ્રમાણસર (5) મીઠું પ્રમાણસર

કરી માટેની સામગ્રી

(1) $\frac{1}{2}$ નંગ નારિયેળ (2) 2 ટેબલ સ્પૂન ઘી
(3) 3 તજ (4) 3 લવિંગ
(5) 2 નંગ બાફેલા બટાકા
(6) 1 ટી સ્પૂન મરચું (7) 2 ટેબલ સ્પૂન મેંદો
(8) 1 ટેબલ સ્પૂન દહીં
(9) 3 ટેબલ સ્પૂન દાળિયાનો ભૂકો
(10) 1 કપ બાફેલા ચણા
(11) 1 કપ વેફરનો ભૂકો
(12) 2 ઝીણી સમારેલી ડુંગળી
(13) લસણની ચટણી (14) ખજૂરની ચટણી
(15) 2 ટી સ્પૂન ગરમ મસાલો
(16) મીઠું પ્રમાણસર

કોફતા માટેની રીત

(1) ચણાની દાળને રાત્રે પલાળવી. સવારે દાળને ચાળણીમાં લઈને પાણી કાઢી નાખવું. પછી દાળમાં લીલાં મરચાં નાખી અધકચરું વાટવું.
(2) તેમાં મીઠું નાખવું. ડુંગળીની સ્લાઇસ કરીને નાખવી. ગૅસ પર એક વાસણમાં તેલ ગરમ કરવા મૂકી, ચણાની દાળના ખીરામાંથી વડા આકારના કોફતા મૂકવા અને તળવા.

કરી માટેની રીત

(1) નારિયેળના છીણમાં ગરમ પાણી નાખી, મિક્સરમાં વાટી, નારિયેળનું દૂધ બનાવવું. કૂચા રહે તેમાં ફરી ગરમ પાણી નાખીને વાટવું અને ગાળી લેવું.
(2) ગૅસ પર એક વાસણમાં ઘી ગરમ કરવા મૂકી, તેમાં તજ-લવિંગ નાખવાં. તેમાં બટાકાના ચોરસ ટુકડા અને નારિયેળનું દૂધ નાખી હલાવતા રહેવું.
(3) કરીમાં મીઠું, મરચું, મેંદો, દહીં અને દાળિયાનો ભૂકો નાખી ઉકાળવું. 20થી 25 મિનિટ ધીમા તાપે ઊકળવા દેવું.

પીરસવા માટે

(1) પીરસતી વખતે બાઉલમાં કોફતા મૂકી, તેના ઉપર ગરમ કરી 'કરી' નાખવું. તેના ઉપર બાફેલા ચણા, વેફરનો ભૂકો અને ડુંગળી નાખવાં.
(2) બંને ચટણી તથા ગરમ મસાલો જુદાં રાખવાં, જેથી જરૂર મુજબ લઈ શકાય.

480. બર્મિઝ ભેળ વિથ કરી [4થી 5 વ્યક્તિ]

સામગ્રી

(1) 150 ગ્રામ લીલા વટાણા
(2) તેલ પ્રમાણસર
(3) 1 ટી સ્પૂન તજ-લવિંગનો ભૂકો
(4) 2 ટી સ્પૂન ખાંડ
(5) 1 લીંબુ
(6) 1 ટી સ્પૂન વાટેલાં આદુ-મરચાં
(7) 100 ગ્રામ કોબીજ
(8) 2 ટમેટા
(9) 1 દાડમ
(10) 25 નંગ પૂરી (પાતળી વણેલી, ફૂલ્યા વગરની)
(11) $\frac{1}{2}$ નંગ લીલું નારિયેળ
(12) 2 ટેબલ સ્પૂન ઘી
(13) મીઠો લીમડો
(14) $\frac{1}{2}$ કપ ગાજરની છીણ
(15) $\frac{1}{2}$ ટી સ્પૂન મરીનો ભૂકો
(16) 1 કપ નુડલ્સ
(17) 50 ગ્રામ ઝીણી સેવ (18) 1 કપ કોથમીર
(19) ચાટ-મસાલો (20) મીઠું પ્રમાણસર

રીત

(1) લીલા વટાણાને ફોલીને અધકચરા વાટવા. ગૅસ પર એક વાસણમાં 2 ટેબલ સ્પૂન તેલ ગરમ કરી, તેમાં તજ-લવિંગનો ભૂકો નાખી, વટાણા સાંતળવા.
(2) તેમાં મીઠું, 1 ટી સ્પૂન ખાંડ, $\frac{1}{2}$ લીંબુનો રસ, આદુ અને મરચાં નાખવાં.
(3) કોબીજને લાંબી અને પાતળી સમારવી. ટમેટાના નાના ટુકડા કરવા. દાડમના દાણા કાઢવા. પૂરીના નાના ટુકડા કરવા.
(4) નારિયેળને છોલીને છીણી નાખવું. તેમાં ગરમ પાણી નાખી, મિક્સરમાં મિક્સ કરી, દૂધ બનાવવું.

(5) ગૅસ પર એક વાસણમાં ઘી ગરમ કરી, તેમાં મીઠો લીમડો અને નારિયેળનું દૂધ નાખી, ઊકળવા દેવું. તેમાં જરૂર મુજબ પાણી નાખવું. મીઠું અને 1 ટી સ્પૂન ખાંડ નાખી, થોડી વાર ઉકાળીને 'કરી' બનાવવી.

(6) ગાજરની છીણમાં અને કોબીજમાં પ્રમાણસર મીઠું, મરી અને $\frac{1}{2}$ લીંબુનો રસ નાખવાં.

(7) નુડલ્સને ગરમ પાણીમાં નાખી, 2 ટી સ્પૂન તેલ નાખવું. બફાઈ જાય એટલે ચાળણીમાં કાઢી, તેના ઉપર ઠંડું પાણી નાખવું. એક થાળીમાં કાઢી, 1 ટી સ્પૂન તેલ નાખી, હલાવવું, જેથી નુડલ્સ છૂટા રહે.

પીરસવા માટે

(1) એક બાઉલમાં પ્રથમ નુડલ્સ મૂકવા. તેના ઉપર મીઠું અને મરી ભભરાવવાં. તેના ઉપર વટાણાનું પૂરણ પાથરવું.

(2) પછી ગાજરની છીણ, સમારેલી કોબીજ, ટમેટાના ટુકડા પાથરવા.

(3) પૂરીના ટુકડા, દાડમના દાણા, ઝીણી સેવ, કોથમીર અને ચાટ-મસાલો ભભરાવી 'કરી' સાથે પીરસવું.

481. બર્મિઝ રાઇસ [4થી 5 વ્યક્તિ]

સામગ્રી

(1) 1 કપ ચોખા
(2) 25 ગ્રામ ફણસી
(3) 1 ગાજર
(4) 50 ગ્રામ ફ્લાવર
(5) 1 કૅપ્સિકમ
(6) 2 ડુંગળી
(7) 50 ગ્રામ વટાણા
(8) 1 ટી સ્પૂન સફેદ વિનેગર
(9) $\frac{1}{4}$ કપ તેલ
(10) 2 ટી સ્પૂન ખાંડ
(11) 3 તજ
(12) 3 લવિંગ
(13) 1 ટી સ્પૂન ચીલીસોસ
(14) $\frac{1}{4}$ કપ ટોમેટો કેચપ
(15) મીઠું પ્રમાણસર

વાટવાનો મસાલો

(1) 4 લીલાં મરચાં
(2) નાનો ટુકડો આદુ
(3) 1 ટી સ્પૂન જીરું
(4) 2 તજ
(5) 2 લવિંગ
(6) $\frac{1}{2}$ ટી સ્પૂન લાલ મરચું

રીત

(1) ફણસી ઝીણી સમારવી. ગાજર અને ફ્લાવરના નાના ટુકડા કરવા. કૅપ્સિકમ અને ડુંગળીની ઊભી ચીરીઓ કરવી.

(2) ફણસી, ગાજર, ફ્લાવર અને વટાણાને બાફવાં.

(3) વાટવાનો મસાલો ભેગો કરી વાટવો. તેમાં વિનેગર અને કૅપ્સિકમ નાખવાં.

(4) ગૅસ પર પાણી ઊકળવા મૂકી, તેમાં 2 કલાક પહેલાં પલાળેલા ચોખા નાખવા. થોડું મીઠું નાખવું. ચોખા ચડી જાય ત્યારે (બહુ ન ચડવા જોઈએ) કાણાવાળા વાડકામાં કાઢી, તેના ઉપર ઠંડું પાણી રેડી, એક થાળીમાં છૂટા કરવા.

(5) ગૅસ પર એક વાસણમાં 2 ટેબલ સ્પૂન તેલ ગરમ કરી તેમાં ખાંડ નાખવી. ખાંડ ઓગળી જાય એટલે તજ-લવિંગ નાખવાં.

(6) બીજા વાસણમાં બાકીનું તેલ ગરમ કરી તેમાં ડુંગળી નાખી સાંતળવી. ગુલાબી થાય એટલે ઉતારી લેવી.

(7) તેમાં કૅપ્સિકમ, $\frac{1}{2}$ ટી સ્પૂન ચીલીસોસ, મીઠું, 3 ટેબલ સ્પૂન ટોમેટો કેચપ, ફણસી, ગાજર, વટાણા અને ફ્લાવર નાખી, મિશ્રણ કરવું. બંને વાસણની સામગ્રી ભેગી કરવી.

(8) ભાતમાં 1 ટેબલ સ્પૂન ટોમેટો કેચપ, $\frac{1}{2}$ સ્પૂન ચીલીસોસ અને મીઠું નાખી બરાબર મેળવવું.

(9) નૉન-સ્ટિક પૅનમાં ભાત અને શાકના ત્રણ થર કરવા અને ધીમા તાપે 15 મિનિટ રાખવા અથવા ઓવનમાં 230 °સે તાપે 20 મિનિટ બેક કરવું.

15 થાઈ ફૂડ્સ

ધ્યાનમાં રાખવા જેવા મુદ્દા :

1. થાઈ ફૂડ બનાવવામાં ખૂબ સરળ છે.
2. થાઈ ફૂડમાં રાઇસ (ચોખા) અને તાજી વનસ્પતિ વપરાય છે. દા. ત., લીલી ચા, તુલસી, આદુ, મરચાં, કોથમીર, ફુદીનો વગેરે.
3. કોથમીર દાંડી અને મૂળિયાં સાથે વપરાય છે. તેથી મૂળને પાણીમાં પલાળી રાખવાં અને બરાબર ધોવાં.
4. લીલી ચાને 'લેમન ગ્રાસ' કહે છે. તે સ્વાદ અને સુગંધ માટે વપરાય છે. તેને દોરીથી બાંધી, ઝૂડી બનાવીને વાનગીમાં નાખવામાં આવે છે. વાનગી બની જાય પછી તેને કાઢી લેવામાં આવે છે.
5. 'બ્રોકોલી' એટલે ગ્રીન કલરનું ફ્લાવર જેવું એક શાક. તેને બદલે ફ્લાવર વાપરવું.
6. કેપ્સિકમને 'પેપર્સ' કહે છે. પીળાં, લાલ કેપ્સિકમ વાનગીમાં હોય છે. ન મળે તો લીલાં કેપ્સિકમ વાપરવાં.
7. નાની મકાઈને 'બેબી કોર્ન' કહે છે. તે 5થી 7 મિનિટ પાણીમાં ઉકાળીને વાપરી શકાય છે.
8. અહીં બટન મશરૂમ્સ મળે છે. ફ્રેશ અને ફ્રોઝન બંને મળે છે. ફ્રોઝન મશરૂમ્સ 25 મિનિટ પાણીમાં પલાળવાં. પછી 5થી 7 મિનિટ ગરમ પાણીમાં ઉકાળવાં. સામાન્ય રીતે ગુજરાતીઓ મશરૂમ્સ ખાતા નથી. વાનગીમાં ન નાખીએ તો પણ ચાલે.
9. તોફુ સોયાબીનમાંથી બને છે. તેને બદલે પનીર વાપરી શકાય.
10. લેમન રીન્ડ એટલે લીંબુની છાલ. ધારવાળા ચપ્પુથી યલો (પીળી) છાલ કાઢવાની હોય છે. આ છાલ સુગંધ અને સુશોભન માટે વપરાય છે.
11. સીઝનિંગ ક્યુબ વેજિટેબલ સ્ટૉકને બદલે વપરાય છે. 3 કપ પાણીમાં 1 ક્યુબ નાખવું. તેમાં મીઠું નાખેલું હોય છે. તેથી વાનગીમાં મીઠું ઓછું નાખવું.
12. પમકીન એટલે કોળું.
13. **કોકોનટ ક્રીમ :** નારિયેળ બારીક ખમણી, 1 કપ ગરમ પાણી નાખી, 25થી 30 મિનિટ મૂકી રાખવું. પછી ગળણીથી ગાળી લેવું. ફ્રિજમાં મૂકવાથી ક્રીમ જાડું થશે.

    કોકોનટ ક્રીમ કરતાં જે કૂચા વધ્યા હોય તેમાં 2 કપ ગરમ પાણી નાખી, મિક્સરમાં પીસી, ગળણીથી ગાળવું. ફરીથી પાણી નાખી, પીસીને ગાળવું.

    કોકોનટ ક્રીમ ન બનાવવાનું હોય તો નારિયેળ બારીક ખમણીને તેમાં 3 કપ ગરમ પાણી નાખી, મિક્સરમાં પીસવું. ફરી 2થી 3 વાર પાણી નાખી, પીસીને ગાળવું. આથી નારિયેળનું દૂધ તૈયાર થશે.
14. થાઈ ફૂડમાં લગભગ 2થી 3 જાતની 'કરી' હોય છે. તે બનાવી રાખો તો કોઈ પણ ડિશ જલદી બની જશે. આ કરીમાં ભાત, વર્મિસેલી સેવ, નુડલ્સ, શાક (જે ઇચ્છા થાય તે) નાખશો તો જુદી જુદી ડિશ તૈયાર થશે. 'કરી'માં રેડ કરી પેસ્ટ, ગ્રીન કરી પેસ્ટ અને વેજિટેબલ સ્ટૉક બનાવીને રાખી શકાય.

482. રેડ કરી પેસ્ટ [$\frac{1}{2}$ કપ (8 ટેબલ સ્પૂન)]

સામગ્રી

(1) 10 લાલ આખાં મરચાં
(2) 1 ડુંગળી
(3) 6 કળી લસણ
(4) 4" આદુ
(5) 2 ડાળી લેમન ગ્રાસ (લીલી ચા)
(6) 5 ડાળી કોથમીર
(7) 1 ટેબલ સ્પૂન ધાણા
(8) 2 ટેબલ સ્પૂન જીરું પાઉડર
(9) $\frac{1}{2}$ ટી સ્પૂન મરી પાઉડર
(10) $\frac{1}{4}$ કપ પાણી
(11) મીઠું પ્રમાણસર

રીત

(1) આખાં મરચાંને 15 મિનિટ પાણીમાં પલાળી, પાણી નિતારી લેવું.

(2) ડુંગળી, લસણ અને આદુ ઝીણાં સમારવાં.

(3) બધી સામગ્રી ભેગી કરી, મિક્સરમાં પીસીને બૉટલમાં ભરવી. ફ્રિજરમાં 2 મહિના સુધી રાખી શકાય છે.

483. ગ્રીન કરી પેસ્ટ

[$\frac{1}{2}$ કપ (8 ટેબલ સ્પૂન)]

સામગ્રી

(1) 1 ડુંગળી (2) 2" આદુ

(3) 6 કળી લસણ (4) 1 લીંબુની છાલ

(5) 10 લીલાં મરચાં (6) 1$\frac{1}{2}$ કપ કોથમીર

(7) 1 ટેબલ સ્પૂન ધાણા

(8) 1 ટી સ્પૂન જીરું પાઉડર

(9) 2 ડાળી લેમન ગ્રાસ

(10) $\frac{1}{2}$ ટી સ્પૂન મરી પાઉડર

(11) $\frac{1}{4}$ કપ પાણી (12) મીઠું પ્રમાણસર

રીત

(1) ડુંગળી ઝીણી સમારવી. આદુ અને લસણ છોલીને ઝીણાં સમારવાં. લીંબુની છાલ કાઢી ઝીણી સમારવી.

(2) બધી સામગ્રી ભેગી કરી, મિક્સરમાં પીસીને બૉટલમાં ભરવી. ફ્રિજરમાં 2 મહિના સુધી રાખી શકાય છે.

484. વેજિટેબલ સ્ટૉક [2 થી 2$\frac{1}{2}$ કપ]

સામગ્રી

(1) $\frac{1}{2}$ કપ ડુંગળી

(2) 1 ડાળી સેલરી ભાજી

(3) 2 ગાજર

(4) 2 કોથમીર (ડાળી, મૂળિયાં સાથે)

(5) 3 સળી ચાઈના ગ્રાસ

(6) $\frac{1}{2}$ ટેબલ સ્પૂન આખાં મરી

રીત

(1) ડુંગળીને ઝીણી સમારવી. સેલરી ભાજીને નાની સમારવી. ગાજર છીણવું. કોથમીરનાં ડાંડી, મૂળિયાં ખૂબ સરસ રીતે બેથી ત્રણ વખત ધોવાં, જેથી માટી રહી ન જાય.

(2) ગૅસ પર એક વાસણમાં 3 કપ પાણી નાખી, બધી સામગ્રી ઊકળવા મૂકવી. ઊકળે એટલે ધીમા ગૅસે ઢાંકણ ઢાંકીને 15 મિનિટ રાખવું, જેથી શાકભાજીનો સ્વાદ પાણીમાં આવી જાય.

(3) પાણી ઠંડું થાય એટલે ગાળી લેવું. આ પાણીનો વેજિટેબલ સ્ટૉક તરીકે ઉપયોગ કરવો. શાકમાં બીજો મસાલો નાખી વેજિટેબલ શાક બનાવાય.

નુડલ્સ બાફવા માટે :

(1) 1 લિટર પાણીને ઉકાળવું. તેમાં 1 ટી સ્પૂન તેલ નાખવું. પાણી ઊકળે એટલે તેમાં નુડલ્સ નાખવા.

(2) નુડલ્સ ચડી જાય એટલે ચાળણીમાં કાઢી, ઠંડું પાણી રેડવું. પછી થાળીમાં લઈ 1 ટી સ્પૂન તેલ લગાડવું, જેથી નુડલ્સ છૂટા રહે.

(3) મેક્રોની, સ્પેગેટી કે પાસ્તા દરેક વસ્તુને આ રીતે બાફવી.

પનીર બનાવવા માટે :

(1) ગૅસ પર એક વાસણમાં 1 લિટર દૂધ મૂકી, ઊકળે એટલે તેમાં 1 લીંબુ નીચોવી, ધીમે ધીમે હલાવતા જવું. દૂધ ફાટે એટલે તેને કપડામાં ગાળી લેવું. ન ફાટે તો થોડુંક લીંબુ વધારે નાખવું.

(2) પછી પાણીથી ધોઈ જો પીસ પાડવા હોય તો આડણી પર કપડામાં પનીર પાથરી, તેના પર ભાર મૂકવો. બધું વધારાનું પાણી નીકળી જશે. આ રીતે સરસ પનીર તૈયાર થાય છે.

(3) પનીર મેકરમાં પણ પનીર સારું થાય છે.

485. થાઈ ગ્રીન કરી [4 થી 5 વ્યક્તિ]

સામગ્રી

(1) 4 ટેબલ સ્પૂન ગ્રીન કરી પેસ્ટ

(2) $\frac{1}{2}$ કપ બટન મશરૂમ (ટુકડા કરવા) (ન નાખો તો ચાલે)

(3) $\frac{1}{4}$ કપ વટાણા

(4) $\frac{1}{2}$ કપ ફ્લાવર (ટુકડા કરવા)

(5) $\frac{1}{2}$ નંગ કૅપ્સિકમ

(6) $\frac{1}{2}$ કપ બેબી કોર્ન (ટુકડા કરવા)

(7) $\frac{1}{2}$ કપ પનીર (ચોરસ ટુકડા કરવા) (ઘેર બનાવેલું ચાલે)

(8) 1 ટેબલ સ્પૂન તેલ

(9) $1\frac{1}{2}$ કપ કોકોનટ મિલ્ક

(10) 1 ટી સ્પૂન ખાંડ (11) મીઠું પ્રમાણસર

રીત

(1) મશરૂમ, વટાણા, ફ્લાવર, કૅપ્સિકમ, બેબી કોર્નને બાફવાં. પનીરને તળવું.

(2) ગૅસ પર એક વાસણમાં તેલ ગરમ કરી, તેમાં ગ્રીન કરી પેસ્ટ નાખવી. 2 મિનિટ થવા દેવું.

(3) કોકોનટ મિલ્ક નાખી, તેમાં મશરૂમ, વટાણા, ફ્લાવર, કૅપ્સિકમ, પનીર, મીઠું અને ખાંડ નાખવાં.

(4) થોડીક વાર ઊકળવા દેવું. ગરમ ભાત સાથે પીરસવું.

નોંધ : (1) બીજાં કોઈ પણ વેજિટેબલ્સ લઈ શકાય.

(2) 1 કપ = 16 ટેબલ સ્પૂન થાય.

486. થાઈ રેડ કરી [3થી 4 વ્યક્તિ]

સામગ્રી

(1) 4 ટેબલ સ્પૂન રેડ કરી પેસ્ટ

(2) 1 ટેબલ સ્પૂન કોર્નફ્લોર (પાણીમાં ઓગાળવો)

(3) 1 કપ કોકોનટ મિલ્ક

(4) 1 ટેબલ સ્પૂન તેલ

(5) $\frac{1}{2}$ ટી સ્પૂન સોયાસોસ

(6) 10થી 15 તુલસીનાં પાન (ઝીણાં સમારવાં)

(7) $\frac{1}{2}$ કપ બેબી કોર્ન (ઊભી સ્લાઇસ કરવી)

(8) 1 રીંગણ (સ્લાઇસ કરવી)

(9) $\frac{1}{2}$ કપ ફ્લાવર (ટુકડા કરવા)

(10) $\frac{1}{4}$ કપ મશરૂમ (સ્લાઇસ કરવી) (ન નાખો તો ચાલે)

(11) મીઠું પ્રમાણસર

રીત

(1) કોર્નફ્લોર અને કોકોનટ મિલ્ક ભેગાં કરવાં.

(2) ગૅસ પર એક વાસણમાં તેલ મૂકી, ગરમ થાય એટલે તેમાં રેડ કરી પેસ્ટ નાખવી.

(3) 5 મિનિટ પછી કોકોનટ મિલ્ક, સોયાસોસ, તુલસીનાં પાન અને બધાં વેજિટેબલ્સ નાખવાં.

(4) 10થી 15 મિનિટ ઊકળવા દેવું, જેથી બધાં વેજિટેબલ્સ ચડી જાય. મીઠું નાખવું. કરી જાડી થાય ત્યાં સુધી ઉકાળવું.

(5) નુડલ્સ અથવા ગરમ ભાત સાથે પીરસવું.

નોંધ : (1) બીજાં કોઈ પણ વેજિટેબલ્સ લઈ શકાય.

(2) 1 કપ = 16 ટેબલ સ્પૂન થાય.

487. વેજિટેબલ ઇન રોસ્ટેડ કરી [2થી 3 વ્યક્તિ]

સામગ્રી

(1) 1 ટી સ્પૂન તેલ

(2) 1 નાની ડુંગળી (ઝીણી સમારવી)

(3) 1 ટુકડો વાટેલું આદુ

(4) 6 નંગ વાટેલાં લીલાં મરચાં

(5) $\frac{1}{2}$ ટી સ્પૂન લાલ મરચું

(6) 100 ગ્રામ વેજિટેબલ (ફ્લાવર, બટાકા, ગાજર) (નાના ટુકડા કરવા)

(7) $\frac{1}{2}$ કપ પાણી

(8) 1 ટેબલ સ્પૂન કોર્નફ્લોર (પાણીમાં ઓગાળવો)

(9) 1 ટેબલ સ્પૂન રેડ કરી પેસ્ટ

(10) મીઠું પ્રમાણસર

રીત

(1) ગૅસ પર એક વાસણમાં તેલ મૂકી, ગરમ થાય એટલે તેમાં ડુંગળી, આદુ અને મરચાં નાખી સાંતળવું.

(2) સાંતળાઈ જાય એટલે લાલ મરચું અને શાક નાખવું. $\frac{1}{2}$ કપ પાણી નાખવું. શાક ચડી જાય એટલે કોર્નફ્લોર નાખવો.

(3) રેડ કરી પેસ્ટ નાખવી. ઘટ્ટ થાય એટલે ઉતારી લેવું.

488. થાઈ પમકીન સૂપ [5થી 6 વ્યક્તિ]

સામગ્રી

(1) 1 ટેબલ સ્પૂન તેલ
(2) 1 ડુંગળી (ઝીણી સમારવી)
(3) 1 ટેબલ સ્પૂન રેડ કરી પેસ્ટ
(4) $1\frac{1}{2}$ કપ રેડ પમકીન (કોળું) (છાલ ઉતારી નાના ટુકડા કરવા.)
(5) 1 કપ કોકોનટ મિલ્ક
(6) $\frac{1}{2}$ સીઝનિંગ ક્યુબ (વેજિટેરિયન)
(7) 2 ટેબલ સ્પૂન ઝીણી સમારેલી કોથમીર
(8) મીઠું પ્રમાણસર

રીત

(1) ગૅસ પર એક વાસણમાં તેલ ગરમ કરવા મૂકી, ડુંગળી નાખી 5 મિનિટ સાંતળવું. રેડ કરી પેસ્ટ નાખી 4 મિનિટ સાંતળવું.
(2) તેમાં પમકીનના ટુકડા, કોકોનટ મિલ્ક, સીઝનિંગ ક્યુબ અને 2 કપ પાણી નાખવું. તેના પર ઢાંકણ ઢાંકી 15થી 20 મિનિટ રહેવા દેવું.
(3) પમકીન ચડી જાય (વધારે ન ચડવા દો) એટલે અડધી પ્યુરી બીજા વાસણમાં કાઢી લેવી અને અડધી પ્યુરીને જાડી થવા દેવી.
(4) પછી બંને પ્યુરી ભેગી કરી મીઠું નાખવું અને કોથમીર ભભરાવવી.

નોંધ: જો જાડો સૂપ કરવો હોય તો બધી પ્યુરી ઉકાળવી અને પાતળો કરવો હોય તો અડધી પ્યુરી જુદી રાખવી. અડધી ઉકાળીને પછી મિશ્રણ કરવું.

489. સાગો સૂપ [4 વ્યક્તિ]

સામગ્રી

(1) 1 સીઝનિંગ ક્યુબ (વેજિટેરિયન)
(2) 4 કપ પાણી
(3) 2 ટી સ્પૂન સાગો (સાબુદાણા)
(4) 1 નાની ડુંગળી (પાતળી લાંબી સ્લાઇસ કરવી.)
(5) 1 ગાજર (લાંબી પાતળી ચીરીઓ કરવી.)
(6) $\frac{1}{4}$ ટી સ્પૂન મરીનો પાઉડર
(7) 1 ટી સ્પૂન લીંબુનો રસ
(8) 1 ટી સ્પૂન સોયાસોસ
(9) $\frac{1}{2}$ ટી સ્પૂન ખાંડ
(10) મીઠું પ્રમાણસર

રીત

(1) 4 કપ પાણીમાં 1 સીઝનિંગ ક્યુબ અને સાબુદાણા નાખીને ગરમ કરવું.
(2) સાબુદાણા ચડી જાય એટલે તેમાં ડુંગળી અને ગાજર નાખી, 5 મિનિટ ઊકળવા દેવું.
(3) તેમાં મીઠું, મરી પાઉડર, લીંબુનો રસ સોયાસોસ અને ખાંડ નાખવી.
(4) સૂપ ઘટ્ટ થાય એટલે ડુંગળીની રિંગ અને કોથમીર ભભરાવી, ગરમ ગરમ પીરસવું.

પીરસવા માટે

(1) ડુંગળીની પાતળી રિંગો
(2) 1 ટી સ્પૂન ઝીણી સમારેલી કોથમીર

નોંધ: સીઝનિંગ ક્યુબ અને પાણીને બદલે 4 કપ વેજિટેબલ સ્ટૉક વાપરી શકાય. સીઝનિંગ ક્યુબમાં મીઠું હોય છે. તેથી સૂપમાં મીઠું ઓછું નાખવું.

490. વાઇટ બીનકર્ડ સૂપ [4 વ્યક્તિ]

સામગ્રી

(1) 1 સીઝનિંગ ક્યુબ (વેજિટેરિયન)
(2) 2 ઝીણી સમારેલી લીલી ડુંગળી
(3) $\frac{1}{2}$ ટી સ્પૂન ખાંડ
(4) 1 ટેબલ સ્પૂન સોયાસોસ
(5) $\frac{1}{2}$ ટી સ્પૂન સફેદ મરીનો પાઉડર
(6) 1 કપ તોફુ (પનીર) (નાના ટુકડા કરવા)
(7) 1 ટી સ્પૂન ઝીણી સમારેલી કોથમીર
(8) મીઠું પ્રમાણસર

રીત

(1) ગૅસ પર એક વાસણમાં 4 કપ પાણી ગરમ કરી, તેમાં 1 સીઝનિંગ ક્યુબ, લીલી ડુંગળી, ખાંડ, સોયાસોસ, સફેદ મરી પાઉડર તથા પ્રમાણસર મીઠું નાખવાં. 5 મિનિટ ઊકળવા દેવું.

(2) પીરસતી વખતે પનીર નાખી 2 મિનિટ ઉકાળવું. કોથમીર ભભરાવવી.

નોંધ : સીઝનિંગ ક્યુબમાં મીઠું હોય છે. તેથી મીઠું ઓછું નાખવું. સીઝનિંગ ક્યુબ અને પાણીને બદલે ફ્રેશ વેજિટેબલ સ્ટૉક વાપરી શકાય.

491. હૉટ ઍન્ડ સ્વીટ ડીપ [1 કપ]

સામગ્રી

(1) 2 ટેબલ સ્પૂન વિનેગર

(2) $\frac{3}{4}$ કપ ખાંડ

(3) 1 કપ પાણી

(4) 1 ટેબલ સ્પૂન લાલ સૂકું મરચું

(5) 1 ટેબલ સ્પૂન મીઠું

રીત

(1) વિનેગરમાં ખાંડ અને પાણી ભેગાં કરી જાડો સિરપ થાય ત્યાં સુધી ગરમ કરવું.

(2) સહેજ ઠંડું થાય એટલે લાલ સૂકાં મરચાંને પીસીને નાખવાં. મીઠું નાખવું.

(3) આ ડીપ તૈયાર થયા બાદ 5 કલાક પછી ઉપયોગમાં લેવું. પીરસતી વખતે ગરમ કરવું.

નોંધ : વિનેગર અને લાલ મરચું સ્વાદ પ્રમાણે નાખવાં.

492. ફ્રાઇડ બીન કર્ડ વિથ હૉટ ઍન્ડ સ્વીટ ડીપ

[3 થી 4 વ્યક્તિ]

સામગ્રી

(1) 4 કપ તોફુ (પનીર)

(2) આઇટમ નં.491 પ્રમાણે હૉટ ઍન્ડ સ્વીટ ડીપ

(3) તેલ પ્રમાણસર

રીત

(1) પનીરની ત્રિકોણ આકારની સ્લાઇસ કરવી. સોનેરી કલરનું થાય ત્યાં સુધી તેલમાં તળવું. થોડીક વાર પાણીમાં રાખી બહાર કાઢવું.

(2) થોડીક વાર બાદ ડિશમાં હૉટ ઍન્ડ સ્વીટ ડીપ પીરસી તેમાં પનીર નાખવું.

નોંધ : પનીરને જુદા જુદા આકારમાં કાપી શકાય.

493. ક્રીસ્પી વેજિટેબલ્સ [4 વ્યક્તિ]

સામગ્રી

(1) 400 ગ્રામ વેજિટેબલ્સ (કૅપ્સિકમ, ગાજર, ફ્લાવર)

(2) 1 કપ મેંદો   (3) $\frac{1}{2}$ કપ કોર્નફ્લોર

(4) 1 ટી સ્પૂન તલ

(5) $\frac{1}{4}$ ટી સ્પૂન મરીનો પાઉડર

(6) તેલ પ્રમાણસર   (7) મીઠું પ્રમાણસર

રીત

(1) મેંદો અને કોર્નફ્લોર ભેગાં કરી મીઠું, તલ, મરી પાઉડર અને પાણી નાખી જાડું ખીરું તૈયાર કરવું.

(2) વેજિટેબલના જુદા જુદા આકારના ટુકડા કરી પાણીમાં નાખવા.

(3) પાણીમાંથી કાઢી, ખીરામાં બોળી, તેલમાં મધ્યમ તાપે તળવા અને ગોલ્ડન બ્રાઉન થાય ત્યારે કાઢી લેવા.

494. ક્રીસ્પી ફ્રાઇડ બીન સેન્ડવીચ

[5 થી 6 વ્યક્તિ]

સામગ્રી

(1) 1 કપ મગની દાળ (2) 6 કળી લસણ

(3) $\frac{1}{2}$ ટી સ્પૂન ધાણા (4) નાનો ટુકડો આદુ

(5) $\frac{1}{2}$ ટી સ્પૂન મરી (6) 5 લીલાં મરચાં

(7) 1 ટી સ્પૂન સોયાસોસ

(8) 1 બ્રેડ (સ્લાઇસ કરેલી)

(9) તેલ પ્રમાણસર   (10) 4 ડુંગળી

(11) રેડ ચીલીસોસ અથવા થાઈ રેડ કરી પેસ્ટ

(12) મીઠું પ્રમાણસર

રીત

(1) મગની દાળ 1 કલાક પલાળવી. પછી ધોઈને મિક્સરમાં વાટવી. તેમાં મીઠું, લસણ, ધાણા, આદુ, મરી, લીલાં મરચાં, સોયાસોસ અને થોડું પાણી નાખી પેસ્ટ બનાવવી.

(2) તેમાં બ્રેડની 4 સ્લાઇસના નાના ટુકડા કરીને નાખવા. પૂરણ ભેળવવું. બ્રેડની સ્લાઇસ ઉપર ચમચીથી પૂરણ દબાવીને પાથરવું.

(3) તેલ બરાબર ગરમ થાય ત્યારે બ્રેડની સ્લાઇસ ઉપર રહે અને પૂરણવાળો ભાગ તેલમાં ડૂબેલો રહે તેમ સ્લાઇસ તળવા મૂકવી. સોનેરી કલરની તળવી.

(4) ઠંડી પડ્યા પછી 2 ત્રિકોણ ભાગ કાપવા. 1 ભાગ ઉપર ડુંગળીની સ્લાઇસ પાથરવી. તેની ઉપરથી થાઈ રેડ કરી પેસ્ટ અથવા રેડ ચીલીસોસ ચમચીથી પાથરી, તેના પર બીજો ટુકડો મૂકવો.

નોંધ : પેપર નૅપ્કિનમાં પીરસવું.

495. સ્વીટ કોર્ન કેક [5થી 6 વ્યક્તિ]

સામગ્રી

(1) 2 કપ કૂણા મકાઈના દાણા
(2) 2 ટેબલ સ્પૂન રેડ કરી પેસ્ટ
(3) 1 ટેબલ સ્પૂન સોયાસોસ
(4) 5 ટેબલ સ્પૂન ચોખાનો લોટ
(5) તેલ પ્રમાણસર
(6) મીઠું પ્રમાણસર

રીત

(1) મિક્સરમાં મકાઈના દાણાને સહેજ વાટવા. રેડ કરી પેસ્ટ, મીઠું, સોયાસોસ અને ચોખાનો લોટ નાખી, બધું મેળવવું.

(2) હાથમાં સહેજ તેલ લગાડી, નાની પેટીસનો આકાર વાળી, ગરમ તેલમાં તળવું.

નોંધ : ડીપ સાથે પીરસવું.

496. ગ્રીન રાઇસ [4થી 5 વ્યક્તિ]

સામગ્રી

(1) 1 કપ બાસમતી ચોખા
(2) 2 ટેબલ સ્પૂન તેલ
(3) 2 કપ કોકોનટ મિલ્ક
(4) 1 તમાલપત્ર
(5) 3 ટેબલ સ્પૂન કોથમીર (ઝીણી સમારવી)
(6) 2 ટેબલ સ્પૂન તાજો ફુદીનો (ઝીણો સમારવો)
(7) 2 લીલાં મરચાં (પીસેલાં)
(8) મીઠું પ્રમાણસર

રીત

(1) ચોખાને ધોઈને 2 કલાક પલાળવા. ગૅસ પર એક વાસણમાં તેલ મૂકી, ગરમ થાય ત્યારે ચોખાને પાણીમાંથી કાઢી, તેમાં નાખવા. 5 થી 7 મિનિટ ધીમા તાપે સાંતળવા.

(2) તેમાં કોકોનટ મિલ્ક, તમાલપત્ર અને મીઠું નાખવાં. ઢાંકણ ઢાંકી ધીમા તાપે ચડવા દેવા.

(3) ચોખા ચડી જાય એટલે તમાલપત્ર કાઢી નાખવાં. તેના ઉપર કોથમીર, ફુદીનો અને લીલાં મરચાં ભભરાવવાં.

497. થાઈ ફ્રાઇડ રાઇસ [4થી 5 વ્યક્તિ]

સામગ્રી

(1) $1\frac{1}{2}$ કપ બાફેલા બાસમતી ચોખા
(2) 1 ટેબલ સ્પૂન તેલ
(3) 3થી 4 બેબી કોર્ન (પાતળી સ્લાઇસ કરવી.)
(4) 1 નાનું કૅપ્સિકમ (પાતળી સ્લાઇસ કરવી.)
(5) 1 ટેબલ સ્પૂન રેડ કરી પેસ્ટ અથવા
1 ટેબલ સ્પૂન ગ્રીન કરી પેસ્ટ
(6) 2 લાલ મરચાં અથવા 2 લીલાં મરચાં (વાટવાં)
(7) 3 લીલી ડુંગળી (ઝીણી સમારવી)
(8) 1 ટેબલ સ્પૂન સોયાસોસ
(9) મરી
(10) મીઠું પ્રમાણસર

રીત

(1) ગૅસ પર એક વાસણમાં તેલ મૂકી, બેબી કોર્ન અને કૅપ્સિકમ 3થી 5 મિનિટ સાંતળવાં.

(2) જો ગ્રીન રાઇસ કરવો હોય તો ગ્રીન કરી પેસ્ટ અને લીલાં મરચાં નાખવાં.

(3) જો રેડ રાઇસ કરવો હોય તો રેડ કરી પેસ્ટ નાખી તેમાં લાલ સૂકું મરચું (વાટીને) નાખવું.

(4) લીલી ડુંગળી, રાઇસ, સોયાસોસ, મીઠું અને મરી નાખવાં.

નોંધ : રેડ કરી પેસ્ટ, ગ્રીન કરી પેસ્ટ અને મરી આપણા સ્વાદ પ્રમાણે નાખવાં.

498. થાઈ ફ્રાઇડ નુડલ્સ [5થી 6 વ્યક્તિ]

સામગ્રી

(1) 3 કપ વર્મિસેલી (બાફેલી)
(2) 4 ટેબલ સ્પૂન તેલ
(3) 2 કળી લસણ (ક્રશ કરવું)
(4) 1 કપ પનીર (ચોરસ ટુકડા કરીને તળવા.)
(5) 4 લીલી ડુંગળી (ઝીણી સમારવી)
(6) 1 કપ ફણગાવેલા મગ
(7) 2 ટેબલ સ્પૂન શેકેલી સીંગ (નાના ટુકડા કરવા)
(8) 1 ટી સ્પૂન લાલ મરચું
(9) 2 ટેબલ સ્પૂન સોયાસોસ
(10) 1 ટેબલ સ્પૂન લીંબુનો રસ
(11) 3 ટી સ્પૂન ખાંડ
(12) મીઠું પ્રમાણસર

રીત

(1) ગૅસ પર એક વાસણમાં તેલ ગરમ કરી, તેમાં લસણ નાખવું. તેમાં પનીર (તળેલું), લીલી ડુંગળી, ઉગાડેલા મગ, શેકેલી સીંગ, વર્મિસેલી, મીઠું, લાલ મરચું, સોયાસોસ લીંબુનો રસ અને ખાંડ નાખવાં.
(2) તેને બરાબર હલાવવું. ગરમ ગરમ પીરસવું. તેની ઉપર ડુંગળી અને કોથમીર ભભરાવવી. સીંગના નાના ટુકડા નાખવા. પ્લેટની એક બાજુ લીંબુની છાલ કાપીને મૂકવી.

પીરસવા માટે

(1) 2 ટેબલ સ્પૂન શેકેલી સીંગના નાના ટુકડા
(2) 1 ટેબલ સ્પૂન ઝીણી સમારેલી ડુંગળી
(3) 1 લેમન રીન્ડ (લીંબુની છાલ)

નોંધ : પીરસતી વખતે જ આ ડિશ તૈયાર કરવી. ફરીથી ગરમ ન થાય.

16 બેક ડિશ અને ઈટાલિયન ફૂડ્સ

499. પફ [8 નંગ]

સામગ્રી

(1) 250 ગ્રામ મેંદો
(2) 3 ટેબલ સ્પૂન તેલ + તળવા માટે તેલ
(3) 2 ટેબલ સ્પૂન મલાઈ
(4) 3 ટેબલ સ્પૂન ઘી (5) 300 ગ્રામ બટાકા
(6) 50 ગ્રામ લીલા વટાણા
(7) 1 ટી સ્પૂન વાટેલાં આદુ-મરચાં
(8) 1 ટી સ્પૂન લાલ મરચું
(9) 4 ટેબલ સ્પૂન ઝીણી સમારેલી કોથમીર
(10) $\frac{1}{4}$ ટી સ્પૂન હળદર
(11) 2 ટી સ્પૂન ગરમ મસાલો (12) 1 લીંબુ
(13) 1 ટેબલ સ્પૂન બૂરું ખાંડ
(14) 2 ટી સ્પૂન લાલ લસણની ચટણી
(15) મીઠું પ્રમાણસર

રીત

(1) મેંદામાં મીઠું, તેલ અને મલાઈ નાખી પૂરી જેવો લોટ બાંધવો.
(2) ઘીમાં મેંદો નાખી સાટો (પેસ્ટ) બનાવવો.
(3) બટાકા અને વટાણા બાફી, ભેગું કરી, બધો મસાલો નાખવો.
(4) લાલ લસણની ચટણી નાખવી. અથવા લસણ વાટીને વધુ પ્રમાણમાં નાખવું.
(5) મેંદાના લોટના ભાખરી જેવા બાર મોટા લુઆ કરવા.
(6) તેના ત્રણ મોટા રોટલા વણી, વચ્ચેથી કાપો કરી, છ ભાગ કરવા.
(7) એક ભાગ પર સાટો પાથરી, તેના પર બીજો ભાગ મૂકવો. ફરીથી સાટો પાથરી, તેના પર ત્રીજો ભાગ મૂકવો.
(8) અડધા ભાગમાં મસાલો મૂકી, બીજો ભાગ તેની ઉપર મૂકી, કિનારો દબાવવી. ત્રિકોણ આકાર થશે.
(9) બીજા ત્રણ ભાગના અને બીજા લુઆના આ રીતે પફ તૈયાર કરવા.
(10) તેલમાં ધીમા તાપે તળવા અથવા ઓવનમાં બેક કરવા.

(11) પફ ઉપર કોથમીરની ચટણી અને ટોમેટો કેચપ પાથરી પીરસવા.

વૅરિએશન

તૈયાર થયેલા પફ ઉપર કોથમીરની ચટણી પાથરવી. તેના ઉપર ઝીણી સમારેલી ડુંગળી પાથરવી. તેના ઉપર ટોમેટો કેચપ પાથરી ઉપર ચીઝ છીણવું અને 5 મિનિટ બેક કરવા મૂકવું. ગરમ ગરમ પીરસવું.

500. પીઝા [4 નંગ]

પીઝાના રોટલા નીચે મુજબ જુદી જુદી રીતે થાય છે :

સામગ્રી 1

(1) 2 કપ મેંદો
(2) 3થી 4 ટેબલ સ્પૂન ઘી
(3) 1 ટી સ્પૂન સાજીનાં ફૂલ (સોડા બાયકાર્બ)
(4) $\frac{1}{2}$ ટી સ્પૂન લીંબુનાં ફૂલ
(5) મીઠું પ્રમાણસર

રીત 1

(1) મેંદામાં ઘીનું મોણ નાખી, સાજીનાં ફૂલ (સોડા બાયકાર્બ) અને લીંબુનાં ફૂલ નાખી, હૂંફાળા પાણીથી લોટ બાંધી, 4થી 6 કલાક તડકામાં કે ગરમીમાં ઢાંકીને રહેવા દેવો.

(2) નૉન-સ્ટિક વાસણ પર થેપીને રોટલો મૂકવો. ઢાંકણ ઢાંકી બંને બાજુ થવા દેવું.

સામગ્રી 2

(1) 2 કપ મેંદો
(2) $\frac{3}{4}$ કપ ઊકળતું ગરમ પાણી
(3) 1 ટી સ્પૂન ખાંડ
(4) $1\frac{1}{2}$થી 2 ટી સ્પૂન ફ્રેશ અથવા 1 ટી સ્પૂન ડ્રાય યીસ્ટ
(5) 3 ટેબલ સ્પૂન તેલ કે ઘી
(6) મીઠું પ્રમાણસર

રીત 2

(1) એક વાડકામાં ઊકળતા ગરમ પાણીમાં ખાંડ ઓગાળવી. ખાંડ ઓગળે એટલે ઉપર યીસ્ટ ભભરાવવી.

(2) ઢાંકણ ઢાંકી 10 મિનિટ રાખવું. યીસ્ટ ઓગળી જાય ત્યારે તેલ પાણીમાં નાખવું.

(3) પછી લોટમાં મીઠું નાખી, યીસ્ટના મિશ્રણથી રોટલી કરતાં જરાક નરમ કણક બાંધવી. કણક 5થી 10 મિનિટ તેલનો હાથ લગાડી કેળવવી.

(4) એક વાસણમાં કણક મૂકી, ઢાંકણ બરાબર ઢાંકી, તડકામાં અથવા ગરમ જગ્યામાં મૂકવું.

(5) 4થી 6 કલાક લોટ ગરમીમાં રાખવો. કણક ફૂલીને બેગણી થઈ જાય એટલે કેળવવી.

(6) મેંદાનું અટામણ લઈ, લોટને થેપીને ડિશમાં મૂકવો. થેપેલા રોટલા પર તેલ લગાડી, થોડું ચીઝ ભભરાવી, ઢાંકણ ઢાંકી, બેક કરવા મૂકવું.

સામગ્રી 3

(1) 2 કપ મેંદો
(2) 2 ટી સ્પૂન બેકિંગ પાઉડર
(3) દહીં પ્રમાણસર (4) મીઠું પ્રમાણસર

રીત 3

(1) આ બધી સામગ્રી ભેગી કરી, લોટ બાંધી, 7થી 8 કલાક રાખી, થેપીને રોટલા કરવા.

(2) રોટલા બેક કરવા મૂકવા અથવા તવી ઉપર ઢાંકણ ઢાંકી બેક થવા દેવા.

સામગ્રી 4

(1) 200 ગ્રામ મેંદો
(2) 1 ટી સ્પૂન બેકિંગ પાઉડર
(3) 3 ટેબલ સ્પૂન ઘી (4) $\frac{3}{4}$ કપ દૂધ
(5) મીઠું પ્રમાણસર

રીત 4

(1) મેંદામાં મીઠું અને બેકિંગ પાઉડર મેળવીને ચાળી લેવો. પછી તેમાં ઘી અને દૂધ નાખી, મસળી, લોટ બાંધી, ગરમીમાં રાખવો.

(2) પછી રોટલો થેપી, બેકિંગ ટ્રેમાં ઘી લગાડી, તેના પર રોટલો પાથરવો.

સામગ્રી 5

(1) $\frac{3}{4}$ કપ દહીં
(2) 1 ટી સ્પૂન સાજીનાં ફૂલ (સોડા બાયકાર્બ)
(3) 1 ટી સ્પૂન ખાંડ
(4) 2 કપ મેંદો (5) મીઠું પ્રમાણસર

રીત 5

મેંદામાં મીઠું, દહીં, સાજીનાં ફૂલ (સોડા બાયકાર્બ) અને ખાંડ નાખવાં. આ બધી સામગ્રી ભેગી કરી લોટ બાંધવો. થેપી, રોટલા કરી, બેક કરવું.

નોંધ : (1) જો તાજું યીસ્ટ ન હોય તો $\frac{1}{2}$ ટી સ્પૂન સાજીનાં ફૂલ (સોડા બાયકાર્બ), $\frac{1}{2}$ કપ ખાટું દહીં, $\frac{1}{2}$ ટી સ્પૂન ખાંડ, $\frac{1}{2}$ ટી સ્પૂન મીઠું ભેગું કરીને 5 મિનિટ રાખવું.

(2) પછી તેનાથી લોટ બાંધવો. જરૂર પડે તો પાણી નાખવું. રોટલીના લોટ જેવો લોટ બાંધવો. તેને 2 કલાક ઢાંકીને રાખવો.

(3) જો પોચા પીઝા ભાવતા હોય તો દહીંનો ઉપયોગ કરવો.

(4) જો કડક પીઝા ભાવતા હોય તો દહીંનો ઉપયોગ ઓછો કરવો કે ન કરવો. લીંબુનાં ફૂલનો ઉપયોગ કરવો.

(5) મેંદામાં મુઠ્ઠી પડતું ઘીનું મોણ, મીઠું અને ચપટી સાજીનાં ફૂલ (સોડા બાયકાર્બ) નાખી લોટ બાંધી 3 કલાક પછી પીઝા કરવા.

વૅરિએશન

ક્વિક પીઝા :

(1) રોટલાની જગ્યાએ બ્રેડ લેવી. બ્રેડની ચારે બાજુથી કિનારી કાપી, માખણ લગાડી, બંને બાજુથી બ્રેડને ગુલાબી કરવી.

(2) એક સાઇડ પર ગ્રેવી મૂકવી. તેના પર ઝીણી સમારેલી ડુંગળી, કૅપ્સિકમની ચીરીઓ તથા ચીઝ છીણીને પાથરવું.

501. પીઝા ગ્રેવી [4 પીઝાની ગ્રેવી]

સામગ્રી

(1) 500 ગ્રામ ટમેટા (2) 2 ટેબલ સ્પૂન તેલ
(3) 1 ચપટી અજમો
(4) 1 બારીક કાપેલી ડુંગળી
(5) 5 કળી વાટેલું લસણ
(6) 1 ટી સ્પૂન ખાંડ
(7) $\frac{1}{2}$ ટી સ્પૂન મરચાંની ભૂકી
(8) 1 ટી સ્પૂન કોર્નફ્લોર અથવા 1 ટેબલ સ્પૂન મેંદો
(9) 2 ટેબલ સ્પૂન ખમણેલું ચીઝ
(10) મીઠું પ્રમાણસર

રીત 1

(1) ટમેટાને બાફી, ઠંડા કરી, ક્રશ કરી, ગાળીને રસો તૈયાર કરવો.

(2) ગૅસ પર એક વાસણમાં તેલ ગરમ કરવા મૂકી, તેમાં અજમો નાખીને ડુંગળી વઘારવી. થોડીક વાર પછી બાકીની ચીજો નાખવી.

(3) ટમેટાના રસામાં કોર્નફ્લોર ઓગાળી બાકીના મિશ્રણમાં નાખવો. રસો જલદી જાડો થશે.

રીત 2

(1) 1 ડુંગળી, $\frac{1}{2}$ ટમેટું અને 2 લસણની કળી – આ ત્રણેયને ઝીણાં સમારવાં.

(2) ગૅસ પર એક વાસણમાં ઘી મૂકી, ડુંગળી સંતળાય એટલે તેમાં લસણ અને ટમેટા નાખીને સાંતળવા. તેમાં જરૂરી સોસ અને મીઠું નાખવાં.

રીત 3

(1) ટમેટા, ડુંગળી, લસણ, મરચાં અને આદુ યોગ્ય પ્રમાણમાં લસોટીને તેલમાં સાંતળવું.

(2) મીઠું, મરચું, ખાંડ, તજ-લવિંગ, મરી, ગરમ મસાલો તથા છીણેલું ચીઝ વગેરે યોગ્ય પ્રમાણમાં લઈ ઘટ્ટ થાય ત્યાં સુધી પકવવું.

રીત 4

(1) ટમેટાના ફિલિંગની અંદર બાફેલાં શાક-(ફ્લાવર, ગાજર, બટાકા, ફણસી, વટાણા વગેરે)ના નાના ટુકડા નાખી શકાય.

(2) શાક નાખવાં હોય તો રોટલા પર શાક પાથરી, ટમેટાનું ફિલિંગ પાથરવું.

પીરસવાની રીત

(1) પીઝાના રોટલાને તવા અથવા નૉન-સ્ટિક પૅન ઉપર મૂકી, તેને નાના ગોળ વાસણથી ઢાંકવું. નીચેનો ભાગ બદામી રંગનો થાય ત્યાં સુધી ધીમા તાપે પકવવું.

(2) રોટલાને ફેરવીને તેના પર તૈયાર કરેલી ગ્રેવી અથવા કેચપ પાથરવો.
(3) તેના પર ડુંગળી ઝીણી સમારીને અને કેપ્સીકમની ચીરીઓ કરીને પાથરવી. ચીઝ છીણીને ભભરાવવું.
(4) ધીમા તાપ પર મૂકવું. તૈયાર થયેલા પીઝા ઉપર ફરીથી છીણેલી ચીઝ ભભરાવવી.

નોંધ : (1) આ રીતે પીઝાના રોટલા ઓવન વગર પણ થઈ શકે છે. આ રોટલા પહેલેથી કરીને રખાય.
(2) પીરસતી વખતે બંને બાજુથી ગરમ કરી, ગ્રેવી મૂકી, ઝીણી ડુંગળી, કૅપ્સિકમની ચીરીઓ તથા ચીઝ છીણીને ભભરાવવું.

502. ઇટાલિયન ટોમેટો વર્મિસેલી સૂપ [5 વ્યક્તિ]

સામગ્રી

(1) $\frac{1}{4}$ કપ વર્મિસેલી સેવ (ભૂકો કરવો)
(2) 2 ટેબલ સ્પૂન માખણ
(3) $\frac{1}{4}$ કપ ડુંગળી (છીણવી)
(4) 1 ટેબલ સ્પૂન કોથમીર (ઝીણી સમારવી)
(5) 150 ગ્રામ ટમેટા (પાણીમાં ઉકાળી, ઠંડા કરી, છાલ કાઢીને મિક્સરમાં ક્રશ કરવા.)
(6) 3 કપ પાણી (ગરમ કરવું)
(7) 1 ચીઝ ક્યુબ (છીણવું)
(8) $\frac{1}{2}$ ટી સ્પૂન મરીનો પાઉડર
(9) ચપટી અજમો
(10) $\frac{1}{2}$ ટી સ્પૂન ટોબેસ્કો સોસ
(11) મીઠું પ્રમાણસર

રીત

(1) ગૅસ પર એક વાસણમાં 1 ટેબલ સ્પૂન માખણ ગરમ કરીને તેમાં વર્મિસેલી સેવ નાખવી અને ધીમા તાપે 5 મિનિટ શેકવી. શેકાઈ જાય એટલે એક ડિશમાં કાઢી લેવી.
(2) ફરીથી ગૅસ પર એક વાસણમાં 1 ટેબલ સ્પૂન માખણ ગરમ કરવા મૂકી, તેમાં ડુંગળી નાખવી અને 4 મિનિટ સાંતળવી.
(3) તેમાં કોથમીર, ટોમેટો પ્યુરી (તૈયાર કરેલી), ગરમ પાણી, $\frac{1}{2}$ ચીઝ ક્યુબ (છીણેલું), મીઠું, મરીનો પાઉડર, અજમો અને વર્મિસેલી સેવ નાખવાં.
(4) 10થી 12 મિનિટ ઉકાળવું. હલાવ્યા કરવું. તેમાં $\frac{1}{2}$ ટી સ્પૂન ટોબેસ્કો સોસ નાખવો.
(5) ગરમ સૂપ બાઉલમાં ભરીને ચીઝ ભભરાવી પીરસવું.

503. ચીઝ મેક્રોની [3થી 4 વ્યક્તિ]

સામગ્રી

(1) 1 કપ બાફેલી મેક્રોની
(2) 2 ટેબલ સ્પૂન ઘી
(3) 2 ટેબલ સ્પૂન મેંદો (4) 2 કપ દૂધ
(5) $\frac{1}{2}$ ટી સ્પૂન મરીનો ભૂકો
(6) 1 ટી સ્પૂન ખાંડ
(7) 1 કૅપ્સિકમ (નાખવું હોય તો નખાય)
(8) રવો પ્રમાણસર (9) 1થી 2 ક્યુબ ચીઝ
(10) ટોમેટો કેચપ (11) મીઠું પ્રમાણસર

રીત

(1) મેક્રોનીને ખૂબ પાણીમાં, થોડુંક મીઠું નાખી, 4 વ્હિસલ વગાડી, કૂકરમાં બાફવી.
(2) ગૅસ પર એક વાસણમાં ઘી મૂકી, મેંદો સાંતળી, ધીરે ધીરે દૂધની ધાર કરી, વાઇટ સોસ બનાવવો. તેમાં છેલ્લે મીઠું, મરી, ખાંડ નાખવાં.
(3) કૂકર ઠંડું પડે એટલે મેક્રોનીને તરત બહાર કાઢી, ઠંડા પાણીથી ધોવી. મેક્રોનીને ગરમ વાઇટ સોસમાં નાખવી.
(4) કૅપ્સિકમના ટુકડા કરીને નાખવા. ઉકાળવા.
(5) બેક કરવી હોય તો હાંડવાના વાસણને ઘી-મેંદાથી ગ્રીઝ કરી, મેક્રોની નાખી, ઉપર રવો પાથરી, ચીઝ પાથરી, બેક થવા દેવું.
(6) ઓવનમાં મુકાય. વાસણમાંથી કાઢી, ઉપર ચીઝ છીણીને, કેચપ સાથે પીરસવું.

વૅરિએશન

વેજિટેબલ મેક્રોની બનાવવી હોય તો ફણસી, ગાજર અને વટાણા બાફીને નાખવાં.

504. સ્પેગેટી [3થી 4 વ્યક્તિ]

સામગ્રી

(1) 1 કપ બાફેલી સ્પેગેટી
(2) 1 ટી સ્પૂન તેલ (3) 2 કપ વાઇટ સોસ
(4) ચીઝ (5) કેચપ (6) મીઠું પ્રમાણસર

રીત

(1) ગૅસ પર એક વાસણમાં પાણી મૂકી, ઊકળે એટલે સહેજ મીઠું અને સ્પેગેટી નાખવી.

(2) થોડીક વાર પછી તેલ નાખવું, જેથી સ્પેગેટી છૂટી થાય. અધકચરી બફાય એટલે ચાળણીમાં કાઢી, ઠંડા પાણીથી ધોઈ લેવી. (ખૂબ ન બાફવું) સહેજ તેલ લગાડવું, જેથી સ્પેગેટી ચોંટી ન જાય.

(3) સ્પેગેટીને વાઇટ સોસમાં નાખવી. ઘટ્ટ થાય એટલે ચીઝ અને કેચપ સાથે પીરસવી.

505. ચીઝ સ્પેગેટી *અથવા* મેક્રોની વિથ પાઇનેપલ [5થી 6 વ્યક્તિ]

સામગ્રી

(1) 1 કપ પાઇનેપલ (2) 4 ટેબલ સ્પૂન ખાંડ
(3) 2 કપ વાઇટ સોસ
(4) $\frac{1}{2}$ ટી સ્પૂન મરીનો ભૂકો
(5) 1 કપ સ્પેગેટી કે મેક્રોની (બાફેલી)
(6) ચીઝ (7) ટોમેટો સોસ
(8) 1 કૅપ્સિકમ (9) 2 ટમેટા
(10) મીઠું પ્રમાણસર

રીત

(1) પાઇનેપલને સમારી, ખાંડ મેળવી, કૂકરમાં 1 વ્હિસલ વગાડવી.

(2) વાઇટ સોસમાં મીઠું, મરી તેમજ પાઇનેપલ ચાસણી સાથે નાખી ગરમ કરવા મૂકવું.

(3) તેમાં મેક્રોની કે સ્પેગેટી નાખી, ખદખદે એટલે ઉતારી લેવું. ચીઝ અને ટોમેટો સોસ સાથે પીરસવું.

(4) તેમાં કૅપ્સિકમ અને ટમેટાની રિંગો મૂકવી. ચીઝ છીણીને નાખવું.

નોંધ : (1) ઓવનમાં બેક કરી શકાય.
(2) પાઇનેપલને કૂકરમાં ન બાફવું હોય તો પાઇનેપલમાં ખાંડ મિક્સ કરી 6થી 8 કલાક રહેવા દેવું.

506. બેક વેજિટેબલ [4થી 5 વ્યક્તિ]

સામગ્રી

(1) 4 બટાકા
(2) 4 સ્લાઇસ પાઇનેપલ
(3) 100 ગ્રામ ગાજર
(4) 100 ગ્રામ ફણસી
(5) 100 ગ્રામ વટાણા
(6) 2 કપ વાઇટ સોસ
(7) $\frac{1}{2}$ ટી સ્પૂન મરીનો ભૂકો
(8) 1 ટેબલ સ્પૂન ખાંડ (9) 1 ટેબલ સ્પૂન ઘી
(10) 1 ટેબલ સ્પૂન મેંદો (11) 2 ક્યુબ ચીઝ
(12) સોજી પ્રમાણસર (13) ટોમેટો કેચપ
(14) મીઠું પ્રમાણસર

રીત

(1) બટાકા અને પાઇનેપલના ચોરસ ટુકડા કરવા. ગાજર, ફણસી ઝીણાં સમારવાં. વટાણા સાથે બધાં શાક અને પાઇનેપલ બાફી ચાળણીમાં કાઢી લેવાં.

(2) વાઇટ સોસ બનાવવો. $\frac{1}{2}$ કપ મેંદો, $1\frac{1}{4}$ કપ ઠંડું દૂધ, થોડુંક પાણી ભેગાં કરી ગરમ કરવાં. ખદખદે એટલે નીચે ઉતારી હલાવવું. તેમાં મીઠું અને મરી નાખવાં.

(3) તેમાં શાકભાજી, મીઠું, પાઇનેપલ અને ખાંડ મેળવવાં.

(4) હાંડવાના વાસણમાં ઘી, મેંદાથી ગ્રીઝ કરવું. નીચે ચીઝ છીણીને પાથરવું. પછી બધું ખીરું નાખવું. ઉપર સોજી અને ચીઝ પાથરવું.

(5) 10 મિનિટ ફાસ્ટ અને પછી ધીમા તાપે થવા દેવું. ઉપરનું પડ કડક થાય અને નીચે ચોંટે એટલે બંધ કરવું. (ઓવનમાં પણ થાય.) કેચપ સાથે પીરસવું.

નોંધ : (1) સોજીને બદલે 2થી 3 મેરી કે ગ્લુકોઝનાં બિસ્કિટનો ભૂકો પથરાય, તેનાથી પડ સારું થાય છે.
(2) હાંડવાના વાસણની નીચેની ડિશમાં રેતી ભરવી.
(3) 1 કપ બાફેલી સ્પેગેટી નાખી શકાય.

507. મિક્સ બેક ડિશ [4થી 5 વ્યક્તિ]

સામગ્રી

(1) 4 સ્લાઇસ પાઇનેપલ
(2) 200 ગ્રામ બાફેલાં શાક (બટાકા, ફણસી, ગાજર, વટાણા)
(3) 2 કપ વાઇટ સોસ
(4) 100 ગ્રામ મેક્રોની (5) 100 ગ્રામ સ્પેગેટી
(6) 1 ટી સ્પૂન ખાંડ (7) મીઠું પ્રમાણસર

રીત

(1) મેક્રોની, સ્પેગેટી બાફીને તેમાં પાઇનેપલ, બાફેલાં શાક નાખવાં.
(2) વાઇટ સોસમાં આ બધું બાફેલું નાખી મિક્સ કરવું. મીઠું તથા ખાંડ નાખવાં.
(3) આઇટમ નં. 506 પ્રમાણે બેક કરવું.

508. બેક ડિશ

સામગ્રી

(1) 150 ગ્રામ મેંદો
(2) 200 ગ્રામ માખણ (3) 700 મિલિ દૂધ
(4) ચપટી મરીનો ભૂકો (5) મીઠું પ્રમાણસર

રીત

(1) ગૅસ પર એક વાસણમાં માખણ ગરમ કરવું. તેમાં મેંદો નાખી શીરાની જેમ શેકવો.
(2) ગૅસ પર દૂધની ધાર કરવી અને હલાવતા રહેવું. મીઠું અને મરીનો ભૂકો નાખવો. માખણને બદલે ઘી વાપરી શકાય.
(3) બેક ડિશની ગ્રેવીનો આ એક પ્રકાર છે. તેમાં બાફેલી મકાઈ નાખો તો મકાઈની બેક ડિશ થાય.
(4) મકાઈ, કોબીજ, પાલક, બટાકા, રતાળુ, ગાજર, ફણસી, ફ્લાવર, વટાણા, રાજમા, મેક્રોની, સ્પેગેટી, નુડલ્સ વગેરેને બાફીને બેક ડિશની ગ્રેવીમાં નાખવાથી જે વસ્તુ નાખો તેની બેક ડિશ થાય.
(5) પનીર, નાના સમોસા, નાની કચોરી વગેરેને તળીને બેક ડિશની ગ્રેવીમાં નાખવાથી જે વસ્તુ નાખો તેની બેક ડિશ થાય.
(6) બેક ડિશ સફેદ કરવાની હોય તો ઉપર મુજબ સફેદ ગ્રેવી રાખવી.
(7) લાલ ગ્રેવી કરવી હોય તો અંદર કેચપ નાખવો. સફેદ ગ્રેવી ઉપર થોડો કેચપ છંટાય.
(8) બેક ડિશ લીલી કરવી હોય તો પાલકની ભાજી પીસીને અંદર નાખવી.
(9) સફેદ, લીલી, લાલ ઉપર પ્રમાણેની રીતે જ બનાવવી. પનીરની બેક ડિશ બનાવવી હોય તો તે સફેદ, લીલી કે લાલ ત્રણમાંથી જે ગ્રેવી પસંદ હોય તેમાં બની શકે.

વૅરિએશન

કોર્ન બેક ડિશ બનાવવા માટે આ ગ્રેવીમાં બાફેલી મકાઈ મિક્સ કરવી.

509. સ્ટફ્ડ ટોસ્ટ [4થી 5 વ્યક્તિ]

સામગ્રી

(1) 150 ગ્રામ પનીર (2) 1 મોટી ડુંગળી
(3) 2 કૅપ્સિકમ
(4) 2 ટેબલ સ્પૂન બટર
(5) $\frac{1}{2}$ કપ ટોમેટો કેચપ
(6) 2 ટેબલ સ્પૂન ચીલીસોસ
(7) $\frac{1}{4}$ ટી સ્પૂન લાલ મરચું
(8) 1 મોટી સેન્ડવીચ બ્રેડ
(9) ચીઝ પ્રમાણસર (10) મીઠું પ્રમાણસર

રીત

(1) પનીર, ડુંગળી અને કૅપ્સિકમને ઝીણાં સમારવાં.
(2) ગૅસ પર એક વાસણમાં માખણ લઈ, ડુંગળી સાંતળવી. તેમાં કૅપ્સિકમ નાખવાં.

(3) પનીર, ટોમેટો કેચપ, ચીલીસોસ, મરચું અને મીઠું ઉમેરી માવો તૈયાર કરવો.

(4) ટોસ્ટરમાં બ્રેડ ટોસ્ટ કરી તેને વાડકીની મદદથી તરત ગોળ કાપવી. તેની ઉપર માખણ લગાડવું.

(5) તેની ઉપર માવો અને ચીઝ મૂકી બીજી માખણ લગાડેલી ગોળાકાર ટોસ્ટ મૂકવી.

(6) બ્રેડ ટોસ્ટરમાં ન મૂકવી હોય તો નૉન-સ્ટિક પૅન પર માખણ મૂકી બંને સાઇડ થોડીક વાર થવા દેવી. તૈયાર થયેલી સેન્ડવીચ ઓવનમાં 10 મિનિટ બેક કરવી.

નોંધ : નૉન-સ્ટિક પૅનમાં ગરમ કરીને પિરસાય.

17 બિસ્કિટ્સ

510. કોપરાનાં બિસ્કિટ

સામગ્રી

(1) 1 કપ ઘી

(2) 1 ટી સ્પૂન બેકિંગ પાઉડર

(3) $2\frac{1}{2}$ કપ મેંદો (4) $\frac{1}{2}$ કપ રવો

(5) 1 કપ કોપરાની છીણ

(6) 1 ટી સ્પૂન જાયફળ

(7) 1 ટી સ્પૂન ઇલાયચી (8) $1\frac{1}{4}$ કપ બૂરું ખાંડ

રીત

(1) પ્રથમ ઘીને ફીણવું. પછી તેમાં 1 ટી સ્પૂન (છલકાતી) બેકિંગ પાઉડર નાખવો. બધી જ સામગ્રી નાખવી. ખાંડ ચાળીને નાખવી.

(2) સહેજ દૂધ નાખી આકાર આપવો.

(3) ગ્રીઝ કરેલી બેકિંગ ટ્રે પર (ટ્રે પર માખણ લગાડી મેંદો ભભરાવવો.) બિસ્કિટ ગોઠવવા.

(4) 180° સે કે 350° ફે તાપે ઓવનમાં 15થી 20 મિનિટ બેક કરવાં. નીચેથી ગુલાબી થાય એટલે બહાર કાઢી ઠંડાં કરવાં.

નોંધ : (1) દૂધ વધારે નાખીએ તો બિસ્કિટ કડક થાય. દૂધ ઓછું નાખીએ તો પોચાં થાય.

(2) કોપરાની છીણ વધારે લેવી હોય તો લેવાય.

(3) દરેક ઓવનના તાપમાન જુદા જુદા હોય છે. તેથી બિસ્કિટ બળી ન જાય તેનું ધ્યાન રાખવું.

વૅરિએશન

સામગ્રી

(1) 90 ગ્રામ ડાલ્ડા ઘી કે સફેદ માખણ

(2) 90 ગ્રામ બૂરું ખાંડ

(3) 100 ગ્રામ મેંદો

(4) 50 ગ્રામ કોપરાની છીણ

(5) $\frac{1}{2}$ ટી સ્પૂન બેકિંગ પાઉડર

(6) 1થી 2 ટેબલ સ્પૂન દૂધ

(7) $\frac{1}{4}$ ટી સ્પૂન મીઠું

રીત

ઉપરની રીતે આ સામગ્રીથી પણ કોપરાના બિસ્કિટ થઈ શકે.

511. કાજુ બિસ્કિટ

સામગ્રી

કોપરાની છીણની જગ્યાએ $\frac{1}{2}$ કપ કાજુનો ભૂકો. બાકીની સામગ્રી આઇટમ નં. 510 પ્રમાણે.

રીત

કોપરાનાં બિસ્કિટ મુજબ.

વૅરિએશન

ચૉકલેટ બિસ્કિટ : કોપરાની છીણની જગ્યાએ પ્રમાણસર કોકો નાખવો.

512. કોકો કોઇલ બિસ્કિટ

સામગ્રી

(1) 125 ગ્રામ માખણ

(2) 1 કપ ખાંડ

(3) $\frac{1}{2}$ કપથી થોડુંક ઓછું દૂધ

(4) $\frac{1}{2}$ ટી સ્પૂન સાજીનાં ફૂલ (સોડા બાયકાર્બ)

(5) 250 ગ્રામ મેંદો

(6) 3 ટી સ્પૂન કોકો

રીત

(1) માખણ, ખાંડ, દૂધ અને સાજીનાં ફૂલ (સોડા બાયકાર્બ) ખૂબ ફીણવાં.

(2) તેમાં મેંદો નાખી કણક બનાવવી. તેના બે ભાગ પાડી, એકમાં કોકો નાખવો. કોકો ચાળીને નાખવો. બરાબર મસળવો. કોકો લોટમાં ભળી જશે.

(3) પછી બંને ભાગના એકસરખા લુઆ પાડવા. એક થાળી ઉપર સફેદ લોટ વણવો અને બીજી થાળી પર કોકોવાળો લોટ વણવો.

(4) કોકોવાળું પડ સફેદ પડ પર મૂકી, વીંટો વાળવો. ધારદાર ચપ્પા વડે નાના નાના લુઆ પાડવા.

(5) તે લુઆ ગોળ આકારના વણી, ઓવનમાં મધ્યમ તાપે પકવવા.

513. બદામનાં બિસ્કિટ

સામગ્રી

(1) 4 ટેબલ સ્પૂન માખણ

(2) $\frac{1}{2}$ કપ દળેલી ખાંડ

(3) $\frac{1}{3}$ કપ (50 ગ્રામ) આઇસીંગ સુગર

(4) 2થી 3 ટીપાં બદામ અથવા વેનિલા એસેન્સ

(5) $\frac{1}{2}$ કપ મેંદો

(6) $\frac{1}{4}$ ટી સ્પૂન બેકિંગ પાઉડર

(7) 8 ટેબલ સ્પૂન ($\frac{1}{2}$ કપ) બદામનો ભૂકો

(8) 2 ટેબલ સ્પૂન દૂધ

(9) બદામના ફાડચા તથા ગ્લેઝ ચેરી

રીત

(1) માખણને ફીણવું. તેમાં ખાંડ નાખી, ફરી ફીણવું. એસેન્સ નાખવું.

(2) મેંદો અને બેકિંગ પાઉડર ભેગાં કરી ચાળી લેવાં. મેંદામાં બદામનો ભૂકો ભેળવવો.

(3) ફીણેલા માખણમાં લોટનું મિશ્રણ ભેળવી, જરૂર મુજબ દૂધ રેડી, નરમ કણક બનાવવી.

(4) બેકિંગ ટ્રેને ગ્રીઝ કરી, લોટના એકસરખા ચપટા ગોળા બનાવી, ટ્રેમાં છૂટા છૂટા ગોઠવવા.

(5) બદામના ફાડચા કે કાતરીથી, ચેરીની સ્લાઇસથી ડેકોરેટ કરી, ટ્રેને $\frac{1}{2}$ કલાક ફ્રિજમાં ઠંડી કરવી.

(6) 180° સે અથવા 350 °ફે તાપે ઓવનમાં 15થી 20 મિનિટ બેક કરવા.

(7) નીચેથી ગુલાબી થાય એટલે ઓવન બંધ કરવું. ઠંડા પડવા આવે એટલે તાવેથાથી પ્લેટમાં કાઢવા. પછી ફિટ ડબ્બામાં ભરવા.

514. કેશ્યૂ-ચોકો બિસ્કિટ

સામગ્રી

(1) 100 ગ્રામ માખણ

(2) 100 ગ્રામ દળેલી ખાંડ

(3) 2થી 3 ટીપાં બદામ અથવા વેનિલા એસેન્સ

(4) 100 ગ્રામ મેંદો

(5) $1\frac{1}{2}$ ટેબલ સ્પૂન કોકો

(6) 100 ગ્રામ કાજુનો ભૂકો

રીત

(1) માખણને ફીણવું. તેમાં ખાંડ નાખી, ફરી ફીણવું. એસેન્સ નાખવું.

(2) મેંદો અને કોકો ભેગાં કરી ચાળી લેવાં. તેમાં કાજુનો ભૂકો નાખવો. બરાબર મિશ્રણ કરવું.

(3) ફીણેલા માખણમાં લોટનું મિશ્રણ ભેળવી, બરાબર ભેગું કરી, $\frac{1}{2}$ કલાક ફ્રિજમાં મૂકવું.

(4) ફ્રિજમાંથી બહાર કાઢી, જાડો રોટલો વણવો. બિસ્કિટ કટરથી ગોળ કાપવાં. અડધાં બિસ્કિટમાં વચ્ચે કાણું પાડવું.

(5) ગ્રીઝ કરેલી બેકિંગ ટ્રે પર બિસ્કિટ ગોઠવવાં. (ટ્રે પર માખણ લગાડી મેંદો ભભરાવવો.)

(6) 180 °સે કે 350 °ફે તાપે ઓવનમાં 15થી 20 મિનિટ બેક કરવાં. નીચેથી ગુલાબી થાય એટલે બહાર કાઢી ઠંડાં કરવાં.

(7) એક સાદું બિસ્કિટ મૂકી, તેના પર એક કાણાવાળું બિસ્કિટ મૂકવું. આ રીતે બધાં બિસ્કિટ મૂકવાં.

બટર આઇસીંગ માટે

(1) 1 ટેબલ સ્પૂન માખણ લઈ તેને બહુ જ ફીણવું. તેમાં 6થી 7 ટેબલ સ્પૂન આઇસીંગ સુગર નાખવી.

(2) તેમાં 2 ટીપાં વેનિલા એસેન્સ નાખવું અને મનગમતો કલર નાખી મેળવવું.

(3) ઢીલું લાગે તો આઇસીંગ સુગર વધારે નાખવી. કઠણ લાગે તો સહેજ માખણ નાખવું. પેસ્ટ પથરાય તેવી થવી જોઈએ.

(4) બે બિસ્કિટની વચ્ચે આ પેસ્ટ પાથરવી અને થોડીક કાણામાં નાખવી.

515. અખરોટનાં બિસ્કિટ

સામગ્રી

(1) 8 ટેબલ સ્પૂન માખણ

(2) $\frac{1}{2}$ કપ દળેલી ખાંડ

(3) 2થી 3 ટીપાં વેનિલા એસેન્સ

(4) 2 કપ મેંદો

(5) $\frac{1}{4}$ ટી સ્પૂન સાજીનાં ફૂલ (સોડા બાયકાર્બ)

(6) 1 ટી સ્પૂન કોકો

(7) 4 ટેબલ સ્પૂન અખરોટનો ભૂકો

રીત

(1) માખણને ફીણવું. તેમાં ખાંડ નાખીને ફરીથી ફીણવું. એસેન્સ નાખવું.

(2) મેંદો, સાજીનાં ફૂલ (સોડા બાયકાર્બ), કોકો ભેગા કરી ચાળી લેવાં. તેમાં અખરોટનો ભૂકો નાખવો.

(3) માખણના મિશ્રણમાં લોટનું મિશ્રણ ભેળવી, બરાબર મેળવી, જરૂર મુજબ દૂધ નાખી, કણક બાંધવી.

(4) બે લુઆ કરી, બે પ્લાસ્ટિક વચ્ચે એક લુઓ મૂકી, પાતળો રોટલો વણવો. બીજો રોટલો પણ આ રીતે વણવો.

(5) બિસ્કિટ કટરથી અથવા બૉટલના ઢાંકણાથી ગોળ બિસ્કિટ કાપવાં.

(6) ગ્રીઝ કરેલી બેકિંગ ટ્રેમાં બિસ્કિટ ગોઠવી, $\frac{1}{2}$ કલાક ફ્રિજમાં મૂકવાં.

(7) 180° સે કે 350° ફે તાપે ઓવનમાં 15થી 20 મિનિટ માટે બેક કરવાં.

નોંધ : બિસ્કિટ ઠંડાં પડે એટલે હવાબંધ ડબ્બામાં ભરવાં.

516. પીનટ બિસ્કિટ

સામગ્રી

(1) 150 ગ્રામ મેંદો

(2) ચપટી સાજીનાં ફૂલ (સોડા બાયકાર્બ)

(3) $\frac{1}{4}$ ટી સ્પૂન મરી

(4) 80 ગ્રામ માખણ

(5) 75 ગ્રામ ખમણેલું ચીઝ

(6) $\frac{1}{2}$ ટી સ્પૂન મેડ મસ્ટાર્ડ (રાઈની વાટેલી દાળ, ભાવે તો નાખવી.)

(7) 5 ટેબલ સ્પૂન ખારી સીંગનો અધકચરો ભૂકો

(8) $\frac{1}{2}$ ટી સ્પૂન મીઠું

રીત

(1) મેદામાં મીઠું, સાજીનાં ફૂલ (સોડા બાયકાર્બ) અને મરીનો ભૂકો નાખીને ચાળી લેવું.

(2) માખણ, ચીઝ, મસ્ટાર્ડ તથા 50 ગ્રામ જેટલો (ફોતરાં કાઢેલી) સીંગનો ભૂકો નાખવો.

(3) ઠંડા પાણીથી નરમ કણક બાંધવી. કણકનો જાડો રોટલો વણવો. રોટલા ઉપર દૂધનો જરા હાથ લગાડવો અને બાકી રહેલી સીંગનો ભૂકો ભભરાવી, પોચા હાથે દબાવવું.

(4) લાંબી પટ્ટીઓ કાપી, ગ્રીઝ કરેલી બેકિંગ ટ્રે પર મૂકી, 180 °સે કે 350 °ફે તાપે ઓવનમાં 15થી 20 મિનિટ બેક કરવી.

નોંધ : બિસ્કિટ ઠંડાં પડે એટલે હવાબંધ ડબ્બામાં ભરવાં.

517. બટર બિસ્કિટ

સામગ્રી

(1) 250 ગ્રામ માખણ
(2) 6 ટેબલ સ્પૂન દળેલી ખાંડ
(3) $\frac{1}{2}$ ટી સ્પૂન વેનિલા એસેન્સ
(4) 250 ગ્રામ મેંદો
(5) 1 કપ કાજુ અથવા અખરોટના ટુકડા
(6) થોડીક આઇસીંગ સુગર

રીત

(1) માખણને ફીણવું. તેમાં ખાંડ નાખી ફરીથી ફીણવું. તેમાં વેનિલા એસેન્સ નાખવું.
(2) મેંદો ચાળી, તેમાં અખરોટ કે કાજુના ટુકડા નાખી, માખણના મિશ્રણ સાથે મેળવી, કણક તૈયાર કરવી.
(3) નાના ગોળા વાળી, બેકિંગ ટ્રે ઉપર મૂકી, $\frac{1}{2}$ કલાક ફ્રિજમાં ઠંડાં કરવાં.
(4) 180 °સે કે 350 °ફે તાપે ઓવનમાં 15 થી 20 મિનિટ બેક કરવાં.
(5) ઓવનમાંથી બહાર કાઢી ગરમ હોય ત્યારે જ આઇસીંગ સુગરમાં રગદોળવાં.

518. ચૉકલેટ બીટ બિસ્કિટ

સામગ્રી

(1) 120 ગ્રામ (8 ટેબલ સ્પૂન) માખણ
(2) $\frac{3}{4}$ કપ ખાંડ
(3) $1\frac{1}{4}$ કપ મેંદો
(4) $\frac{3}{4}$ ટી સ્પૂન બેકિંગ પાઉડર
(5) ચપટી સાજીનાં ફૂલ (સોડા બાયકાર્બ)
(6) 2થી 3 ટીપાં વેનિલા એસેન્સ
(7) 240 ગ્રામ કૂકિંગ ચૉકલેટ
(8) $\frac{1}{4}$ ટી સ્પૂન મીઠું

રીત

(1) માખણ ફીણવું. ખાંડ નાખી ફરીથી ફીણવું. મેંદો, બેકિંગ પાઉડર, સાજીનાં ફૂલ (સોડા બાયકાર્બ) તથા મીઠું ભેગાં કરી ચાળી લેવાં.

(2) માખણમાં વેનિલા એસેન્સ તથા 2 ટી સ્પૂન પાણી નાખવું. લોટનું મિશ્રણ નાખી, ભેગું કરવું.
(3) ચૉકલેટના નાના ટુકડા કરી લોટમાં ભેળવવા. લચકા પડતું ખીરું બનાવવું. જરૂર પડે તો પાણી વધારે નાખવું.
(4) ગ્રીઝ કરેલા બેકિંગ ટ્રે ઉપર 1 ટી સ્પૂન ખીરું થોડા થોડા અંતરે મૂકવું અને 180 °સે કે 350 °ફે તાપે ઓવનમાં 15થી 20 મિનિટ બેક કરવું.

ચૉકલેટ ટોપિંગ :

(1) કોઈ પણ બિસ્કિટ ઉપર ચૉકલેટ ટોપિંગ કરવું હોય તો ચૉકલેટને એક વાસણમાં લઈ, નીચે ગરમ પાણીનું વાસણ મૂકી, ચૉકલેટ (ડબલ બૉઇલરમાં) ધીમા તાપે ઓગાળવી.
(2) ચૉકલેટ ઓગળી જાય અને ઠંડી પડે એટલે સાચવીને ચમચીથી બિસ્કિટ ઉપર રેડવી.

519. કેસર નાનખટાઈ

સામગ્રી

(1) 50 ગ્રામ ઘી
(2) 50 ગ્રામ દળેલી ખાંડ
(3) $\frac{1}{2}$ ટી સ્પૂન ઇલાયચીનો ભૂકો
(4) ચપટી જાયફળનો ભૂકો
(5) 1 ટી સ્પૂન દૂધ   (6) 2 ચપટી કેસર
(7) 1 ટી સ્પૂન દહીં
(8) ચપટી સાજીનાં ફૂલ (સોડા બાયકાર્બ)
(9) 50 ગ્રામ મેંદો
(10) 50 ગ્રામ ઝીણો રવો (સોજી)

રીત

(1) ઘીને ફીણવું. ખાંડ નાખીને ફરીથી હલકું પડે ત્યાં સુધી ફીણવું.
(2) ઇલાયચી, જાયફળનો ભૂકો, દૂધમાં ઓગાળેલું કેસર, દહીં અને સાજીનાં ફૂલ (સોડા બાયકાર્બ) નાખીને બરાબર મિશ્રણ કરવું.
(3) મેંદો અને રવો ચાળવો. તેને આ મિશ્રણમાં નાખી નાના ગોળા કરવા.

(4) ગ્રીઝ કરેલી બેકિંગ ટ્રેમાં ગોઠવી, 180 °સે કે 350 °ફે તાપે 25થી 30 મિનિટ બેક કરવું.

(5) ઠંડી પડે એટલે હવાબંધ ડબ્બામાં ભરવી.

520. અનેરી સ્પે. મિક્સ ફ્રૂટ ટ્રૉફી (ચૉકલેટ)

સામગ્રી

ચીકુ, સફરજન, પાઇનેપલ. બીજાં ફળો પણ ઉમેરી શકાય.

(1) 2 સફરજન

(2) 2 ચીકુ

(3) 200 ગ્રામ પાઇનેપલ
(300 ગ્રામ ફળોનો માવો)

(4) 3 ટી સ્પૂન ગ્લુકોઝ

(5) 3 ટી સ્પૂન ખાંડ

(6) 3 ટી સ્પૂન માખણ અથવા ઘી

(7) 3 ટી સ્પૂન કોકો પાઉડર

(8) 3 ટી સ્પૂન ડ્રિંકિંગ ચૉકલેટ પાઉડર

(9) કન્ડેન્સ્ડ મિલ્કમેડ પ્રમાણસર

(10) ખાદ્ય રંગ (11) એસેન્સ

રીત

(1) ચીકુ, સફરજન તથા અનનાસને પાણીથી ધોઈને સાફ કરવાં. સફરજન અને અનનાસ (પાઇનેપલ) જેવાં કઠણ ફળોને સમારીને બાફવા મૂકવાં.

(2) ફળો ડૂબે એટલું પાણી લેવું. આશરે 15થી 20 મિનિટ બાફવાં. હલાવતા રહેવું.

(3) ચીકુ જેવા નરમ ફળને સમારીને તેનો માવો તૈયાર કરવો. ત્રણેય ફળોના માવાને ભેગો કરીને ગરમ કરવો.

(4) માવો ત્રીજા ભાગનો થાય ત્યારે તેમાં ગ્લુકોઝ, ખાંડ અને માખણ (ઘી) ઉમેરવાં. ત્યારબાદ આંચ ધીમી કરી કોકો પાઉડર તથા ચૉકલેટ પાઉડર ઉમેરવા.

(5) ઘટ્ટ થાય ત્યારે થોડુંક કન્ડેન્સ્ડ મિલ્કમેડ નાખવું. (મિલ્કમેડને બદલે 6 ટેબલ સ્પૂન દૂધમાં 3 ટેબલ સ્પૂન ખાંડ નાખી, ઉકાળી, જાડું થાય ત્યારે ઠંડું કરીને નાખવું.)

(6) થોડા સમય બાદ દૂધમાં પસંદગીનો રંગ મેળવીને નાખવો. વાસણને નીચે ઉતારી, સહેજ ઠંડું પડે એટલે એસેન્સ નાખવું.

(7) થાળીમાં માખણ મૂકી, તેના પર આ ચૉકલેટનો માવો મૂકી, મનગમતો આકાર આપવો.

નોંધ : (1) ટ્રૉફીને રંગબેરંગી ટ્રૉફીપેપરમાં વીંટાળી શકાય. ચૉકલેટનો માવો ઢીલો લાગે તો મિલ્ક પાઉડર નાખી તેને કઠણ કરવો.

(2) સીઝનનાં બીજાં ફળો પણ લઈ શકાય.

વૅરિએશન

અખરોટના નાના ટુકડા કરી તેમાં નાખી શકાય.

521. નોન કૂક ચૉકલેટ

સામગ્રી

(1) 4 ટેબલ સ્પૂન આઇસીંગ સુગર

(2) 4 ટેબલ સ્પૂન મિલ્ક પાઉડર

(3) 4 ટેબલ સ્પૂન ડ્રિંકિંગ ચૉકલેટ

(4) 2 ટેબલ સ્પૂન અખરોટનો ભૂકો

(5) 1 ટી સ્પૂન કોકો

(6) 1 ટી સ્પૂન દૂધ

રીત

(1) બધી સામગ્રી ભેગી કરી, દૂધ કે ઠંડા પાણીથી કણક બાંધી, હાથ ઘીવાળો કરી, નાના નાના બૉલ્સ બનાવવા કે મોલ્ડમાં ઘી લગાડી ચૉકલેટનો આકાર આપવો.

(2) વચ્ચે કાજુ, બદામ કે સીંગ મુકાય.

નોંધ : ચૉકલેટ ઢીલી થાય તો જરૂર મુજબ મિલ્ક પાઉડર અને આઇસીંગ સુગર નાખવાં.

522. કેડબરી ચૉકલેટ [12થી 15 નંગ]

સામગ્રી

(1) 6 બદામ

(2) 1 ટેબલ સ્પૂન દ્રાક્ષ

(3) $1\frac{1}{2}$ ટેબલ સ્પૂન કાજુ

(4) 1 ટેબલ સ્પૂન અખરોટ

(5) 8થી 10 ખજૂર

(6) 1 ટી સ્પૂન ઘી

(7) 1 ટેબલ સ્પૂન દૂધ

ઉપરના પડ માટેની સામગ્રી

(1) 8થી 10 બિસ્કિટ ($\frac{1}{2}$ કપ બિસ્કિટનો ભૂકો)
(2) 1 ટેબલ સ્પૂન કોકો
(3) 4 ટેબલ સ્પૂન ડ્રિંકિંગ ચૉકલેટ
(4) 3 ટેબલ સ્પૂન ઘી
(5) 5 ટેબલ સ્પૂન આઇસીંગ સુગર
(6) 1 ટેબલ સ્પૂન મિલ્ક પાઉડર

રીત

(1) ગૅસ પર એક વાસણમાં ઘી ગરમ કરવા મૂકવું. તેમાં બદામ, કાજુ, અખરોટના ટુકડા તથા દ્રાક્ષ નાખવા અને 2 મિનિટ સાંતળવું.

(2) ખજૂર ધોઈ, લૂછી, ડીંટા તથા ઠળિયા કાઢી, નાના ટુકડા કરી તેમાં નાખવું. દૂધ નાખવું તથા 5 મિનિટ હલાવ્યા કરવું.

(3) લચકા પડતું થાય ત્યારે ગૅસ બંધ કરવો.

(4) ઉપરનું પડ ઠંડું થાય ત્યારે નાના બોલ કરવા.

(5) કોકોને 2 ટેબલ સ્પૂન ગરમ પાણીમાં પલાળવો.

(6) બિસ્કિટનો ભૂકો, ડ્રિંકિંગ ચૉકલેટ, ઘી, આઇસીંગ સુગર, મિલ્ક પાઉડર મિક્સ કરવું. તેમાં પલાળેલો કોકો નાખવો. જરૂર પડે પાણી નાખવું.

(7) મોટા બોલ કરવા. જેટલા ખજૂરના નાના બોલ કર્યા છે તેટલા કરવા.

(8) મોટા બોલમાં નાના બોલ મૂકી ગોળા વાળવા.

ચૉકલેટ કોટિંગ

સામગ્રી

(1) 1 ટેબલ સ્પૂન ડ્રિંકિંગ ચૉકલેટ

(2) 1 ટેબલ સ્પૂન કોકો

(3) 35 ગ્રામ આઇસીંગ સુગર

(4) 30 ગ્રામ ડાલ્ડા ઘી

(5) 2 ટીપાં વેનિલા એસેન્સ

રીત

(1) ડ્રિંકિંગ ચૉકલેટ, કોકો, આઇસીંગ સુગર ચાળણીથી ચાળવાં.

(2) ઘી ધીમા તાપે સાધારણ ગરમ કરવું. નીચે ઉતારી ઉપરનું આઇસીંગ સુગરવાળું મિશ્રણ ભેળવવું.

(3) ઠંડું પડવા આવે પછી વેનિલા એસેન્સ નાખી, બરાબર હલાવી, બોલ ઉપર કોટિંગ કરવું.

(4) 3થી 4 કલાક ઠરવા દેવું.

(5) તેની ઉપર ચૉકલેટનું રેપર લગાડવું.

નોંધ : (1) ગોલ્ડન કે સિલ્વર રેપર પણ લગાવાય.
(2) ચૉકલેટ કોટિંગ ન કરવું હોય તોપણ ચૉકલેટનું રેપર લગાડી શકાય.

વૅરિએશન

(1) ચૉકલેટ કોટિંગ તૈયાર કરી, ખજૂરના ઠળિયા કાઢી, બે ઊભા પીસ કરી, તેમાં ખજૂર રગદોળવું. ચૉકલેટ કોટેડ ખજૂર તૈયાર થશે.

(2) તેવી જ રીતે બદામ, કાજુ, અખરોટ, બિસ્કિટની ઉપર અને બે બિસ્કિટની વચ્ચે કોટિંગ થઈ શકે.

18 કેક, આઈસીંગ

523. ચૉકલેટ કેક [6 નંગ]

સામગ્રી

(1) 24 નંગ પારલે ગ્લુકોઝ બિસ્કિટ
(2) 2થી 3 ટી સ્પૂન કૉફી
(3) $\frac{1}{2}$ કપ તાજી મલાઈ
(4) ડ્રિંકિંગ ચૉકલેટ પ્રમાણસર
(5) 100 ગ્રામ આઇસીંગ સુગર
(6) 100 ગ્રામ માર્ગરિન (માખણ)
(7) પાઇનેપલ, સ્ટ્રોબેરી, મિક્સ ફ્રુટ કે બીજાં કોઈ પણ જામ
(8) 4 નંગ અખરોટ અથવા કાજુ, ચેરી

મલાઈનું મિશ્રણ : 2 ટેબલ સ્પૂન દૂધની મલાઈને ગળણીમાં ગાળી લેવી, જેથી દૂધનો ભાગ નીકળી જાય. 2 ટેબલ સ્પૂન ડ્રિંકિંગ ચૉકલેટ અને 1 ટેબલ સ્પૂન આઇસીંગ સુગરને બે-ત્રણ વાર ચાળી, મલાઈમાં સરખી રીતે મેળવવું.

માખણનું મિશ્રણ : 4 ટેબલ સ્પૂન માખણ (અમૂલ અથવા માર્ગરિન), 3 ટેબલ સ્પૂન ડ્રિંકિંગ પાઉડર, 5 ટેબલ સ્પૂન આઇસીંગ સુગર – આ ત્રણે વસ્તુઓને માખણમાં સરખી રીતે મિક્સ કરવી.

રીત

(1) 1 તપેલીમાં $\frac{1}{2}$ કપ પાણી અને 2 ટી સ્પૂન કૉફી નાખી, પાણી ગૅસ પર ઉકાળવું, ત્યારબાદ તેને ગાળી, થાળીમાં ઠંડું કરવું.
(2) જેમાં કેક કરવી હોય તે ટ્રેમાં કે પ્લેટમાં માખણ લગાવવું. 6 બિસ્કિટ વારાફરતી કૉફીના પાણીથી ભીંજવી ટ્રેમાં ગોઠવવાં.
(3) 6 બિસ્કિટ પાથરેલાં હોય તેની ઉપર મલાઈવાળું મિશ્રણ અડધું પાથરવું.
(4) 6 બિસ્કિટ કૉફીના પાણીમાં ડુબાડીને મૂકવાં અને તેની ઉપર જામવાળું મિશ્રણ લગાડી, ફરી 6 બિસ્કિટ કૉફીવાળા પાણીમાં પલાળીને મૂકવાં.
(5) તેની ઉપર ફરીથી મલાઈવાળું મિશ્રણ લગાડી, તેની ઉપર બીજાં 6 બિસ્કિટ કૉફીના પાણીથી ભીંજવીને ગોઠવવાં.
(6) તેની ઉપર અને ચારે બાજુ માખણવાળું મિશ્રણ લગાડવું. ઉપર અખરોટ પાથરવાં.
(7) 1 ટેબલ સ્પૂન માખણ, 6 ટેબલ સ્પૂન આઇસીંગ સુગર અને 2 ટીપાં વેનિલા એસેન્સ નાખી આઇસીંગ કરવું. કેકને ફ્રિજમાં મૂકવી.
(8) 6 બિસ્કિટના 4 થરની કેક થશે. 24 નંગ બિસ્કિટ જોઈશે. તેવી રીતે 1, 2, 3, 4, 5, 6, 7 બિસ્કિટની જુદા જુદા આકારની બનાવી શકાય.

નોંધ : કેક વધારે ગળી ભાવતી હોય તો ગ્લુકોઝ બિસ્કિટ વાપરવાં. નહીંતર મેરી બિસ્કિટ વાપરવાં. આ કેકને ફ્રિજમાં સેટ કરવા મૂકી, કલાક પછી પીરસી શકાય. કેક ફ્રિજમાં રાખવી.

524. બ્લૅક ફોરેસ્ટ કેક (1)

[25થી 30 નંગ]

સામગ્રી

(1) 200 ગ્રામ બટર (ઘરનું અથવા બહારનું)
(2) 250થી 300 ગ્રામ બૂરું ખાંડ
(3) 225 ગ્રામ મેંદો
(4) 200 ગ્રામ મિલ્ક પાઉડર
(5) 1 ટી સ્પૂન સાજીનાં ફૂલ (સોડા બાયકાર્બ)
(6) 1 ટી સ્પૂન કાપેલો બેકિંગ પાઉડર
(7) 2 ટેબલ સ્પૂન ડ્રિંકિંગ ચૉકલેટ
(8) 6થી 8 ટેબલ સ્પૂન કોકો
(9) 350 મિલિ થમ્સઅપ, કોક અથવા પેપ્સી

રીત

(1) મોટા વાસણમાં બટર ફીણવું. લીસું થાય એટલે ખાંડ નાખીને ફરીથી ફીણવું.
(2) છાપામાં મેંદો, મિલ્ક પાઉડર, સાજીનાં ફૂલ (સોડા બાયકાર્બ), બેકિંગ પાઉડર, ડ્રિંકિંગ ચૉકલેટ અને કોકો બે વાર ચાળી લેવાં.
(3) તેને ચમચીથી વાસણમાં નાખી હલાવતા જવું. કઠણ થઈ જાય એટલે બધું નાખી, હાથથી મસળવું.

(4) લગભગ 350 મિલિ થમ્સઅપ નાખી, ગઠ્ઠા ન રહે એટલું ફીણવું. એકધારું ખીરું થઈ જાય એટલે 10થી 15 મિનિટ ફીણવું.

(5) મોટી સાઇઝના હાંડવાના કૂકરને ઘી અને મેંદો લગાડી ગ્રીઝ કરવું. નીચેના વાસણમાં રેતી ભરી, રેતી તપાવવી. કૂકરમાં ખીરું નાખી, 5 મિનિટ ગૅસ ફાસ્ટ રાખવો.

(6) 5 મિનિટ પછી ગૅસ ધીમો કરવો. પછી 30થી 40 મિનિટ પછી જોવું.

(7) કેક કૂકરથી છૂટી પડી જાય એટલે થઈ ગઈ કહેવાય. કૂકર ગૅસ પરથી નીચે ઉતારી, 20 મિનિટ સીઝવા દેવું.

(8) કૂકરને ઊંધું કરી, કેક ડિશમાં કાઢી લેવી. કેકને વચ્ચેથી આડી કાપી, બે પડ છૂટાં પાડવાં.

(9) તેના પર બટર નાઇફથી ફ્રૉસ્ટિંગ કરી, બીજું પડ મૂકી, ઉપરની સાઇડે ચારે બાજુ ફ્રૉસ્ટિંગ કરવું. તેની ઉપર આઇસીંગ કરવું.

નોંધ : (1) કેક ઓવનમાં થઈ શકે. 100 °સે ધીમા તાપે 25થી 30 મિનિટ થવા દેવું.

(2) કેકનો કલર વધારે ડાર્ક કરવો હોય તો કોકો વધારે નાખવો.

(3) કેકનાં બે પડ છૂટાં કરીને તેમાં સુગર સિરપ નાખવાથી કેક પોચી થાય છે.

525. બ્લૅક ફૉરેસ્ટ કેક (2)

[20થી 25 નંગ]

સામગ્રી

(1) $2\frac{1}{4}$ કપ મેંદો

(2) 1 ટી સ્પૂન બેકિંગ પાઉડર

(3) 1 ટી સ્પૂન સાજીનાં ફૂલ (સોડા બાયકાર્બ)

(4) $\frac{1}{4}$ ટી સ્પૂન મીઠું

(5) $1\frac{2}{3}$ કપ $(1+\frac{1}{3}+\frac{1}{3})$ (350 ગ્રામ) ઝીણી આખી ખાંડ (બૂરું નહીં)

(6) 6થી 8 ટેબલ સ્પૂન કોકો

(7) 2 ઈંડાં

(8) 2 પૅકેટ બટર (200 ગ્રામ)

(9) $1\frac{1}{4}$ કપ પાણી

(10) $\frac{1}{4}$ ટી સ્પૂન વેનિલા એસેન્સ

રીત

(1) મેંદો, બેકિંગ પાઉડર, સાજીનાં ફૂલ (સોડા બાયકાર્બ) અને મીઠું – આ ચારેય વસ્તુઓ બે વખત ચાળવી અને થાળીમાં ભેગી કરવી.

(2) એક વાસણમાં ખાંડ, કોકો પાઉડર, ઈંડાં, બટર, પાણી અને વેનિલા એસેન્સ ભેગું કરવું. જરૂર પડે તો સહેજ પાણી નાખવું. હૅન્ડ મિક્સર ફેરવવું.

(3) ભેગી કરેલી વસ્તુ થાળીમાં નાખી, ફરી હૅન્ડ મિક્સર ફેરવવું.

(4) જે બાઉલમાં કે ડબ્બામાં કેક મૂકવાની હોય તેમાં ઘી લગાડી, મેંદો ભભરાવી, ગ્રીઝ કરવું.

(5) પછી તૈયાર કરેલું મિશ્રણ રેડવું અને ઓવનમાં 100 °સે ધીમા તાપે થવા દેવું. 15થી 20 મિનિટમાં થઈ જશે.

(6) ઠંડું પડે એટલે વચ્ચેથી બે ભાગ કરી, બે પડ વચ્ચે ઉપરની બાજુ અને ચારે બાજુ બટર નાઇફથી ફ્રૉસ્ટિંગ લગાવવું. પછી તેની ઉપર આઇસીંગ કરવું.

નોંધ : અડધા માપની સામગ્રીથી 1 કેક થઈ શકે.

ફ્રૉસ્ટિંગ

(1) આઇટમ નં. 524 અને 525માં ફ્રૉસ્ટિંગ કરવા માટે 50 ગ્રામ બટરમાં 100 ગ્રામ આઇસીંગ સુગર મિક્સ કરી લગાવવું.

(2) ચૉકલેટ કલર કરવો હોય તો કોકો નાખવો. ગ્લેઝ કરવો હોય તો ખાંડનું પાણી નાખવું.

(3) કેકના બે પડ છૂટાં કરીને તેમાં સુગર સિરપ નાખવાથી કેક પોચી થાય છે.

526. દહીંની કેક

સામગ્રી

(1) 1 કપ મેંદો

(2) 1 ટી સ્પૂન સાજીનાં ફૂલ (સોડા બાયકાર્બ)

(3) 1 ટી સ્પૂન બેકિંગ પાઉડર

(4) 3 ટેબલ સ્પૂન કોકો

(5) 6 ટેબલ સ્પૂન માખણ

(6) $\frac{1}{2}$ કપ દહીં (7) $\frac{1}{2}$ કપ બૂરું ખાંડ

(8) 2થી 3 ટીપાં વેનિલા એસેન્સ

(9) જરૂરી દૂધ

(10) જરૂરી સુગર સિરપ (11) ચપટી મીઠું

આઇસીંગ સામગ્રી

(1) $\frac{1}{2}$ ટેબલ સ્પૂન માખણ

(2) 3 ટેબલ સ્પૂન કોકો

(3) $\frac{3}{4}$ કપ આઇસીંગ સુગર

(4) 70 મિલિ દૂધ

(5) 2થી 3 ટીપાં વેનિલા એસેન્સ

રીત

(1) મેંદો, સાજીનાં ફૂલ (સોડા બાયકાર્બ), બેકિંગ પાઉડર, કોકો ચાળવાં.

(2) માખણ, દહીં, બૂરું ખાંડ બરાબર હલાવી, તેમાં મેંદાનું મિશ્રણ નાખવું.

(3) મીઠું અને એસેન્સ નાખવાં. કઠણ લાગે તો દૂધ નાખવું. કેક જેમાં મૂકવાની છે તેને ગ્રીઝ કરવું. ઓવનમાં 20 મિનિટ બેક કરવું.

આઇસીંગ માટે

(1) બધું મિક્સ કરીને હૅન્ડ મિક્સર ફેરવવું.

(2) કેકને આડી કાપીને 2 ભાગ કરવા.

(3) નીચેની કેક ઉપર સુગર સિરપ લગાડી, તેની ઉપર બીજો ભાગ મૂકી, ઉપર અને બધી સાઇડે બનાવેલા આઇસીંગથી ફ્રોસ્ટિંગ કરવું. (કેક ઉપર પાથરવું.)

527. ફ્રોસ્ટિંગ, આઇસીંગ

(1) ફ્રોસ્ટિંગમાં તથા આઇસીંગમાં મુખ્યત્વે માખણ, દૂધ અથવા પાણી અને આઇસીંગ સુગર હોય છે. આઇસીંગ સુગરથી જલદી સેટ થઈ જાય છે.

(2) કેકને જે સફેદ અથવા રંગીન ક્રીમથી ઢાંકી દેવામાં આવે છે તેને 'ફ્રોસ્ટિંગ' કહેવાય.

(3) ફ્રોસ્ટિંગ છરીથી પાથરી શકાય તેટલું નરમ હોવું જોઈએ. ફ્રોસ્ટિંગ કર્યા પછી થોડીક વાર રહેવા દેવું. તે સેટ થઈ જશે.

(4) આ ફ્રોસ્ટિંગ ઉપર જે ડિઝાઇન પાડવામાં આવે છે તેને 'આઇસીંગ' કહેવાય.

(5) ફ્રોસ્ટિંગ સુકાઈ ગયું હોય તો આઇસીંગ ચોંટશે નહીં. ફ્રોસ્ટિંગ પર ગરમ પાણીનો હાથ લગાવવો.

(6) આઇસીંગ વધે તો પ્લાસ્ટિકની થેલીમાં મૂકી, દોરીથી બાંધી, લાંબો સમય સુધી ફ્રિજમાં રાખી શકાય. જ્યારે વાપરવું હોય ત્યારે કલાક પહેલાં બહાર કાઢી, ગરમ પાણીનો હાથ કરી, મસળીને વાપરવું.

સામગ્રી

(1) **ગ્લેઝ ફ્રોસ્ટિંગ :** 120 ગ્રામ આઇસીંગ સુગર, 2 ટી સ્પૂન ગરમ પાણી, $\frac{1}{2}$ ટી સ્પૂન લીંબુનો રસ – આ ત્રણે ભેગાં કરી, ચમચા વડે ખૂબ હલાવવું. પાતળું પડે તો સુગર ઉમેરવી. જાડું પડે તો પાણી ઉમેરવું.

(2) 2 ટેબલ સ્પૂન પાણીમાં $\frac{1}{4}$ કપ ખાંડ, 1 ટેબલ સ્પૂન કોકો અને 1 ટી સ્પૂન કોર્નફ્લોર ઓગાળી ગરમ કરવું. નીચે ઉતારી 2થી 3 ટેબલ સ્પૂન ઘી કે બટર નાખવું.

528. વ્હીપ્ડ ક્રીમ ફ્રોસ્ટિંગ

સામગ્રી

(1) $\frac{3}{4}$ ટી સ્પૂન જિલેટીન

(2) 1 ટેબલ સ્પૂન પાણી

(3) 250 ગ્રામ ક્રીમ અથવા ઢીલું બટર

(4) 4 ટેબલ સ્પૂન આઇસીંગ સુગર

(5) 1 ટીપું વેનિલા એસેન્સ

રીત

(1) જિલેટીનને કપમાં મૂકી, પાણી રેડી, 5 મિનિટ પલાળવું. ક્રીમને ફ્રિજમાં ઠંડું કરવું.

(2) જિલેટીનને ધીમા તાપે 2 મિનિટ ગરમ કરી ઓગાળવું. ઠંડું થાય એટલે ક્રીમમાં ભેળવી 1 કલાક ફ્રિજમાં મૂકવું.

(3) કલાક પછી ક્રીમને ફીણી નાખવું. પછી આઇસીંગ સુગર નાખતા જવું અને હલાવતા જવું. જાડું થાય એટલે એસેન્સ નાખવું. કોન ભરીને કે છરીથી કેક ઉપર પાથરવું.

નોંધ : (1) વેનિલાને બદલે 2 ટેબલ સ્પૂન કોકો નાખી શકાય.

(2) જિલેટીન ન નાખીએ તોપણ ચાલે.

529. ચૉકલેટ બટર આઇસીંગ

સામગ્રી

(1) 1 ટેબલ સ્પૂન બટર

(2) 6થી 8 ટેબલ સ્પૂન આઇસીંગ સુગર

(3) 2 ટેબલ સ્પૂન કોકો

રીત

(1) બધું ભેગું કરવું. ઘટ્ટ થાય તો બટર નાખવું અને લૂઝ થાય તો આઇસીંગ સુગર નાખવી.

(2) કોનમાં ભરી ડિઝાઇન કરવી.

530. આઇસીંગ

સામગ્રી

(1) 1 ટી સ્પૂન ચોખ્ખું ઘી, બટર કે ડાલડા ઘી

(2) 4થી 5 ટેબલ સ્પૂન આઇસીંગ સુગર

(3) થોડુંક દૂધ

(4) 2-3 ટીપાં પાણી

રીત

(1) આઇસીંગ સુગરમાં પાણી, ઘી, બટર કે ડાલડા ઘી અને દૂધ નાખી કણક જેવું બાંધવું.

(2) તેને આકાર આપી ગુલાબ, પાંદડાં કે ડાળી બનાવી શકાય. સહેજ લૂઝ કરી, નોઝલમાં ભરી, ફૂલ બનાવી શકાય.

(3) જેમ્સ જીનતાન, કેડબરી (છીણીને), ચેરી, ટુટિફ્રૂટિ, કોઈ પણ ફ્રૂટ્સ, પાઇનેપલ, ઑરેંજ, ડ્રાયફ્રૂટ, છરીની મદદથી કોતરણી કરી, રીબન બાંધીને, આમ જુદી જુદી રીતે આઇસીંગ થાય.

(4) આઇસીંગમાં જે કલર નાખવો હોય તે નખાય. લાલ ગુલાબ, લીલું પાન થાય.

(5) આ પેસ્ટમાં કોકો પાઉડર નાખો તો કૉફી કલર થાય. કૉફી કલરનું ફ્રોસ્ટિંગ કરી સફેદ આઇસીંગથી લખીએ તો સરસ લાગે છે.

19 પુડિંગ

531. ચૉકલેટ પુડિંગ [7થી 8 વ્યક્તિ]

સામગ્રી

(1) 1 લિટર દૂધ

(2) 5 ટેબલ સ્પૂન ડ્રિંકિંગ ચૉકલેટ

(3) $2\frac{1}{2}$ ટેબલ સ્પૂન કોકો પાઉડર

(4) 2 ટેબલ સ્પૂન કસ્ટર્ડ પાઉડર

(5) 1 ટેબલ સ્પૂન કૉફી પાઉડર

(6) 5 ટેબલ સ્પૂન ખાંડ

(7) 25 ગ્રામ કાજુ, અખરોટનો ભૂકો

(8) 3 ટેબલ સ્પૂન જિલેટીન

(9) 200 ગ્રામ મેરી બિસ્કિટ

રીત

(1) બધા પાઉડર ચાળી નાખવા. દૂધમાં ખાંડ નાખી ગરમ કરવું. થોડું ઊકળે પછી થોડા દૂધમાં કસ્ટર્ડ પાઉડર નાખી મેળવવું.

(2) એકસરખું ઊકળે એટલે વારાફરતી ડ્રિંકિંગ ચૉકલેટ, કોકો, કૉફી ચાળીને નાખવાં. કાજુ અને અખરોટનો ભૂકો નાખવો.

(3) $\frac{1}{2}$ કપ પાણીમાં જિલેટીન ઓગાળી ખૂબ ઉકાળવું. ડ્રિંકિંગ ચૉકલેટવાળા ઊકળતા મિશ્રણમાં જિલેટીનવાળું પાણી નાખવું.

(4) પછી તેને નીચે ઉતારી, 100 ગ્રામ મેરી બિસ્કિટનો ભૂકો નાખીને બરાબર હલાવવું.

(5) કાચના બાઉલમાં મેરી બિસ્કિટ 2 ટુકડા કરીને ગોઠવવા. તેના ઉપર આ મિશ્રણ રેડવું.

(6) ફરી બે ટુકડા કરી, બિસ્કિટ ગોઠવવાં અને ફરી બાકી રહેલું મિશ્રણ રેડવું.

(7) તેને ડીપ ફ્રિજમાં સેટ કરવા મૂકવું. થોડુંક સેટ થાય પછી તેની ઉપર કાજુ અને અખરોટનો ભૂકો ભભરાવીને ફ્રિજમાં મૂકવું.

(8) તેને બહાર કાઢી કાપા પાડીને પીરસવું.

નોંધ : (1) કાચનો બાઉલ વધારે વખત ડીપમાં ન મૂકવો. થોડીક વારમાં નીચેના ખાનામાં મૂકી દેવો, નહીંતર તૂટી જશે.

(2) ડબલ બોઇલ – મોટા બાઉલમાં પાણી ગરમ કરવું. તેમાં નાનો બાઉલ મૂકી તેમાં જિલેટીન ઉકાળવું.

532. ફ્રૂટ પુડિંગ [7થી 8 વ્યક્તિ]

સામગ્રી

(1) 125 ગ્રામ સ્ટ્રોબેરી જેલી

(2) 2 ટી સ્પૂન ખાંડ

(3) 200થી 250 ફ્રૂટ કેક

(4) 1 કેળું

(5) 1 નાનું સફરજન

(6) 150 ગ્રામ લીલી દ્રાક્ષ

(7) 1 નારંગી (ચીકુ અને સીઝનનાં બધાં ફ્રૂટ નાખી શકાય.)

(8) 1 કપ ક્રીમ

રીત

(1) 250 મિલિ પાણી લેવું, તેમાંથી 125 મિલિ પાણી લઈ, ગરમ થાય એટલે 2 ટી સ્પૂન ખાંડ નાખી, ઊકળે એટલે નીચે ઉતારી લેવું.

(2) પછી જેલી પાઉડર નાખતા જવું. ઓગળી જાય એટલે બાકીનું 125 મિલિ પાણી નાખી, થાળીમાં (બાઉલમાં) લઈ લેવું અને ફ્રિજરમાં સેટ કરવા મૂકવું.

(3) પછી ચીલરમાં મૂકવું. $1\frac{1}{2}$થી 2 કલાકમાં તૈયાર થઈ જશે.

(4) જેમાં પુડિંગ સેટ કરવાનું હોય તેમાં કેકનો થોડોક ભૂકો પાથરી દેવો. તેની ઉપર ફ્રૂટના નાના ટુકડા કરીને નાખવા.

(5) જેલીના ટુકડા કરીને લેયર કરવા. પછી તેના પર ક્રીમનું લેયર કરવું. (દૂધમાં વધારે ખાંડ નાખી, ઓગાળી, મલાઈમાં નાખી, બીટ કરી, ક્રીમ કરવું.)

(6) ક્રીમના લેયર પછી ફ્રૂટનું લેયર, કેકનું લેયર અને ક્રીમનું લેયર કરી, ડેકોરેશન માટે છેક કૉર્નરમાં સફરજનના લાંબા ટુકડા ગોઠવી, વચ્ચે ચેરીના ટુકડા મૂકી, તેની વચ્ચે દ્રાક્ષને ગોળાકાર ગોઠવી, ઠંડું જ પીરસવું.

(7) આ પુડિંગમાં કોઈ વસ્તુ થોડી વધારે ઓછી હોય તો વાંધો નહીં.

નોંધ : દરેક કંપનીની જેલીમાં પાણીનું માપ જુદું જુદું હોય છે. તેથી જે પૅકેટ લો તે પ્રમાણે પાણીનું માપ લેવું.

533. મૅંગો પુડિંગ [4 વ્યક્તિ]

સામગ્રી

(1) 1 કપ કેરીનો રસ (આફૂસ, પાયરી)

(2) $1\frac{1}{2}$ ટી સ્પૂન જિલેટીન

(3) 200 ગ્રામ ક્રીમ

(4) 5થી 6 ટેબલ સ્પૂન દળેલી ખાંડ

(5) $\frac{1}{2}$ ટી સ્પૂન ઑરેંજ એસેન્સ

(6) 1 ટી સ્પૂન લીંબુનો રસ

રીત

(1) જિલેટીનને 4 ટેબલ સ્પૂન પાણીમાં ઓગાળવું. ઠરી જાય એટલે તેને વધારે ઉકાળી પીગાળવું. (એટલે ગરમ પાણીના વાડકામાં બાઉલ મૂકવું.) ઠંડું કરવું.

(2) ક્રીમની આજુબાજુ બરફ મૂકી, તેમાં દળેલી ખાંડ અને એસેન્સ નાખી, સંચા વડે બીટ કરવું.

(3) તેમાં કેરીનો રસ અને લીંબુનો રસ નાખવો. બહાર કાઢી, ઠંડું થઈ ગયેલું જિલેટીન નાખી, હલાવીને ફ્રિજમાં મૂકવું.

(4) ઠરી જાય પછી તેમાં આફૂસના ટુકડા અને ટુટિફ્રૂટિથી ડેકોરેશન કરવું.

534. ઑરેંજ પુડિંગ [5થી 7 વ્યક્તિ]

સામગ્રી

(1) 125 ગ્રામ ઑરેંજની જેલી

(2) 200થી 250 ગ્રામ વેનિલા આઇસક્રીમ

(3) 3 નારંગીના ટુકડા

રીત

(1) ઑરેંજની જેલી બનાવી, તેને થોડીક ઠંડી કરી, તેમાં વેનિલા આઇસક્રીમ નાખવો.

(2) તેમાં સાફ કરેલી નારંગીના ટુકડા નાખવા અને હલાવી ફ્રિજમાં સેટ કરવા મૂકવું.

(3) સેટ થઈ જાય એટલે અનમોલ્ડ કરવું.

535. કસાટા પુડિંગ [4થી 6 વ્યક્તિ]

સામગ્રી

(1) 4 કપ દૂધ

(2) $2\frac{1}{2}$ ટેબલ સ્પૂન ખાંડ

(3) 4 ટેબલ સ્પૂન કસ્ટર્ડ પાઉડર

(4) 2 કપ ક્રીમ

(5) 4 કે 6 ટોસ્ટ

(6) લાલ રંગની જેમ્સ

રીત

(1) દૂધમાં $1\frac{1}{4}$ ટેબલ સ્પૂન ખાંડ નાખી ઉકાળવું. કસ્ટર્ડ પાઉડરમાં પાણી રેડી તેને મેળવી દેવું. તે વધારે પડતું પાતળું ન થવું જોઈએ.

(2) દૂધ ઊકળવા આવે ત્યારે તેમાં આ કસ્ટર્ડ નાખી, મિશ્રણ કર્યા પછી ઠંડું થવા દેવું.

(3) ક્રીમમાં બાકીની ખાંડ વાટીને મિક્સરમાં એકરસ કરવી.

(4) 1 બાઉલમાં પહેલાં લાંબાં ટોસ્ટ ગોઠવી, તેના પર કસ્ટર્ડ રેડવો. તેના પર ખાંડવાળું ક્રીમ રેડી, ફ્રિજરમાં ઠંડું થવા દેવું.

(5) જેમ્સથી સજાવી, ઠંડું થયા પછી નીચે, ફ્રિજમાં થોડી વાર મૂકી, કાપીને પીરસવું.

536. ટોપિંગ, મોનેકો ડીપ

સામગ્રી

(1) 2 કપ મસ્કો (નિતારેલું દહીં), (નાખવું હોય તો) પનીર, ચીઝ

(2) 2 ટેબલ સ્પૂન ફ્રેશ ક્રીમ

(3) 1 નંગ સમારેલી ડુંગળી

(4) 1 નંગ ઝીણું સમારેલું કેપ્સીકમ

(5) લીલાં મરચાં

(6) મરીનો ભૂકો

(7) 1 પૅકેટ મોનેકો બિસ્કિટ

(8) મીઠું પ્રમાણસર

રીત

1. (1) તાજું મેળવેલું દહીં ઝીણા કપડામાં બાંધીને તેમાંનું પાણી નિતારી લેવું.

(2) તૈયાર થયેલા મસ્કામાં ક્રીમ, ઝીણી સમારેલી ડુંગળી અને કેપ્સીકમ ઉમેરવાં. તેમાં સ્વાદ અનુસાર મીઠું અને મરી નાખવાં. પનીર અને ચીઝ નાખવાં હોય તો નખાય.

(3) પછી તેને ફ્રિજમાં ઠંડું થવા મૂકવું.

(4) પીરસતી વખતે તૈયાર કરેલું મિશ્રણ વચ્ચે ડિશમાં મૂકવું અને તેની આસપાસ મોનેકો બિસ્કિટ ગોઠવવાં.

2. કાકડી છીણીને મસ્કામાં નાખી મોનેકો પર મૂકી શકાય.

3. ડુંગળી અને ટમેટા સમારીને ચાટ-મસાલો, ચીઝ છીણીને અને કોથમીરની ચટણી મોનેકો પર મૂકવાં.

4. રેડ ગ્રેવીમાં બાફેલા રાજમા નાખીને કે ટાકોઝનું પૂરણ મોનેકો પર મૂકી, તેના પર ચીઝ છીણીને મૂકવું.

5. વાઇટ ગ્રેવીમાં બાફેલા મકાઈના દાણા નાખી, મોનેકો પર મૂકી શકાય.

6. રાજમા અને મકાઈના દાણાની ગ્રેવી મેળવી, મોનેકો પર મૂકી, તેના પર ચીઝ ભભરાવવી.

7. પીઝાની ગ્રેવી મોનેકો પર મૂકી, તેના પર ચીઝ છીણવું.

8. પીઝા કે બ્રેડ ઉપર, પીઝાની ગ્રેવી અને તેના પર વાઇટ ગ્રેવીનું મકાઈનું ટોપિંગ મૂકી શકાય.

20 મસાલા

537. ગરમ મસાલો

સામગ્રી

(1) 40 ગ્રામ તજ

(2) 40 ગ્રામ લવિંગ

(3) 100 ગ્રામ દગડફૂલ

(4) 100 ગ્રામ બાદિયા

(5) 100 ગ્રામ તમાલપત્ર

(6) 600 ગ્રામ ધાણી. થોડુંક તેલ મૂકી દરેક વસ્તુ અલગ અલગ શેકવી.

(7) 100 ગ્રામ શાહજીરું

(8) 40 ગ્રામ ઇલાયચી

(9) 80 ગ્રામ નાગકેસર (મરી જેવા આકારનું, કેસરી રંગનું)

(10) 200 ગ્રામ જીરું

(11) 50 ગ્રામ જાવંત્રી

(12) 2 જાયફળ

રીત

(1) 1 થી 6 વસ્તુ શેકવી. 7થી 12 વસ્તુ શેકવી નહીં. પછી બધું ભેગું કરી ખાંડી નાખવું.

(2) તેમાં 250 ગ્રામ લાલ મરચું, 50 ગ્રામ હળદર (વાટેલી) ભેળવી દેવાં. 50 ગ્રામ ખસખસ, 100 ગ્રામ મગજતરીનાં બી વાટીને ભેળવવાં.

538. ચાનો મસાલો

સામગ્રી અને રીત

(1) 100 ગ્રામ સૂંઠ   (2) 50 ગ્રામ મરી

(3) 50 ગ્રામ તજ   (4) 25 ગ્રામ ઇલાયચી

(5) 1 જાયફળ   (6) થોડીક જાવંત્રી

આ બધી સામગ્રી વાટીને મેળવવી.

537. મેથીનો મસાલો

સામગ્રી

(1) મેથી   (2) મરચું   (3) હળદર

(4) હિંગ   (5) તેલ   (6) રાઈની દાળ

(7) દેશી મીઠું

રીત

(1) મેથીને સહેજ શેકી, ઠંડી થાય એટલે થોડીક મોટી વાટવી અથવા મેથીની દાળ તૈયાર લાવવી. મીઠું શેકવું.

(2) પછી એક થાળીમાં 1 કપ મેથીની દાળ હોય તો 1 કપથી થોડુંક ઓછું મીઠું, 1 કપ મરચું, સહેજ હળદર અને સહેજ હિંગ નાખી ભેળવવું.

(3) તેમાં તેલ, દિવેલ કે સરસિયું નાખી બધું મેળવવું.

540. છાશ, લીંબુ, શેરડી મસાલો

સામગ્રી

(1) 1 ટી સ્પૂન સંચળ

(2) 2 ટેબલ સ્પૂન શેકેલા જીરાનો પાઉડર

(3) $\frac{1}{2}$ ટેબલ સ્પૂન મરીનો પાઉડર

(4) $\frac{1}{2}$ ટેબલ સ્પૂન કાચા જીરાનો પાઉડર

(5) $\frac{1}{4}$ ટી સ્પૂન હિંગ

(6) 5 ટેબલ સ્પૂન મીઠું

રીત

સંચળ, શેકેલા જીરાનો પાઉડર, મરીનો પાઉડર, કાચા જીરાનો પાઉડર, હિંગ અને મીઠું – આ બધી સામગ્રીને ચાળણીથી ચાળી ભેગી કરવી.

541. ચાટ-મસાલો

સામગ્રી અને રીત

(1) 50 ગ્રામ આંબોળિયાંનો ભૂકો

(2) 30 ગ્રામ કાચા જીરાનો પાઉડર

(3) 20 ગ્રામ મરીનો પાઉડર

(4) 1 ટી સ્પૂન હિંગ

(5) 2 ટી સ્પૂન સંચળ

(6) મીઠું પ્રમાણસર.

આ બધી સામગ્રી ભેગી કરવી.

નોંધ: 1 ટી સ્પૂન લાલ મરચું નાખી શકાય.

542. પંજાબી મસાલો

સામગ્રી

(1) 100 ગ્રામ ધાણા (2) 25 ગ્રામ જીરું
(3) 50 ગ્રામ તલ
(4) 50 ગ્રામ મગજતરીનાં બી
(5) 2 ગ્રામ તજ (6) 5 ગ્રામ લવિંગ
(7) 10 ગ્રામ મરી
(8) 20 ગ્રામ ખસખસ (9) 20 ગ્રામ મરચું
(10) 2 ટેબલ સ્પૂન તેલ

રીત

(1) ધાણા અને જીરું શેકી, ખાંડી ચાળી લેવું. તલ અને મગજતરીનાં બી શેકીને ખાંડવાં (ચાળવાં નહીં).
(2) તજ, લવિંગ, મરીને ખાંડીને ઝીણી ચાળણીથી ચાળી લેવું.
(3) એક થાળીમાં બધું ભેગું કરી, તેલ ગરમ કરી સાધારણ ઠંડું પડે એટલે મસાલો મોયી લેવો.

543. ઠંડાઈ

સામગ્રી

(1) 100 ગ્રામ ઇલાયચી
(2) 100 ગ્રામ સાકર
(3) 400 ગ્રામ વરિયાળી
(4) 100 ગ્રામ મગજતરીનાં બી
(5) 125 ગ્રામ સફેદ મરી
(6) 100 ગ્રામ ખસખસ
(7) 100 ગ્રામ બદામ (8) દૂધ

રીત

બધું જુદું જુદું વાટીને પછી ભેગું કરવું અને હલાવવું. એક કપ દૂધમાં 1 ટી સ્પૂન નાખવું.

નોંધ: નીચે પ્રમાણે વધારાની સામગ્રી પણ નખાય:
(1) 50 ગ્રામ કેસર (2) 20 ગ્રામ લીંડીપીપર
(3) 40 ગ્રામ ગુલાબપત્તી
(4) 5 ગ્રામ જીરું (5) 5 ગ્રામ લવિંગ
(6) ગુલકંદ

આ બધું જુદું જુદું વાટવું.

544. તાજો પંજાબી મસાલો

સામગ્રી

(1) 2 ટેબલ સ્પૂન સૂકા ધાણા
(2) 1 ટેબલ સ્પૂન જીરું
(3) 8 દાણા મરી (4) 2 તજ, 5 લવિંગ
(5) 2 ટેબલ સ્પૂન કાજુના ટુકડા અથવા સીંગદાણા અથવા મગજતરીનાં બી
(6) $\frac{1}{2}$ કપ તલ (7) 5થી 6 ઇલાયચી
(8) નાનો ટુકડો આદું (9) 6થી 7 લીલાં મરચાં

રીત

(1) આ બધો મસાલો વાટવો.
(2) પંજાબી આઇટમમાં, રગડા પેટીસ, સેવઉસળ, છોલે ટીકીમાં આ મસાલો નાખવાથી સારો સ્વાદ આવે છે.

21 ચટણી, રાયતાં

545. લીલી દ્રાક્ષ અને ખજૂરની ચટણી

સામગ્રી

(1) 250 ગ્રામ લીલી દ્રાક્ષ (ફ્રૂટની)
(2) 100 ગ્રામ ખજૂર
(3) 1 ટી સ્પૂન લાલ મરચું
(4) 1 ટી સ્પૂન શેકેલાં જીરાંનો ભૂકો
(5) સંચળ પ્રમાણસર (6) મીઠું પ્રમાણસર

રીત

(1) દ્રાક્ષ અને ખજૂરને ધોવી. ખજૂરના ઠળિયા કાઢવા.
(2) એક વાસણમાં બંને મિક્સ કરી, તે ડૂબે તેટલું પાણી મૂકવું.
(3) તે વાસણ કૂકરમાં મૂકી, 2થી 3 વ્હિસલ બોલાવવી.

(4) મિશ્રણને ઠંડું કરવું. પછી મિક્સરમાં ક્રશ કરી ગાળવું.

(5) તેને ગરમ કરવા મૂકવું. તેમાં મીઠું, મરચું, જીરાંનો ભૂકો તથા સંચળ નાખી, ઘટ્ટ થાય ત્યારે ગૅસ બંધ કરવો.

(6) ઠંડું પડે પછી બૉટલમાં ભરવી.

નોંધ : (1) જે આંબોળિયા કે આંબલીની ખટાશ ન ખાઈ શકે તેને આ ચટણી ખવાય.

(2) જેને ડાયાબિટીસ હોય તેને પણ આ ચટણી ખવાય.

(3) લીલી દ્રાક્ષની સીઝન હોય ત્યારે વધારે બનાવી રાખી હોય તો ડીપ ફ્રિજમાં વર્ષ સુધી સારી રહે છે.

546. કોથમીરની ચટણી

સામગ્રી

(1) 1 કપ કોથમીર (2) 6 નંગ લસણ
(3) 1 ટી સ્પૂન જીરું (4) 1 ટી સ્પૂન તલ
(5) 2 ટી સ્પૂન કોપરું
(6) 1 ટી સ્પૂન સીંગદાણા
(7) 3 ટી સ્પૂન ખાંડ (8) $\frac{1}{2}$ લીંબુ
(9) 4 નંગ લીલાં મરચાં
(10) નાનો ટુકડો આદુ (11) મીઠું પ્રમાણસર

રીત

(1) કોથમીરને ઝીણી સમારવી. લસણને ઝીણું સમારવું.

(2) મશીનમાં થોડુંક જીરું, તલ, કોપરું અને સીંગ નાખી વાટવું.

(3) બાકીનો મસાલો અને કોથમીર નાખી વાટવું.

નોંધ : લસણ ન નાખીએ તો ચાલે.

547. ફુદીનાની ચટણી

સામગ્રી

(1) 1 કપ કોથમીરની ચટણી (આઇટમ નં. 546 મુજબ)
(2) $\frac{1}{2}$ કપ ફુદીનો
(3) નાનો ટુકડો આદુ
(4) 2 લીલાં મરચાં
(5) 1 લીંબુ (6) મીઠું પ્રમાણસર

રીત

કોથમીરની ચટણીમાં ફુદીનો, આદુ, મરચાં અને લીંબુ નાખી વાટીએ એટલે ફુદીનાની ચટણી થાય. જરૂરી મીઠું નાખવું (ફાફડાની નહીં).

ભેળ માટે લીલી ચટણી : ફુદીનાની ચટણીમાં 1 કપ પાણી નાખવું.

548. ખજૂર-આંબોળિયાંની ચટણી

સામગ્રી

(1) 250 ગ્રામ ખજૂર
(2) 250 ગ્રામ આંબોળિયાં
(3) 250 ગ્રામ ગોળ (4) લાલ મરચું
(5) 1 ટી સ્પૂન તેલ
(6) 1 ટી સ્પૂન ધાણાજીરું
(7) 1 ટી સ્પૂન જીરું (શેકીને ખાંડેલું)
(8) મીઠું પ્રમાણસર

રીત

(1) ખજૂરના ઠળિયા કાઢી તેમાં આંબોળિયાં, ગોળ, લાલ મરચું અને સહેજ તેલ નાખીને બાફવું.

(2) તેને પીસી, ગાળી, મીઠું અને જીરું નાખી ઉકાળવું.

ભેળ માટે ખજૂરની ચટણી

સામગ્રી

(1) 250 ગ્રામ ખજૂર
(2) 3થી 4 નંગ આમલી (3) 1 કપ ગોળ
(4) 2 લીંબુ (5) મીઠું પ્રમાણસર

રીત

(1) એક વાસણમાં ખજૂર અને આમલી ધોઈને મૂકવાં. તેમાં ગોળ નાખવો.

(2) તેમાં 2 ગ્લાસ પાણી નાખી કૂકરમાં બાફવા મૂકવું.

(3) ઠંડું થાય ત્યારે થાળીમાં લઈ, ઠળિયા કાઢી, મિક્સરમાં ચટણી વાટવી.

(4) ગળણીથી ગાળીને તેમાં 2 લીંબુનો રસ અને મીઠું નાખવાં.

549. લસણની ચટણી

સામગ્રી

(1) 25 કળી લસણ (2) 1 ટી સ્પૂન જીરું
(3) 3 ટી સ્પૂન મરચું (4) 4 ટી સ્પૂન તેલ
(5) નાનો ટુકડો ગોળ (6) $\frac{1}{2}$ ટી સ્પૂન મીઠું

રીત

(1) લસણ ખાંડીને તેમાં જીરું નાખી ફરી ખાંડવું.
(2) તેમાં મરચું, મીઠું, તેલ અને ગોળ નાખવાં.

ભેળ માટે લસણની ચટણી : લસણ વાટી તેમાં મીઠું, મરચું અને $\frac{1}{2}$ કપ પાણી નાખી વાટવું.

550. સીંગ-દાળિયાની ચટણી

સામગ્રી

(1) 100 ગ્રામ સીંગ (2) 100 ગ્રામ દાળિયા
(3) 50 ગ્રામ તલ (4) 2 ટેબલ સ્પૂન તેલ
(5) 2 ટી સ્પૂન મરચું (6) $\frac{1}{2}$ ટી સ્પૂન હળદર
(7) 1 ટી સ્પૂન લીંબુનાં ફૂલ
(8) 1 ટી સ્પૂન બૂરું ખાંડ
(9) મીઠું પ્રમાણસર

રીત

(1) સીંગને શેકીને ફોતરાં કાઢી નાખવાં (ખારી સીંગ પણ ચાલે). તેને અધકચરી વાટવી. દાળિયાને શેકીને વાટવા. તલને શેકવા.
(2) ગૅસ પર એક વાસણમાં તેલ ગરમ કરીને, તેમાં 1 ટી સ્પૂન મરચું, હળદર, સીંગ, દાળિયા, તલ અને મીઠું નાખવાં.
(3) નીચે ઉતારીને લીંબુનાં ફૂલ, બૂરું ખાંડ અને 1 ટી સ્પૂન લાલ મરચું નાખવાં

નોંધ : તલ ઓછા લાગે તો વધારે નાખવા.

551. સેન્ડવીચ ચટણી

સામગ્રી

(1) 2 કપ પાલક (પાણીમાં 5 મિનિટ ઉકાળવી.)
(2) 10 મરચાં
(3) 1 ટી સ્પૂન વાઇટ વિનેગર
(4) 2 બાફેલા બટાકાના ટુકડા
(5) મીઠું પ્રમાણસર

રીત

બધી સામગ્રી ભેગી કરી મિક્સરમાં ક્રશ કરી લેવી.

552. કાકડીનું રાયતું [4થી 5 વ્યક્તિ]

સામગ્રી

(1) 150 ગ્રામ કાકડી
(2) 250 મિલિ દહીં
(3) $\frac{1}{2}$ ટી સ્પૂન રાઈની દાળ
(4) 2 ટી સ્પૂન ખાંડ
(5) 2 ટેબલ સ્પૂન ઝીણી સમારેલી કોથમીર
(6) મીઠું પ્રમાણસર

રીત

(1) કૂણી કાકડી લઈ, છાલ કાઢ્યા વિના છીણવી. પોલે હાથે છીણ નીચોવવી.
(2) ચોમાસું હોય તો સહેજ ઘીવાળો હાથ કરી કાકડીમાં ચોળવો, જેથી પાણી ન છૂટે.
(3) દહીંમાંથી પાણી નિતારી, વલોવી, કાકડીની છીણ, રાઈની દાળ, ખાંડ, કોથમીર અને મીઠું નાખવાં.
(4) રાયતું કલાક પહેલાં કરવું, જેથી રાઈની દાળ અથાઈ જાય.

વૅરિએશન

દાડમ-કાકડીનું રાયતું : લાલ દાડમ સાફ કરી કાકડીના રાયતામાં નાખવું.

553. કેળાંનું રાયતું [4 વ્યક્તિ]

સામગ્રી

(1) 2 નંગ કેળાં (2) 250 મિલિ દહીં
(3) 1 ટી સ્પૂન જીરું (4) આદુ
(5) મરચાં (6) 1 ટી સ્પૂન ખાંડ
(7) 1 ટેબલ સ્પૂન ઝીણી સમારેલી કોથમીર

રીત

(1) કેળાંના ઝીણા ટુકડા કરવા.
(2) દહીંમાંથી પાણી નિતારી તેમાં કેળાંના ટુકડા, વાટેલું જીરું. જોઈતા પ્રમાણમાં વાટેલું આદુ, મરચાં, ખાંડ અને મીઠું નાખવાં.

554. ગાજરનું રાયતું [5 વ્યક્તિ]

સામગ્રી

(1) 250 ગ્રામ ગાજર   (2) 250 મિલિ દહીં

(3) $\frac{1}{2}$ ટી સ્પૂન વાટેલાં આદુ-મરચાં

(4) 1 ટી સ્પૂન તેલ   (5) $\frac{1}{2}$ ટી સ્પૂન રાઈ

(6) ચપટી હિંગ   (7) 1 ટી સ્પૂન ખાંડ

(8) 2 ટેબલ સ્પૂન ઝીણી સમારેલી કોથમીર

(9) મીઠું પ્રમાણસર

રીત

(1) ગાજર સહેજ બાફવાં. બફાઈ જાય એટલે છોલીને, વચ્ચેનો સફેદ ભાગ કાઢીને છીણવાં.

(2) દહીં જોઈતા પ્રમાણમાં લઈ, તેમાં ગાજરની છીણ ભેળવવી. આદુ, મરચાં, મીઠું પ્રમાણસર નાખવાં.

(3) તેની ઉપર તેલ, રાઈ, હિંગનો વઘાર કરવો. ખાંડ, કોથમીર નાખવાં. બરાબર હલાવવું.

555. કોળાનું રાયતું [4 વ્યક્તિ]

સામગ્રી

(1) 250 ગ્રામ કોળું   (2) 250 મિલિ દહીં

(3) $\frac{1}{2}$ ટી સ્પૂન વાટેલાં આદુ-મરચાં

(4) 1 ટી સ્પૂન જીરું   (5) 2 ટી સ્પૂન ખાંડ

(6) મીઠું પ્રમાણસર

રીત

(1) કોળાને છોલી, બાફીને છૂંદી નાખવું.

(2) દહીંમાંથી પાણી નિતારી, તેમાં કોળું નાખવું. લીલાં મરચાં, આદુ, વાટેલું જીરું, મીઠું અને ખાંડ નાખવાં. રાયણના રાયતા જેવું લાગશે.

556. ટમેટાનું રાયતું [4 વ્યક્તિ]

સામગ્રી

(1) 100 ગ્રામ ટમેટા   (2) 250 મિલિ દહીં

(3) 1 ટી સ્પૂન જીરું   (4) 2 ટી સ્પૂન ખાંડ

(5) 2 ટેબલ સ્પૂન ઝીણી સમારેલી કોથમીર

(6) મીઠું પ્રમાણસર

રીત

(1) ટમેટાના નાના ટુકડા કરવા.

(2) મોળા દહીંને વલોવીને તેમાં શેકેલું જીરું (ખાંડીને), ખાંડ, મીઠું અને કોથમીર નાખવાં.

557. રાયણનું રાયતું [3થી 4 વ્યક્તિ]

સામગ્રી

(1) 150 ગ્રામ રાયણ   (2) 250 મિલિ દહીં

(3) 2 ટી સ્પૂન ખાંડ   (4) 1 ટી સ્પૂન જીરું

(5) મીઠું પ્રમાણસર

રીત

(1) દહીંને વલોવવું.

(2) રાયણને પાણીમાં પલાળી, ઠળિયા કાઢી નાખવા.

(3) તેમાં દહીં, ખાંડ, જીરું અને મીઠું નાખવાં.

558. ખારેકનું રાયતું [4થી 5 વ્યક્તિ]

સામગ્રી

(1) 100 ગ્રામ ખારેક   (2) 250 મિલિ મોળું દહીં

(3) 1 ટી સ્પૂન જીરું   (4) 1 ટી સ્પૂન ખાંડ

(5) મીઠું પ્રમાણસર

રીત

(1) ખારેકને 4 કલાક પલાળવી. પછી તેમાંથી ઠળિયા કાઢીને તેના ટુકડા કરવા.

(2) દહીંમાં મીઠું, જીરું, ખાંડ નાખી ખારેકના ટુકડા મિક્સ કરવા.

559. બુંદીનું રાયતું [4 વ્યક્તિ]

સામગ્રી

(1) 100 ગ્રામ તીખી બુંદી

(2) 200 મિલિ દહીં

(3) ખજૂરની ચટણી પ્રમાણસર

(4) 2 ટેબલ સ્પૂન ઝીણી સમારેલી કોથમીર

(5) 2 મરચાં   (6) મીઠું પ્રમાણસર

રીત

(1) દહીંને વલોવીને તેમાં મીઠું નાખવું.

(2) બુંદી ઉપર દહીં રેડીને ખજૂરની ચટણી નાખવી.

(3) તેની ઉપર કોથમીર અને મરચાંના ઝીણા ટુકડા કરીને ભભરાવવા.

560. દરબારી રાયતું [4થી 5 વ્યક્તિ]

સામગ્રી

(1) 250 મિલિ મોળું દહીં

(2) 1 ચીકુ   (3) $\frac{1}{2}$ કેળું

(4) 1 નારંગી   (5) $\frac{1}{2}$ આફૂસ કેરી

(6) પપૈયાના થોડાક ટુકડા

(7) 1 ટી સ્પૂન જીરાનો ભૂકો

(8) 2 ટી સ્પૂન ખાંડ   (9) મીઠું પ્રમાણસર

રીત

(1) દહીંનો મસ્કો બનાવવો. પાણી નીતરી જાય એટલે બધાં જ ફળોના ટુકડા કરી તેમાં નાખવા.

(2) નારંગીનો રસ પણ નખાય, જેથી રંગીન રાયતું થશે. બીજાં ફળ પણ નખાય.

(3) મીઠું, જીરાનો ભૂકો અને થોડીક ખાંડ નાખી હલાવવું.

561. પાઇનેપલનું રાયતું [4થી 5 વ્યક્તિ]

સામગ્રી

(1) 4 સ્લાઇસ પાઇનેપલ

(2) 250 મિલિ મોળું દહીં

(3) 2 ટી સ્પૂન ખાંડ

(4) $\frac{1}{2}$ ટી સ્પૂન વાટેલાં આદુ-મરચાં

(5) 2 ટેબલ સ્પૂન ઝીણી સમારેલી કોથમીર

(6) મીઠું પ્રમાણસર

રીત

(1) પાઇનેપલના ટુકડા કરવા.

(2) દહીંને લટકાવી, પાણી કાઢી, મસ્કો બનાવો.

(3) મસ્કામાં પાઇનેપલના ટુકડા, ખાંડ, આદુ, મરચાં, કોથમીર તથા મીઠું નાખી બરાબર હલાવવું.

(4) આ રાયતાને ઠંડું કરીને પીરસવું.

562. વેજિટેબલ રાયતું [4થી 5 વ્યક્તિ]

સામગ્રી

(1) 250 ગ્રામ બાફેલાં મિક્સ શાક (બટાકા, ગાજર, વટાણા, ફ્લાવર, કોળું, દૂધી, કૅપ્સિકમ, કાકડી વગેરે.)

(2) 250 મિલિ મોળું દહીં

(3) 2 ટી સ્પૂન ખાંડ

(4) $\frac{1}{2}$ ટી સ્પૂન વાટેલાં આદુ-મરચાં

(5) 2 ટેબલ સ્પૂન ઝીણી સમારેલી કોથમીર

(6) થોડુંક ક્રીમ   (7) મીઠું પ્રમાણસર

રીત

(1) દહીંમાં ક્રીમ નાખી, વલોવી, તેમાં બાફેલાં શાક નાખવાં.

(2) મીઠું, ખાંડ, આદુ-મરચાં, કોથમીર નાખી ઠંડું કરવું.

---

22 કચુંબર, સલાડ

563. કાકડીનું કચુંબર [5થી 6 વ્યક્તિ]

સામગ્રી

(1) 250 ગ્રામ કાકડી

(2) 2 ટેબલ સ્પૂન ખાંડ   (3) 50 ગ્રામ દાળિયા

(4) 50 ગ્રામ સીંગદાણા   (5) 5 નંગ મરચાં

(6) $\frac{1}{2}$ ટી સ્પૂન લીંબુનાં ફૂલ

(7) 2 ટેબલ સ્પૂન તલ   (8) 50 ગ્રામ કોથમીર

(9) 100 ગ્રામ કોપરાની છીણ

(10) 1 દાડમ

(11) મીઠું પ્રમાણસર

રીત

(1) કાકડીને ધોઈને ઝીણી સમારવી (ચોપ ઍન્ડ ચર્ન). મીઠું અને ખાંડ નાખી થોડીક વાર રહેવા દેવી. પછી તેમાંથી પાણી કાઢી નાખવું.

(2) તેમાં દાળિયા અને સીંગદાણા ખાંડીને અધકચરાં નાખવાં. મરચાં વાટીને નાખવાં.

(3) મીઠું, લીંબુનાં ફૂલ, તલ, કોથમીર અને કોપરાની છીણ નાખવાં. દાડમ પણ નખાય.

564. જામફળ-ટમેટાનું કચુંબર [4 વ્યક્તિ]

સામગ્રી

(1) 1 નંગ જામફળ (2) 2 નંગ ટમેટા

(3) 1 ટી સ્પૂન જીરું (4) 1 ટી સ્પૂન ખાંડ

(5) ઝીણી સમારેલી કોથમીર

(6) મીઠું પ્રમાણસર

રીત

(1) જામફળ અને ટમેટાના નાના નાના ટુકડા કરવા.

(2) તેમાં મીઠું, વાટેલું જીરું, ખાંડ અને કોથમીર નાખવાં.

565. ડુંગળી-ટમેટાનું કચુંબર [2 વ્યક્તિ]

સામગ્રી

(1) 1 ડુંગળી (2) 2 ટમેટા

(3) 1 ટી સ્પૂન જીરાનો ભૂકો

(4) 1 ટી સ્પૂન ખાંડ

(5) $\frac{1}{2}$ ટી સ્પૂન ચાટ-મસાલો

(6) 1 ટી સ્પૂન ધાણાજીરું

(7) ઝીણી સમારેલી કોથમીર (8) મીઠું પ્રમાણસર

રીત

(1) ડુંગળી અને ટમેટા ઝીણાં સમારવાં.

(2) તેમાં મીઠું, જીરાનો ભૂકો, ખાંડ, ચાટ-મસાલો, ધાણાજીરું અને કોથમીર નાખવાં.

566. ડુંગળી, કોબીજ, કાકડી, ગાજર, ટમેટાનું કચુંબર

રીત

ડુંગળી, કોબીજ, કાકડી, ગાજર અને ટમેટા – આ બધું ઝીણું સમારી, તેમાં મીઠું અને ચાટ-મસાલો નાખવાં. દરેક શાક અનુકૂળતા પ્રમાણે લેવાં.

567. પનીર સલાડ [4થી 5 વ્યક્તિ]

સામગ્રી

(1) 200 ગ્રામ પનીરના ટુકડા

(2) 100 ગ્રામ કાકડી (છોલીને નાના ટુકડા કરવા.)

(3) 2 ટી સ્પૂન કોપરાની છીણ

(4) 1 ટી સ્પૂન મરીનો ભૂકો

(5) 2 ટી સ્પૂન સીંગદાણાનો ભૂકો

(6) ઝીણી સમારેલી કોથમીર

(7) મીઠું પ્રમાણસર

રીત

(1) બધી સામગ્રી ભેગી કરી હલાવવી.

(2) તેના ઉપર કોથમીર ભભરાવવી.

568. ફણગાવેલા મગ, કાકડી, દાડમનો સલાડ [5થી 6 વ્યક્તિ]

સામગ્રી

(1) 100 ગ્રામ ફણગાવેલા મગ

(2) 100 ગ્રામ કાકડી (છોલીને નાના ટુકડા કરવા.)

(3) 100 ગ્રામ કૅપ્સિકમ મરચાં (નાના ટુકડા કરવા.)

(4) 1 લાલ દાડમ

(5) ચાટ-મસાલો

(6) ઝીણી સમારેલી કોથમીર

(7) મીઠું પ્રમાણસર

રીત

(1) બધી સામગ્રી ભેગી કરી હલાવવી.

(2) તેના ઉપર કોથમીર ભભરાવવી.

569. ડેકોરેટિવ મિક્સ સલાડ

સામગ્રી

(1) કોબીજ (2) ટમેટા

(3) કાકડી (4) ગાજર

(5) દ્રાક્ષ (6) બીટ

(7) સફરજન (8) કોપરાની છીણ

(9) સીંગદાણાનો ભૂકો

(10) કાચું જીરું (મસળીને)

(11) લીલાં આદુ-મરચાં

મસાલો

(1) કોપરાની છીણ   (2) સીંગનો ભૂકો
(3) ખાંડ અને જીરું   (4) લીંબુનાં ફૂલ
(5) ગરમ મસાલો   (6) મીઠું

રીત

(1) કોબીજને છીણવી, ટમેટાના નાના ટુકડા કરવા. કાકડી અને ગાજર છીણવાં.

(2) સફરજનના નાના ટુકડા કરવા. કોબીજમાં મીઠું નાખી, પાણી કાઢવું.

(3) બીટ બાફવું. 1 સ્લાઇસ કાપવી. બાકીનું છીણવું. બીટ, દ્રાક્ષ, સફરજન, ટમેટા અને થોડીક કોપરાની છીણ સિવાય બાકીના સલાડને મસાલા સાથે મેળવી થાળીમાં પાથરવું.

(4) તેની ઉપર બીટથી થાળીના ચાર ભાગ કરવા. અડધા કોપરાની છીણનો પીળો કલર કરવો. અડધી સફેદ રાખવી.

(5) થાળીની વચ્ચે બીટની સ્લાઇસ મૂકવી. ટમેટાના ઉપરથી ચાર ભાગ કરવા, બીટની ઉપર મૂકવું. થાળીની કિનારીએ સફરજન અને દ્રાક્ષ ગોઠવવાં.

(6) સામસામેના બે ભાગમાં પીળા કોપરાની છીણ અને બે ભાગમાં સફેદ કોપરાની છીણ ભભરાવવી.

570. કઠોળનો સલાડ

સામગ્રી

(1) ફણગાવેલાં કઠોળ   (2) ચાટ-મસાલો
(3) લીંબુ   (4) મીઠું

રીત

(1) મગ, મઠ, ચણા વગેરેને ફણગાવવા. રાજમાને બાફવા.

(2) બધું ભેગું કરી મીઠું, લીંબુ, ચાટ-મસાલો ભભરાવવો.

571. ફ્રૂટ ડિશ

સામગ્રી

(1) પાઇનેપલ   (2) ચેરી
(3) દ્રાક્ષ   (4) સફરજન

(5) ચીકુ   (6) કાળી દ્રાક્ષ
(7) દાડમ   (8) કેરી
(9) ફ્રૂટ-મસાલો

રીત

આ બધાને ચોરસ, લંબચોરસ, સરખી સાઇઝનું સમારી, ડિશમાં ગોઠવી, ફ્રૂટ-મસાલો ભભરાવવો. દરેક ફ્રૂટ અનુકૂળતા પ્રમાણે લેવાં.

572. સાદું સલાડ

સામગ્રી

(1) કાકડી   (2) ટમેટા
(3) ડુંગળી   (4) કેપ્સીકમ
(5) ગાજર   (6) બીટ
(7) કોબીજ   (8) કોથમીર
(9) પાલકનાં પાન   (10) બાફેલા બટાકા
(11) લીંબુ   (12) ચાટ-મસાલો

રીત

(1) આ બધાને જુદી જુદી રીતે સમારી શકાય. જુદા જુદા આકાર આપી શકાય.

(2) તેમને જુદી જુદી રીતે ગોઠવીને લીંબુ, ચાટ-મસાલો, મીઠું અને કોથમીર નાખીને પીરસવું. મસાલો છેલ્લો કરવો, નહીંતર પાણી વળી મસાલો નીકળી જશે.

(3) બાસ્કેટ સ્લાઇઝરથી જુદા જુદા આકાર આપી શકાય.

573. સફરજન-કાકડીનું સલાડ

[4 થી 5 વ્યક્તિ]

સામગ્રી

(1) 1 કાકડી   (2) 2 નાનાં સફરજન
(3) 1 ટી સ્પૂન મરીનો ભૂકો
(4) $\frac{1}{2}$ લીંબુનો રસ   (5) 100 ગ્રામ ક્રીમ
(6) બારીક કાપેલો ફુદીનો
(7) મીઠું પ્રમાણસર

રીત

(1) કાકડીના પાતળા પતીકા કરવા. સફરજનને છોલી, અંદરનો કડક ભાગ કાઢી, લાંબી ચીરી કાપવી.

(2) બન્ને ભેગાં કરી મીઠું, મરી અને લીંબુનો રસ નાખીને હલાવવું. ક્રીમ રેડવું.

(3) સલાડના બાઉલમાં ભરવું. ઉપર ફુદીનાનાં બારીક કાપેલાં પાન છાંટવાં.

574. રશિયન સલાડ [5થી 6 વ્યક્તિ]

સામગ્રી

(1) $1\frac{1}{2}$ કપ મોળું દહીં

(2) 1 નંગ નાનું સફરજન

(3) 50 ગ્રામ પાઇનેપલ

(4) $\frac{1}{4}$ કપ દાડમ (5) 50 ગ્રામ લીલી દ્રાક્ષ

(6) 50 ગ્રામ ચેરી (7) 1 નંગ નાની કાકડી

(8) 50 ગ્રામ કોબીજ

(9) 1 ટી સ્પૂન વાટેલાં મરી

(10) 2 ટી સ્પૂન બૂરું ખાંડ

(11) મીઠું પ્રમાણસર

રીત

(1) દહીંને કપડામાં બાંધીને ટીંગાડી રાખવું. મસ્કો તૈયાર થશે.

(2) તેમાં બારીક સમારેલું સફરજન, નાનું સમારેલું પાઇનેપલ, દાડમ, દ્રાક્ષ અને ચેરીના ટુકડા કરીને નાખવા. કાકડી છીણી, પાણી કાઢીને નાખવી.

(3) કોબીજ છીણી, 10 મિનિટ ઠંડા પાણીમાં રાખી, કોરી કરીને નાખવી. મીઠું, મરી અને ખાંડ નાખવાં. તેને ઠંડું કરવા મૂકવું.

575. જેલી સલાડ [4થી 5 વ્યક્તિ]

સામગ્રી

(1) 100 ગ્રામ જેલી પાઉડર

(2) 200 મિલિ પાણી

(3) કલર (4) ખાંડ

(5) સફરજન (6) પાઇનેપલ

(7) ચેરી (8) લીલી દ્રાક્ષ

રીત

(1) 100 મિલિ પાણી ગરમ કરી, તેમાં જેલી પાઉડર અને બીજું પાણી નાખવું.

(2) બે-ત્રણ કલરની જેલી કરવી હોય તો જુદા જુદા બાઉલમાં કરવી.

(3) દરેકમાં ખાંડ નાખવી અને જે ફ્રૂટ નાખવાં હોય તે નાનાં સમારીને નાખવાં. ફ્રિજમાં સેટ કરવા મૂકવી.

(4) ઠરી જાય એટલે કાપા પાડીને બધા રંગ ભેળવવા. એક કલર કરવો હોય તો પણ થાય અને 1 ફ્રૂટ નાખવું હોય તો પણ નખાય.

23 સૂપ

576. ટમેટાનો સૂપ [5થી 6 વ્યક્તિ]

સામગ્રી

(1) 700 ગ્રામ ટમેટા

(2) 2 ટેબલ સ્પૂન બટર

(3) 2 નંગ ડુંગળી

(4) 2 કળી લસણ

(5) 1 બટાકું

(6) $\frac{1}{2}$ ટી સ્પૂન તજ, લવિંગ, ઇલાયચી, મરીનો ભૂકો

(7) 3 ટી સ્પૂન ખાંડ

(8) 1 ટી સ્પૂન લાલ મરચું

(9) 2 ટેબલ સ્પૂન છીણેલું ચીઝ

(10) બ્રેડના તળેલા નાના ટુકડા

(11) $\frac{1}{2}$ કપ ક્રીમ

વાઇટ સોસ માટે :

(1) $\frac{1}{2}$ કપ દૂધ

(2) 1 ટી સ્પૂન કોર્નફ્લોર

(3) 1 ટી સ્પૂન બટર

(4) $\frac{1}{2}$ ટી સ્પૂન મરીનો ભૂકો

(5) મીઠું પ્રમાણસર

રીત

(1) ઠંડા દૂધમાં કોર્નફ્લોર, 1 ટી સ્પૂન બટર, મીઠું, મરીનો ભૂકો ઓગાળવાં. ધીમા તાપે જાડું ન થાય ત્યાં સુધી સતત હલાવવું. વાઇટ સોસ તૈયાર થશે.

(2) બટરમાં ડુંગળી અને લસણ સાંતળીને તેમાં ટમેટાના ટુકડા કરી તેમજ બટાકા છોલીને ટુકડા કરીને નાખવા.

(3) તેમાં 2 કપ પાણી રેડી, કૂકરમાં મૂકી, 2 વ્હિસલ વાગે એટલે ગૅસ બંધ કરી, ઠંડું પડે એટલે ચર્ન કરી, ગાળીને તેમાં બધા મસાલા નાખવા.

(4) આ મિશ્રણને ઉકાળવું અને તૈયાર થયેલો વાઇટ સોસ તેમાં ઉમેરવો.

(5) ગૅસ બંધ કર્યા બાદ તેમાં ચીઝ નાખવું. પીરસતી વખતે બ્રેડના ટુકડા અને ક્રીમ ઉમેરવું.

577. મિનિસ્ટ્રોન સૂપ [6 થી 7 વ્યક્તિ]

સામગ્રી

(1) 2 ટેબલ સ્પૂન માખણ
(2) 2 નંગ ઝીણી સમારેલી ડુંગળી
(3) 2 નંગ લસણની કળી
(4) 1 નંગ ગાજર (5) 1 નંગ કેપ્સીકમ
(6) $\frac{1}{4}$ કપ બાફેલા વટાણા
(7) 1 કપ સમારેલી કોબીજ
(8) 700 ગ્રામ ટમેટા
(9) 1 ટેબલ સ્પૂન કોર્નફ્લોર
(10) $\frac{1}{4}$ કપ બેકબીન્સ
(11) $\frac{1}{2}$ કપ બાફેલી મેક્રોની
(12) $\frac{1}{2}$ ટી સ્પૂન તજ, લવિંગ, ઇલાયચી, મરીનો ભૂકો
(13) 3 ટી સ્પૂન ખાંડ
(14) 1 ટી સ્પૂન લાલ મરચું
(15) $\frac{1}{2}$ કપ વાઇટ સોસ
(16) 1 ટી સ્પૂન આજીનોમોટો
(17) 4 કપ પાણી
(18) $\frac{1}{2}$ કપ ખમણેલું ચીઝ
(19) મીઠું પ્રમાણસર

રીત

(1) માખણને એક વાસણમાં સાધારણ ગરમ કરી, તેમાં ડુંગળી વઘારવી. ધીમા તાપે બે-ત્રણ મિનિટ રાખી, હલાવી, તેમાં લસણ નાખવું.

(2) બાકીનાં શાક નાખવાં. મીઠું, મરી નાખી, બરોબર મેળવી, અડધું પાણી રેડી, શાક ચઢવા દેવાં. શાક વધારે પડતાં ચડી ન જાય તેનું ધ્યાન રાખવું.

(3) ટમેટાના ટુકડા કરી, બાકીનું પાણી રેડી, બરાબર બાફવા. લિક્વિડાઇઝ કરી, કિચનમાસ્ટરમાં ગાળી, રસો તૈયાર કરવો. મિક્સરમાં વાટી પણ શકાય.

(4) બાફેલા શાકમાં ટમેટાનો રસો નાખવો. કોર્નફ્લોર થોડા પાણીમાં ઓગાળી, સૂપમાં નાખવો.

(5) બીન્સ, મેક્રોની તથા બાકીની ચીજો સૂપમાં નાખવી. ચીઝ ઓગળે ત્યાં સુધી સૂપ ગરમ કરવો.

(6) પીરસતી વખતે થોડુંક ચીઝ છીણીને ભભરાવવું.

578. સ્પીનેચ સૂપ (પાલક સૂપ) [5 થી 6 વ્યક્તિ]

સામગ્રી

(1) 500 ગ્રામ પાલકની ભાજી
(2) 2 ડુંગળી (3) 6 કળી લસણ
(4) ચપટી સાજીનાં ફૂલ (સોડા બાયકાર્બ)
(5) $1\frac{1}{2}$ ટી સ્પૂન ખાંડ
(6) 150 ગ્રામ વટાણા
(7) 2 ટેબલ સ્પૂન કોર્નફ્લોર
(8) મરી પ્રમાણસર (9) જાયફળ પ્રમાણસર
(10) 4 ટેબલ સ્પૂન મલાઈ
(11) પાંઉના તળેલા નાના ટુકડા
(12) મીઠું પ્રમાણસર

રીત

(1) એક વાસણમાં 3 ગ્લાસ પાણી લઈ, ગૅસ ઉપર ગરમ કરવા મૂકવું. તેમાં પાલક ઝીણી

સમારીને, ડુંગળી ટુકડા કરીને, લસણ, ચપટી સાજીનાં ફૂલ (સોડા બાયકાર્બ), ખાંડ, વટાણા અને મીઠું નાખીને 5 મિનિટ ખુલ્લું ઉકાળવું.

(2) ઠંડું થાય પછી લિક્વિડાઇઝ કરીને સૂપ ગાળી લેવો. 1 કપ પાણીમાં કોર્નફ્લોર ઓગાળી સૂપમાં નાખવું.

(3) સૂપ ગૅસ ઉપર ઊકળવા મૂકવો. ખાંડ નાખવી.

(4) પીરસતી વખતે સૂપ ગરમ કરી, મરી તથા જાયફળ નાખી, કપમાં રેડી 1 ટી સ્પૂન મલાઈ તથા થોડા પાંઉના ટુકડા તેમાં નાખવા.

નોંધ : (1) કોબીજ, કૅપ્સિકમ, ગાજર અને સાજીનાં ફૂલ (સોડા બાયકાર્બ) નાખી, અધકચરા બાફીને ઉમેરી શકાય.

(2) બાફેલા વટાણા નાખી શકાય.

579. જામફળ, ટમેટા, બટાકા સૂપ [4થી 5 વ્યક્તિ]

સામગ્રી

(1) 3 બટાકા (2) 3 જામફળ

(3) 4 લાલ ટમેટા

(4) 3 ટેબલ સ્પૂન તેલ કે ઘી

(5) 1 ટી સ્પૂન જીરું અને મેથી

(6) 6 કળી લસણ

(7) 4 વાટેલાં લીલાં મરચાં

(8) નાનો ટુકડો આદુ (9) 250 મિલિ દહીં

(10) 3 ટેબલ સ્પૂન ચણાનો લોટ

(11) 3 ટેબલ સ્પૂન ખાંડ

(12) 1 ટી સ્પૂન લાલ મરચું

(13) 4 ટેબલ સ્પૂન કોથમીર

(14) મીઠું પ્રમાણસર

રીત

(1) બટાકા, જામફળ અને ટમેટા સરખા ભાગે લેવાં અને ત્રણેયને નાનાં સમારવાં. (બટાકા છોલીને સમારવા.)

(2) ગૅસ પર એક વાસણમાં તેલ કે ઘી મૂકી, તેમાં જીરું અને મેથી નાખી, વઘાર કરી, વાટેલું લસણ અને બટાકા (ધોઈને) નાખવા. પાણી વધારે પ્રમાણમાં નાખવું. તેને ચડવા દેવું.

(3) તેમાં જામફળ, લીલાં મરચાં, આદુ, મીઠું, લાલ ટમેટા નાખવાં.

(4) દહીંમાં ચણાનો લોટ નાખી, તેને વલોણાથી હલાવીને તેમાં નાખવો. તેમાં ખાંડ અને લાલ મરચું નાખી, થોડી વાર સુધી ખદખદવા દેવું. છેલ્લે કોથમીર ભભરાવવી. ગરમ ગરમ પીરસવું.

580. મકાઈનો સૂપ [4થી 5 વ્યક્તિ]

સામગ્રી

(1) $1\frac{1}{2}$ કપ છીણેલી મકાઈ

(2) $\frac{1}{4}$ કપ મકાઈના દાણા

(3) $\frac{1}{2}$થી 2 કપ પાણી

(4) 2થી 3 ટેબલ સ્પૂન માખણ

(5) 3 ટેબલ સ્પૂન મેંદો

(6) 2 કપ દૂધ

(7) 2 ટેબલ સ્પૂન ખાંડ

(8) $\frac{1}{4}$ટી સ્પૂન મરીનો ભૂકો

(9) $\frac{1}{4}$ કપ ક્રીમ અથવા દૂધની મલાઈ

(10) મીઠું પ્રમાણસર

રીત

(1) મકાઈની છીણમાં $1\frac{1}{2}$ કપ જેટલું પાણી તથા મકાઈના દાણામાં $\frac{1}{2}$ કપ જેટલું પાણી રેડી બંને પ્રેશરકૂકરમાં બાફી લેવાં.

(2) જરા ઠંડું પડે પછી મકાઈના છીણને લિક્વિડાઇઝ કરી, કિચનમાસ્ટરમાં ગાળી, જાડો પલ્પ તૈયાર કરવો.

(3) તેમાં બાફેલા મકાઈના દાણા પાણી સાથે નાખવા.

(4) ગૅસ પર એક વાસણમાં ધીમા તાપે માખણ ગરમ કરવા મૂકી, તેમાં મેંદો નાખવો. બરાબર મેળવી, ધીમે ધીમે દૂધ રેડતાં જવું અને હલાવતા જવું.

(5) આ પ્રમાણે તૈયાર કરેલા વાઇટ સોસમાં મકાઈનો પલ્પ નાખવો.

(6) તેમાં ખાંડ, મીઠું તથા મરીનો ભૂકો નાખવાં.

(7) પીરસતી વખતે દરેક કપમાં મકાઈના દાણા આવે તે પ્રમાણે ગરમ કરીને રેડવો. દરેક કપમાં 1 ટી સ્પૂન ક્રીમ નાખવું.

581. કોર્ન ઍન્ડ ટોમેટો સૂપ

[6થી 7 વ્યક્તિ]

સામગ્રી

(1) 3 મકાઈ
(2) 1 ટેબલ સ્પૂન ખાંડ
(3) ટોમેટો સૂપ (આઇટમ નં. 576 પ્રમાણે)
(4) $\frac{1}{2}$ ટી સ્પૂન મરીનો ભૂકો
(5) $\frac{1}{2}$ કપ ક્રીમ

રીત

(1) મકાઈના ડોડા પરથી છરી વડે દાણા કાઢી, 1 કપ પાણી રેડી, પ્રેશરકૂકરમાં બાફવા.

(2) બફાઈ જાય એટલે ખાંડ નાખવી. ટમેટાના સૂપમાં મકાઈના દાણા નાખી, દસ મિનિટ ધીમા તાપે રાખવું.

(3) પીરસતી વખતે સૂપ ગરમ કરી, મરી નાખી, બરોબર હલાવી, કપમાં રેડી, 1 ટી સ્પૂન ક્રીમ નાખવું.

582. ચીઝ ફ્રૂટ સ્ટિક્સ

સામગ્રી

(1) કાળી દ્રાક્ષ
(2) ચીઝના $\frac{1}{2}$" કરતાં નાના ચોરસ ટુકડા
(3) લીલી દ્રાક્ષ
(4) મીઠું અને મરીનો ભૂકો પ્રમાણસર
(5) પાઇનેપલના ટુકડા
(6) કાકડીની સ્લાઇસ

રીત

(1) કાળી દ્રાક્ષના આડા બે કટકા કરવા. ચીઝ અને લીલી દ્રાક્ષ સિવાયની બાકીની ચીજો પર મીઠું, મરી ભભરાવવાં.

(2) ટૂથપિક ઉપર લીલી દ્રાક્ષ પરોવવી. તેની ઉપર કાળી દ્રાક્ષ, તેના પર ચીઝનો ટુકડો, તેના પર પાઇનેપલનો ટુકડો અને છેલ્લે કાકડીનું પીતુ ભરાવી, સપાટ પ્લેટમાં ઊભાં ગોઠવવાં.

(3) ઉપર પ્રમાણે તૈયાર કરેલી સળીઓ સફરજનમાં ખોસીને પીરસી શકાય. આમ કરવું હોય તો કાકડીની સ્લાઇસ ભભરાવવી નહીં.

583. પનીર વેજિટેબલ સ્ટિક્સ

સામગ્રી

(1) પનીરના $\frac{1}{2}$"ના સમચોરસ ટુકડા
(2) તળવા માટે ઘી
(3) મરીનો ભૂકો
(4) નાના ટમેટાની સ્લાઇસ
(5) નાની ડુંગળીની સ્લાઇસ
(6) કોથમીરનાં પત્તાં
(7) ગોળ કાપેલાં લીલાં મરચાં
(8) મીઠું પ્રમાણસર

રીત

(1) પનીરના ટુકડા ઘીમાં તળવા. દરેક ટુકડા પર મીઠું-મરી ભભરાવવાં.

(2) સપાટ ડિશમાં ટમેટાની સ્લાઇસ ગોઠવવી. તેના પર ડુંગળી, તેના પર પનીરનો ટુકડો, તેના પર કોથમીરનું પત્તું અને મરચાંનો ટુકડો મૂકી ટૂથપિક ખોસી દેવી.

24 સ્કોચ, જેલી, જામ, કેચપ, જ્યુસ

584. કાળી દ્રાક્ષનો સ્કોચ

સામગ્રી

(1) $1\frac{1}{2}$ કિલો કાળી દ્રાક્ષ (ફ્રૂટ)

(2) 600 ગ્રામ ખાંડ

(3) ચપટી ($1\frac{1}{2}$ ગ્રામ) સોડિયમ બેન્ઝોએટ

(4) 2 ટી સ્પૂન સાઇટ્રિક ઍસિડ

રીત

(1) કાળી દ્રાક્ષને મિક્સરમાં છૂંદી પલ્પ બનાવવો.

(2) ખાંડની ચાસણી કરી, ઠંડી પડ્યા પછી દ્રાક્ષનો પલ્પ નાખી સોડિયમ બેન્ઝોએટ, સાઇટ્રિક ઍસિડ નાખી, સ્વચ્છ બૉટલમાં ભરી દેવું.

585. નારંગી સ્કોચ

સામગ્રી

(1) નારંગી (2) ખાંડ

(3) સાઇટ્રિક ઍસિડ (4) ખાદ્ય નારંગી રંગ

(5) પોટૅશિયમ મેટા બાય સલ્ફાઇડ

રીત

(1) મધ્યમ કદની, વજનમાં સહેજ ભારે નારંગી લઈ, તેનો રસ કાઢવો.

(2) રસના બે ગણા વજન જેટલી ખાંડ લેવી. તેમાં રસના વજન જેટલું પાણી ઉમેરવું.

(3) તેમાં (ખાંડ, પાણી અને રસના) કુલ વજનના દર કિલોગ્રામે 5 ગ્રામ પ્રમાણે સાઇટ્રિક ઍસિડ ઉમેરી આ મિશ્રણને ગરમ કરવું.

(4) જ્યારે ખાંડ ઓગળી જાય ત્યારે આ મિશ્રણને ગૅસ પરથી ઉતારી, કપડાથી કે ગળણીથી ગાળી, ઠંડું પાડવું.

(5) ખાંડનું દ્રાવણ ઠંડું પડે એટલે તૈયાર રાખેલો નારંગીનો રસ તેમાં સરખી રીતે ભેળવી દેવો.

(6) રંગ પાણીમાં ઓગાળી, સ્કોચમાં ભેળવી દેવો. છેલ્લે પોટૅશિયમ મેટા બાય સલ્ફાઇડ (મિશ્રણનાં કુલ વજનના દર કિલો ગ્રામે પોણો ગ્રામ પ્રમાણે) પાણીમાં ઓગાળી, આ સ્કોચ ભેળવી દેવો.

નોંધ : સ્કોચને સ્વચ્છ બૉટલમાં ભરવો.

586. ચૉકલેટ ઑરેંજ જેલી

સામગ્રી

(1) 100 ગ્રામ ઑરેંજ જેલી

(2) 4 ટેબલ સ્પૂન પાણી

(3) $\frac{3}{4}$ કપ દૂધ

(4) 2 ટી સ્પૂન છીણેલી ચૉકલેટ

રીત

(1) પાણીમાં જેલી ઓગાળી, ગૅસ ઉપર ધીમા તાપે ગરમ કરવી. જેલી ઓગળી જાય એટલે ઠંડી કરવા મૂકવી. થીજી ન જાય તે જોવું.

(2) પછી તેમાં ધીરે ધીરે દૂધ રેડતા જવું અને હલાવતા જવું.

(3) મોલ્ડમાં મિશ્રણ નાખી, ફ્રિજમાં ઠંડું કરવા મૂકવું. થીજી ગયા પછી બહાર કાઢી ચૉકલેટનો ભૂકો ભભરાવવો.

587. સફરજનનો જામ

સામગ્રી

(1) સફરજન (2) 1 કેળું

(3) ખાંડ (4) સાઇટ્રિક ઍસિડ

રીત

(1) સફરજનને સ્વચ્છ પાણીથી ધોઈ, નાના ટુકડા કરી, પાણીમાં ડુબાડવા. આ ટુકડાને અને 1 કેળાને ઢીલી પોટલીમાં બાંધી ઊકળતા પાણીમાં ઝબોળી રાખવો.

(2) જ્યારે સફરજનના ટુકડા મુલાયમ થઈ જાય ત્યારે તેને ઊકળતા પાણીમાંથી બહાર કાઢી લેવા.

(3) આ ટુકડાને કિચનમાસ્ટરમાં પસાર કરી, માવો તૈયાર કરવો. તેમાં માવાના વજન જેટલી ખાંડ ઉમેરવી.

(4) તેમાં (ખાંડ અને માવાના કુલ વજનના દર કિલો ગ્રામે 5 ગ્રામ પ્રમાણે) સાઇટ્રિક ઍસિડ ઉમેરી ગૅસ ઉપર મૂકવું.

(5) જ્યારે મોટા ભાગનું પાણી બળી જાય અને સહેજ મીઠો સ્વાદ આવે ત્યારે જામને ગૅસ પરથી ઉતારી, સ્વચ્છ બૉટલમાં ભરવું.

588. પાઇનેપલ જામ

સામગ્રી

(1) 1 નંગ પાકું પાઇનેપલ

(2) આશરે 500 ગ્રામ ખાંડ

(3) 2 નંગ લીંબુ

(4) $\frac{1}{4}$ ટી સ્પૂન લેમન પીળો કલર

રીત

(1) પાઇનેપલની છાલ ઉતારી, કાંટા સાફ કરી, છીણી નાખવું. છીણ અને રસના વજન જેટલી ખાંડ લેવી.

(2) બંને ભેગાં કરી ગૅસ પર મૂકવાં. બરાબર મળી જાય એટલે લીંબુનો રસ નાખી હલાવવું.

(3) લચકા પડતું થાય એટલે નીચે ઉતારી ઠંડું કરવું. કલર નાખી, હવાબંધ બૉટલમાં ભરવું.

નોંધ : પાઇનેપલ નાનું-મોટું હોય તે પ્રમાણે ખાંડમાં ફેરફાર કરવો.

589. મૅંગો જામ

સામગ્રી

(1) 3 નંગ આફૂસ કેરી

(2) 400 ગ્રામ ખાંડ

(3) 1 નંગ લીંબુ

રીત

(1) કેરીની છાલ ઉતારી, નાના પીસ કરી, તેમાં ખાંડ મેળવીને ધીમા તાપે ગરમ કરવું.

(2) થોડું ઘટ્ટ થાય એટલે લીંબુનો રસ મેળવી, થોડીક વાર રહેવા દેવું.

(3) નીચે ઉતારી, ઠંડું કરી, હવાબંધ બૉટલમાં ભરવું.

590. મિક્સ ફ્રૂટજામ

સામગ્રી

(1) 300 ગ્રામ સફરજન

(2) 1 નંગ કેળું

(3) 1 નંગ ચીકુ

(4) 200 ગ્રામ દ્રાક્ષ

(5) 3 નંગ નારંગી

(6) ખાંડ પ્રમાણસર

(7) 4 નંગ લીંબુ

(8) રેડ કલર

(9) $\frac{1}{2}$ ટી સ્પૂન મિક્સ ફ્રૂટ એસેન્સ

રીત

(1) સફરજનને છોલીને છીણી લેવાં. કેળા અને ચીકુની છાલ ઉતારી પલ્પ કાઢવો. દ્રાક્ષ અને સંતરાનો રસ કાઢવો.

(2) આ બધાંનું મિશ્રણ કરી, એક વાસણમાં ભરવું. જેટલો પલ્પ, રસ હોય તેટલા જ વજનની ખાંડ મેળવવી.

(3) ધીમા તાપે ગરમ કરવું. ઘટ્ટ થાય એટલે લીંબુનો રસ નાખી, લચકા પડતું થાય એટલે નીચે ઉતારવું.

(4) ઠંડું થાય ત્યારે કલર-એસેન્સ નાખી, હવાબંધ બૉટલમાં ભરવું.

591. ટોમેટો કેચપ

સામગ્રી

(1) 5 કિલો ટમેટા

(2) 1 નાનું બીટ

(3) 100 ગ્રામ આદુ

(4) ગરમ મસાલો (તજ, લવિંગ, મરી, જાવંત્રી વગેરે.)

(5) 400 ગ્રામ ખાંડ

(6) એસિટિક ઍસિડ

(7) સોડિયમ બેન્ઝોએટ

(8) મીઠું પ્રમાણસર

રીત

(1) જેમાં પાણીનો ભાગ ઓછો હોય તેવા લાલ રંગના ટમેટા પસંદ કરવા. દરેકના બે-બે ટુકડા કરવા.

(2) કૂકરમાં નીચે કાંઠલો મૂકી, તેના પર સ્ટીલની ચાળણી મૂકવી. તેમાં ટમેટા ચત્તા રહે, કાપેલો ભાગ ઉપર રહે, તેમ ગોઠવવા. બીટને છોલીને 2 ટુકડા કરવા. કૂકરમાં થોડુંક પાણી મૂકવું. વ્હિસલ વગર થવા દેવા.

(3) ટમેટાની છાલ મુલાયમ થાય એટલે ગૅસ પરથી ઉતારી લેવા. પાણી બળી ન જાય તે જોવું. ટમેટાને કથરોટમાં મૂકી, તેને ત્રાંસી રાખવી, જેથી બધું પાણી નીકળી જશે.

(4) ક્રશરમાં ક્રશ કરી ગાળી લેવું. વધેલા પાણીનો સૂપ બનાવવો.

(5) આદુને વાટીને તેની એક પોટલી અને ગરમ મસાલાની એક પોટલી કરી, તેને તૈયાર થયેલા રસમાં મૂકવી.

(6) ખાંડ નાખી હલાવવું. ઘટ્ટ થાય એટલે ગૅસ પરથી ઉતારી લેવું. પોટલી નીચોવીને બહાર કાઢવી. આ પોટલીનો મસાલો કોઈ પણ ફરસાણમાં નાખી શકાય.

(7) એસિટિક ઍસિડ, સોડિયમ બેન્ઝોએટ (5 કિલો ટમેટા માટે બંને માપથી મળે છે), મીઠું, કેચપ ઠંડો થાય એટલે નાખવાં. મેળવીને બૉટલમાં ભરવો.

જ્યુસ બનાવવાની રીત

જે વસ્તુનો જ્યુસ બનાવવો હોય તે વસ્તુ ભેગી કરી, પીસીને ગાળી લેવી. તેમાં સફેદ મરી પાઉડર, મીઠું અથવા સંચળ પાઉડર નાખવાં. જોઈતા પ્રમાણમાં ખાંડ નાખવી. થમ્સ અપ, કોકાકોલા, લિમ્કા, જે સારું લાગે તે નાખવું. ઠંડું કરવું. ચાખી જોવું. તીખાશ, ખાંડ, ખટાશ જે ઓછું હોય તે નાખવું.

ક્રશ બનાવવાની રીત

1. ગૅસ પર એક વાસણમાં પાણી ગરમ કરવા મૂકવું. પાણી ઊકળે ત્યારે જે ફ્રૂટનો ક્રશ બનાવવો હોય તેના નાના નાના ટુકડા કરી તેમાં નાખવા. 5 મિનિટ પછી પાણીમાંથી ચાળણીમાં કાઢી લેવા. તેને ઠંડું થવા દેવું.
2. ફ્રૂટનું જેટલું વજન થાય તેનાથી ડબલ ખાંડ લઈ, તેને ગરમ કરવા મૂકવી. તેમાં ફ્રૂટ નાખવું. બંને બરાબર મિક્સ થઈ જાય ત્યારે ગૅસ બંધ કરી, તેને ઠંડું થવા દેવું. ફ્રિજમાં મૂકવું. જો વધારે વખત ક્રશ રાખવું હોય અને ફ્રિજમાં ન મૂકવું હોય તો પ્રિઝર્વેટિવ સોડિયમ બેન્ઝોએટ 1 કિલોએ 1 ગ્રામ પ્રમાણે નાખવું.
3. આ રીતે સ્ટ્રોબેરી ક્રશ, ઑરેંજ ક્રશ, લીચી ક્રશ, મોસંબી ક્રશ વગેરે બની શકે.
4. ક્રશમાં વેનિલા આઇસક્રીમ અને પાણી અથવા સોડા નાખી હૅન્ડ મિક્સર ફેરવવું.
5. સ્ટ્રોબેરી ક્રશ દૂધ અને પાણી બંનેમાં બની શકે. (પાણીને બદલે દૂધ નાખવું.)

592. કાચી કેરીનો જ્યુસ [5 વ્યક્તિ]

સામગ્રી

(1) 100 ગ્રામ કાચી કેરી
(2) 90થી 100 ગ્રામ ખાંડ
(3) ઇલાયચી
(4) પીળો કલર
(5) એસેન્સ
(6) કેસર
(7) લીલો કલર

રીત

(1) કેરીને ધોઈને છોડાં સાથે બાફી નાખવી. છોડાંને બહુ મસળવાં નહીં. ઠંડું પડે એટલે ગળણીથી ગાળી લેવું.

(2) પછી તેમાં ઇલાયચી, કલર, એસેન્સ, કેસર નાખવાં.

(3) લીલો કલર નાખીએ તો લીલો જ્યુસ થાય. પીળો કલર અને કેસર નાખવાથી પીળો જ્યુસ થાય. ગૅસ પર એક વાસણમાં ખાંડમાં, ખાંડની ઉપર પાણી રહે તેટલું પાણી રાખી, એક તારની ચાસણી કરવી. ઠંડી પડે એટલે બંનેને ભેગું કરવું.

(4) જ્યુસમાં જરૂરી પાણી, બરફ, મીઠું અને જીરાનો ભૂકો નાખી પીરસવું.

નોંધ: (1) કેરીની ખટાશ પ્રમાણે ખાંડ લેવી.

(2) કેરીને છોલીને પણ બાફી શકાય.

વૅરિએશન

કેરી-ફુદીનાનો જ્યુસ

કેરીના જ્યુસમાં ફુદીનાને થોડાક પાણી સાથે ક્રશ કરી, ગાળીને નાખવો. લીલો કલર આવશે.

593. કાચી કેરીનો બાફલો

સામગ્રી

(1) 100 ગ્રામ કાચી કેરી (2) 3થી 4 કપ પાણી

(3) 100 ગ્રામ ગોળ

(4) $\frac{1}{4}$ ટી સ્પૂન મરચું

(5) $\frac{1}{2}$ ટી સ્પૂન ખાંડેલું જીરું

(6) મીઠું પ્રમાણસર

રીત

(1) કેરીને ધોઈ, છોડાં સાથે બાફીને તેનો માવો કાઢવો.

(2) એક વાસણમાં 3થી 4 કપ પાણી લેવું. તેમાં ગોળનો ભૂકો નાખી ઓગાળવો. કેરીનો માવો નાખી, હૅન્ડ મિક્સરથી બરાબર ભેગું કરવું.

(3) તેમાં મીઠું, મરચું અને ખાંડેલું જીરું નાખી ફ્રિજમાં ઠંડું કરવા મૂકી, પીરસવું.

નોંધ: (1) કેરીની ખટાશ પ્રમાણે ગોળ નાખવો.

(2) કેરીને છોલીને પણ બાફી શકાય.

594. તડબૂચનો જ્યુસ [8થી 10 વ્યક્તિ]

સામગ્રી

(1) 2 કિલો તડબૂચ

(2) નાનો ટુકડો આદુ

(3) મરી અને જીરું પ્રમાણસર

(4) 2થી 3 ટેબલ સ્પૂન લીંબુનો રસ

(5) 1 કપ રોઝ સિરપ

(6) બરફનો ભૂકો

(7) મીઠું પ્રમાણસર

રીત

(1) તડબૂચનાં બિયાં કાઢી, ટુકડા કરી, મિક્સરમાં મિશ્રણ કરવું. તેમાં પ્રમાણસર આદુનો રસ, મીઠું, મરી, જીરું (વાટેલું), લીંબુનો રસ અને રોઝ સિરપ નાખી હલાવવું. છેવટે બરફ નાખવો.

(2) સ્કૂપરથી તડબૂચના ક્યુબબોલ બનાવી, દરેક ગ્લાસમાં 3થી 4 મૂકવા. તડબૂચનો જ્યુસ ગાળીને તેના ઉપર રેડવો. તેના ઉપર મિલ્કમેઇડ 1 ટી સ્પૂન રેડી પીરસવું.

વૅરિએશન

(1) રોઝ સિરપને બદલે કોકાકોલા નાખી શકાય.

(2) મલાઈમાં વેનિલા એસેન્સ નાખી મિક્સ કરવું. ગ્લાસમાં તડબૂચનો જ્યુસ ભરી, ઉપર મલાઈ ચમચીથી ગોળ ફેરવીને મૂકવી અથવા વેનિલા આઇસક્રીમ મૂકી સર્વ કરવું.

(3) બાઉલમાં તડબૂચના નાના ટુકડા મૂકવા અથવા સ્કૂપરથી રાઉન્ડ બોલ બનાવીને મૂકવા. તેની ઉપર વેનિલા આઇસક્રીમ મૂકવો. તેની ઉપર ચેરી મૂકી સર્વ કરવું. બદામ-પિસ્તાની કાતરી પણ મૂકી શકાય.

595. ફાલસા જ્યુસ [4થી 5 વ્યક્તિ]

સામગ્રી

(1) 125 ગ્રામ ફાલસા (2) 150 ગ્રામ ખાંડ

(3) $\frac{1}{2}$ લીંબુનો રસ (4) રંગ

(5) મીઠું, સંચળ, ચાટ-મસાલો પ્રમાણસર

રીત

(1) થોડું પાણી લઈ, તેમાં ફાલસા નાખવા. ફાલસા પાણીમાં 2 કલાક રાખી, મિક્સરમાં પીસવા. ચોખા ચાળવાના ચાળણાથી ચાળી લેવું.

(2) ખાંડ ઉપર થોડુંક પાણી લઈ ગરમ કરવું. 1 તારની ચાસણી કરવી. લીંબુનો રસ નાખવો.

(3) તેમાં ફાલસાની પેસ્ટ નાખી 10 મિનિટ ગરમ કરવું. ઠંડું પડે એટલે રોઝ રંગ નાખવો અને બૉટલમાં ભરવું.

(4) વધારે સમય રાખવું હોય તો 1 કિલો ફાલસાએ 1 ગ્રામ સોડિયમ બેન્ઝોએટ નાખવું.

(5) ગ્લાસમાં 2 ટેબલ સ્પૂન જેટલું નાખી, ઠંડું પાણી, બરફ અને મીઠું નાખીને આપવું. સંચળ અને ચાટ-મસાલો નાખવો.

નોંધ : (1) ખાંડ સ્વાદ પ્રમાણે નાખવી.

(2) જ્યુસ ચાળવાના વાડકાથી પણ ચળાય.

વૅરિએશન

(1) ફાલસા જ્યુસમાં વેનિલા આઇસક્રીમ નાખી, હૅન્ડ મિક્સર ફેરવીને સર્વ થઈ શકે.

(2) ફાલસા જ્યુસ ઉપર વેનિલા આઇસક્રીમ મૂકીને સર્વ થઈ શકે.

596. આંબળાંનો જ્યુસ [5થી 6 વ્યક્તિ]

સામગ્રી અને રીત

(1) 100 ગ્રામ આંબળાંને કૂકરમાં બાફી, ટુકડા કરી, માવો કરવો, તેનાથી ડબલ (200 ગ્રામ) ખાંડ લઈ ચાસણી કરવી.

(2) ચાસણી ઠંડી પડે એટલે માવો નાખી, ગાળી લેવું. સહેજ પીળો કલર નાખવો.

597. પ્લમ જ્યુસ [3થી 4 વ્યક્તિ]

સામગ્રી અને રીત

(1) 100 ગ્રામ પ્લમને ગરમ પાણીમાં 2 મિનિટ રાખી, તેનાં છાલ અને ઠળિયા કાઢી, તેમાં મીઠું, 1 ટી સ્પૂન મરીનો ભૂકો, લગભગ 50 ગ્રામ ખાંડ અને થોડુંક આદુ નાખી વાટવું.

(2) પછી ગાળી, બરફ નાખીને પીરસવું. ખાંડ પ્લમની ખટાશ પ્રમાણે લેવી.

વૅરિએશન

(1) પ્લમ જ્યુસ ઉપર વેનિલા આઇસક્રીમ મૂકી સર્વ થઈ શકે.

(2) પ્લમ જ્યુસમાં વેનિલા આઇસક્રીમ નાખી, હૅન્ડ મિક્સર ફેરવી, સર્વ થઈ શકે.

598. પાઇનેપલ જ્યુસ [6 વ્યક્તિ]

સામગ્રી

(1) 250 ગ્રામ પાકું પાઇનેપલ

(2) 3થી 4 ટેબલ સ્પૂન ખાંડ

(3) 1 સફરજન (4) મરીનો ભૂકો

(5) 1 લિમ્કાની બૉટલ (6) મીઠું

રીત

(1) પાઇનેપલના વચ્ચેના ટુકડા કાઢી 3થી 4 ટેબલ સ્પૂન ખાંડ નાખી બાફવું.

(2) સફરજનના 2 ટુકડા કરી છાલ ઉપર રહે તે પ્રમાણે છીણવું. તેને પાઇનેપલમાં નાખી બાફવું.

(3) પાઇનેપલ, સફરજન ઠંડા પડે ત્યારે હૅન્ડ મિક્સર ફેરવવું. તેમાં મીઠું અને મરીનો ભૂકો નાખી હલાવવું.

(4) છેલ્લે લિમ્કા નાખી સર્વ કરવું.

નોંધ : (1) પાઇનેપલની ખટાશ પ્રમાણે ખાંડ નાખવી.

(2) લિમ્કા ન નાખવી હોય તો ખાંડ વધારે જોઈશે.

વૅરિએશન

(1) કાળી કે લીલી દ્રાક્ષમાં જરૂરી ખાંડ તથા પાણી નાખી, બાફી, મિક્સરમાં ક્રશ કરી, ગાળીને તેમાં નાખી શકાય.

(2) વેનિલા આઇસક્રીમ પણ અંદર નાખી શકાય અને ઉપર પણ સર્વ કરી શકાય.

599. થ્રી પી જ્યુસ

સામગ્રી

(1) 250 ગ્રામ પ્લમ્સ (જરદાલુ)

(2) 250 ગ્રામ પીચ

(3) 1 નાનું પાઇનેપલ

(4) 250 ગ્રામ ખાંડ

(5) 1 ટી સ્પૂન ઇલાયચીનો ભૂકો

(6) $\frac{1}{2}$ ટી સ્પૂન તજનો ભૂકો

(7) $\frac{1}{2}$ ટી સ્પૂન મરીનો ભૂકો

(8) $\frac{1}{2}$ ટી સ્પૂન જાયફળનો ભૂકો

(9) મીઠું પ્રમાણસર

રીત

(1) પ્લમ્સને ધોઈને પાણીમાં 5 મિનિટ ગરમ કરવા.

(2) પીચના મોટા ટુકડા કરી, પાણીમાં 5 મિનિટ ગરમ કરવા.

(3) પાઇનેપલના ટુકડા કરી, તેમાં પાણી તથા 250 ગ્રામ ખાંડ નાખી, કૂકરના ડબ્બામાં મૂકી, 1 વ્હિસલ બોલાવવી.

(4) પ્લમ્સ, પીચ, પાઇનેપલને ઠંડું કરવું.

(5) બધાને વારાફરતી હૅન્ડ મિક્સર કે મિક્સરમાં ક્રશ કરવું. જ્યુસર ગરણીથી ગાળવું. ત્રણેયને મિક્સ કરવું.

(6) તેમાં જરૂરી પાણી તથા મીઠું નાખવું.

(7) ઇલાયચીનો ભૂકો, તજનો ભૂકો, મરીનો ભૂકો તથા જાયફળનો ભૂકો નાખી, બરાબર હલાવી, બરફ નાખી, સર્વ કરવું. રેડ કલર આવશે.

નોંધ : (1) કલર ન આવે તો રેડ કલર નાખવો.

(2) ફ્રૂટની ખટાશ પ્રમાણે ખાંડ વધારે-ઓછી કરવી.

600. ફ્રૂટ પંચ [6થી 7 વ્યક્તિ]

સામગ્રી

(1) 1 કપ તાજો નારંગીનો રસ

(2) 1 કપ પાઇનેપલનો જ્યુસ

(3) $\frac{1}{4}$ કપ લીંબુનો રસ (4) 1 કપ પાણી

(5) 5 ટેબલ સ્પૂન ખાંડ

(6) $\frac{1}{2}$ બૉટલ સોડાવૉટર અથવા ગોલ્ડ સ્પોટ

(7) $\frac{1}{2}$ કપ કડક કાળી ચા

ડેકોરેશન માટે

સફરજનના ટુકડા, ફુદીનાનાં પાન

રીત

(1) $\frac{1}{2}$ કપ ગરમ પાણીમાં ખાંડ ઓગાળી, ઠંડું પાડવું. તેમાંનું બાકીનું પાણી, બધા રસ અને ચા ભેળવવાં. ફ્રિજમાં ઠંડું કરવું.

(2) પીરસતાં પહેલાં ઠંડા સોડાવૉટરની $\frac{1}{2}$ બૉટલ તેમાં ઉમેરી, નાના જ્યુસ-ગ્લાસ ભરવા.

(3) દરેક ગ્લાસમાં સફરજનના ટુકડા અને એક-બે ફુદીનાનાં પાન મૂકી એકદમ ઠંડું આપવું.

ચા બનાવવાની રીત

$\frac{1}{2}$ કપ ગરમ પાણીમાં $\frac{1}{2}$ ટી સ્પૂન ચાની પત્તી નાખી, ઉકાળી, ગાળી લેવી. ફ્રિજમાં મૂકી, ઠંડી કરવી. આઇસ ટી થશે. (ચા ન ભાવતી હોય તો ન નાખવી.)

વૅરિએશન

1 ગ્લાસમાં આઇસ ટી મૂકી, તેમાં જે ફ્રૂટ અનુકૂળ હોય તે ઝીણાં સમારેલાં નાખવાં. ચપટી તજ-લવિંગનો ભૂકો નાખી સર્વ કરવું.

601. ફ્રૂટ કોકટેલ [5થી 6 વ્યક્તિ]

સામગ્રી

(1) 1 સફરજન (2) $\frac{1}{2}$ કપ કાળી દ્રાક્ષ

(3) $\frac{1}{2}$ કપ દાડમના દાણા

(4) 1 કપ નારંગીનો રસ

(5) $\frac{1}{2}$ કપ મોસંબીનો રસ

(6) 1 કપ પાઇનેપલ જ્યુસ

(7) સ્વાદ પ્રમાણે ખાંડ

રીત

(1) સફરજનના ટુકડા, કાળી દ્રાક્ષ અને દાડમના દાણા પીસી, તેમાં નારંગી, મોસંબી, પાઇનેપલ જ્યુસ અને ખાંડ નાખવાં.

(2) બરફનો ભૂકો અને ફુદીનાનાં પાન મૂકી પીરસવું.

વૅરિએશન

(1) 250 ગ્રામ પાઇનેપલ, 150 ગ્રામ સફરજન, ઑરેંજ જ્યુસ, 3થી 4 ટી સ્પૂન ખાંડ, $\frac{1}{2}$ લીંબુ. (મોસંબી, નારંગી ન હોય તો આ રીતે બને.) બધું મિક્સરમાં મિક્સ કરવું.

(2) ટેંગ કે તેવા પ્રકારના બીજા પાઉડરમાં આઇસક્રીમ અને સોડા નાખી, હૅન્ડ મિક્સર ફેરવવું. ગ્લાસમાં ભરી, ઉપર સફરજન છીણીને નાખવું.

નોંધ : ઑરેંજ જ્યુસ તૈયાર મળે છે અથવા પાઉડર આવે છે તેમાંથી બનાવવું.

602. ખસ લેમન જ્યુસ [1 વ્યક્તિ]

સામગ્રી અને રીત

2 ટેબલ સ્પૂન ખસના શરબતમાં 1 ટેબલ સ્પૂન લીંબુનું શરબત તથા પાણી નાખી પીરસવું.

વૅરિએશન

ખસ-લેમન-જીંજર સોડા

1. (1) ખસના શરબતમાં લીંબુનો રસ, જીંજર (આદુ) છીણીને નાખવું. હૅન્ડ મિક્સર ફેરવીને ગાળવું.

(2) તેમાં સોડા કે લિમ્કા નાખી, મિક્સ કરી આપવું. ગ્રીન કલર આવશે.

2. ખસના શરબતમાં સોડા અને વેનિલા આઇસક્રીમ નાખીને સર્વ કરવું. હલાવવું નહીં.

3. (1) ખસના શરબતમાં કેરીનો પલ્પ, પાણી તથા બરફ નાખવાં.

(2) કેરીને બાફી, છાલ કાઢી, ગોટલા કાઢી બોશ ફેરવવું. ગાળી લેવું. કેરીનો પલ્પ તૈયાર થશે.

(3) ખાટું મીઠું મસ્ત શરબત તૈયાર થશે.

603. પાઇનેપલ જ્યુસ અથવા શેઇક [4થી 5 વ્યક્તિ]

સામગ્રી

(1) 1 લીલું કોપરું (2) ફ્રેશ પાઇનેપલ

(3) ક્રીમ (4) બરફ

રીત

(1) લીલું કોપરું ખમણી, તેમાં થોડુંક પાણી નાખી, થોડીક વાર રહેવા દેવું. પછી લિક્વિડાઇઝ કરી, ગાળી લેવું.

(2) 2 સ્લાઇસ પાઇનેપલના ટુકડા અને 1 કપ પાઇનેપલ જ્યુસ ઉમેરી, ક્રશ કરી, ક્રીમ, કોકોનટ નાખી, બરફ નાખી, પાઇનેપલના ટુકડા મૂકી, આપવું.

(3) 1 ગ્લાસમાં 1 ટી સ્પૂન ક્રીમ નાખવું.

604. ચોકોક્રીમ [6 વ્યક્તિ]

સામગ્રી

(1) 4 ગ્લાસ દૂધ

(2) 5 ટેબલ સ્પૂન ખાંડ

(3) 2 ટી સ્પૂન કૉફી

(4) 2 ટી સ્પૂન બોર્નવિટા

(5) 2 ટી સ્પૂન ચૉકલેટ પાઉડર

(6) 100 ગ્રામ ક્રીમ

(7) ચૉકલેટ કેડબરી

રીત

(1) દૂધ, ખાંડ, કૉફી અને બોર્નવિટા ભેગાં કરી, મિક્સરમાં મિશ્રણ કરવું. ઠંડું કરવા મૂકવું.

(2) ચોકોક્રીમ આપતી વખતે બરફનો ભૂકો નાખી, ઉપર ચૉકલેટ પાઉડર, ક્રીમ તથા છીણેલી ચૉકલેટ નાખવી.

605. કોલ્ડ ચૉકલેટ [2 વ્યક્તિ]

સામગ્રી

(1) 1 કપ દૂધ

(2) 1 ટી સ્પૂન ડ્રિંકિંગ ચૉકલેટ

(3) 2 ટી સ્પૂન ખાંડ

(4) 2 ટેબલ સ્પૂન મલાઈ

(5) ચૉકલેટ કેડબરી

રીત

(1) દૂધમાં ડ્રિંકિંગ ચૉકલેટ, ખાંડ અને તાજી મલાઈ નાખી, હૅન્ડ મિક્સર ફેરવવું. બરફ નાખવો.

(2) ગ્લાસમાં ભરી, તેના પર ચપ્પાથી કેડબરી કાતરી કરીને નાખવી.

606. ડેટ એપલ શેઇક [4 ગ્લાસ]

સામગ્રી

(1) 1 મોટું સફરજન
(2) 10 નંગ કાળી ખજૂર
(3) 4 કપ દૂધ
(4) 2 ટીપાં વેનિલા એસેન્સ
(5) 3થી 8 આઇસ ક્યુબ

રીત

(1) સફરજનને છોલીને સમારવું.
(2) ખજૂરના ઠળિયા કાઢી, ધોઈ, દૂધમાં પલાળીને 20 મિનિટ રાખવું.
(3) મિક્સરમાં સફરજન, ખજૂર, દૂધ, વેનિલા એસેન્સ તથા આઇસ ક્યુબ નાખી બ્લેન્ડ કરવું.
(4) જ્યુસર ગરણીથી ગાળવું. ફ્રિજમાં ઠંડું કરી સર્વ કરવું.

607. થીક શેઇક [8 વ્યક્તિ]

સામગ્રી

(1) 1 લિટર દૂધ
(2) 2 ટી સ્પૂન કોકો
(3) 2 ટેબલ સ્પૂન ચૉકલેટ પાઉડર
(4) 3 ટેબલ સ્પૂન કોર્નફ્લોર
(5) 100 ગ્રામ ખાંડ
(6) 500 ગ્રામ વેનિલા અથવા ચૉકલેટ આઇસક્રીમ
(7) વેનિલા એસેન્સ (8) 1 કેડબરી ચૉકલેટ

રીત

(1) થોડા દૂધમાં કોકો, ચૉકલેટ અને કોર્નફ્લોર નાખીને ઓગાળવું. બીજા દૂધમાં ખાંડ નાખી ઉકાળવું.
(2) દૂધનો એક ઊભરો આવે એટલે ઓગાળેલો પાઉડર નાખી, દૂધ જાડું થાય ત્યાં સુધી ઉકાળવું. પછી તેને ઠંડું કરવું.
(3) થીક શેઇક આપતી વખતે આઇસક્રીમ નાખીને ચર્ન કરવો. આઇસક્રીમને બદલે વેનિલા એસેન્સ પણ નાખી શકાય.
(4) કેડબરીનો ભૂકો ગ્લાસમાં શેઇક ઉપર ભભરાવીને પણ આપી શકાય.

ચૉકલેટ સૉસ માટેની સામગ્રી

(1) 200 મિલિ દૂધ
(2) 2 ટેબલ સ્પૂન કોકો
(3) 2 ટેબલ સ્પૂન ખાંડ
(4) 3 ટી સ્પૂન કોર્નફ્લોર

રીત

(1) દૂધમાં કોકો, ખાંડ અને કોર્નફ્લોર નાખી ગરમ કરવા મૂકવું. દૂધ જાડું થવા આવે ત્યારે ઉતારી લેવું.
(2) સોસ ઠંડો કરી, આઇસક્રીમ ઉપર આપવો.

608. પ્લમ ચેરી શેઇક [6 વ્યક્તિ]

સામગ્રી

(1) 6 નંગ પ્લમ (2) 100 ગ્રામ ચેરી
(3) ખાંડ પ્રમાણસર (4) 1 કપ દૂધ
(5) 200 ગ્રામ વેનિલા આઇસક્રીમ

રીત

(1) પ્લમ અને ચેરીના ઠળિયા કાઢી, કાપીને પીસી લેવું.
(2) જોઈતા સ્વાદ પ્રમાણે ખાંડ, દૂધ અને આઇસક્રીમ નાખી, ચર્ન કરી, ઠંડું ઠંડું પીરસવું.

609. પીચ કુલર [6થી 7 વ્યક્તિ]

સામગ્રી

(1) 1 બૉટલ લિમ્કા
(2) 2 ટેબલ સ્પૂન વેનિલા આઇસક્રીમ
(3) 1 પીચ (પીસેલું) અથવા 3 પ્લમ અને $\frac{1}{2}$ સ્લાઇસ પાઇનેપલ
(4) $\frac{1}{4}$ ટી સ્પૂન લીંબુનો રસ
(5) બરફનો ભૂકો

રીત

ઉપરની તમામ સામગ્રી લિક્વિડાઇઝ કરી, ગ્લાસમાં બરફ નાખી, ગ્લાસ ભરવા.

610. કોકો [1 વ્યક્તિ]

સામગ્રી

(1) 1 કપ દૂધ
(2) 1 ટેબલ સ્પૂન કોકો
(3) 1 ટેબલ સ્પૂન વેનિલા આઇસક્રીમ
(4) $\frac{1}{2}$ ટી સ્પૂન ડ્રિંકિંગ ચૉકલેટ
(5) 1 ટેબલ સ્પૂન ખાંડ

રીત

(1) દૂધમાં કોકો, ડ્રિંકિંગ ચૉકલેટ, ખાંડ, વેનિલા આઇસક્રીમ નાખી મિક્સ કરવું.
(2) 1 ટી સ્પૂન મિલ્ક પાઉડર પણ નાખી શકાય.

611. પીનાકોલાડા કોકટેલ [2થી 3 વ્યક્તિ]

સામગ્રી

(1) $\frac{1}{4}$ ગ્લાસ પાઇનેપલ જ્યુસ
(2) $\frac{1}{4}$ ગ્લાસ પાણી (3) $\frac{1}{4}$ ગ્લાસ દૂધ
(4) $\frac{1}{4}$ ગ્લાસ લિમ્કા
(5) જરૂર પ્રમાણે નારિયેળનું પાણી
(6) વેનિલા આઇસક્રીમ

રીત

એક વાસણમાં બધું ભેગું કરવું. જાડું અને ગળ્યું થવું જોઈએ.

612. વર્જીન પીનાકોલાડા [4થી 5 વ્યક્તિ]

સામગ્રી

(1) $\frac{1}{2}$ કપ કોકોનટ મિલ્ક
(2) $\frac{1}{2}$ કપ ફ્રેશ ક્રીમ
(3) 2 પાઇનેપલ સ્લાઇસ (ટીનમાંથી)
(4) 1 કપ પાઇનેપલ જ્યુસ

રીત

(1) નારિયેળ ખમણી, તેમાં થોડું પાણી નાખી, ક્રશ કરી, કોકોનટ મિલ્ક તૈયાર કરી, તેમાં ક્રીમ નાખવું.
(2) પાઇનેપલ સ્લાઇસને જ્યુસ સાથે ક્રશ કરી, ગાળીને તેમાં નાખવું. ટીનનું પાઇનેપલ ન હોય તો સ્વાદ પ્રમાણે ખાંડ ઉમેરવી.
(3) લાંબા ગ્લાસમાં બરફના ભૂકા પર મિશ્રણ રેડવું. એકદમ ઠંડું આપવું.

613. ગરમ કેસરિયા દૂધ [5 વ્યક્તિ]

સામગ્રી

(1) 1 લિટર દૂધ (2) $3\frac{1}{2}$ ટેબલ સ્પૂન ખાંડ
(3) 15 બદામ (4) 25 પિસ્તા
(5) 10 ઇલાયચી (6) 10 તાંતણા કેસર

રીત

(1) દૂધને ગરમ કરવા મૂકવું. ઊકળે એટલે ખાંડ નાખવી.
(2) 12 બદામ અને 20 પિસ્તાનો અધકચરો ભૂકો કરવો. તેમાં ઇલાયચીનો ભૂકો અને વાટેલું કેસર નાખવું. આ મસાલો દૂધમાં નાખવો અને ઉકાળવા મૂકવું.
(3) 3 બદામ, 5 પિસ્તા જુદા જુદા ગરમ પાણીમાં બાફવા. છોડા કાઢી પીલરથી કે ચપ્પાથી પાતળી ચીરી કરવી.
(4) 8થી 10 કલાક પાણીમાં પલાળી રાખવાથી પણ સરસ કાતરી થાય છે.
(5) આ કાતરી દૂધમાં નાખવી. હૂંફાળું ગરમ દૂધ પીરસવું.

વૅરિએશન

આ તૈયાર થયેલા દૂધમાં 1 ટી સ્પૂન ચારોળી નાખવી.

નોંધ : (1) બદામ, પિસ્તા, કેસર અને ઇલાયચીનો ભૂકો કરીને રાખી શકાય.
(2) બદામ અને પિસ્તા અધકચરા ન ભાવતા હોય તો ઝીણો ભૂકો કરવો.

614. ફાલસા કુલર [4 વ્યક્તિ]

સામગ્રી

(1) 2 ટેબલ સ્પૂન વેનિલા આઇસક્રીમ
(2) 4 ટેબલ સ્પૂન ફાલસાનું જ્યુસ
(3) 1 સોડાની બૉટલ

રીત

એક વાસણમાં આઇસક્રીમ લઈ, જ્યુસ નાખી, ધીરે ધીરે સોડા નાખતા જવા. જરા ફીણ બેસે એટલે ગ્લાસ ભરવા.

615. તડબૂચ કુલર [10થી 12 વ્યક્તિ]

સામગ્રી

(1) 1 નંગ મધ્યમ કદનું તડબૂચ
(2) 2 નંગ લીંબુ
(3) દળેલી ખાંડ પ્રમાણસર
(4) 5 ટેબલ સ્પૂન વેનિલા આઇસક્રીમ
(5) 1 સોડાની બૉટલ

રીત

તડબૂચનો પલ્પ કાઢી, દરેક વસ્તુ નાખીને મિશ્રણ કરવું.

616. પાઇનેપલ કુલર [10થી 12 વ્યક્તિ]

સામગ્રી અને રીત

(1) પાઇનેપલ 1 નંગ લઈ, તેનો વચ્ચેનો ભાગ કાઢી નાખી, બાકીના પાઇનેપલના ટુકડા કરી, મિક્સરમાં મિક્સ કરવું. ઠંડું કરવું.
(2) 1 સોડાની બૉટલ ઠંડી કરવી. એક વાસણમાં 2 ટેબલ સ્પૂન આઇસક્રીમ મૂકી, તેના પર જ્યુસ નાખતા જઈ, આઇસક્રીમ બરાબર ભાગતા જવું.
(3) છેલ્લે સોડા નાખી, બરાબર હલાવી, તરત પીરસવું.

વૅરિએશન

પાઇના ઑરેંજ

પાઇનેપલ જ્યુસમાં ઑરેંજ ક્રશ, લેમન સોડા, વેનિલા આઇસક્રીમ અને બરફ નાખી, હૅન્ડ મિક્સરથી મિક્સ કરવું.

617. લેમન કુલર [10 વ્યક્તિ]

સામગ્રી 1

(1) 2 મોટા ટેબલ સ્પૂન વેનિલા આઇસક્રીમ
(2) 2 બૉટલ લિમ્કા (3) 1 બૉટલ સોડા

રીત 1

(1) એક વાસણમાં આઇસક્રીમ મૂકવો.
(2) તેના ઉપર લિમ્કા રેડવી. તે બરાબર એકરસ થાય એટલે સોડા નાખવી.

સામગ્રી 2

(1) 2 ટેબલ સ્પૂન વેનિલા આઇસક્રીમ
(2) 2 લીંબુ (3) 1 કપ પાણી
(4) 4 ટેબલ સ્પૂન દળેલી ખાંડ
(5) 1 બૉટલ સોડા

રીત 2

(1) લીંબુનો રસ કાઢી, 1 નાનો કપ પાણી નાખી, દળેલી ખાંડ ઓગાળવી.
(2) એક વાસણમાં આઇસક્રીમ મૂકી, તેના પર લીંબુ પાણી રેડી, એકરસ કરી, સોડા નાખવી.

618. એસ્પ્રેસો કૉફી [4 વ્યક્તિ]

સામગ્રી

(1) 3 ટેબલ સ્પૂન નેસકૉફી
(2) 6 ટેબલ સ્પૂન ખાંડ
(3) 3 કપ દૂધ (4) 1 કપ પાણી
(5) કેડબરી ચૉકલેટ (6) 8થી 10 કાજુનો ભૂકો
(7) 8થી 10 અખરોટનો ભૂકો

રીત

(1) એક કપમાં નેસકૉફી તથા ખાંડ નાખવી. આ બંને પલળે એટલું પાણી નાખી, હૅન્ડ મિક્સર ફેરવવું.
(2) દૂધ અને પાણીનું મિશ્રણ કરી, ઉકાળીને 4 કપમાં ભરવું.
(3) તેમાં કૉફીનું મિશ્રણ સરખે ભાગે નાખવું. તેની પર કેડબરીને કાતરીને નાખવી. કાજુ અને અખરોટનો ભૂકો નાખવો.

619. ગંગા-જમુના જ્યુસ [9થી 10 વ્યક્તિ]

સામગ્રી

(1) 500 ગ્રામ મોસંબી (2) 500 ગ્રામ નારંગી
(3) 500 ગ્રામ પાઇનેપલ

(4) 1 બૉટલ લિમ્કા
(5) ખાંડ પ્રમાણસર
(6) મરીનો ભૂકો પ્રમાણસર
(7) મીઠું પ્રમાણસર

રીત

(1) મોસંબી, નારંગી અને પાઇનેપલ સાફ કરીને મિક્સરમાં પીસવું. તેમાં લિમ્કાની 1 બૉટલ નાખવી. જોઈતા પ્રમાણમાં ખાંડ નાખવી, મીઠું અને મરી પાઉડર નાખવાં.

(2) ફ્રિજમાં ઠંડું કરી પીરસવું.

620. કાળી દ્રાક્ષ-ફાલસાનો જ્યુસ [8થી 10 વ્યક્તિ]

સામગ્રી

(1) 400 ગ્રામ કાળી દ્રાક્ષ
(2) 350 ગ્રામ ફાલસા
(3) 1 બૉટલ થમ્સ-અપ
(4) 200થી 250 ગ્રામ ખાંડ
(5) મરીનો ભૂકો પ્રમાણસર
(6) સંચળ પ્રમાણસર
(7) મીઠું પ્રમાણસર

રીત

ફાલસાને પાણીમાં પલાળવા. કાળી દ્રાક્ષને ધોવી. બંનેને વાટવાં. ખાંડ, મીઠું, સંચળ, મરીનો ભૂકો નાખી, બરાબર મિક્સ કરવું અને થમ્સ-અપની 1 બૉટલ નાખીને ઠંડું કરવું.

નોંધ : જ્યુસ ચાખી જોવું. ફાલસાની ખટાશ પ્રમાણે ખાંડની વધઘટ કરવી.

વૅરિએશન

1. **તડબૂચ ફાલસાનો જ્યુસ :** ફાલસા પલાળવા. તડબૂચનાં બિયાં કાઢી બંનેને પીસવાં. જરૂર પ્રમાણે ખાંડ નાખવી, મીઠું, મરી પાઉડર, સંચળ અને કોકાકોલા નાખવાં.
2. **કાળી દ્રાક્ષ-પાઇનેપલ જ્યુસ :** આઇટમ નં. 619 મુજબ પરંતુ ફાલસાને બદલે પાઇનેપલ નાખવું.

621. લીલી દ્રાક્ષ-ઍપલ જ્યુસ [10 વ્યક્તિ]

સામગ્રી અને રીત

250 ગ્રામ દ્રાક્ષ, 250 ગ્રામ સફરજન. બંને ક્રશ કરી, લિમ્કાની 1 બૉટલ નાખવી. તેમાં મીઠું, $\frac{1}{2}$ ટી સ્પૂન મરીનો ભૂકો, લગભગ 100 ગ્રામ ખાંડ નાખવાં.

વૅરિએશન

લીલી દ્રાક્ષને બદલે કાળી દ્રાક્ષ લઈ શકાય.

622. લેમન જીંજરનું શરબત

સામગ્રી

(1) 1 કિલો લીંબુ (2) ખાંડ પ્રમાણસર
(3) 250 ગ્રામ આદુ, ફુદીનો
(4) સંચળ
(5) શેકેલું જીરું (6) મીઠું

રીત

(1) લીંબુનો રસ કાઢવો. રસ કરતાં બમણી ખાંડ લેવી.

(2) ખાંડની 1 તારની ચાસણી કરવી. તેને ઠંડી કરીને લીંબુના રસમાં નાખવી.

(3) આદુ વાટીને ગાળી લેવું. કૂચા રહે તેની ગોળી વાળી તડકે સૂકવવી. (મુખવાસ માટે ઉપયોગી થાય.)

(4) ફુદીનો પીસીને શરબતમાં નાખવો.

(5) આપતી વખતે 1 ટેબલ સ્પૂન શરબતમાં ઠંડું પાણી, બરફ, સંચળ, શેકેલું જીરું અને મીઠું નાખવાં.

623. કોકમનું શરબત

સામગ્રી

(1) 250 ગ્રામ કોકમ (લોનાવલા, પેટી કોકમ)
(2) 500 + 250 મિલિલિટર પાણી
(3) 1 કિલો ખાંડ
(4) 1 ટેબલ સ્પૂન જીરું
(5) 1 ટેબલ સ્પૂન મરીનો ભૂકો
(6) 1 ટેબલ સ્પૂન સંચળ

રીત

(1) કોકમને 500 મિલિ પાણીમાં 4 કલાક પલાળવાં. ત્યારબાદ ક્રશ કરીને તેનું પાણી ગાળી લેવું.

(2) 1 કિલો ખાંડમાં 250 મિલિ પાણી નાખીને ચાસણી બનાવવી.

(3) ચાસણી ઊકળે ત્યારે કોકમનું ગાળેલું પાણી ઉમેરવું અને ઊકળવા દેવું. ચીકાશ પકડે ત્યારે તેમાં જીરું, મરીનો ભૂકો અને સંચળ ઉમેરવાં. ગૅસ બંધ કરવો. બરાબર મિક્સ કરવું.

(4) મિશ્રણ ઠંડું થાય ત્યારે બૉટલમાં ભરવું.

(5) ગ્લાસમાં 4 ટેબલ સ્પૂન શરબત, ઠંડું પાણી તથા બરફ નાખી, હલાવી, સર્વ કરવું.

નોંધ: ગળપણ ઓછું જોઈતું હોય તો 750 ગ્રામ ખાંડ નાખી શકાય.

624. ચોકો કોલા [6થી 7 વ્યક્તિ]

સામગ્રી

(1) 2 બૉટલ કોલા (થમ્સ-અપ, કોકાકોલા)

(2) 2 ટેબલ સ્પૂન ચૉકલેટ આઇસક્રીમ

(3) $\frac{1}{4}$ ટી સ્પૂન લીંબુનો રસ

રીત

કોલા, આઇસક્રીમ, લીંબુનો રસ મિક્સરમાં નાખી, 1 મિનિટ ચર્ન કરવું. ઉપર બરફનો ભૂકો નાખી આપવું.

25 આઇસક્રીમ

ધ્યાનમાં રાખવા જેવા મુદ્દા:

1. દૂધને બરાબર ઉકાળી અડધું થવા દેવું. મલાઈ ન જામે તેનું ધ્યાન રાખવું. એ માટે દૂધને સતત હલાવતા રહેવું.
2. દૂધમાં ખાંડ નાખી, મિશ્રણ જાડું થાય ત્યારે ચાખી જોવું. ઘટ્ટ થયા બાદ તેમજ આઇસક્રીમ જામી ગયા બાદ ગળપણ અને સુગંધમાં ઘટાડો થાય છે.
3. દૂધ ઘટ્ટ કરવા માટે કોર્નફ્લોર જિલેટીન, G.M.S., C.M.C., સ્ટેબીલાઇઝર નાખવાં.
4. આઇસક્રીમ જલદી જામે તે માટે આડો-છીછરો ડબ્બો વાપરવો.
5. આઇસક્રીમ ઢાંકીને રાખવાથી તેના પર બરફનું પડ નહીં જામે.
6. કોર્નફ્લોર કે દૂધનો પાઉડર પાણી અથવા દૂધમાં ઓગાળીને નાખવાં. નહીંતર ગાંગડી પડી જશે.
7. આઇસક્રીમ મૂકીએ ત્યારે ફ્રિજર ફાસ્ટ ઉપર મૂકવું.
8. આઇસક્રીમમાં ફ્રૂટ અથવા સૂકા મેવાના ટુકડા નાખવા હોય તો બીજી વખત ચર્ન કરીને પછી નાખવા અને સેટ કરવા મૂકવું. સૂકા મેવાના ટુકડા પાણીમાં થોડી વાર પલાળીને નાખવા.
9. આઇસક્રીમનો ડબ્બો સીધો જ ફ્રિજરમાં મૂકવો. કોઈ પ્લેટ કે ટ્રે ઉપર ન મૂકવો.
10. પ્રથમ આઇસક્રીમ બનાવો ત્યારે 500 મિલિ દૂધનો બનાવવો. જે માપ આપ્યું છે તેનાથી અડધું માપ લેવું. જે 7થી 8 વ્યક્તિ માટે પૂરતું થશે.

આઇસક્રીમ જુદી જુદી ઘણી રીતે થાય છે. તેમાંથી બે રીતો નીચે પ્રમાણે છે:

(1) G.M.S. અને C.M.C. પાઉડર નાખી બનાવી શકાય.

(2) મિલ્ક પાઉડર, ચાયના ગ્રાસ, કોર્નફ્લોર, સ્ટેબીલાઇઝર વગેરેની મદદથી બનાવી શકાય.

આઇસક્રીમ એક વાર સેટ થાય પછી ચર્ન કરી, તેમાં ફ્રૂટ્સ તથા ડ્રાયફ્રૂટ્સ નાખવાં.

રીત 1 [10થી 12 વ્યક્તિ]

સામગ્રી

(1) 500 મિલિ દૂધ

(2) 9 ટેબલ સ્પૂન ખાંડ

(3) $1\frac{1}{2}$ ટેબલ સ્પૂન G.M.S.

(4) ચપટી C.M.C.

(5) $1\frac{1}{2}$ ટેબલ સ્પૂન કોર્નફ્લોર
(6) $1\frac{1}{2}$ ટેબલ સ્પૂન મિલ્ક પાઉડર
(7) 3 ટેબલ સ્પૂન મલાઈ

રીત

(1) દૂધમાં ખાંડ નાખવી. દૂધ ગૅસ પર મૂકવું.
(2) થોડુંક દૂધ જુદું રાખવું. ઠંડા દૂધમાં G.M.S., C.M.C. અને કોર્નફ્લોર ઓગાળીને નાખવું.
(3) દૂધના ત્રણ-ચાર ઊભરા આવવા દેવા. મિલ્ક પાઉડર દૂધમાં ઓગાળીને નાખવો.
(4) દૂધ જાડું થાય એટલે ઉતારી લેવું. ઠંડું થાય એટલે તપેલી ઢાંકીને અથવા આડો ડબ્બો ઢાંકીને ફ્રિજરમાં મૂકી દેવો.
(5) કઠણ થાય એટલે ફ્રિજમાંથી બહાર કાઢી, મિક્સરમાં મલાઈ નાખી, મિક્સ કરવું. હૅન્ડ મિક્સરમાં ડબલ વલોણું આવે છે તેનાથી આઇસક્રીમ વધારે સારો થાય છે. જ્યાં સુધી બરાબર ફૂલે નહીં ત્યાં સુધી ફેરવ્યા કરવું.
(6) જેનો આઇસક્રીમ બનાવવો હોય તેનું એસેન્સ તથા કલર નાખવો. પછી ફ્રિજરમાં સેટ કરવા મૂકવું.

નોંધ : (1) મિલ્ક પાઉડર ન નાખો તો ચાલે.
(2) મિક્સરમાં ચર્ન કરતી વખતે બ્લેડ કૉફી કરીએ છે તે કાણાવાળી (ડિશ જેવી) લેવી. કૉફીમાં ફીણ થાય છે તેમ આઇસક્રીમ મિશ્રણમાં પણ ખૂબ ફીણ થાય અને મિશ્રણ ફૂલે.
(3) મિક્સર કે હૅન્ડ મિક્સર જે આપણી પાસે હોય તેનાથી આઇસક્રીમ થઈ શકે.

રીત 2 [15 વ્યક્તિ]

સામગ્રી

(1) 1 લિટર દૂધ (2) 11 ટેબલ સ્પૂન ખાંડ
(3) 2 ટેબલ સ્પૂન કોર્નફ્લોર
(4) 3 ટેબલ સ્પૂન મિલ્ક પાઉડર
(5) 1 ટી સ્પૂન ચાયના ગ્રાસ
(6) 1 કપ ક્રીમ (7) ચપટી સ્ટેબીલાઇઝર
(8) કલર (9) એસેન્સ

રીત

(1) દૂધને ગૅસ પર મૂકવું. તેમાં ખાંડ નાખવી.
(2) અડધું ઊકળે (15 મિનિટ) એટલે કોર્નફ્લોર ઠંડા દૂધમાં ઓગાળીને નાખવું. 10 મિનિટ ઊકળવા દેવું.
(3) મિલ્ક પાઉડર ઓગાળીને નાખવો. ઊકળી જાય એટલે નીચે ઉતારી, ચાયના ગ્રાસ ઠંડા દૂધમાં ઓગાળીને નાખવું.
(4) દૂધ ઠંડું પડે પછી ક્રીમ નાખવું. સ્ટેબીલાઇઝર (ન નાખો તો ચાલે) કલર, એસેન્સ નાખી, ચર્ન કરી, ફ્રિજરમાં સેટ કરવા મૂકવું.
(5) સેટ થાય એટલે ફરી ચર્ન કરવું. પછી ફ્રિજરમાં સેટ કરવા મૂકવું. ('ચર્ન કરવું' એટલે મિક્સરમાં ક્રશ કરવું.)
(6) ક્રીમને બદલે 1 કપ ફ્રેશ મલાઈ લઈ, તેમાં 2 ટી સ્પૂન દૂધ નાખી, એક બાજુએ 7થી 8 વખત હલાવવું. આ રીતે ક્રીમ તૈયાર થઈ જશે. (વધારે વખત હલાવશો તો માખણ થશે.)

નોંધ : બીજી વખતે ચર્ન કરતી વખતે બ્લેડ કૉફી કરીએ છે તે કાણાવાળી ડિશ લેવી. કૉફીમાં ફીણ થાય છે તેમ આઇસક્રીમ મિશ્રણમાં પણ ફીણ થાય અને મિશ્રણ ફૂલે.

જુદા જુદા આઇસક્રીમ

625. વેનિલા આઇસક્રીમ [15 વ્યક્તિ]

સામગ્રી

(1) 1 લિટર દૂધ (2) 11 ટેબલ સ્પૂન ખાંડ
(3) 2 ટેબલ સ્પૂન કોર્નફ્લોર
(4) 3 ટેબલ સ્પૂન મિલ્ક પાઉડર
(5) 1 ટી સ્પૂન ચાયના ગ્રાસ
(6) 1 કપ ક્રીમ
(7) 1 ટી સ્પૂન વેનિલા એસેન્સ

રીત

(1) દૂધને ગૅસ પર મૂકવું. તેમાં ખાંડ નાખવી.
(2) અડધું ઊકળે (15 મિનિટ) પછી ઠંડા દૂધમાં કોર્નફ્લોર ઓગાળી નાખવું. 10 મિનિટ ઊકળવા દેવું.
(3) મિલ્ક પાઉડર ઓગાળીને નાખવો. ઊકળી ગયા પછી નીચે ઉતારી, ચાયના ગ્રાસ ઠંડા દૂધમાં ઓગાળીને નાખવું.

(4) દૂધ ઠંડું પડ્યા પછી ક્રીમ નાખવું. વેનિલા એસેન્સ નાખી, ચર્ન કરી, ફ્રિજરમાં સેટ કરવા મૂકવું.

(5) સેટ થાય એટલે ફરીથી ચર્ન કરવો અને ફ્રિજરમાં સેટ કરવા મૂકવો.

(6) વેનિલા આઇસક્રીમ ઉપર ચૉકલેટ સોસ કે ઑરેંજ સોસ મૂકીને આપવો.

નોંધ: રીત 1થી પણ થઈ શકે.

626. કેસરનો આઇસક્રીમ [15 વ્યક્તિ]

રીત

(1) વેનિલા આઇસક્રીમની સામગ્રીમાં $\frac{1}{4}$ ટી સ્પૂન કેસરની ભૂકી દૂધમાં મેળવીને ક્રીમમાં નાખવી. $\frac{1}{2}$ ટી સ્પૂન ઇલાયચીનો ભૂકો નાખવો.

(2) વેનિલા એસેન્સને બદલે સેફ્રોન (કેસર) એસેન્સ નાખવું.

(3) કેસર ન હોય તો પીળો કલર નાખવો.

નોંધ: રીત 1થી પણ થઈ શકે.

627. નટનો આઇસક્રીમ [16 વ્યક્તિ]

રીત

(1) વેનિલા આઇસક્રીમની સામગ્રીમાં $1\frac{1}{2}$ કપ અખરોટ, કાજુ તથા બદામના નાના ટુકડા નાખવા.

(2) ટુકડા 1 કલાક પાણીમાં પલાળી, નિતારીને નાખવા.

(3) ખાંડનું પ્રમાણ 11 ટેબલ સ્પૂનને બદલે 16 ટેબલ સ્પૂન લેવું.

નોંધ: રીત 1થી કરીએ તો ખાંડનું પ્રમાણ 20 ટેબલ સ્પૂન લેવું.

628. પાઇનેપલ નટ આઇસક્રીમ [16 વ્યક્તિ]

રીત

(1) વેનિલા આઇસક્રીમની સામગ્રીમાં $1\frac{1}{2}$ કપ પાઇનેપલના નાના ટુકડા નાખવા. સાથે $\frac{1}{4}$ કપ અખરોટના ટુકડા નાખવા.

(2) વેનિલા એસેન્સ અથવા આઇસક્રીમ એસેન્સ નાખવો.

નોંધ: રીત 1થી પણ થઈ શકે.

629. ચીકુ આઇસક્રીમ [16થી 18 વ્યક્તિ]

સામગ્રી

(1) 1 લિટર દૂધ (2) 8 ટેબલ સ્પૂન ખાંડ

(3) 4 ટી સ્પૂન કોર્નફ્લોર

(4) 1 ટી સ્પૂન વેનિલા એસેન્સ (5) 8 ચીકુ

રીત

(1) દૂધને ગરમ કરવા મૂકવું. તેમાં ખાંડ નાખવી.

(2) અડધું ઊકળે (15 મિનિટ) પછી ઠંડા દૂધમાં કોર્નફ્લોર ઓગાળીને નાખવું.

(3) દૂધ ઊકળી જાય એટલે નીચે ઉતારી, ઠંડું કરી, એસેન્સ નાખી, ચીકુને ક્રશ કરી, તેમાં નાખવું.

(4) મિક્સરમાં ચર્ન કરીને ફ્રિજરમાં સેટ કરવા મૂકવું.

(5) એક વાર સેટ થઈ ગયા બાદ બીજી વાર ચર્ન કરીને ફ્રિજરમાં સેટ કરવા મૂકવું.

નોંધ: રીત 1થી પણ થઈ શકે.

630. ઑરેંજ આઇસક્રીમ [16 વ્યક્તિ]

સામગ્રી

(1) 1 લિટર દૂધ (2) 11 ટેબલ સ્પૂન ખાંડ

(3) 1 ટી સ્પૂન કસ્ટર્ડ પાઉડર

(4) 1 ટી સ્પૂન ચાયના ગ્રાસ

(5) 1 કપ ક્રીમ

(6) $\frac{3}{4}$ કપ તાજી નારંગીનો રસ

(7) ઑરેંજ કલર (8) ઑરેંજ એસેન્સ

રીત

(1) દૂધ અડધું રહે ત્યાં સુધી ઉકાળવું. ખાંડ ઉમેરવી. ખાંડ ઓગળી જાય ત્યારે કસ્ટર્ડ ઉમેરવું.

(2) બે-ત્રણ ઊભરા આવ્યા બાદ ચાયના ગ્રાસ ઠંડા દૂધમાં ઓગાળીને નાખવું.

(3) દૂધ ગૅસ પરથી ઉતારી ઠંડું થવા દેવું.

(4) ક્રીમ, રસ, રંગ, એસેન્સ નાખવું. ચર્ન કરી ફ્રિજરમાં સેટ કરવા મૂકવું.

(5) એક વાર સેટ થયા બાદ ફરી ચર્ન કરી, ફ્રિજરમાં સેટ કરવા મૂકવું.

નોંધ: રીત 1થી પણ થઈ શકે.

631. પાઇનેપલ આઇસક્રીમ

[20થી 25 વ્યક્તિ]

સામગ્રી

(1) 1 મોટું પાઇનેપલ ટીન (આશરે 850 ગ્રામ)
(2) 500 મિલિ દૂધ
(3) 1 ટી સ્પૂન જિલેટીન
(4) 1 કપ તાજું ક્રીમ
(5) કન્ડેન્સ્ડ મિલ્ક 1 ટીન (400 ગ્રામ)
(6) પીળો રંગ
(7) પાઇનેપલ એસેન્સ
(8) કાજુ અથવા અખરોટના ટુકડા

રીત

(1) પાઇનેપલ ટીનમાંથી થોડાક ટુકડા બાજુએ મૂકવા. બીજા ટુકડામાં ટીનમાંથી જ થોડો રસ નાખી, ચર્ન કરી, ગાળી લેવું. આ જ્યુસ 1 કપ હોવો જોઈએ.

(2) દૂધ ગરમ કરવું. જિલેટીનને પાણીમાં 5 મિનિટ પલાળવું. તે ગરમ દૂધમાં નાખવું.

(3) ગૅસ બંધ કરી ઠંડું થવા દેવું. ત્યાર બાદ ક્રીમ, કન્ડેન્સ્ડ મિલ્ક, પાઇનેપલ જ્યુસ, રંગ અને એસેન્સ નાખી, ફ્રિજરમાં સેટ કરવા મૂકવું.

(4) બીજી વાર ચર્ન કરી, બાજુએ રાખેલ પાઇનેપલના ઝીણા ટુકડા કરી ઉમેરવું. કાજુ અથવા અખરોટના નાના ટુકડા નાખવા અને ફ્રિજરમાં સેટ કરવા મૂકવું.

(5) પાઇનેપલની જગ્યાએ બીજા કોઈ પણ ફળના ટુકડા (આફૂસ કેરી, સ્ટ્રોબરી, કેળાં, ચીકુ) વાપરી શકાય.

નોંધ : (1) રીત 1થી પણ થઈ શકે.
(2) ફ્રેશ પાઇનેપલમાં ખાંડ મિક્સ કરી 4 કલાક પછી થઈ શકે.

વૅરિએશન

પાઇનેપલ આઇસક્રીમમાં બીજી વખત ચર્ન કરી, તેમાં ચૉકલેટના નાના નાના ટુકડા કરીને નાખવા. મિક્સ કરી સેટ કરવા મૂકવું. **પાઇનેપલ ચૉકલેટ ચિપ્સ** આઇસક્રીમ થશે.

632. મૅંગો રાઇપ [10 વ્યક્તિ]

સામગ્રી

(1) 1 કપ પાકી કેરીનો માવો
(2) 100 મિલિ તાજું ક્રીમ
(3) 1 ટેબલ સ્પૂન કોર્નફ્લોર
(4) 500 મિલિ દૂધ (5) સ્વાદ પ્રમાણે ખાંડ

રીત

(1) પાકી કેરીમાંથી રસ કાઢી, ગાળીને માવો તૈયાર કરવો. તેમાં ક્રીમ ઉમેરવું. ખૂબ હલાવીને મિક્સ કરવું. તેને ફ્રિજમાં ઠંડું કરવા મૂકવું.

(2) થોડા ઠંડા દૂધમાં કોર્નફ્લોર મિક્સ કરી, પેસ્ટ બનાવવી. પેસ્ટમાં દૂધ અને ખાંડ ઉમેરીને તે ઘટ્ટ અને સુંવાળું બને ત્યાં સુધી ઉકાળવું.

(3) દૂધ ઠંડું કરી ફ્રિજમાં મૂકવું. પછી કેરીનો માવો તથા ક્રીમ ઉમેરીને મિક્સરમાં બરાબર મિક્સ કરવું.

(4) મિશ્રણ ડબ્બામાં ભરી, ફ્રિજરમાં સેટ થવા દેવું.

(5) આપતી વખતે ડિશમાં કેરીના સરસ રીતે કાપેલા બારીક ટુકડા મૂકવા. તેની ઉપર આઇસક્રીમ મૂકવો.

નોંધ : (1) તૈયાર થયેલા મિશ્રણને સોફ્ટેલમાં મૂકીને પણ આઇસક્રીમ બનાવી શકાય.
(2) રીત 1થી પણ થઈ શકે.

633. કાળી દ્રાક્ષનો આઇસક્રીમ

[15 થી 17 વ્યક્તિ]

સામગ્રી

(1) 1 લિટર દૂધ
(2) 11 ટેબલ સ્પૂન ખાંડ
(3) 2 ટેબલ સ્પૂન કોર્નફ્લોર
(4) 1 ટી સ્પૂન ચાયના ગ્રાસ
(5) 4 ટેબલ સ્પૂન મિલ્ક પાઉડર
(6) 1 કપ ક્રીમ
(7) ચપટી સ્ટેબીલાઇઝર (ન નાખો તો ચાલે)
(8) $\frac{3}{4}$ ટી સ્પૂન વેનિલા એસેન્સ
(9) 1 કપ કાળી દ્રાક્ષ

નોંધ : જો એકલો કોર્નફ્લોર નાખવો હોય તો 4 ટેબલ સ્પૂન કોર્નફ્લોર લેવો, ચાયના ગ્રાસ ન નાખો તો ચાલે.

રીત

(1) દૂધને ઉકાળીને અડધું કરવું. 15 મિનિટ પછી તેમાં ખાંડ નાખવી. 5 મિનિટ ઉકાળવું.

(2) કોર્નફ્લોર ઠંડા દૂધમાં ઓગાળીને નાખવું અને ઊકળવા દેવું. 10 મિનિટ પછી ગૅસને બંધ કરી, તરત ચાયના ગ્રાસ ઠંડા દૂધમાં ઓગાળીને નાખવું.

(3) મિલ્ક પાઉડર પાણીમાં ઓગાળીને દૂધમાં નાખવો. દૂધ ઠંડું પડ્યા પછી ક્રીમ નાખવું. સ્ટેબીલાઇઝર, એસેન્સ નાખવાં.

(4) દ્રાક્ષને મિક્સરમાં પીસી તેનો ઘટ્ટ માવો બનાવવો. (છાલ પીસાઈ જવી જોઈએ.)

(5) દ્રાક્ષનો માવો દૂધમાં નાખી, મિક્સરમાં એક-એક સેકન્ડ એમ ફક્ત 3 વખત ચર્ન કરવું.

(6) તૈયાર થયેલું મિશ્રણ ઍલ્યુમિનિયમના ડબ્બામાં ભરીને ફ્રિજરમાં જમાવવું. જામી ગયા પછી આઇસક્રીમને મિક્સરમાં લીસો થાય ત્યાં સુધી ક્રશ કરવો.

(7) ફરીથી ફ્રિજરમાં સેટ કરવા મૂકવો.

નોંધ : રીત 1થી પણ થઈ શકે.

634. સીતાફળનો આઇસક્રીમ [15થી 17 વ્યક્તિ]

સામગ્રી અને રીત

કાળી દ્રાક્ષના આઇસક્રીમ પ્રમાણે.

નોંધ : (1) સીતાફળનાં બિયાં કાઢી, થોડા દૂધમાં નાખી, તેના માવાને મિક્સરમાં ક્રશ કરવો.

(2) 1 લિટર દૂધ માટે 4 નંગ મોટાં સીતાફળ લેવાં.

(3) અડધું માપ લેવાથી 7થી 8 વ્યક્તિઓ માટે પૂરતો થઈ શકશે.

(4) સીતાફળની પેશીમાંથી જલદી બિયાં છૂટાં કરવાં. તેને થોડાક દૂધમાં નાખી મસળવાં. તરત જ બિયાં છૂટાં પડી જશે.

(5) રીત 1થી પણ થઈ શકે.

635. ટેન્ડર કોકોનટ આઇસક્રીમ [15થી 18 વ્યક્તિ]

સામગ્રી

(1) $1\frac{1}{2}$ કપ ટેન્ડર (લીલા નારિયેળની પાતળી મલાઈ)

(2) 1 લિટર દૂધ (3) 11 ટેબલ સ્પૂન ખાંડ

(4) 3 ટેબલ સ્પૂન કોર્નફ્લોર

(5) 1 કપ ક્રીમ (6) વેનિલા એસેન્સ

રીત

(1) $\frac{1}{2}$ કપ ટેન્ડર(લીલા નારિયેળની પાતળી મલાઈ)ના નાના ટુકડા કરવા. 1 કપ ટેન્ડરને મિક્સરમાં ક્રશ કરવા.

(2) દૂધને અડધું ઉકાળવું. ખાંડ નાખવી.

(3) કોર્નફ્લોર ઓગાળીને દૂધમાં નાખવું. 10 મિનિટ ઉકાળવું.

(4) બરાબર ઊકળી જાય એટલે નીચે ઉતારી ઠંડું કરવું. તેમાં ક્રીમ, એસેન્સ અને ક્રશ કરેલું ટેન્ડર નાખવાં.

(5) ચર્ન કરી ફ્રિજરમાં સેટ કરવા મૂકવું. સેટ થાય એટલે ફરી ચર્ન કરી, તેમાં $\frac{1}{2}$ કપ ટેન્ડરના નાના ટુકડા નાખી, મિક્સ કરી, સેટ કરવા મૂકવું.

નોંધ : રીત 1થી પણ થઈ શકે.

636. રોઝ કોકોનટ આઇસક્રીમ [15 વ્યક્તિ]

સામગ્રી

(1) 1 લિટર દૂધ (2) 11 ટેબલ સ્પૂન ખાંડ

(3) 3 ટેબલ સ્પૂન કોર્નફ્લોર

(4) 1 કપ ક્રીમ (5) રોઝ એસેન્સ

(6) રોઝ કલર

(7) 4 ટી સ્પૂન કોપરાની છીણ

રીત

(1) દૂધમાં ખાંડ નાખી ઉકાળવું. ઠંડા દૂધમાં કોર્નફ્લોર ઓગાળીને નાખવું. 10 મિનિટ ઉકાળવું.

(2) બરાબર ઊકળી જાય અને દૂધ અડધું થઈ જાય એટલે નીચે ઉતારી ઠંડું કરવું.

(3) તેમાં ક્રીમ, એસેન્સ (રોઝનું), કલર, કોપરાની છીણ નાખી, સોફ્ટેલ મશીનમાં થવા દેવું. પછી ફ્રિજમાં મૂકવું.

(4) સોફ્ટેલમાં ન કરવું હોય તો ચર્ન કરી, સેટ કરી, ફરી ચર્ન કરી, ફ્રિજરમાં સેટ કરવા મૂકવું.

નોંધ: રીત 1થી પણ થઈ શકે.

637. કેસર-પિસ્તા આઇસક્રીમ [20થી 22 વ્યક્તિ]

સામગ્રી

(1) $1\frac{1}{2}$ લિટર દૂધ (2) 16 ટેબલ સ્પૂન ખાંડ

(3) 2 ટી સ્પૂન કસ્ટર્ડ પાઉડર

(4) 1 ટી સ્પૂન ચાયના ગ્રાસ

(5) $1\frac{1}{2}$ કપ ક્રીમ

(6) કેસર (7) કેસર એસેન્સ

(8) પીળો રંગ (9) લીલો રંગ

(10) પિસ્તા એસેન્સ (11) પિસ્તા

રીત

(1) દૂધ અડધું રહે ત્યાં સુધી ઉકાળવું. ખાંડ ઉમેરવી. ખાંડ ઓગળી જાય ત્યારે કસ્ટર્ડ પાઉડર ઉમેરવો.

(2) બે-ત્રણ વાર ઊભરો આવ્યા બાદ ચાયના ગ્રાસ નાખી ઉતારી લેવું.

(3) ઠંડું થયા બાદ ક્રીમ ઉમેરવું. બે ભાગ કરવા. એક ભાગમાં કેસર, કેસર એસેન્સ અને પીળો રંગ નાખી, ચર્ન કરી, ફ્રિજરમાં સેટ કરવા મૂકવું.

(4) બીજા ભાગમાં લીલો રંગ અને પિસ્તા એસેન્સ નાખી ફ્રિજરમાં સેટ કરવા મૂકવું.

(5) એક વાર સેટ થઈ ગયા બાદ પીળા ભાગને ચર્ન કરી, ફ્રિજરમાં સેટ કરવા મૂકવું.

(6) પીળો ભાગ સેટ થઈ ગયા બાદ લીલો ભાગ ચર્ન કરી, પિસ્તાની કાતરી ઉમેરવી. પીળા ભાગ પર પાથરી દેવી.

(7) ઉપર ડેકોરેશન માટે પિસ્તાની કાતરી છાંટી, સેટ કરવા મૂકવો.

નોંધ: રીત 1થી પણ થઈ શકે.

638. અંજીર આઇસક્રીમ [20થી 22 વ્યક્તિ]

સામગ્રી

(1) 10 અંજીર (2) $1\frac{1}{2}$ લિટર દૂધ

(3) 10 ટેબલ સ્પૂન ખાંડ

(4) 2 ટી સ્પૂન કોર્નફ્લોર (5) $1\frac{1}{2}$ કપ ક્રીમ

રીત

(1) અંજીરના ટુકડા કરી પાણીમાં ઓગાળવા. પોચા પડી જાય ત્યાં સુધી બાફવા. ઠંડા થયા બાદ પાણી કાઢી $\frac{1}{2}$ લિટર દૂધ નાખી બાજુ ઉપર મૂકવા.

(2) 1 લિટર દૂધ ઉકાળી અડધું કરવું. તેમાં ખાંડ નાખવી.

(3) કોર્નફ્લોર દૂધમાં ઓગાળીને નાખવો. બરાબર ઊકળે એટલે ઠંડું કરવું. તેમાં ક્રીમ ઉમેરવું.

(4) ઠંડું થયા બાદ અંજીરવાળા દૂધને અંજીર બાજુ પર રાખીને ભેગું કરવું (ચર્ન કરવું નહીં.). ફ્રિજરમાં સેટ કરવા મૂકવું. અંજીર ફ્રિજમાં મૂકવા.

(5) સેટ થયા બાદ ચર્ન કરી, અંજીરના ટુકડા મિક્સ કરી, ફ્રિજરમાં સેટ કરવા મૂકવા.

639. વૉલનટ આઇસક્રીમ [15 વ્યક્તિ]

સામગ્રી

(1) 1 લિટર દૂધ (2) 11 ટેબલ સ્પૂન ખાંડ

(3) 1 ટી સ્પૂન ચાયના ગ્રાસ

(4) 50 ગ્રામ માવો (5) ચૉકલેટ કલર

(6) સ્ટ્રોબરી અથવા ઑરેંજ એસેન્સ અથવા આઇસક્રીમ એસેન્સ

(7) 4 આખાં અખરોટ

રીત

(1) દૂધ અડધું રહે ત્યાં સુધી ઉકાળી, તેમાં ખાંડ નાખવી.

(2) ખાંડ ઓગળી જાય ત્યારે ચાયના ગ્રાસ નાખવું.

(3) ગૅસ ઉપરથી ઉતારી, ઠંડું થવા દેવું. માવો ઉમેરી, કલર અને એસેન્સ નાખી, ચર્ન કરી, ફ્રિજરમાં સેટ કરવા મૂકવું.

(4) સેટ થઈ ગયા બાદ બીજી વાર ચર્न કરી, અખરોટનો થોડોક ભૂકો અને થોડાક ટુકડા નાખીને ફ્રિજરમાં સેટ કરવા મૂકવા.

640. કાજુ-દ્રાક્ષનો આઇસક્રીમ [16 વ્યક્તિ]

સામગ્રી અને રીત

વેનિલા આઇસક્રીમ પ્રમાણે આઇસક્રીમ બનાવવો.

નોંધ: (1) $1\frac{1}{2}$ કપ કાજુ-દ્રાક્ષ લેવા. કાજુના નાના ટુકડા કરી દ્રાક્ષ સાથે 1 કલાક પાણીમાં પલાળી, નિતારી વાપરવાં.

(2) છેલ્લે ફ્રિજરમાં સેટ કરવા મૂકીએ ત્યારે કાજુ-દ્રાક્ષ નાખવાં.

641. બદામનો આઇસક્રીમ [15 વ્યક્તિ]

સામગ્રી અને રીત

વેનિલા આઇસક્રીમ પ્રમાણે આઇસક્રીમ બનાવવો.

નોંધ: (1) બદામના નાના ટુકડા કરી, 1 કલાક પાણીમાં પલાળી, નિતારીને વાપરવા.

(2) આમાં વેનિલા એસેન્સને બદલે બદામનું એસેન્સ નાખવું.

642. ચૉકલેટ આઇસક્રીમ [15 વ્યક્તિ]

સામગ્રી

(1) 1 લિટર દૂધ
(2) 1 ટી સ્પૂન કોકો
(3) $1\frac{1}{2}$ ટેબલ સ્પૂન ડ્રિંકિંગ ચૉકલેટ
(4) ચૉકલેટ એસેન્સ
(5) વેનિલા આઇસક્રીમની સામગ્રી

રીત

(1) વેનિલા આઇસક્રીમ પ્રમાણે સામગ્રી લઈ આઇસક્રીમ બનાવવો.

(2) વેનિલા એસેન્સને બદલે ચૉકલેટ એસેન્સ નાખીએ ત્યારે કોકો અને ડ્રિંકિંગ ચૉકલેટ નાખી, ચર્ન કરી, ફ્રિજરમાં સેટ કરવા મૂકવો.

643. કૉફી આઇસક્રીમ [15 વ્યક્તિ]

સામગ્રી અને રીત

ચૉકલેટ આઇસક્રીમ પ્રમાણે આઇસક્રીમ બનાવવો.

નોંધ: ડ્રિંકિંગ ચૉકલેટને બદલે કૉફી નાખવાથી કૉફી આઇસક્રીમ થાય.

644. બી.પી.કે. આઇસક્રીમ [16 વ્યક્તિ]

સામગ્રી અને રીત

વેનિલા આઇસક્રીમ પ્રમાણે આઇસક્રીમ બનાવવો.

નોંધ: (1) બદામ, પિસ્તા, કેસરનો ભૂકો અને કેસર એસેન્સ નાખવાથી બી.પી.કે. આઇસક્રીમ થાય.

(2) બદામ-પિસ્તાના ટુકડા પાણીમાં પલાળી, છેલ્લે અંદર નાખી, મિક્સ કરી, ફ્રિજરમાં સેટ કરવા મૂકવા.

645. કુલ્ફી [16થી 18 વ્યક્તિ]

સામગ્રી

(1) 1 લિટર દૂધ
(2) 150 અથવા 200 ગ્રામ માવો
(3) 125 ગ્રામ ખાંડ
(4) થોડુંક કેસર
(5) 50 ગ્રામ સૂકો મેવો
(બદામ, પિસ્તા, ઇલાયચી, અખરોટ)

રીત

(1) દૂધ અને માવાનું બરાબર મિશ્રણ કરીને ઊકળવા મૂકવું. બરાબર ઘટ્ટ થાય ત્યાં સુધી ઉકાળવું. તેમાં ખાંડ નાખવી.

(2) 1 કપ ગરમ દૂધ લઈ, તેમાં કેસર પલાળવું અને કેસરને દૂધમાં ભેળવી દેવું. નીચે ઉતારી તેમાં સૂકા મેવાની કાતરી કરીને નાખવી. ઇલાયચીનો ભૂકો કરીને નાખવો.

(3) દૂધ ઠંડું થયા પછી કુલ્ફીના મોલ્ડ કે બીબામાં દૂધ ભરવું અને ફ્રિજરમાં આડી રાખવી.

(4) કુલ્ફી કાઢવાની 2 મિનિટ પહેલાં મોલ્ડ પર પાણી રેડવું અને ત્યારબાદ ડિશમાં કુલ્ફી કાઢવી.

વૅરિએશન

(1) કુલ્ફીમાં બદામ, પિસ્તા, ઇલાયચીનો ભૂકો, બિસ્કિટનો ભૂકો નખાય.

(2) કુલ્ફી બનાવવી હોય તો માવો જ નાખવો. તેથી માવા કુલ્ફી થાય.

(3) માવાને બદલે પિસ્તા બરફી નાખવાથી પિસ્તા કુલ્ફી થાય.

(4) ચૉકલેટ નાખવાથી ચૉકલેટ કુલ્ફી થાય.

646. ચૉકલેટ સોસ

સામગ્રી

(1) 200 મિલિ દૂધ
(2) 2 ટેબલ સ્પૂન ખાંડ
(3) 2 ટેબલ સ્પૂન કોકો પાઉડર
(4) 3 ટી સ્પૂન કોર્નફ્લોર

રીત

(1) દૂધમાં ખાંડ, કોકો પાઉડર અને કોર્નફ્લોર મિક્સ કરી ગરમ કરવું. હલાવતા રહેવું, જેથી નીચે ચોંટે નહીં.

(2) ઘટ્ટ થાય એટલે ગૅસ પરથી ઉતારી ઠંડું કરવું.

(3) વેનિલા આઇસક્રીમ, ચૉકલેટ આઇસક્રીમ વગેરે પર આ નાખી શકાય.

(4) ચૉકલેટ સોસ દૂધમાં નાખી શકાય.

નોંધ : (1) બજારમાં જાતજાતના સોસ મળે છે. સ્ટ્રોબરી, પીચ, લીચી, બ્લૅકગ્રેપ વગેરે.

(2) સીઝનમાં જે ફ્રૂટ મળતાં હોય તેનો સોસ આઇસક્રીમ ઉપર નાખી, ઉપર તે ફ્રૂટના ટુકડા કરીને મૂકવાથી સરસ લાગે છે. દા. ત., સ્ટ્રોબરી મળતી હોય તો આઇસક્રીમ ઉપર સ્ટ્રોબરી સોસ નાખી, સ્ટ્રોબરીના ટુકડા કરીને નાખવા.

(3) દૂધને બદલે પાણી લઈ શકાય.

(4) ચૉકલેટ સોસમાં ફ્રૂટ, બિસ્કિટ અને સ્ટીક ડીપ કરીને લઈ શકાય.

26 મુખવાસ

647. મિક્સ મુખવાસ

સામગ્રી

(1) 250 ગ્રામ ધાણાની દાળ
(2) 250 ગ્રામ વરિયાળી
(3) 100 ગ્રામ તલ
(4) 50 ગ્રામ મગજતરીનાં બી
(5) અડધી કાદછલી કોપરાની છીણ
(6) 1 ટી સ્પૂન લવલી હીરામોતી

રીત

(1) વરિયાળી, તલ અને મગજતરીનાં બીને 5 મિનિટ શેકવાં.

(2) પહેલાં કોપરું અને પછી ધાણાની દાળ નાખવી.

(3) શેકાઈ જાય એટલે ઠંડું પડવા દેવું. પછી લવલી મસાલો નાખવો.

648. દ્રાક્ષાદિવટી

સામગ્રી

(1) 25 ગ્રામ કાળી દ્રાક્ષ (2) 1 લીંબુ
(3) 100 ગ્રામ બૂરું ખાંડ
(4) 50 ગ્રામ આંબોળિયાંનો ભૂકો
(5) $1\frac{1}{4}$ ટેબલ સ્પૂન શેકેલા જીરાનો પાઉડર
(6) 20થી 25 ગ્રામ કાળાં મરીનો ભૂકો
(7) ચપટી મીઠું

રીત

(1) કાળી દ્રાક્ષ પાણીમાં પલાળી, બિયાં કાઢી નાખવાં. મિક્સરમાં કાળી દ્રાક્ષ, લીંબુનો રસ, બૂરું ખાંડ નાખી ક્રશ કરવું. (બૂરું ખાંડ થોડીક જુદી રાખી લેવી.)

(2) થાળીમાં કાઢી આંબોળિયાંનો ભૂકો, જીરા પાઉડર, મીઠું, મરીનો ભૂકો નાખી, જોઈતા પ્રમાણમાં પાણી નાખી, લોટની જેમ બાંધી, નાની નાની ગોળીઓ વાળવી.

(4) ગોળીઓ બૂરું ખાંડમાં રગદોળી તરત જ વાળવી. રંગ અને એસેન્સ નાખીને જુદી જુદી દ્રાક્ષાદિવટી બનાવી શકાય.

649. અદરકવટી

સામગ્રી

(1) 500 ગ્રામ રેસા વગરનું આદુ
(2) $1\frac{1}{2}$ ટેબલ સ્પૂન લીંબુનો રસ
(3) $\frac{1}{4}$ ટી સ્પૂન સૂંઠનો પાઉડર

રીત

(1) આદુ સરસ રીતે ધોઈને છોલી નાખવું.
(2) ખરખરીયાંની જેમ તેનાં પીતાં કરી, તેમાં લીંબુનો રસ અને સૂંઠ નાખી, મિક્સ કરી, તડકે સૂકવી દેવું. મીઠું નાખવું હોય તો ચપટી નાખી શકાય.

650. ગળ્યાં આંબળાં

સામગ્રી

(1) 1 કિલો આંબળાં
(2) 900 ગ્રામ ખાંડ
(3) ગ્લુકોઝ

રીત

(1) મોટાં આંબળાં ધોઈને તેને કૂકરમાં 1 વ્હિસલ વાગે ત્યાં સુધી બાફવાં. અથવા, વ્હિસલ વગર બાફવાં.
(2) ઠળિયા કાઢી, આંબળાંમાં ખાંડ મેળવવી (ખાંડની ચાસણી કરી, મેલ કાઢીને પણ થાય). દરરોજ 2થી 3 વખત હલાવવાં.
(3) 4થી 5 દિવસ રાખવાં. પછી કાણાવાળી ડિશમાં કાઢી, સહેજ પાણીમાં ઝબોળી, બહાર કાઢવાં.
(4) ફરી કાણાવાળી ડિશમાં રાખવાં. પાણી નીતરે એટલે પ્લાસ્ટિકમાં તડકે સૂકવવાં.
(5) સૂકવતી વખતે થોડોક ગ્લુકોઝ ભેળવવો. ચાસણી વધે તેમાં થોડીક ખાંડ નાખી, 500 ગ્રામ આંબળાં બાફીને મેળવવાં. (ગ્લુકોઝને બદલે બૂરું ખાંડ મેળવી શકાય.)

651. ગળ્યાં આંબોળિયાં

સામગ્રી

(1) 1 કિલો રાજાપુરી કેરી (2) 500 ગ્રામ ખાંડ
(3) 50 ગ્રામ બૂરું ખાંડ

રીત

(1) કેરીને બરાબર છોલી, જાડા ટુકડા કરીને ખાંડમાં મેળવવા. 3 દિવસ રહેવા દેવું. હલાવતાં રહેવું.
(2) પછી ચાળણીમાં કાઢી લેવાં. આંબોળિયાંમાં બૂરું ખાંડ ભેળવવી.
(3) એ જ ચાસણીમાં ફરીથી બીજાં આંબોળિયાં થાય.
(4) તોતા કેરીનાં આંબોળિયાં સરસ થાય છે. (કેરી છોલો ત્યારે લીલો ભાગ રહેવો ન જોઈએ. તેથી વધારે છોલવું.) આંબોળિયાં તડકે સૂકવવાં.

652. લીલી વરિયાળીનો મુખવાસ

સામગ્રી

(1) 150 ગ્રામ ચૂંટેલી વરિયાળી ($1\frac{1}{2}$ કપ)
(2) 15 ગ્રામ ઝીણી સેંટેડ સોપારી ($\frac{1}{4}$ કપ)
(3) 40 ગ્રામ બૂરું ખાંડ ($\frac{1}{4}$ કપથી સહેજ ઉપર)
(4) 100 ગ્રામ કોપરાની છીણ (1 કપ ઉપર)
(5) 6 નંગ કપૂરી પાન
(6) 2 ટી સ્પૂન લવલી પાનપસંદ
(7) 15 ગ્રામ કાજુ ($\frac{1}{4}$ કપ)

રીત

(1) વરિયાળીને સાફ કરી, ચાળી, બધાંનું મિશ્રણ કરવું.
(2) કાજુના નાના નાના ટુકડા કરવા. પાનને વરિયાળી જેટલાં નાનાં નાનાં કાપવાં.
(3) પછી થાળીમાં બધું મેળવીને પાથરવું. ઉપર કોપરાની છીણમાં રંગ નાખી, ડેકોરેશન કરવું. કાજુ અને ગુલાબથી પણ ડેકોરેશન થાય.

653. ખારેક

સામગ્રી

(1) 500 ગ્રામ ખારેક
(2) 250 ગ્રામ લીંબુ અથવા કેરીનું ખાટું પાણી

(3) 10 ગ્રામ લીંડીપીપર (4) 10 ગ્રામ સફેદ મરી
(5) 10 ગ્રામ અક્કલગરો (6) 250 ગ્રામ બૂરું ખાંડ
(7) 300 ગ્રામ દાડમનું ચૂરણ
(150 ગ્રામ + 150 ગ્રામ)
(8) 5 ગ્રામ મીઠું (સિંધાલૂણ), ચાખીને સ્વાદ પ્રમાણે

રીત

(1) ખાટા પાણીમાં ખારેક પલાળવી. સરસ ફૂલી ગયા પછી પાણીમાંથી બહાર કાઢી, ખારેકની ઊભી ચાર ચીરી કરવી.
(2) લીંડીપીપર, સફેદ મરી અને અક્કલગરાનો બારીક ભૂકો કરવો. મીઠું ચાખીને નાખવું.
(3) ખાંડ અને 150 ગ્રામ દાડમનું ચૂરણ નાખવું. બધાંનું મિશ્રણ કરી, થાળી છાંયડામાં રાખવી.
(4) દરરોજ હલાવતા રહેવું. ખારેક એકદમ કોરી થઈ જાય (હાથને ચોંટે નહિ) પછી બાકીનું 150 ગ્રામ દાડમનું ચૂરણ તેમાં ભેળવી દેવું. કાચની બૉટલમાં ભરવું.

નોંધ: લીંબુના રસમાં પાણી નાખી ખાટું પાણી કરવું.

વૅરિએશન

ઇન્સ્ટન્ટ ખારેક

સામગ્રી

(1) 500 ગ્રામ ખજૂર
(2) $1\frac{1}{2}$ ટી સ્પૂન મરીનો ભૂકો
(3) 3 ટેબલ સ્પૂન બૂરું ખાંડ
(4) 150થી 200 ગ્રામ દાડમનું ચૂરણ
(5) $1\frac{1}{2}$ લીંબુ (6) મીઠું પ્રમાણસર

રીત

(1) ખજૂરની ઊભી ચીરી કરવી.
(2) તેમાં મીઠું, મરીનો ભૂકો, બૂરું ખાંડ અને દાડમનું ચૂરણ ઉમેરવું. થોડુંક દાડમનું ચૂરણ બાજુએ રાખવું.
(3) લીંબુ નીચોવીને બાકીનું દાડમનું ચૂરણ ઉમેરી મિક્સ કરવું.
(4) તરત સર્વ કરી શકાય.

નોંધ: ખજૂર કડક હોવી જોઈએ.

654. સૂકી વરિયાળી

સામગ્રી

(1) 150 ગ્રામ વરિયાળી
(2) 15 ગ્રામ ઝીણી સેંટેડ સોપારી
(3) 40 ગ્રામ બૂરું ખાંડ
(4) 100 ગ્રામ કોપરાની છીણ
(5) 6 નંગ કપૂરી પાન
(6) 2 ટી સ્પૂન લવલી પાનપસંદ
(7) 15 ગ્રામ કાજુ

રીત

(1) પાનને વરિયાળી જેટલાં નાનાં નાનાં કાપવાં. કાજુના ટુકડા કરવા.
(2) બધું મેળવવું. કોપરાની છીણમાં રંગ નાખીને ડેકોરેશન કરવું.

655. મસાલાવાળા કાજુ

સામગ્રી

(1) 100 ગ્રામ કાજુ (2) ઘી પ્રમાણસર
(3) $\frac{1}{2}$ ટી સ્પૂન મરચું
(4) 1 ટી સ્પૂન મરીનો ભૂકો
(5) $\frac{1}{2}$ ટી સ્પૂન ચાટ-મસાલો
(6) $\frac{1}{2}$ ટી સ્પૂન ગરમ મસાલો
(7) 1 ટી સ્પૂન બૂરું ખાંડ
(8) 1 ટી સ્પૂન આમચૂર પાઉડર
(9) મીઠું પ્રમાણસર

રીત

(1) કાજુ બદામી રંગ થાય ત્યાં સુધી ઘીમાં સાંતળવા. ઘી સહેજ નવશેકું કરી, તેમાં બધો મસાલો નાખી, 1 મિનિટમાં ગૅસ બંધ કરી દેવો.
(2) તળેલાં કાજુ નાખી હલાવી નાખવું.

નોંધ: ફક્ત મીઠું અને મરીનો ભૂકો પણ નાખી શકાય.

656. મસાલાવાળી બદામ

સામગ્રી

(1) 100 ગ્રામ બદામ (2) ઘી પ્રમાણસર
(3) 1 ટી સ્પૂન મરીનો ભૂકો
(4) મીઠું પ્રમાણસર

રીત

બદામને વચ્ચેથી ઊભી કાપવી. ગૅસ પર એક વાસણમાં ઘી ગરમ કરવા મૂકી, તેમાં બદામને સાંતળવી. તેમાં મીઠું અને મરીનો ભૂકો નાખવો.

27 કેટલી વ્યક્તિએ કેટલું માપ જોઈએ ?

1. **દૂધપાક :** 1 વ્યક્તિ માટે 500 મિલિ દૂધ – 300 મિલિ તૈયાર દૂધપાક.
2. **બાસૂદી :** 1 વ્યક્તિ માટે 500 મિલિ દૂધ – 250 મિલિ તૈયાર બાસૂદી.
3. **ફ્રૂટસલાડ :** 1 વ્યક્તિ માટે 250 મિલિ દૂધ.
4. **ક્રીમસલાડ :** 1 વ્યક્તિ માટે 100 ગ્રામ ક્રીમ, 200 ગ્રામ ફ્રૂટ.
5. **શીખંડ, મઠો :** 1 વ્યક્તિ માટે 200 ગ્રામથી 250 ગ્રામ.
6. **પુલાવ :** 5 વ્યક્તિ માટે 200 ગ્રામ ચોખા.
7. **આલુમટર :** 9 વ્યક્તિ માટે 750 ગ્રામ બટાકા, 450 ગ્રામ વટાણા.
8. **દહીંવડાં :** જમણવાર સાથે 8 વ્યક્તિ માટે 2 કપ ચોળાની અને 1 કપ અડદની દાળ.
9. **પાંદડાં :** જમણવાર સાથે 6 વ્યક્તિ માટે 250 ગ્રામ પાંદડાં અને 225 ગ્રામ ચણાનો ઝીણો લોટ.
10. **ઢોકળાં :** 5 વ્યક્તિ માટે $2\frac{1}{2}$ કપ લોટ – રસપૂરી સાથે.
11. **સમોસા :** 6 વ્યક્તિ માટે 1 કિલો બટાકા અને 250 ગ્રામ સૂકા વટાણા (એકલા હોય તો).

    7 વ્યક્તિ માટે (જમણવાર સાથે) 500 ગ્રામ બટાકા, 125 ગ્રામ સૂકા વટાણા.
12. **છોલે :** 1 વ્યક્તિ માટે 75 ગ્રામ (જમણવાર સાથે).
13. **એટમ બૉમ્બ પેટીસ :** 5 વ્યક્તિ માટે 15 મોટા બટાકા, 600 ગ્રામ લીલા શાકના વટાણા.
14. **મકાઈ, બટાકા પેટીસ :** 1 કિલો બટાકા, $1\frac{1}{2}$ કિલો મકાઈ (75 નંગ).
15. **બટાકાવડાં :** 6 વ્યક્તિ માટે 1 કિલો બટાકા (જમણવાર સાથે).
16. **ખીચડો :** 12 વ્યક્તિ માટે 1 કિલો છડેલા ઘઉં.
17. **કચોરી :** 1 કિલો તુવેરના દાણા – 60 કચોરી માટે.
18. **ઢોંસા :** 8 વ્યક્તિ માટે $4\frac{1}{2}$ કપ ચોખા અને $1\frac{1}{2}$ કપ અડદની દાળ, 15 મોટા બટાકા, 250 ગ્રામ વટાણા અને 15 ડુંગળી.
19. **સેવઉસળ :** 7 માણસ માટે 600 ગ્રામ સૂકા વટાણા.
20. **લાડવા :** 100 ગ્રામ ઘઉંનો જાડો લોટ, 3 લાડવા.
21. **રગડાપેટીસ :** 1 વ્યક્તિ માટે 2 બટાકા, 1 મૂઠી વટાણા.
22. **ગાજરનો હલવો :** 5 વ્યક્તિ માટે 1 કિલોગ્રામ ગાજર, 500 મિલિ દૂધ અને મલાઈ.
23. **પટ્ટી સમોસા :** 45 નંગ માટે : 175 ગ્રામ મેંદો, 25 ગ્રામ ઘઉંનો લોટ, 250 ગ્રામ બટાકા, 125 ગ્રામ ફોલેલા વટાણા.
24. **પંજાબી સમોસા :** 40 નંગ માટે : 500 ગ્રામ બટાકા, 250 ગ્રામ ફોલેલા વટાણા, 200 ગ્રામ મેંદો, 60 ગ્રામ ઘઉંનો લોટ, 1 ટેબલ સ્પૂન રવો (સોજી), 1 ટેબલ સ્પૂન ઘી.

કોઈ પણ તૈયાર મીઠાઈ – 10 વ્યક્તિ માટે 2 કિલો.

<u>કેટલું માપ જોઈએ ?</u>

1. **કંસાર :** 1 કપ ઘઉંનો જાડો લોટ, 1 કપ પાણી.
2. **ફાડાલાપસી :** 1 કપ ફાડા, 3 થી $3\frac{1}{2}$ કપ પાણી.
3. **ખીચું :** 1 કપ કણકીનો લોટ, $1\frac{1}{4}$ કપ પાણી.
4. **ઉપમા :** 1 કપ રવો (સોજી), 3 કપ પાણી.
5. **શીરો :** 1 કપ ઘઉંનો જાડો લોટ (રવો) સોજી, 3 કપ પાણી.
6. **ઈડલી :** 3 કપ ચોખા, 1 કપ અડદની દાળ.
7. **ઢોંસા :** $3\frac{1}{2}$ કપ ચોખા, $1\frac{1}{2}$ કપ અડદની દાળ. 3 કપ ચોખા, 1 કપ અડદની દાળ પણ થઈ શકે.
8. **ઈદડાં :** 3 કપ ચોખા, 1 કપ અડદની દાળ.
9. **મેંદુવડાં :** 1 કપ ચોખા, 3 કપ અડદની દાળ.
10. **ખીચડી :** 2 કપ ચોખા, 1 કપ મગની દાળ.
11. **હાંડવો :** 2 કપ ચોખા, 1 કપ તુવેરની દાળ, $\frac{1}{4}$ કપ ચણાની દાળ, $\frac{1}{4}$ કપ અડદની દાળ.
12. **ખીચડો :** 1 કિલો છડેલા ઘઉં, 400 ગ્રામ તુવેરની દાળ.
13. **ઉત્તપમ :** 4 કપ ચોખા, 1 કપ અડદની દાળ.
14. **ચકરી :** 3 કપ કણકીનો લોટ, 1 કપ મેંદો, $\frac{1}{2}$ કપ ઘી.
15. **ચા :** 500 મિલિ દૂધમાં 5 થી 6 કપ થાય.

28 વેસ્ટમાંથી બેસ્ટ

(1) વધેલી બ્રેડની કિનારી તળી, કટકા કરી, મમરા, પૌંઆ, સીંગ ચેવડામાં નાખી શકાય.

(2) વધેલી બ્રેડની કિનારીના કટકા કરી, વઘારી, નાસ્તામાં લઈ શકાય.

(3) વધેલી બ્રેડની કિનારીનો ભૂકો કરી, બાફેલા વટાણાના માવામાં મિક્સ કરી, કટલેટ અથવા ગોળા તળી શકાય. સાંતળી પણ શકાય.

(4) શાકનો રસો જાડો કરવામાં પણ બ્રેડનો ભૂકો કરીને નાખી શકાય.

(5) વધેલા ભાતની કટલેટ – 1 કપ ભાત, 1 કપ ટોસ્ટ અથવા બિસ્કિટનો ભૂકો, 250 ગ્રામ બટાકા, મીઠું, લીલાં મરચાં, ખાંડ, લીંબુ, લાલ મરચું, ગરમ મસાલો, બધું ભેગું કરવું.

(6) ભાત કે ખીચડી વધ્યાં હોય તો તેમાંથી ઢેબરાં, પકોડાં અને મૂઠિયાં સારાં થાય.

(7) બટાકા પૌંઆ વધ્યા હોય તો તેના સમોસા અને કચોરી થાય. સૂકા પાંઉનો ભૂકો નાખી કટલેટ બનાવી શકાય. પાંઉને બદલે રવો (સોજી) નખાય.

(8) બટાકા-વટાણાનું શાક વધ્યું હોય તો બ્રેડની સેન્ડવીચમાં મુકાય.

(9) રગડો વધ્યો હોય તો તેમાં બ્રેડનો ભૂકો, મીઠું, રવો, મેંદો, આદુ, મરચાં, ચટણી અને સોસ નાખી ઢોકળાં ઉતારવાં.

(10) શાક વધ્યાં હોય તો તેમાંથી મૂઠિયાં, હાંડવો અને ઢેબરાં સારાં થાય.

(11) મેથીનાં ઢેબરાંનો લોટ વધ્યો હોય તો તેને થોડો ઢીલો કરી ગોટા બનાવી શકાય.

(12) બટાકાવડાંનો માવો વધ્યો હોય તો રોટલી વણી, તેમાં ભાખરવડીની જેમ મસાલો મૂકી, રોલ વાળી, પાણીથી ચોટાડીને તળવા. કાપવા. આથી બટાકાવડાંનાં પાંદડાં થઈ જશે.

(13) ખાટિયું જૂનું થયું હોય અને ન ભાવતું હોય તો દેશી ચણા નાનો 1 કપ રાત્રે પલાળવા અને સવારે કોરા કરવા. ખાટિયાંના અથાણામાં થોડું મિશ્રણ કરવું. ચણા-કેરીનું અથાણું થઈ જશે. તાજું સારું લાગે છે.

(14) આંબોળિયાં બનાવીએ અને ચાસણી રહે તેમાં બાફેલી કેરીનો પલ્પ મિક્સ કરવો. કેરીનું શરબત થશે.

(15) પાણીપૂરીનું પાણી કરીએ અને તેના (ફુદીના-કોથમીર) કૂચા રહે તે પંજાબી સમોસામાં નાખવાથી સમોસા સરસ થાય.

(16) આઇસક્રીમ ઢીલો થઈ ગયો હોય તો તેમાં દૂધ અને બૂરું ખાંડ નાખી હૅન્ડ મિક્સર ફેરવવું. થીક શેઇક થઈ જશે. ઉપર કોઈ પણ બિસ્કિટના કટકા મૂકી શકાય.

(17) મલાઈના બગરામાં થોડું દૂધ અને ખાંડ નાખી ગરમ કરવું. હલવો થઈ જશે.

(18) મલાઈના બગરામાં બધો મસાલો આગળ પડતો નાખી, કચોરીનો મસાલો તૈયાર કરી, પૂરી વણીને કચોરી ભરવી.

(19) 2 ટી સ્પૂન મલાઈ અને $1\frac{1}{2}$ ટી સ્પૂન ખાંડ લઈ ગરમ કરવા મૂકવું. એક જ બાજુ હલાવ્યા કરવું. ઘી છૂટે અને બદામી રંગ થાય એટલે ઉતારી લેવું. ઘી નિતારી લેવું. ભગવાનને ધરાવવા તાજો હલવો તૈયાર થશે.

(20) 6 બ્રેડને પાણીમાં પલાળી, 1 ટેબલ સ્પૂન ચણાનો લોટ, મીઠું, મરચું અને ગરમ મસાલો નાખવો. મિક્સ કરી, કોફતા વાળી, તળી નાખવાં.

(21) કાચાં કેળાંને બાફી, તેમાં વેસણ, કોથમીર, મીઠું, મરચાં મેળવી, કોફતા બનાવી, તળવા. રેડ ગ્રેવી સાથે પીરસવા.

(22) ટાઢાં થેપલાં વધ્યાં હોય તો તેમને સક્કરપારાની જેમ કાપવાં. તુવેરની દાળ બાફી, મસાલેદાર ઉકાળીને એમાં થેપલાંના ટુકડાઓ નાખવા. ઢોકળી તૈયાર.

(23) બટાકાનું શાક વધ્યું હોય તો શાકમાંથી રસો કાઢી, બટાકામાં બધો મસાલો નાખી ચણાના લોટના ખીરામાં બોળી બટાકાવડાં કરવાં.

(24) દૂધ ફાટે તો હલાવ્યા કરવું; જેથી દાણાદાર માવો બનશે.

29 તહેવારોની ઉજવણી

કારતક — **બેસતું વર્ષ**

ઉજવણી : દરવાજે આસોપાલવનાં તોરણ બાંધવાં, આંગણે રંગોળી પૂરવી, રાત્રે દીવા પ્રગટાવવા.

જમણ : શીખંડ, પૂરી, ચોળાફળીનું શાક, પાંદડાં અથવા ખમણ, ઢોકળાં.

ભાઈબીજ

ઉજવણી : ભાઈનું પૂજન.

જમણ : ભાઈને ભાવતાં ભોજન અથવા બધાં જ મિષ્ટાન્ન.

લાભપાંચમ

ઉજવણી : ગાયનું પૂજન અથવા સ્ટાફના માણસોને જમાડવા.

જમણ : લાપસી, કળીના લાડુ અથવા જલેબી, મેથીનાં પકોડાં અથવા જે ગમે તે ફરસાણ.

દેવદિવાળી

ઉજવણી : તુલસી પૂજન.

જમણ : ફરાળી રસોઈ અથવા દૂધ-પૌંઆ, પેટીસ, પાણીપૂરી.

પોષ — **ઉત્તરાયણ**

ઉજવણી : ગાયોને ઘાસ ખવડાવવું, પતંગ ચગાવવા.

જમણ : તલ-કોપરાના લાડુ, ખીચડો, રવૈયાં, ઊંધિયું, તલની ચીકી.

મહા — **વસંતપંચમી**

જમણ : વેઢમી, પાંદડાં.

શિવરાત્રી

ઉજવણી : શિવનું પૂજન-ઉપવાસ.

જમણ : બાફેલાં શક્કરિયાં, ફરાળી રસોઈ.

ફાગણ — **હોળી**

ઉજવણી : સાંજે હોલિકાનું પૂજન, હોળી રમવી.

જમણ : સવારમાં ધાણી-ચણા, ઘી ભરેલું ખજૂર, સાંજના પૂજન બાદ લાડુ, દાળ અને વાલ.

ગુડી પડવો

મહિમા : કડવા લીમડાનો રસ, કેસર, ઇલાયચીનું પાણી.

રામનવમી

ઉજવણી : શ્રીરામનું પૂજન – રામમંદિરમાં દર્શન.

જમણ : શીરો, પૂરી, ભજિયાં.

અષાઢ — **રથયાત્રા**

જમણ : કંસાર, ફણગાવેલા મગ.

અલૂણું વ્રત

જમણ : મોરસ, માંચડ, લૂણીની ભાજી, મીઠાઈ, ફળ, મીઠા વગરનું ભોજન.

શ્રાવણ — **બળેવ**

જમણ : બહેન-ભાણેજને ભાવતાં ભોજન જમાડવાં.

નાગપાંચમ

ઉજવણી : નાગનું પૂજન-દર્શન.

જમણ : કુલેર, ઘરઘરના રિવાજ પ્રમાણે, ખાજાં.

રાંધણછઠ્ઠ

ઉજવણી : જાતજાતની વાનગી રાંધવી.

જમણ : કઢી, વેઢમી, કંકોડાં, કારેલાં, શીખંડ, દહીંવડાં, પાંદડાં, પુલાવ.

શીતળા સાતમ

જમણ : આગલા દિવસનું રાંધેલું ઠંડું ભોજન.

જન્માષ્ટમી

ઉજવણી : શ્રીકૃષ્ણ જન્મ ઊજવવો. મંદિરે દર્શન. રાત્રે 12 સુધી જાગરણ.

જમણ : ફરાળી રસોઈ, બાસૂદી, કઢી, મોરૈયો, શક્કરિયાં-બટાકાંનું શાક, કેળાંનાં પકોડાં.

નોળીનોમ

જમણ : બાજરીના રોટલા, ફણગાવેલા મગ.

ભાદરવો   ગણપતિચોથ

ઉજવણી : ગણપતિનું પૂજન.

જમણ : ગોળના લાડુ, દાળ, મેથીનાં પકોડાં.

વેપારીચોથ

જમણ : લાડુ, દાળ, ફુલવડી.

ઋષિપંચમી

જમણ : કુલેર.

અનંત ચતુર્દશી (ચૌદશ)

જમણ : લાપસી, દાળ, ચણા.

આસો   નવરાત્રિ

જમણ : સૂરણ, દહીં સાથે નવ દિવસ ખાવું.

દશેરા – વિજયાદશમી

ઉજવણી : વાહનનું પૂજન, શસ્ત્રનું પૂજન.

જમણ : ઘેબર અથવા ઠોરનો મહિમા છે. ફાફડા, જલેબી.

શરદપૂર્ણિમા

ઉજવણી : પૂનમની રાતે શીતળ ચાંદનીમાં મોજ કરવી, સોય પરોવવી.

જમણ : દૂધપૌંઆ, ગોટા, કચોરી.

વાઘબારસ

ઉજવણી : દીપાવલીની શરૂઆત – આંગણે રંગોળી પૂરવી.

જમણ : દાળ, ઓસાવેલી સેવ અથવા લાપસી કે કંસાર, બિરંજ, ફુલવડી.

ધનતેરસ (લક્ષ્મીપૂજન)

ઉજવણી : આસોપાલવનાં તોરણ બાંધવાં, રંગોળી પૂરવી, દીવા પ્રગટાવવા. રોકડ નાણાંનું – ઘરેણાંનું પૂજન.

જમણ : લાપસી, દાળ, ચોળાફળીનું શાક.

કાળી ચૌદશ

જમણ : દૂધપાક, અડદની દાળનાં વડાં, પૂરી.

દિવાળી

ઉજવણી : આસોપાલવનાં તોરણ બાંધવા – દીવડા પ્રગટાવવા, ફટાકડા ફોડવા, ચોપડા-પૂજન.

જમણ : કંસાર, દાળ, ચોળાફળી, ગલકાંનું શાક, પૂરી, મીઠાઈઓ.

30 માતૃત્વ સમયની અતિ મહત્ત્વની ટિપ્સ

માતૃત્વનો વિચારમાત્ર, એક રોમાંચક, આનંદદાયી અને ખટ-મીઠી લાગણીનો અણસાર આપી જાય છે. પ્રસૂતિની પીડા વગર સર્જનનો આનંદ માણી શકાતો નથી. સગર્ભાવસ્થાના એ નાજુક નવ મહિનાના સમયકાળમાં માતાએ મન પ્રફુલ્લિત અને આનંદિત રાખવું જોઈએ. તે માટે મનને શાંત અને આનંદિત કરે તેવા કર્ણપ્રિય સંગીતનું શ્રવણ કરવું જોઈએ. તદ્ઉપરાંત સગર્ભા સ્ત્રીએ સારા ધાર્મિક પુસ્તકોનું તથા શૂરવીર કથા-ઓનું વાંચન રાખવું જોઈએ. સાથે સાથે પોતાના માટે તથા આવનાર બાળક માટે પૌષ્ટિક અને સુપાચ્ય ખોરાકનું સેવન કરવું જોઈએ.

શિશુના શારીરિક વિકાસમાં આહારનું વિશેષ મહત્ત્વ છે. સમતોલ આહાર શિશુના સર્વાંગી વિકાસમાં ખૂબ જ મદદરૂપ થાય છે. પ્રથમ વખત માતા બનતી મહિલાની ઘણી જવાબદારી છે. ભ્રમ અને ડર પણ હોય છે. જો સાચી જાણકારી અને શિશુના આગમનની તૈયારી ન હોય તો આ ડર વધી જાય છે.

અહીં સગર્ભાવસ્થાના નવ મહિના દરમિયાન તથા પ્રસૂતિ પછી માતાએ પોતાના ખોરાકમાં શું શું ધ્યાન રાખવું તેની વિગતવાર માહિતી આપવાનો મેં નમ્ર પ્રયાસ કર્યો છે. દરેક માતા તેને આવકારશે જ તેની મને સંપૂર્ણ ખાતરી છે.

ડિલિવરી પહેલાં

(1) શરૂઆતના 2 – 3 મહિનામાં ઊલટી, ચક્કર આવે અને ખાવાનું મન ન થાય. તે સમય દરમિયાન સગર્ભાને જે મન થાય તે જ વાનગી ખવડાવી. તેને ખુશ રાખવી.

(2) ડૉક્ટરની તપાસ નિયમિત કરાવવી જોઈએ. હિમોગ્લોબિનનું પ્રમાણ જળવાઈ રહે તેવો પ્રયત્ન કરવો જોઈએ.

(3) ગર્ભાવસ્થા દરમિયાન હંમેશાં આનંદમાં રહેવા પ્રયત્ન કરવો. ટેન્શન ન કરવું. ગુસ્સે ન થવું. સારા વિચારો કરવા તથા સારું વાંચન કરવું. સંગીત સાંભળવું. જે સારું વાંચીએ, વિચારીએ તે બધાની અસર બાળક ઉપર જરૂર પડે છે.

(4) ગર્ભાવસ્થા દરમિયાન ભોજનમાં પ્રોટીન વધારે લેવું. બેલેન્સ ડાયેટ લેવો. દરેક મહિને 1 કિલો વજન વધવું જોઈએ. ડિલિવરી વખતે 10થી 11 કિલો વજન વધવું જોઈએ, તેનાથી વધારે નહીં. વધારે વજન વધતું હોય તો શાકભાજી, ફ્રૂટ્સ, સલાડ ખાઈ વજન નિયંત્રિત કરવું. પાણી વધારે પીવું.

(5) ગર્ભાવસ્થા દરમિયાન તાવ, શરદી, ખાંસી થાય તો ડૉક્ટરની સલાહ પ્રમાણે દવા લેવી. જાતે કોઈ દવા ન લેવી.

(6) ડિલિવરીની તારીખના 20થી 25 દિવસ પહેલા હૉસ્પિટલ લઈ જવાની વસ્તુની તૈયારી કરી રાખવી, જેથી અચાનક જવું પડે તો વાંધો ન આવે.

(7) ગર્ભાવસ્થા દરમિયાન તબિયત સારી હોય તો નોર્મલ લાઇફમાં જે કામ કરતા હોઈએ તે કરવું. બહુ દોડાદોડી ન કરવી. જેનાથી પડી જવાનો કે લપસી પડવાનો ભય રહે એવી પ્રવૃત્તિ ન કરવી.

(8) જો અનુકૂળ આવે તો ડાબી બાજુ પડખું રાખીને સૂવું, જેથી ગર્ભાશય ઉપર દબાણ ન આવે.

(9) કોઈ પણ સુંદર બાળકની આકર્ષક તસવીર રૂમમાં રાખવી અને તેને હંમેશાં જોતા રહેવું. જેવું જોશો અને વિચારશો તેવું જ બાળક આવશે.

(10) ગર્ભવતી સ્ત્રીને ઉપવાસ, લાંબી સફર, બહુ ચાલવાનું, જલદી ચાલવાનું તથા ઝટકા લાગે તેવી મુસાફરીથી બચવું જોઈએ.

(11) ગર્ભાવસ્થા દરમિયાન પપૈયું ન ખાવું જોઈએ.

પ્રથમ અને બીજો મહિનો

(1) રોજ 1 સફરજન આપવું.

(2) 1 કપ દૂધમાં 1 ટી સ્પૂન ગંઠોડા અને જરૂરી ખાંડ નાખી, ઉકાળીને દૂધ આપવું.

(3) 3થી 4 નંગ ખજૂર આપવા.

(4) **દૂધીની ખીર :** 1 કપ દૂધમાં 2 ટેબલ સ્પૂન છીણેલી દૂધી ઉમેરી, જરૂરી ખાંડ નાખી, ઉકાળવું. ગરમ અથવા ઠંડી ખીર આપવી.

ત્રીજો મહિનો

(1) રોજ 1 સફરજન આપવું.

(2) રોજ દૂધી જુદી જુદી રીતે આપવી. (દૂધીનાં ઢેબરાં, શાક, દૂધી-ચણાનું શાક, મુઠિયાં, દૂધીના કોફતા, દૂધીનો હલવો વગેરે.)

(3) 1 નારિયેળનું પાણી આપવું. તેનું ટોપરું કે મલાઈ ન આપવી.

(4) **કમલકાકડીનો શીરો :** 1 ટી સ્પૂન કમલ-કાકડીનો પાઉડર થોડા ઘીમાં શેકીને થોડું પાણી અને ખાંડ ઉમેરી શીરો બનાવવો. લગભગ 1થી 2 ચમચી જેટલો જ આપવો. તેનાથી વધારે નહીં.

પહેલા, બીજા અને ત્રીજા મહિનામાં ગળ્યું વધારે આપવું. આ વખતે બાળકના શરીરનું બંધારણ થાય છે, જેથી વધારે ગ્લુકોઝની જરૂર પડે છે. તે ગળપણમાંથી મળે છે. શીરો, લાપસી, સુખડી, વેઢમી વગેરે વધુ આપવું.

ચોથો મહિનો

(1) રોજ 1 સફરજન આપવું.

(2) સવારે પ્રથમ 1 નારિયેળનું પાણી આપવું. ટોપરું કે મલાઈ ન આપવાં.

(3) 3થી 4 નંગ ખજૂર આપવા.

(4) 1 કપ દૂધમાં 1 ટી સ્પૂન ગંઠોડા અને જરૂરી ખાંડ નાખી, ઉકાળીને દૂધ આપવું.

(5) સલાડ, ફ્રૂટ્સ, ડ્રાયફ્રૂટ્સ આપવા.

(6) 1 બદામ રાત્રે પાણીમાં પલાળી, સવારે ચાવી જવી.

(7) 100 ગ્રામ 'મામરો' બદામને ક્રશ કરવી. તેમાં ખડી સાકરને ક્રશ કરીને નાખવી. તેમાં થોડું ઘી નાખી, ગોળીઓ બને તેવું કરવું. પછી તેના ત્રીસ સરખા ભાગ કરવા. તેમાંથી રોજ 1 લાડુને રાત્રે ચાંદીની વાટકીમાં મૂકી, તે વાટકી પાણીમાં રાખવી અને બીજે દિવસે સવારે લાડુ ખાવો.

પાંચમો મહિનો

(1) રોજ 1 સફરજન આપવું.

(2) સવારે પ્રથમ 1 નારિયેળનું પાણી આપવું. ટોપરું કે મલાઈ ન આપવાં.

(3) 4થી 5 નંગ ખજૂર આપવા.

(4) 1 કપ દૂધમાં 1 ટી સ્પૂન ગંઠોડા અને જરૂરી ખાંડ નાખી, ઉકાળીને આપવું.

(5) સલાડ, ફ્રૂટ્સ, ડ્રાયફ્રૂટ્સ (અખરોટ) આપવા.

(6) ચ્યવનપ્રાશ 1 મહિનો આપવો.

(7) 1 બદામ રાત્રે પાણીમાં પલાળી, સવારે ચાવી જવી.

(8) આંબળાનો મુરબ્બો બપોરે 2 વાગે રોજ આપવો.

છઠ્ઠો મહિનો

(1) રોજ 1 સફરજન આપવું.

(2) નારિયેળનું પાણી બંધ કરવું.

(3) સલાડમાં ગાજર, ટમેટા, કોબીજ, બીટ આપવાં.

(4) ફ્રૂટ્સ, ડ્રાયફ્રૂટ્સ આપવા.

(5) ફણગાવેલા મગ આપવા.

(6) આંબળાનો મુરબ્બો 15 દિવસ આપવો. માતાને ચશ્માના નંબર વધારે હોય તો 1 મહિનો મુરબ્બો આપવો.

(7) બપોરે મોળા દહીંની છાશ આપવી.

(8) 1 બદામ રાત્રે પાણીમાં પલાળી, સવારે ચાવી જવી.

સાતમો મહિનો

(1) 1 સફરજન, ફ્રૂટ, ડ્રાયફ્રૂટ, સલાડ આપવા.

(2) 2 બદામ રાત્રે પાણીમાં પલાળી, સવારે ચાવી જવી.

(3) દૂધમાં ગંઠોડા સાથે ચપટી કેસર નાખવું. કેસરને વઘારીયામાં મૂકી, ધીમા તાપે શેકવું. ઠંડું પડે ત્યારે ખરલથી વાટવું અને બૉટલમાં ભરવું. રોજ તેમાંથી ચપટી નાખી દૂધ ગરમ કરવું.

(4) **ઓથમીર જીરું :** 100 ગ્રામ આપવું. આ જીરું ખૂબ ઠંડું હોય છે. તેથી જો શિયાળો હોય તો 50 ગ્રામ ઓથમીર જીરું + 50 ગ્રામ સાદું જીરું મિક્સ કરવું. તેમાં ઘી અને બૂરું ખાંડ ઉમેરીને મિક્સ કરી રાખવું. જમતી વખતે

1 ચમચી ખાવું કે ગળી જવું. ઓથમીર જીરામાં કાંકરી બહુ હોય છે. તેથી બરાબર વીણવું.

આઠમો મહિનો

(1) રોજ 1 સફરજન આપવું.

(2) 2 બદામ રાત્રે પાણીમાં પલાળી, સવારે ચાવી જવી.

(3) દૂધમાં ગંઠોડા સાથે ચપટી કેસર આપવું.

(4) ફ્રૂટ, ડ્રાયફ્રૂટ, સલાડ આપવા.

(5) રોજ 1 મેથીનો લાડવો આપવો.

મેથીનો લાડવો [35થી 40 નંગ]

સામગ્રી

(1) 100 ગ્રામ સૂકી મેથીનો લોટ

(2) 350 ગ્રામથી 400 ગ્રામ ઘી

(3) 250 ગ્રામ ઘઉંનો જાડો લોટ

(4) 300 ગ્રામ ગોળ

(5) કોપરાની છીણ

(6) બદામ, ખસખસ, સૂંઠ અને ગંઠોડાનો પાઉડર, મગજતરીનાં બી

(7) 250 ગ્રામ બૂરું ખાંડ

રીત

(1) ગૅસ પર એક વાસણમાં ઘી ગરમ કરવા મૂકી, ઘઉંનો જાડો લોટ શેકવો. ગોળનો ઝીણો ભૂકો કરી, થાળીમાં રાખી, તેમાં શેકેલો લોટ નાખવો. બધું બરાબર મિક્સ કરવું.

(2) બીજી થાળીમાં (કાછલીમાંથી છીણેલું) કોપરાની છીણ, બદામ + મગજતરીનાં બી ખાંડેલાં, સૂંઠ અને ગંઠોડાનો પાઉડર તેમજ બૂરું ખાંડ ભેગા કરવાં. ખસખસ સહેજ ખાંડીને નાખવી.

(3) શેકેલો લોટ ઠંડો પડે ત્યારે આ બધી વસ્તુઓનું મિશ્રણ અને મેથીનો લોટ નાખી બધું બરાબર મિક્સ કરવું. ઘી ઓછું લાગે તો સહેજ ગરમ કરીને નાખવું અને લાડવા વાળવા.

નોંધ : $\frac{1}{2}$ કાછલી કોપરાની છીણ, 15થી 20 બદામ, 50 ગ્રામ મગજતરીનાં બી, 3 ટેબલ સ્પૂન ગંઠોડાનો પાઉડર, 3 ટેબલ સ્પૂન સૂંઠનો પાઉડર, 2 ટેબલ સ્પૂન ખસખસ લઈ શકાય. દરેકની પ્રકૃતિ પ્રમાણે અને સીઝન પ્રમાણે આમાં વધઘટ કરવી.

નવમો મહિનો

(1) રોજ 1 સફરજન આપવું.

(2) ફ્રૂટ, ડ્રાયફ્રૂટ, સલાડ આપવાં.

(3) 3 બદામ રાત્રે પાણીમાં પલાળી, સવારે ચાવી જવી.

(4) દૂધમાં એકલું કેસર નાખીને આપવું.

(5) રોજ 1 મેથીનો લાડવો આપવો.

(6) ગંઠોડાનું પાણી આપવું. 1 કપ પાણીમાં 1 ટેબલ સ્પૂન ગંઠોડા ઓગાળી ગરમ કરવા મૂકવા. તેમાં ચપટી મીઠું, $\frac{1}{2}$ ટી સ્પૂનથી 1 ટી સ્પૂન ઘી, 1 ટેબલ સ્પૂન ખાંડ નાખી, ઊકળે ત્યારે ગૅસ બંધ કરી હૂંફાળું આપવું.

નોંધ : આ મહિને ગંઠોડાના પાણીમાં ગોળ ન નાખવો.

દસમો મહિનો

(1) રોજ 1 સફરજન આપવું.

(2) ફ્રૂટ, ડ્રાયફ્રૂટ, સલાડ આપવાં.

(3) 3 બદામ રાત્રે પાણીમાં પલાળી, સવારે ચાવી જવી.

(4) દૂધમાં કેસર નાખીને આપવું.

(5) મેથીના લાડવા આપવા.

(6) ગંઠોડાનું પાણી આપવું. ખાંડને બદલે ગોળ નાખીને બનાવવું. જ્યારે દુખાવો ઊપડે ત્યારે ગંઠોડાનું પાણી (ગોળ નાખીને) તથા સૂંઠની ગોટી ખવડાવી પ્રસૂતાને હૉસ્પિટલ લઈ જવી.

નોંધ : સૂંઠની ગોટીની રીત 'ડિલિવરી પછી'માં લખી છે.

ડિલિવરી પછી

1. સૂંઠની ગોટી [2 નંગ]

ડિલિવરી થાય તે જ દિવસે કે બીજા દિવસથી રોજ 1 આપવી. 15 દિવસ આપવી. સિઝેરિયન ઑપરેશન થયું હોય તો ડૉક્ટર કહે તે પ્રમાણે આપવી.

સામગ્રી

(1) 2 ટી સ્પૂન સૂંઠનો પાઉડર
(2) 1 ટી સ્પૂન છલકાતો ગોળનો ભૂકો
(3) $\frac{1}{2}$થી 1 ટી સ્પૂન ઘી
(4) 2 બદામનો અધકચરો ભૂકો
(5) 1 ટી સ્પૂન છીણેલું કોપરું
(6) $\frac{1}{2}$ ટી સ્પૂન ખાંડેલી ખસખસ (બદામ અને કોપરું વધારે નાખી શકાય.)

રીત

(1) પ્રથમ સૂંઠના પાઉડરમાં ગોળનો ભૂકો નાખી બરાબર મસળવું.
(2) પછી તેમાં ઘી, બદામ, કોપરું અને ખસખસ નાખી, બરાબર મિક્સ કરી, 2 ગોટી વાળવી.

નોંધ : (1) ઓછું ઘી ખાવું હોય તો $\frac{1}{2}$ ટી સ્પૂન નહીંતર 1 ટી સ્પૂન ઘી નાખવું.
(2) જ્યારે વધારે ગોટી બનાવવી હોય તો ટી સ્પૂનને બદલે ટેબલ સ્પૂન કે મોટા શાકનો ચમચો લેવો. બધા માપ તેવી રીતે લેવા.
(3) સવારે સૌપ્રથમ આ ગોટી આપવી.

2. ગુંદર

ડિલિવરી પછી તે જ દિવસે કે બીજે દિવસે 200 ગ્રામ + 200 ગ્રામ, એમ 2 ડબ્બામાં બાવળનો ગુંદર પલાળવો. 2 ડબ્બામાં ગુંદરનો ભૂકો નાખી તેમાં ગરમ ઘી નાખતા જવું અને હલાવતાં જવું. ગુંદર પલળી જાય તેટલું ઘી નાખવું.

એક ડબ્બામાંથી રોજ ગુંદરની રાબ (પાણી) કરીને આપવી.

બીજા ડબ્બાના ગુંદરનો 2 મહિના પછી ગુંદરપાક બનાવવો. પલળેલો ગુંદર હોય તેથી બાળકને નડે નહીં. બંને ડબ્બા ફ્રિજમાં મૂકવા.

ગુંદરની રાબ

ડિલિવરી પછી 1 મહિનો આપવી.

સામગ્રી

(1) 2 ટી સ્પૂન ઘી
(2) 1 ટી સ્પૂન પલાળેલો ગુંદર
(3) 1 મેઝર કપ પાણી
(4) 1 ટી સ્પૂન ગોળ
(5) 2 ટેબલ સ્પૂન સૂંઠ, ગંઠોડાનો પાઉડર, ખસખસ, કોપરું, સવાનો ભૂકો અને બદામ.

રીત

(1) ગૅસ પર એક વાસણમાં ઘી ગરમ કરવા મૂકી, તેમાં ગુંદર નાખીને શેકવો. ગુંદર ફૂલી જાય એટલે તેમાં પાણી તથા ગોળ નાખવો.
(2) તેમાં સૂંઠ-ગંઠોડાનો પાઉડર, ખસખસ, કોપરું, સવાનો ભૂકો અને બદામ – આ બધું મિક્સ કરી, 2 ટેબલ સ્પૂન નાખવું. ઊકાળવું.

નોંધ : (1) 1 શાકનો મોટો ચમચો સૂંઠનો પાઉડર, તે જ ચમચો ગંઠોડાનો પાઉડર, તે જ મોટો ચમચો બદામ અધકચરી ખાંડેલી, 2 ટેબલ સ્પૂન ખસખસ ખાંડેલી, 1 શાકનો મોટો ચમચો કોપરું છીણેલું, 1થી 2 ટેબલ સ્પૂન સવાનો ભૂકો – આ બધું મિક્સ કરી રાખવું.
(2) તેમાંથી 2 ટેબલ સ્પૂન ગુંદરની રાબમાં નાખવું. વધારે ભાવતું હોય તો 3 ટેબલ સ્પૂન નાખવું.
(3) આ બધું મિક્સ કરી રાખવાથી, બનાવતી વખતે દરરોજ જુદી જુદી બૉટલો ખોલવામાં ટાઇમ ન બગડે અને રોજ 1 ટેસ્ટની રાબ થાય.

3. દૂધનો મસાલો

સામગ્રી

(1) 5 બદામ
(2) 25 પિસ્તા
(3) 10 ઇલાયચી
(4) 10 તાંતણા કેસર

રીત

(1) બદામ અને પિસ્તાને અધકચરાં ખાંડવાં. તેમાં ઇલાયચીનો ઝીણો ભૂકો કરીને નાખવો.

(2) કેસર વઘારિયામાં ધીમા તાપે શેકીને ઠંડું પડે એટલે ખરલથી વાટીને તેમાં નાખવું.

(3) બધું મિક્સ કરીને રાખવું. વધારે પ્રમાણ બનાવી રાખવું.

દૂધ

દૂધમાં ખાંડ નાખી અનુકૂળ આવે તે પ્રમાણે 1થી 2 ટેબલ સ્પૂન દૂધનો મસાલો નાખી, ઉકાળી, હૂંફાળું કરીને આપવું.

નોંધ : (1) સવારે દૂધમાં દૂધનો મસાલો નાખી આપવું.

(2) બપોરે દૂધમાં જે પાઉડર અનુકૂળ હોય તે ન્યૂટ્રામૂલ, માઇલો, પ્રોટીન્યુલ્સ વગેરે દૂધમાં આપવું.

(3) રાત્રે દૂધમાં ગંઠોડા નાખી, ઉકાળી હૂંફાળું આપવું, જેથી દિવસ દરમિયાન જે કાંઈ ખવાયું હોય તે બાળકને નડે નહીં, પચી જાય.

4. શીરો

ડિલિવરી પછી 10 દિવસ રોજ શીરો આપવો. પછી આંતરે દિવસે. આ રીતે મહિના સુધી આપવો. સિઝેરિયન ઑપરેશન થયું હોય તો ડૉક્ટરની સલાહ પ્રમાણે આપવું.

સામગ્રી

(1) 4 ટેબલ સ્પૂન ઘઉંનો સહેજ જાડો લોટ

(2) $3\frac{1}{2}$ ટેબલ સ્પૂન ઘી

(3) 12 ટેબલ સ્પૂન પાણી

(4) 5થી 6 દ્રાક્ષ

(5) 4 ટેબલ સ્પૂન ખાંડ

(6) ઇલાયચીનો ભૂકો

(7) 2થી 3 બદામ

રીત

(1) ગૅસ પર એક વાસણમાં ઘી ગરમ કરવા મૂકી, તેમાં ઘઉંનો લોટ નાખવો. બીજી બાજુ પાણી ગરમ કરવા મૂકવું. તેમાં દ્રાક્ષ નાખવી.

(2) લોટ બદામી રંગનો શેકાય એટલે તેમાં ગરમ પાણી રેડવું. હલાવતા રહેવું. પાણી બળી જાય ત્યારે તેમાં ખાંડ નાખવી.

(3) ઘી છૂટું પડે એટલે ઇલાયચીનો ભૂકો નાખી ઉતારી લેવું.

(4) બદામને બાફીને, કાતરી કરીને નાખવી. બદામમાં પાણી નાખી માઇક્રોમાં પણ બાફી શકાય.

5. સૂરણ

ડિલિવરી પછી 10 દિવસ રોજ સૂરણ આપવું. પછી આંતરે દિવસે, આ રીતે મહિના સુધી આપવું.

રીત

(1) સૂરણને સરસ ધોઈ, છાલ કાઢી, નાના ટુકડા કરી, કૂકરમાં 1 વ્હિસલ બોલાવી, બાફી લેવું.

(2) ઠંડું કરી, તેને બે હથેળીમાં મૂકી, દબાવી, પાણી કાઢી નાખવું. ગૅસ પર એક વાસણમાં ઘી ગરમ કરવા મૂકી, કડક થાય ત્યાં સુધી તળવું.

(3) તેમાં પ્રમાણસર મીઠું, મરીનો ભૂકો અને બૂરું ખાંડ નાખી, મિક્સ કરીને આપવું.

નોંધ : 10 દિવસ પછી એક દિવસ શીરો આપવો અને એક દિવસ સૂરણ આપવું.

6. સવા

(1) સવાને સાફ કરી ખાંડવા અને ચાળી નાખવાં. જે ભૂકો નીકળે તે ગુંદરની રાબમાં નાખવો.

(2) સવામાં મીઠું અને લીંબુનો રસ નાખી, હલાવી, રહેવા દેવું. પછી શેકી નાખવા (તલ, વરિયાળી શેકીએ છીએ તે પ્રમાણે). માઇક્રોમાં પણ શેકાય.

(3) કોપરું છીણીને, તેને ધીમે તાપે શેકવું. સવામાં કોપરું નાખી, મિક્સ કરી, બૉટલમાં ભરવું. જેમ બને તેમ મુખવાસ તરીકે વધારે ખાતા રહેવું.

(4) સવાથી શરીરમાંથી ગૅસ અને બગાડ નીકળી જાય છે અને કોપરાથી દૂધ વધારે આવે છે.

(5) સવાને શેકી રાખવા. કોપરું થોડુંક થોડુંક શેકીને ઉમેરવું, નહીંતર ખોરું થઈ જાય છે.

7. કોપરું અને ગોળ

કોપરાની લાંબી કાતરી કરી રાખવી. કોપરું અને ગોળ ખાતા રહેવું.

8. ખજૂર

દિવસમાં 4થી 5 નંગ ખજૂર ખાવી.

9. સુખડી

ડિલિવરી પછી માતાને ઘણી વખત બહુ ભૂખ લાગે છે. બાળક જ્યારે વધારે વખત દૂધ લે છે તે વખતે સુખડી વધારે આપવી.

સામગ્રી

(1) 250 ગ્રામ ઘઉંનો જાડો લોટ
(2) 250 ગ્રામ ઘી
(3) 2 ટેબલ સ્પૂન ઝીણો ખાંડેલો ગુંદર
(4) 3 ટેબલ સ્પૂન સૂંઠ, ગંઠોડા, ખસખસ, કોપરાની છીણ, સવાનો ભૂકો, બદામ (ગુંદરની રાબ પ્રમાણે).
(5) 200 ગ્રામ ગોળનો ભૂકો

રીત

(1) ગૅસ પર એક વાસણમાં ઘી ગરમ કરવા મૂકી, તેમાં ઘઉંનો લોટ નાખી, ધીમા તાપે શેકવો.
(2) થોડોક શેકાય ત્યારે ગુંદર નાખી, આછો ગુલાબી શેકવો.
(3) લોટ શેકાઈ જાય ત્યારે સૂંઠ-ગંઠોડાનું મિશ્રણ નાખી ગૅસ બંધ કરવો. ગોળનો ભૂકો નાખી, બરાબર મિક્સ કરી, થાળીમાં ઠારી લેવું.

નોંધ : આ સુખડી ખાવાથી માતાને દૂધ સારું આવે છે.

10. મખાણા

મખાણા ઘીમાં તળીને આપવા. તેમાં મીઠું કે સિંધાલૂણ-મરીનો ભૂકો અને બૂરું ખાંડ નાખવા.

નોંધ : મખાણા ખાવાથી માતાને દૂધ બહુ આવે છે. જ્યારે બાળક માંદુ હોય અને દૂધ લઈ ન શકતું હોય ત્યારે મખાણા ન ખાવા.

11. પૂરી

(1) ઘઉંના લોટમાં મુઠ્ઠી પડતું ઘીનું મોણ, મીઠું, મરચું, હળદર, જીરું અને અજમો નાખી કણક બાંધવી. ફૂલે તે રીતે સહેજ જાડી પૂરી વણી ઘીમાં કે તેલમાં તળવી.
(2) નાસ્તામાં પૂરી આપવી.

12. હીરાબોર [100 ગ્રામ]

ડિલિવરી પહેલા બનાવી રાખવું.

(1) હીરાબોરનો ભૂકો કરી ખાલી કેપ્સ્યુલમાં ભરવો.
(2) ડિલિવરી પછી જેમ બને તેમ જલદી હીરાબોર લઈ લેવું. દિવસની 8થી 10 કેપ્સ્યુલ લઈ શકાય.

નોંધ : કેપ્સ્યુલમાં ન ભરવું હોય તો શીરા સાથે તેની નાની ગાંગડીઓ કરીને ગળી જવાય.

13. પાણી

મા અને બાળકને પાણી ઉકાળીને આપવું. અત્યારે બાળકને પાણી આપવાની ડૉક્ટર ના પાડે છે. ડૉક્ટરની સલાહ પ્રમાણે કરવું.

14. કાળીજીરી અને વાંસના ટુકડા

100 ગ્રામ કાળીજીરી અને થોડાક વાંસના ટુકડા.

(1) ડિલિવરી પછી ત્રીજા, ચોથા અને પાંચમા દિવસે આપવું.
(2) કાળીજીરીમાં બહુ કાંકરી હોય છે, તેથી બરાબર સાફ કરવી.
(3) 100 ગ્રામ કાળીજીરીના 3 ભાગ કરવા.
(4) 2જા દિવસની રાત્રે 1 ભાગ કાળીજીરી અને થોડાક વાંસના ટુકડા પાણીમાં પલાળવા.
(5) 3જા દિવસે સવારે ઉકાળવા. પછી તેને ગાળવું. તેમાં ગોળ નાખીને પીવડાવવું. તેનાથી માતા અને બાળકને તાવ નહિ આવે.
(6) 3જા દિવસની રાત્રે તથા ચોથા દિવસની રાત્રે આ જ રીતે પલાળી, સવારે ઉકાળી, ગાળી, ગોળ નાખીને આપવું.

15. માતાની માલીસ માટે તેલ

તલના તેલમાં ઘોડાવજ અને મેથી નાખી, ઉકાળી, ઠંડું કરી, બૉટલમાં ભરવું. માતાને રોજ આ તેલથી માલીસ કરવી.

16. માતાના માથામાં નાખવાનું તેલ

નારિયેળ તેલમાં ઘોડાવજ નાખી, ઉકાળી, ઠંડું કરી, બૉટલમાં ભરવું. રોજ માથામાં નાખવું. માથે સ્કાર્ફ બાંધવો.

17. ગુંદરપાક

ડિલિવરીના 1 કે 2 મહિના બાદ આપવો.

સામગ્રી

(1) 100 ગ્રામ બાવળનો ગુંદર
(2) 100 ગ્રામ ઘી
(3) 1 લિટર દૂધ
(4) 200 ગ્રામ ખાંડ
(5) બદામ અને ખસખસ
(6) 1 કાછલી કોપરું
(7) 100 ગ્રામ મગજતરીનાં બી
(8) 1 મોટો શાકનો ચમચો સૂંઠનો પાઉડર
(9) 1 મોટો શાકનો ચમચો ગંઠોડાનો પાઉડર

રીત

(1) ગૅસ પર એક વાસણમાં ઘી ગરમ કરવા મૂકવું. જો ઘીમાં પલાળેલો ગુંદર હોય તો ઓછું ઘી મૂકવું, નહીંતર વધારે ઘી મૂકવું. તેમાં ગુંદર નાખી હલાવતા જવું.
(2) ગુંદર શેકાઈ જાય અને કલર બદલાય ત્યારે તેમાં ધીરે ધીરે દૂધ રેડતા જવું અને હલાવ્યા કરવું. પછી ખાંડ નાખવી. દૂધને બાળવું.
(3) ખસખસ, મગજતરીનાં બી અને બદામ જરૂર મુજબ લઈ, અધકચરાં ખાંડવાં કે મિક્સરમાં ક્રશ કરવાં. કોપરાને છીણીને રાખવું.
(4) ઘટ્ટ થાય ત્યારે બધો મસાલો નાખવો. સહેજ ઢીલું રાખવું અને ડબ્બામાં ભરવું.
(5) ઠંડું પડે ત્યારે ફ્રિજમાં મૂકવું.

18. માતાએ શું ખાવું, શું ન ખાવું?

(1) નાસ્તામાં પૂરી, સૂરણ, શેકેલાં સારેવડાં, ટોસ્ટ, ખાખરા આપવા. ઘરમાં બનાવેલી ચોખ્ખી વસ્તુ, ઓછી તળેલી, ઓછાં મરચાંવાળી આપવી.

બહારના તળેલા નાસ્તા, જંકફૂડ અને આથાવાળી વાનગી ન આપવા.

(2) સલાડ, ફ્રૂટ્સ, મધ વધારે આપવાં.
(3) જમવામાં 1 મહિનામાં બધાં શાકભાજી, બધાં કઠોળ, પાંદડાં, શીખંડ, દૂધપાક, લાડવા, લાપસી વગેરે આપવું.
(4) પચવામાં ભારે ખોરાક સવારે આપવો. પચવામાં હલકો ખોરાક સાંજે આપવો.
(5) **હલકો ખોરાક :** ખીચડી, મગની દાળ, તીખા ચોપડા ઘીથી સાંતળેલા, ભાખરી, રોટલા, દૂધીનું શાક, ડુંગળીનું શાક, ડુંગળી-બટાકાનું શાક આપવું. બટાકા ઓછા આપવા. તેનાથી ગૅસ થાય છે. દાળિયા અને મગની દાળ વારંવાર આપવાથી માતાના દૂધમાં વધારો થાય છે.

19. કસરત

(1) નૉર્મલ ડિલિવરી હોય તો 10 દિવસ પછી અને સિઝેરિયન થયું હોય તો ડૉક્ટર કહે તે પ્રમાણે કસરત કરવી.
(2) પેટને અંદર લઈ જવાની, પેટને અંદર ખેંચવાની અને બહાર લઈ જવાની કસરત શરૂઆતમાં 10 સવારે, 10 બપોરે, 10 સાંજે કરવી. ધીમે ધીમે વધારવી – 100 સવારે, 100 બપોરે, 100 સાંજે કરવી. બીજું જે ડૉક્ટર કહે તે પ્રમાણે કસરત કરવી.
(3) પેટ ઉપર બેલ્ટ પહેરવો. કસરત કરવાથી અને બેલ્ટ પહેરવાથી ફૂલેલું પેટ, પ્રથમ જેવું થઈ જશે.

બાળક માટે

(1) બાળક જન્મે ત્યારે ગળથૂથીમાં મધ ન ચટાડવું.

(2) બાળક રડે અને ક્યાંય સુધી છાનું ન રહે તો 2 ટીપાં મધ અને 2 ટીપાં ઘી મિક્સ કરીને ચટાડવું.

(3) બાળક બહુ રડતું હોય અને પેટ દબાવાથી રડતું હોય તો દૂંટીની આસપાસ સહેજ હિંગ પાણીમાં પલાળીને લગાડવી.

(4) બાળકને શરદી થઈ હોય તો દિવેલ હૂંફાળું ગરમ કરીને તેનાથી માલીસ કરવી. અજમાના સફેદ ફૂલ હૂંફાળા ગરમ કરી તેનાથી માલીસ કરવી. ગરમ પાણીમાં અજમો પલાળી, મસળી, ગાળી, તે પાણીથી બાળકને નવડાવવું.

(5) બાળકની તબિયત પ્રમાણે ત્રીજા-ચોથા મહિને સૂપ, તુવેરની દાળ, મગની દાળ, ઢીલી ખીચડી આપવી.

(6) નાચનીના લોટનો શીરો આપવો. ઘઉંના લોટની જેમ જ કરવો, પણ પાણીને બદલે દૂધ + પાણી નાખવું. પછી ઘઉંના લોટનો શીરો આપવો. શીરો ખૂબ ઢીલો રાબ જેવો જ બનાવવો. દૂધ છોડાવતી વખતે પણ આ શીરો આપવાથી બાળકનું પેટ સારી રીતે ભરાઈ જાય છે અને બાળકને નડતું નથી.

(7) 2 ભાગ ચોખા + 1 ભાગ મગની ફોતરાવાળી દાળ – બંને ભેગું કરી, ધોઈ, તડકે સૂકવી, અધકચરું ક્રશ કરવું. તેની ખીચડી બનાવીને આપવી.

31 લકી નામ પાડવાની પદ્ધતિ

પ્રથમ A, B, C અને નંબરના આંકડા 1, 2, 3 નીચે પ્રમાણે ગોઠવી દેવા:

A	B	C	D	E	F	G	H	I
1	2	3	4	5	6	7	8	9
J	K	L	M	N	O	P	Q	R
1	2	3	4	5	6	7	8	9
S	T	U	V	W	X	Y	Z	
1	2	3	4	5	6	7	8	

હવે આપણી જે Birth-date હોય તે લખવાની, દા. ત.,

9 – 12 – 2005

હવે તેના આંકડાનો સરવાળો કરવાનો,

9 + 1 + 2 + 2 + 0 + 0 + 5

= 19

= 1 + 9

= 10

આંકડો 1 આવ્યો.

હવે જે નામ છે તે લખવાનું,

DEEVIJ

હવે ઉપરની A, B, Cમાં જોવાનું કે દરેક અક્ષરમાં કેટલામો આંકડો છે:

D = 4, E = 5, E = 5, V = 4, I = 9, J = 1

કુલ સરવાળો = 4 + 5 + 5 + 4 + 9 + 1

= 28 = 2 + 8 = 10

આંકડો 1 આવ્યો.

બન્ને સરખા આંકડા આવે તો Lucky Name થાય.

હવે આ નામ DIVIJ લખીએ તો Lucky Name નથી થતું. તેના આંકડાનો સરવાળો કરીએ, 4 + 9 + 4 + 9 + 1 = 27 = 2 + 7 = 9 આપણે Birth-date પ્રમાણે 1 જોઈએ છે, જે 9 આવે છે તેથી નામના સ્પેલિંગ બદલવા પડે.

જ્યારે નસીબ યારી ન આપે ત્યારે ઘણા એક્ટર, એક્ટ્રેસ આ રીતે પોતાના નામનો ફેરફાર કરે છે.

NAVNIT થાય અને

NAVNEET પણ થાય.

કોઈ નવી સંસ્થા કે દુકાન કે મૉલ શરૂ કરતા હોઈએ તો જે નામ રાખીએ તેના પ્રમાણે ઓપનિંગની તારીખ રાખવી જોઈએ, જેનાથી બન્નેના આંકડાનો સરવાળો એકસરખો આવે.

FP

Published by Navneet Publications (India) Ltd., Dantali, Gujarat.
Printed by Navneet Publications (India) Ltd., Dantali, Gujarat.

સગર્ભાવસ્થા અને તમારું બાળક

સગર્ભાવસ્થા અંગે અનેક જાતનાં સલાહસૂચનો, તકલીફોને લગતી વિવિધ માહિતી, બીજી સ્ત્રીઓએ અનુભવેલી કષ્ટ-પીડાની વિગતો સગર્ભાને ભયભીત કરી દે છે. આવા સમયે સગર્ભાએ અગાઉથી મેળવેલું સાચું જ્ઞાન તેને મદદરૂપ બને છે.

આ હેતુને લક્ષમાં રાખીને આ પુસ્તક તૈયાર કરવામાં આવ્યું છે. પહેલા વિભાગમાં સગર્ભા સ્ત્રીને તથા તેનાં આપ્તજનોને સગર્ભાવસ્થાની સાચી સમજ અને તે માટેનું માર્ગદર્શન તથા બીજા વિભાગમાં નવજાત શિશુની સંભાળ કેવી રીતે લેવી તે અંગેનું માર્ગદર્શન પૂરું પાડવામાં આવ્યું છે. આ પુસ્તક માતૃત્વને ઉંબરે ઊભેલી દરેક સ્ત્રીને ખૂબ જ ઉપયોગી બને તેવું હોવાથી યોગ્ય પ્રસંગે આ પુસ્તક જરૂર ભેટ આપો.

NAVNEET
CHOICE OF
BABY NAMES
ગુજરાતી – ENGLISH

Nowadays, it is becoming more and more necessary to write Gujarati names in English. The spellings of all the names given in this book are commonly accepted in the English language.

Besides being a memorable gift, this book will add to the joy of the parents of a new-born baby.

NAVNEET ®

Knowledge is wealth

મિષ્ટાન્ન

1. કાજુ રોલ 2. મનભાવન લાડુ 3. રોલર કોસ્ટર 4. કોકો રોલ 5. કાજુકતરી 6. ઘૂઘરા
7. મઠડી

મુખવાસ

1. મીક્ષ ફ્રૂટ ટૉફી 2. ગળ્યાં આંબોળિયાં 3. મસાલાવાળી બદામ 4. મસાલાવાળાં કાજુ
5. લીલી વરિયાળી

નાસ્તા

1. ફુદીનાની ચણાની દાળ 2. ચણાજોર ગરમ 3. લીલા વટાણા 4. રતલામી સેવ
5. ફાફડા 6. ખસ્તા કચોરી 7. ઊગાડેલા મગ

ફરસાણ

1. વટાણાની એટમબૉમ્બ પેટીસ 2. અનેરી સ્પેશિયલ લોલીપોપ
3. અનેરી સ્પેશિયલ ચટાકેદાર કેક 4. ત્રિરંગી બ્રેડના સમોસા 5. લીલી ચટણી 6. કેચપ

સાઉથ ઈન્ડિયન

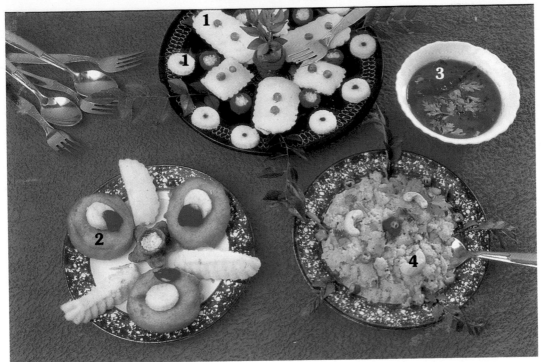

1. ઈડલી 2. મેંદુવડાં 3. સંભાર 4. ઉપમા

સાઉથ ઈન્ડિયન

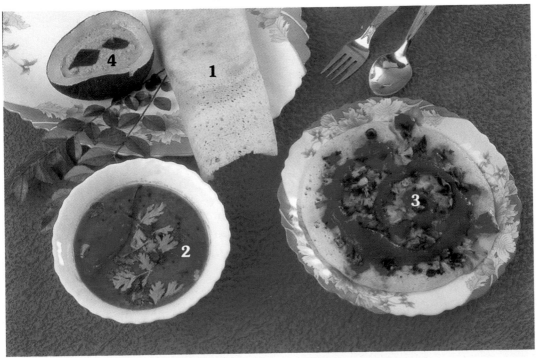

1. ઢોંસા 2. સંભાર 3. ઉત્તપા 4. ચટણી

પંજાબી

1. બેબી કોર્ન કેપ્સીકમ રેડ મસાલા   2. ટોમેટો વર્મિસેલી સૂપ

પંજાબી

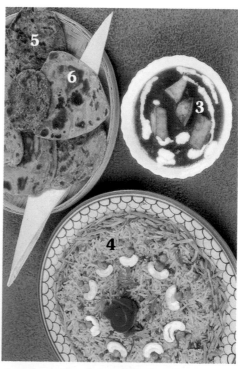

1. સ્ટફ ટોમેટો ઈન ગ્રેવી   2. છોલે ટકાટક   3. પાલક પનીર   4. પુલાવ   5. હરી પૂરી કુલ્ચા
6. પરોઠા

થાઈ

1. થાઈ વેજિટેબલ ઈન રોસ્ટેડ કરી   2. બર્મિઝ ખાઉસ્વે   3. પુલાવ

મેક્સીકન

1. મેક્સીકન કટલેટ   2. મેક્સીકન ટાકોઝ   3. ચાઈનીઝ સમોસા

સલાડ

સલાડ

પુડિંગ

1. ફ્રૂટ પુડિંગ   2. ટોપિંગ

કેક

1. બ્લેક ફોરેસ્ટ કેક

આઈસક્રીમ

Printed & Published by Navneet Publications (India) Ltd. Dantali, Gujarat